દાદલો

પ્રફુલ શાહ

મુખ્ય પ્રાપ્તિસ્થાન

નવભારત સાહિત્ય મંદિર

જૈન દેરાસર પાસે, ગાંધી રોડ, અમદાવાદ - ૩૮૦ ૦૦૧

૨૦૨, પેલિકન હાઉસ, ગુજરાત ચેમ્બર ઓફ કોમર્સના કંપાઉન્ડમાં,
આશ્રમરોડ, અમદાવાદ - ૩૮૦ ૦૦૬

☎ (૦૭૯) ૨૨૧૩૬૨૫૩, ૨૨૧૩૨૬૨૧
ⓦ ૯૮૨૫૦ ૩૨૩૪૦

e-mail : info@navbharatonline.com
www.navbharatonline.com
fb.com/NavbharatSahityaMandir

DADLO
Novel
by Praful Shah

Navbharat Sahitya Mandir
AHMDEDABAD
2021

ISBN No. : 978-93-86669-13-1

પ્રથમ આવૃત્તિ: ફેબ્રુઆરી, ૨૦૨૧

પૃષ્ઠ: ૩૩૨

પ્રકાશક
મહેન્દ્ર પી. શાહ
નવભારત સાહિત્ય મંદિર
જૈન દેરાસર પાસે, ગાંધી રોડ, અમદાવાદ-૩૮૦૦૦૧
ફોન: (૦૭૯) ૨૨૧૩૯૨૫૩, ૨૨૧૩૨૯૨૧
E-mail : info@navbharatonline.com
Web : www.navbharatonline.com
fb.com/NavbharatSahityaMandir

વિશેષ પ્રેમી મિત્ર...

ભૂપેન્દ્ર કઠી

(વ્યવસાયે ચાર્ટર્ડ એકાઉન્ટન્ટ પણ લેશમાત્ર
ગણતરીબાજ નહીં. ડીલના નહીં, દિલના માણસ.)

'દાદલો' ક્યાં જન્મ્યો, ક્યાં અટક્યો અને હવે શું?

એક હતો રાજા ને એક હતી રાણી. બન્નેએ ખાધુંપીધું ને રાજ કર્યું. આપણો દાદલો નથી રાજા. નથી એની કોઈ રાણી કે નથી એનું રાજ. જે કંઈ છે એ દિમાગ છે અને સપનું છે. સપનું સાકાર કરવા માટે ઘણા કોઠા ભેદવાના-છેદવાના છે. ચોમેરથી મોત-મોતની ચીસાચીસ વચ્ચે જીવતાં રહેવાનો જંગ એટલે 'દાદલો'.

પીટર ફર્નાન્ડિઝના નિર્દોષ લૂંટના પરફેક્ટ પ્લાનમાં લોહીનું એકેય ટીપું વહેવાનું ન હતું. એને બદલે ન જાણે કેટલાય સ્મશાન ભેગા થઈ ગયા. આ સાપસીડીની રમતમાં જીવી ગયેલા પીટર ફર્નાન્ડિઝનાં મૂળ-કુળ રસપ્રદ છે.

પીટર ઉર્ફે દાદલોનો જન્મદિવસ રવિવાર તારીખ આઠમી ડિસેમ્બર, ૨૦૧૯. સમય રાતે ૭.૪૫ કલાક. સ્થળ ગોવાથી મુંબઈ જતી ઍર-ઇન્ડિયાની ફ્લાઇટ નંબર એવન ૬૬૨. હા, સપરિવાર ગોવાને માણીને પાછા ફરતી વખતે ફ્લાઇટ મોડી હોવાનું બે વાર એનાઉન્સમેન્ટ થયું. ત્યારે મારું ધ્યાન ઍરપોર્ટના પુરુષોના ફેશરુમ તરફ ગયું. બહાર બોર્ડ હતું મેલ/પુરુષ/ દાદલો. પહેલી થ્રિલર નવલકથા લખવા માટે એક અફલાતૂન અને હટકે ટાઇટલ મળી ગયું: દાદલો.

હા, 'દૃશ્યમ-અદૃશ્યમ', 'અગ્નિઝા' અને 'લાઇફ આઇએમપૉસિબલ' જેવી ડૉક્યુ-નૉવેલ લખ્યા બાદ લાંબી ફિક્શન લખવાની ઇચ્છાને મૂર્ત સ્વરૂપ મળવાની શરૂઆત થઈ ગઈ વિમાનપ્રવાસમાં જ. મુંબઈ આવીને વધુ થોડું કામ કર્યા બાદ 'મુંબઈ સમાચાર'ના તંત્રી મિત્ર નીલેશ દવે સાથે વાત કરી, તો તેમણે પળનો વિચાર કર્યા વગર લીલીઝંડી બતાવી. પડકાર હતો, નવું ખેડાણ હતું. 'મુંબઈ સમાચાર' જેવું પ્રતિષ્ઠિત અખબારનું પ્લૅટફૉર્મ મળે, એટલે જવાબદારી બેવડાઈ જાય. ધારાવાહિક સ્વરૂપે વાચકોને રોજેરોજ જકડી રાખવાનું કામ આસાન નથી.

'દાદલો'ના બે-ત્રણ પ્રકરણમાં જ વાચકોના ઈ-મેલ આવવા માંડ્યા. નીલેશભાઈએ ફરી એક વાર મૂકેલા વિશ્વાસમાં વાચકોનું પ્રોત્સાહન

ભળતાં બમણા જોશથી વિચારવા લખવા માંડ્યો. ફેસબુક, વ્હોટ્સએપ અને ઈ-મેલથી મળતા સંદેશા ઉત્સાહપ્રેરક હતા. ત્યાં જ 'દાદલો'ની જેમ ન બનવાનું દુનિયામાં બની ગયું.

'કોવિડ-૧૯' ત્રાટક્યો. 'દાદલો' હતો ત્યાં ને ત્યાં એટલે પદ્મા પ્રકરણે અટવાઈ ગયો. લૉકડાઉન હતું ને? ૨૦૨૦ની ૧૫મી જાન્યુઆરીએ શરૂ થયેલી 'દાદલો'ની રોમાંચક મુસાફરીને ૨૧મી માર્ચ, ૨૦૨૦ના રોજ બ્રેક લાગી ગઈ. આ તબક્કામાં 'દાદલો'ના ચાહકોની પૂછપરછ એવી કે જાણે કોરોના કાળમાં કોઈ સ્વજનની ચિંતા ન કરતા હોય! 'દાદલો' પાછો આવશે ને? ક્યારે આવશે? બને એટલી જલદી શરૂઆત કરો. ખરેખર, ૨ જુલાઈ, ૨૦૨૦થી 'દાદલો'નું પુનરાગમન થયું. 'દાદલો'નું ફલક વિશાળ અને પાત્રો અગણિત હતાં છતાં એક જ રિકેપ સાથે વાચકો વાર્તા સાથે ફરી જોડાઈ ગયા. ગોવાની ભૂગોળ અને વિગત માટે ગમે તે ઘડીએ ફોન પર ઉપલબ્ધ રહેનારા યુવાનમિત્ર નયન ત્રિવેદીને કેમ ભૂલાય?

'દાદલો'ના ધારાવાહિક અવતારના પ્રેમમાં અનેક કલાકારો પડ્યા. એમના ઓવારણાંના પ્રતીકરૂપે કવિ, અભિનેતા, ગીતકાર અને મિત્ર દિલીપ રાવલે કરેલી છાતીફાડ લાગણી શબ્દસ્થ કરી છે. જાણીતા ફિલ્મસર્જક જયંત ગીલાટરે પણ 'દાદલો'ને રીતસર માથે જ બેસાડી છે.

દાદલો સહિતના કોંકણી શબ્દોની જાણકારી, સમજ અને માર્ગદર્શન બદલ મિત્ર સચિન કાંબલીનાં ધર્મપત્ની માધુરીબહેનનો વિશેષ આભાર.

પ્રફુલ શાહ

Email: prafulshah1@gmail.com

Mob. +91 9869600200

કાગળ પર ચાલતી થ્રીલર વેબસિરીઝ

ધારવાહિક નવલકથા લખવી અને પ્રકરણે પ્રકરણે વાચકોને જકડી રાખવા એ ખરેખર ખાંડાના ખેલ છે અને 'દાદલો' દ્વારા પ્રફુલ શાહે એ ખેલ સફળતાથી, સબળતાથી અને પૂરી સજ્જતાથી ખેલી બતાવ્યો છે. જરા પણ શબ્દો ચોર્યા વગર લખું તો અશ્વિની ભટ્ટ ને હરકિસન મહેતા અને આગાથા ક્રિસ્ટીની સમક્ષ 'પ્રફુલ શાહ'ને એક 'થ્રીલર રાઇટર' તરીકે મૂકી શકાય એવી મજબૂત નવલકથા 'સાહિત્યજગત'ને એમની પાસેથી મળી છે. 'સાહિત્યજગત'નો અભિગમ ધારાવાહિક નવલકથાઓ પ્રત્યે વર્ષોથી ઓરમાયો જ રહ્યો છે. "બટ હુ કેરસ?" જે લોકભોગ્ય હોય એ ઉદાત્ત અને ઉત્તમ ન જ હોય એવું કોણે કહ્યું?

મનમોહન દેસાઈની ફિલ્મો 'નેશનલ કે ઇન્ટરનેશનલ કે ફેસ્ટિવલોમાં ભલે ન ગાજે, પણ થિયેટરો ગજાવે અને બાલ્કનીમાં પૉપકૉર્ન સાથે કે લોઅર સ્ટોલમાં સીંગચણા સાથે એમની ફિલ્મો જોનારો પ્રેક્ષક એમની ફિલ્મો પર સમરકંદ બુખારા ઓવારી જ જાય. એક્ઝેક્ટલી આ જ વાત 'દાદલો'ને પણ લાગુ પડે છે. 'ક્લાસ' અને 'માસ' બન્નેને 'અપીલ' કરનારી આવી ઘટના ધારાવાહિક ક્ષેત્રે વર્ષો પછી બની છે અને એના ખોબલો ભરીને વધામણાં જ હોય.

'મુંબઈ સમાચાર'માં સાપ્તાહિક રૂપે પ્રગટ થવાની શરૂઆત થઈ અને પહેલા હપતાથી જ વાચક તરીકે એણે મને જકડી લીધો. પ્રામાણિકતાથી કબૂલું તો એક સાહિત્યકાર તરીકે વાચનનો... અઢળક વાચનનો શોખ પહેલેથી જ, પણ પુસ્તક રૂપે ધારાવાહિકનું સાતત્ય જાળવીને વાંચવું મારા સ્વભાવમાં જ નહીં અને તાસીરમાં પણ નહીં, પણ એ પરંપરા 'દાદલો'એ તોડી. દરેક પ્રકરણે આવતા પ્રકરણની બેતાબી ને બેસબ્રીથી ઇન્તેજારી એ જ એના સાફલ્યનું પરિમાણ છે.

અઢળક 'ડેઇલી સોપ'ના લેખક તરીકે એટલું જાણું છું કે 'અઢળક પાત્રો', 'અઢળક ટ્રેક્સ' સાથે તાદાત્મ્ય જાળવવું કેટલું અઘરું હોય છે, પણ 'દાદલો' એમાં ટીવીની ભાષામાં 'હાઇએસ્ટ ટી.આર.પી.' મેળવે છે. કથા-પટકથા ને સંવાદ આ ત્રણે જુદા વિભાગો હોય અને (સિરિયલ્સમાં) એના લખનારા પણ જુદાં હોય. અહીં ત્રણે વિભાગ પ્રફુલભાઈ 'વન મૅન આર્મી' તરીકે જડબેસલાક નિભાવે છે. ટૂંકમાં, આખું પ્રકરણ ઉંચકીને સીધું 'શૂટિંગ સ્ક્રીપ્ટ' તરીકે મોકલી શકાય એટલું 'ચુસ્ત લખાણ.'

મલ્ટિસ્ટાર કાસ્ટિંગમાં નામ લેવા બેસીએ તો હાંફી જવાય એટલા પાત્રો. 'દાદલો' પોતે, ઇન્સ. પ્રદીપ બંદોપાધ્યાય. પ્રાઇવેટ ડિટેક્ટિવ મેજર મેજિશિયન, માજી એન્કાઉન્ટર સ્પેશિયાલિસ્ટ મયંક ગુપ્તા, સી.આઇ.ડી. ઇન્સ્પેક્ટર સલોની માપસેકર, સબ ઇન્સ્પેક્ટર દૈવી દીક્ષિત, કુમાર સેન, કાતિલ હસીના સપના વર્ગીસ, અરજણ પંખી, રઘુ ઘુવડ, રાજુ રોમિયો, બિન્દાસ ભાઉ, કમલકાંત, અપ્પાસાહેબ રાવ, હેમાંગ પટેલ... વગેરે વગેરે વગેરે... વળી, દરેકનું પાત્ર જડબેસલાક. વાંચતા વાંચતા પાત્રો દેખાય, વાર્તા આંખની સામે ભજવાય. ક્યારેક ભયનું લખલખું શરીરમાંથી પસાર થઇ જાય તો ક્યારેક 'ચેસિંગ રોમાંચિત કરી જાય' 'દાદલો' એક 'પરફેક્ટ થ્રીલર'ની વ્યાખ્યામાં તંતોતંત ફીટ બેસે છે.

લૉકડાઉનને લીધે પડેલા મોટા ગાબડાં પછી વાચકોનો રસભંગ અને રસહાની થઇ ગઈ હોય એ સ્વાભાવિક છે. હું પણ એમાં બાકાત નહોતો, પણ એક ઇન્ટરવલ બાદ 'દાદલો' ફરીથી 'ડિજિટલી' શરૂ થઇ અને પાછા વાચકોને એણે પોતાના સંમોહનમાં જકડી લીધા. પૂરી થઇ ગઈ ત્યારે ખાલીપો ઘેરી વળ્યો. 'પીટર ફર્નાન્ડિઝ ઉર્ફે દાદલો. 'ઍન્ટિ હીરો' હોવા છતાં 'રિયલ હીરો' છે. એવો 'હીરો' કે જેની કોઈ હિરોઇન નથી. જેને 'હિરોઇન'ની જરૂર પણ નથી.

લૉકડાઉનના 'સ્ટ્રેસ'ને ઓછું કરવા અને સમય વ્યતીત કરવા માટે 'ઓ.ટી. ટી.' પ્લેટફૉર્મ્સ પર એક એકથી ચડિયાતી અને માતબર સિરીઝનો મહાસાગર હતો. એની સામે 'દાદલો' પણ વાચકોને આકર્ષી શકી એ જ એના ભવ્ય સાફલ્યનો માપદંડ છે.

'પ્રફુલ શાહ'ને મુંબઈના વરસાદ જેટલા ધોધમાર અભિનંદન અને 'મુંબઈ સમાચાર' તેમ જ તંત્રી નીલેશ દવેને 'શુક્રિયા કરમ મહેરબાની.' બહુ જ નજીકના ભવિષ્યમાં 'દાદલો' વેબસિરીઝ તરીકે કોઈ ઓ.ટી.ટી. પ્લૅટફૉર્મ પર આવી જાય તો આશ્ચર્ય નહીં, બલકે આનંદ થશે અને હા, પ્રફુલભાઈ, પુસ્તક રૂપે 'દાદલો' આવે, હું એને વસાવું, વાંચું ને 'થ્રીલ'માં રાચું એ દિવસોની રાહ જોઉં છું.

દિલીપ રાવલ
(લેખક, કવિ, અભિનેતા)

'દાદલો' બદલ હેટ્સ ઓફ
થેન્ક યુ પ્રફુલભાઈ શાહ.

ઘણી વાર એક કે બે વિષય લઈને લેખકો નવલકથાઓ લખતા હોય છે, પણ એક જ નવલકથામાં તમને પૉલિટિક્સ, પાવર, રિવેન્જ, ડ્રામા, મર્ડર, ઍક્શન, લસ્ટ, લવ, સસ્પેન્સ, ચીલઝડપ લૂંટ અને બીજું ઘણું વાંચવા મળે તો?

હા, લીજેન્ડરી, આઇ રિપીટ, લીજેન્ડરી પત્રકાર, ફિલ્મ-લેખક અને અત્યંત લોકપ્રિય નવલકથાકાર (હું એમની 'દશ્યમ-અદશ્યમ' અને 'અગ્નિજા'ના પણ પ્રેમમાં છું જ)ની નવી ક્રાઇમ થ્રિલર 'દાદલો'માં તમને પહેલી વાર ઉપર લખેલો તમામ મસ્ત મસાલો મળશે. એક જ નવલકથામાં મન-મગજ જકડી રાખે એ રીતે આટલું સરળ, સહજ અને સફળ રીતે પીરસવાની કપરી કસોટીમાં વિશાળ અનુભવ અને અભૂતપૂર્વ કૌશલના પ્રતાપે પ્રફુલભાઈ શાહ ૧૦૦ ટકા સફળ થયા છે એમ દાવા સાથે કહી શકું છું.

લોકડાઉનને લીધે સૌથી જૂના અખબાર 'મુંબઈ સમાચાર'માં વાચકોને વેબસિરીઝની જેમ બ્રેક પછીની બીજી સિઝનમાં અગાઉ જેટલો જ કે વધુ મજ્જો પડી ગયો હતો.

'દાદલો'માં બેસ્ટ શું છે? નવલકથાનું ટાઇટલ અને એનું યુનિક મેઇન કૅરેક્ટર પીટર ફર્નાન્ડિઝ. ગુજરાતી વાચકોને એક તદ્દન નવો શબ્દ અને પાત્ર મળ્યું. હેટ્સ ઓફ.

પ્રફુલભાઈને ગાંસડીઓ ભરીને શુભેચ્છા. સાથોસાથ અપીલ કે આવું નિતનવું અફલાતૂન વાચન આપતા રહો.

થેન્ક્યુ વેરી મચ.

જયંત ગીલાટર

('ચૉક એન ડસ્ટર', 'નટ સમ્રાટ' અને
'ગુજરાત ઇલેવન' સહિતની હિન્દી, ગુજરાતી
અને મરાઠી ફિલ્મ-ટીવી સિરિયલના સર્જક)

*

અણધાર્યા આંચકા અને વળાંકથી ભરપૂર 'દાદલો' દિલથી માણી. હકીકતમાં તો રોજેરોજ એપિસોડની રાહ જોવાની ધીરજ નથી મારામાં. એમાંય કોરોના વાઇરસને પાપે ઓચિંતો લાંબો બ્રેક. આ વિઘ્નો છતાં નવલકથામાં અસાધારણ જલસો પડી ગયો. અભિનંદન.

નીના દેસાઈ, બેંગલૂરુ

નવો અટપટો અફલાતૂન વિષય

'દાદલો'... નવો, અટપટો વિષય, રાજકારણીઓ, ગુનેગારો, માફિયાઓ, પોલીસ અફસરો, પ્રેમીઓ... ક્યાંથી ક્યાં અને કેટલા બધા માણસોની સાથે સફર કરીને વાર્તા ક્યાં પહોંચી ગઈ. અફલાતૂન... આટલાં પ્રકરણો પછી પણ એમ જ લાગે છે કે જાણે નવલકથા અધૂરી મૂકી દીધી... અહીં અમેરિકામાં ઇન્ટરનેટ ઉપર વાંચી. બહુ સુંદર. બહુ ગમી.

મનસુખલાલ ગાંધી,
લોસ એન્જેલસ, યુએસએ

સતત જકડી રાખતું કથાનક

અભિનંદન. ખરેખર આદરણીય હરકિસન મહેતાની હરોળમાં આવી ગયા પ્રફુલ શાહસાહેબ 'દાદલો'થી. બહુ સરસ કથાનક જે સતત જકડી રાખે. અને બીજા દિવસે વાંચતાં નવા પ્રકરણમાં પણ નિરાશ ન કરે, પણ ફરી રાહ આગલા દિવસની જોવડાવે કે ક્યારે સવાર પડે ને 'દાદલો' વાંચીએ. બીજો ભાગ આવશેને? આતુરતાપૂર્વક પ્રતીક્ષા. ખૂબ-ખૂબ આભાર

કેતકી જાની, પૂણે

વાંચવાની ખૂબ મજા આવી

સમાજ અને સંજોગ ગુનાને જન્મ આપે છે. દુઃખાયેલું મન અને વ્યક્તિની મહત્ત્વાકાંક્ષા તેને ભાન ભુલાવે છે. ગુનાની દુનિયા આમ પણ વન વે સ્ટ્રીટ જ હોય છે. 'દાદલો' વાંચવાની ખૂબ મજા આવી.

ઘણા વણઉકેલ્યા જવાબ શોધવાના છે. કમલકાંત, રોઝી, કલ્પના અને હેમાંગ પટેલ, ચારે ઉદ્યોગપતિઓનું શું થયું? અને હા, સૌથી મોટો પ્રશ્ન ખરો દાદલો કોણ પીટર કે પોલીસ?

સરસ્વતી માતાને પ્રાર્થના કે પ્રફુલભાઈને પ્રેરણા આપે અને 'દાદલો' ફરી આગળ વધે. હજી એક ઉત્સુકતા છે કે જો કોરોના ન આવ્યો હોત તો દાદલો કઈ તરફ વળ્યો હોત. પ્રફુલભાઈને ખૂબ ખૂબ અભિનંદન.

ભાવેશ દત્તાણી, થાણે

હરકિસન મહેતા અને અશ્વિની ભટ્ટના સ્તરની નવલકથા

ધારાવાહિક નવલકથા વાંચવાની ધીરજ નથી મારામાં, પરંતુ દાદલોએ આ છ-સાત મહિના ધીરજની કસોટી કરી નાખી. પ્રફુલ શાહની લેખન ક્ષમતા વિશે શું કહેવું. આપની 'દૃશ્યમ અદૃશ્યમ' અઠવાડિયે એકસાથે વાંચી જતો, પણ રોજ સવારે રાહ જોઈ વાંચેલી ૩૦ વર્ષની આ પહેલી નવલકથા છે. મારા માટે તમે હરકિસનભાઈ મહેતા અને અશ્વિની ભટ્ટના સ્તરે પહોંચી ગયા છો.

વિપુલ વૈદ્ય (પત્રકાર), મુંબઈ

દાદલો એટલે દાદલો

ખરેખર માની ન શકાય કે આ 'દાદલો'નો અંત આવી ગયો, કેમ કે પીટરને એક પણ ફોલ્ટ વિના પોલીસ સામે ઊભો રાખી, પોલીસના કાન પકડાવવાની કલા તો લેખક પ્રફુલ શાહની કલમમાં જ જોવા મળી.

મને તો આ વાર્તાનો અંત નથી લાગતો, પણ ઇન્ટરવલ લાગે છે... કેમ કે જેલમાં ગયા પછી 'દાદલો'નું શું થશે? તે છૂટી જશે કે તેનું એન્કાઉન્ટર થશે કે પછી કોઈ નવો જ વળાંક આવશે? આ બધી મનની મથામણમાંથી છુટકારો અપાવવા લેખકે પુન: કલમ ઉઠાવવી જ રહી...!

અનિલ બી. સરૈયા 'અનમોલ',
બોરીવલી, મુંબઇ

ટર્ન ને ટ્વીસ્ટથી છલોછલ નવલકથા

શ્રી પ્રફુલ શાહની ટર્ન ને ટ્વીસ્ટથી છલોછલ નવલકથા 'દાદલો' ખૂબ રસપૂર્વક માણી. મારી વાંચન પસંદગીના વિષય છે ફિલૉસૉફી અને રાજકારણ એટલે નવલકથા વાંચવાની ધીરજનો અભાવ.

પણ 'દાદલો' એકદમ રોમાંચક અનુભવ. રોજેરોજ આગામી પ્રકરણની આતુરતાપૂર્વક પ્રતીક્ષા. એમાંય કોવિડ રોગચાળાના આરંભે 'મુંબઈ સમાચાર'માં 'દાદલો' પર બ્રેક લાગી ત્યારે ફરી શરૂ થવાની બેસબ્રીથી ઇન્તેજારી વધતી ગઈ. પ્રફુલભાઈએ ફરી જોરદાર ટ્વીસ્ટ આપ્યો કોવિડને સાંકળીને, જે ખૂબ માણ્યો. હું ઇચ્છું કે તેઓ જલદી 'દાદલો-૨' લઈને આવે. અભિનંદન અને શુભેચ્છાઓ.

ડૉ. મયુર જોશી, ગાંધીનગર

સુપર્બ, હટ કે, આફરીન

'દાદલો' એટલે સિડની શેલ્ડન, જેમ્સ હેડલી ચેઇઝ, જેફ્રી આર્ચર અને અશ્વિની ભટ્ટના સ્તરની નવલકથા. કુતૂહલ જગાવવામાં 'દાદલો' કયારેય ધીમી-કાચી ન પડી. વાર્તાપ્રવાહ અસ્ખલિત વહેતો, જકડતો રહ્યો. અરે, લોકડાઉનના બ્રેકની પણ અવળી અસર ન પડી. ક્યાં બાત હૈ! બધા પાત્રોની બેકસ્ટોરી અને એમના વર્ણન સુપર્બ. અને એકદમ હટ કે, કુતૂહલ જગાવતું ટાઇટલ અને એનું રહસ્યોદ્ઘાટન એટલે આફરીન પોકારી જવાય.

સુધીર શાહ, વાલકેશ્વર, મુંબઇ

રેકોર્ડ બ્રેક પાત્રો બદલ અભિનંદન

'દાદલો' એક મુકામ સુધી પહોંચ્યો. એને શ્વાસ લેવા મલ્યો. મંઝિલ પર એ પહોંચે ત્યાં સુધી વાચક પણ થાક ખાઈ લે. બે વાતના ખુલાસા માગીશ. એક તો વાર્તા લખવાની શરૂઆત વખતે કોરોના ન હતો. અર્ધે પહોંચ્યા પછી એનું આગમન થયું. એટલે આપની કહાણીમાં ટ્વીસ્ટ આવ્યું. દાદ આપું છું. બીજું, વાર્તામાં પાત્રોની સંખ્યા. નાનાં-મોટાં કેટલાં પાત્રો હતાં—ગણીને સંખ્યા કહેશો. કદાચ રેકોર્ડ બ્રેક આંકડો મળશે! એની વે, અભિનંદન-લેખકને.

ડૉ. ડી. જી. ઠક્કર, મુલુંડ

૧

પ્લાન પરફેક્ટ છે. એકદમ પરફેક્ટ છે. આવું વિચારતી વખતે પીટરના ચહેરા પર હળવું સ્માઇલ આવી ગયું. તરત મનમાં નવા વિચારે ફૂંફાડો માર્યો: પ્લાન તો ઠીક, તું પરફેક્ટ છો ખરો?

ગોવાના બાગા બીચ તરફ આગળ વધતા પીટરે સવાલની રીસ સામે આવેલા કોલ્ડડ્રિન્કના ટીન પર કાઢી. ટીનને જોરદાર લાત ફટકારી અને એ ઊડીને નિરાંતે ઊંઘતા કૂતરા પર પડ્યું. કૂતરો એકદમ ઝબકીને જાગ્યો ને ભાગ્યો. થોડે દૂર જઈને તે ઊંચું જોઈને ભસવા માંડ્યો. એની પરવા કર્યા વગર પીટર ડાબી બાજુની ગલીમાં વળ્યો. ટીટો રોડ પર ચાલતા-ચાલતા બન્ને બાજુ માખી મારતા દુકાનદારોને જોયા. મૂર્તિવાળા હોય કે ટેટુવાળા, વાઇન શોપ કે કેક શોપ, ક્યાંય ગ્રાહકનું નામોનિશાન નહોતું. પીટરને થયું કે આ મંદીની અસર છે કે પોતે વહેલો નીકળ્યો છે.

તેણે ચાઇનીઝ કાંડા ઘડિયાળમાં જોયું. બપોરના સાડાત્રણ બીચ પર જવા માટે વહેલું ગણાય? ના રે ના, ગોવાના બીચ પર વહેલું શું ને મોડું શું?

અચાનક પીટરને થયું કે કોઈક એની પાછળ આવી રહ્યું છે, એનો પીછો કરી રહ્યું છે. પીટરે પાછળ જોયું તો એક હબસી ટૂરિસ્ટ માથા પર કેપ મૂકીને શોપના અરીસામાં જોતો હતો. રસ્તાના સામા છેડે એક મધ્યમ વયનો માણસ બૂટની દોરી બરાબર કરતો હતો. થાંભલાને અડીને એક યુવાન ફોન પર વાત કરતો હતો. વાત કરતો હતો, તો નજર મારા પર શા માટે છે? બે ઘડી ઊભા રહીને પીટર આગળ વધ્યો.

ટીટો રોડ પૂરો થયો, ત્યાં ચોકમાં ગોવામાં પર્યટનને પ્રોફેશન બનાવવાના પ્રણેતા ટીટો હેનરી ડી'સોઝા (૧૯૨૭-૧૯૮૩) નું મોટું પૂતળું જોયું. પીટરે ડાબો હાથ ઊંચો કરીને ટીટો ડી'સોઝાને 'હાઇ' કરીને કહ્યું, "મિસ્ટર ટીટો, તમે આખા જીવનમાં ન કમાયા હો એનાથી અનેકગણા હું કમાવા માગું છું. એન્ડ વેરી ફાસ્ટ. પછી કદાચ આપણે ક્યારેય નહીં મળીએ. ગુડબાય ફોરએવર ટીટો અંકલ."

ટીટોનું સ્ટેચ્યૂ વટાવ્યું, એટલે દરિયાની રેતી શરૂ થઈ. તેણે સેન્ડલ કાઢીને રેતીનો સ્પર્શ કર્યો. રહીસહી ઠંડક પર ગરમી હાવી થતી હતી. અચાનક

સવાલ થયો કે રેતી સ્ત્રીલિંગ કે પુંલ્લિંગ? જવાબ મળે એ પણ દાઝી ગયો હોય એમ તેણે પગ રેતી પરથી સેન્ડલમાં મૂકી દીધો. ધીમે ડગલે એ આગળ વધવા માંડ્યો.

બીચ પર પહોંચીને ડાબી બાજુ જોયું. ત્યાં કામચલાઉ રેસ્ટોરાં 'ફન ટાઇમ'ના વાંસના કાચા દરવાજામાંથી થઈને એકદમ ખૂણામાં આવેલી વાંસની ખુરશી પર બેઠો. ખુરશીના પાછળના ભાગમાં ડેકોરેશન તરીકે રખાયેલું કપડું મેલું હતું, ગંધાતું હતું. ઑર્ડર લેવા દોડી આવેલા વેઇટરે ઑફર કરી, "સર, બીચ પર બેસો. કલાકના સો રૂપિયા." પીટરે જવાબ આપ્યા વગર મેલા કપડાં તરફ આંગળી ચીંધી. વેઇટરે એ હટાવી લીધું. પીટર બેઠો. દૂર દરિયાને જોતો રહ્યો. પાંચેક મિનિટમાં એક વિદેશી યુવતી આવીને એની બાજુમાં બેસી ગઈ. તેણે હાથમાંનું બ્લૂ પર્સ ટેબલ પર મૂક્યું. પીટરે એ ઊંચકી લીધું, પોતે કમરપટ્ટામાં બાંધેલી બ્લૂ કૅપ કાઢીને નીચે મૂકી ને પર્સ ઉપર મૂકી દીધી. બન્ને કંઈ ન બોલ્યાં. એકમેક સામે જોયા વગર દરિયા સામે જોતાં રહ્યાં. વેઇટરે મેનુ આગળ કર્યું. પીટરે સવાલ કર્યો, "વાઈ-ફાઈ છે ને?" વેઇટરે ઊંચા અવાજે સાથીને બોલાવીને એના મોબાઇલમાં હૉટ-સ્પૉટ શરૂ કરીને પીટરનો મોબાઇલ માંગ્યો. પીટરને સહેજ અચકાટ થયો. પછી નાછૂટકે મોબાઇલ વેઇટરને આપ્યો.

પીટર ઇન્ટરનેટ મળતાં જ મોબાઇલમાં ખોવાઈ ગયો. પાંચ મિનિટે વેઇટર ફરી સામો આવ્યો. મોબાઇલમાં જ નજર ખૂંપેલી રાખીને પીટરે ઑર્ડર આપ્યો: ટુ મિલ્કશેક. આશ્ચર્યના ભાવ સાથે વેઇટર પાછો વળ્યો: બિયર કે દારુને બદલે મિલ્કશેક?! પીટરે સિગારેટનું પૅકેટ કાઢ્યું. એક સિગારેટ કાઢી, એને એક હાથથી દબાવી. થોડી વારમાં સિગારેટનું બધું તમાકુ એના હાથમાં હતું. શર્ટના ઉપરના ગજવામાંથી નાનકડી પડીકી કાઢીને તમાકુમાં કંઈક મિક્સ કર્યું. થોડી વાર મસળ્યું અને ફરી સિગારેટની કાગળની નળીમાં ભરાય એટલું તમાકુનું મિક્સર ભરીને લાઇટરથી પેટાવીને પહેલો કશ લીધો, ખૂબ લાંબો. ક્યાંય સુધી આંખ બંધ રાખી.

ટેબલ પર મિલ્કશેકના ગ્લાસ મુકાવાના અવાજે એને જાણે તંદ્રામાંથી જગાડી દીધો. એ સિગારેટના કશ, મિલ્કશેકના ઘૂંટડા અને મોબાઇલમાં ટાઇપિંગમાં ખોવાયેલો રહ્યો.

વેઇટર દૂરથી જોતો હતો કે આ ફોરેનર કપલ એકદમ વિચિત્ર છે. નથી વાત કરતા, નથી કિસ કરતા કે નથી... પીટર ઘણો પાતળો હતો, ઊંચો હતો અને ખૂબ રૂપાળો હતો. લાગે જ એકદમ વિદેશી. સામે દરિયો જોઈને પીટરને સેલવાસ યાદ આવી ગયું. પોતાનું વતન, જન્મસ્થળ. પણ સેલવાસ સાથે ધસી

આવેલી બાળપણની સ્મૃતિએ મોઢામાં ખારાશ લાવી દીધી. પીટર જોર કરીને દૂર થૂંક્યો.

પીટર અને પરદેશી લલના ફરી મોબાઇલમાં ખોવાઈ ગયાં. મિલ્કશેક પૂરો થયો, એટલે પીટરે ઑર્ડર આપ્યો, વન ઑરેન્જ જ્યુસ વિથ ટુ ગ્લાસ. અચાનક પીટરનું ધ્યાન ગયું કે રસ્તાની પેલી તરફની રેસ્ટોરાંમાંથી કોઈક પોતાને જોઈ રહ્યું છે, બાયનોક્યુલર તાકીને. પીટરે યુવતીને હળવેથી કોણી મારી. વેઇટરે મૂકેલા ઓરેન્જ જ્યુસના ગ્લાસમાંથી તેણે અડધોઅડધ જ્યુસ પોતાના ગ્લાસમાં લીધો. ગ્લાસ બરાબર બાજુબાજુમાં મૂકીને સરખામણી કરી. પીટરના ગ્લાસમાં થોડો વધારે જ્યુસ હોવાનું લાગ્યું. થોડો જ્યુસ પોતાના ગ્લાસમાં નાખ્યો. તેજ નજરે પીટર સામે જોયું. પછી તે એકશ્વાસે જ્યુસ ગટગટાવી ગઈ. ટીસ્યૂ પેપરથી હોઠ લૂછ્યા. પોતાના પર્સ સાથે પીટરની કૅપ ઉપાડીને એ ચાલતી થઈ. ધીમેથી પીટરના કાન પાસે બોલી, "આઇ ડૉન્ટ વૉન્ટ ટુ સી યુ અગેઇન."

પીટરે ફોન પર નજર રાખીને જવાબ આપ્યો, "નાઇધર ડુ આઇ, રોઝી." ફરી ક્યારેય ન મળવાની શુભેચ્છાની આપ-લે બાદ છૂટા પડેલા આ યુગલે બહુ મોટો કરાર કર્યો હતો, જે દુનિયાને ચોંકાવી દેવાનો હતો. રોઝી હેકર હતી. બ્રાઝિલની રહેવાસી. એને બે ચીજમાં જ દિલચસ્પી હતી, સેક્સ ઍન્ડ મની. પીટર માટે એક જ જીવનમંત્ર હતો, સબ સે બડા રૂપૈયા. રૂપિયા અને બહુ બધા. પીટરે દૂર જોયું. સૂર્ય ઢળવા માંગતો હતો. એ બિલની રકમ મૂકીને ઊભો થયો. એ સૂરજ સામે જોતો જ રહ્યો.

એ સમયે એ જ સૂરજને મુંબઈના બી.કે.સી.માં બની રહેલી મલ્ટિસ્ટોરીઝ બિલ્ડિંગના પંદરમા માળે બેઠેલો રામુલુ પરચુરી જોઈ રહ્યો હતો. ઉપ માળની ઇમારતનું કામકાજ મંદીને લીધે ધીમું પડી ગયું હતું. પણ તેલુગુભાષી મજૂર રામુલુ માટે અચાનક સરસ તેજી આવી ગઈ. અડધો કલાક પહેલા જ તે પંદરમા માળે આવ્યો હતો. માત્ર સ્લેબ નખાયા હતા પણ ભીંત બનાવવાની બાકી હતી. એટલે આસપાસ દેખાતા અજવાળા અને અંધારા વચ્ચે રામુલુએ મોંઘોદાટ સ્કૉચ પીધો. દેશી લઠ્ઠો પીવાની આદત, એટલે આલ્કોહોલની કીક તો ન લાગી, પણ પરદેશી મોંઘો દારૂ પીવાનો નશો ચડ્યો ખરો. ગજવામાંથી કાઢીને ટ્રેનની ટિકિટ જોઈ. ફર્સ્ટ ક્લાસમાં બેસીને વતન જશે. પેન્ટના ગજવામાં રૂપિયા ૨૫ હજાર! બધાને જલસો કરાવવો છે આ વખતે.

વધુ પડતી ઉતાવળે સ્કૉચ ગટગટાવી ગયા બાદ સાથે લાવેલું મસ્ત નોન-વેજ રામુલુએ ઝાપટ્યું. પછી પ્લાસ્ટિકની કોથળીમાં હાથ નાખ્યો. પાનનું પડીકું કાઢ્યું. એ બબડ્યો, "સાલ્લું, ઍંસી રૂપિયાનું પાન!" નશામાં એને પત્ની શોભાનો

ચહેરો યાદ આવ્યો, 'ઘણા દિવસના ઉપવાસ ચાલે છે પણ હવે તો...' તેણે પાન મોઢામાં મૂક્યું. પાન પર જોર કાઢતો હોય એમ ફટાફટ ચાવવા માંડ્યો. બે મિનિટમાં તો એના મોઢામાંથી ચીસ નીકળી ગઈ. એ ઊભો થઈ ગયો જાણે આખા શરીરમાં ટાંચણીઓ ભોંકાતી હોય કે કેટકેટલાયે સાપ ડંખ મારતા હોય એવી પીડા થવા માંડી. તેણે પોતાનું ગળું પકડી લીધું. એ દોડાદોડી કરવા માંડ્યો. એકદમ દોડીને દાદરા ચડીને ઉપરના ૧૬મા માળે જતો રહ્યો. સાંજના સાડા સાત વાગ્યાના અંધારામાં પીડાને લીધે એની આંખમાં આંસુ આવી ગયાં હતાં. ક્યારેક મોઢા પર, ક્યારેક ગળા પર અને ક્યારેક પેટ પર હાથ ફેરવતો હતો. પીડા શમવાને બદલે વધી રહી હતી. એનાથી અસહ્ય પીડા સહન થતી નહોતી. આ શું થઈ ગયું? કરવું શું? આ સવાલોના જવાબ મેળવવા જેટલું મગજ સ્થિર નહોતું.

એના ધ્યાન બહાર દૂરના બિલ્ડિંગમાંથી આરવકુમાર પોતાના લેટેસ્ટ હેન્ડીકેમથી રામુલુને શૂટ કરી રહ્યો હતો. અચાનક આરવકુમારનું મોઢું ખુલ્લું રહી ગયું, કારણ કે રામુલુએ સોળમા માળેથી કૂદકો મારી દીધો. આરવકુમારને ખબર ન પડી પણ રામુલુને વેદના સહન કરવા કરતા મોત વહાલું લાગ્યું. સમય સાંજના ૭.૩૩ કલાક.

બીજા દિવસનાં અખબારોમાં એક મજૂરના આપઘાતના નાનકડા સમાચાર છપાશે, ત્યારે કોઈને ખબર નહીં હોય કે આ મોત ખૂબ મોટી સનસનાટીની ચાવીરૂપ કડી બની રહેશે. ૬૦૦ કિ.મિ.ના અંતરે એક છેડે જીવનના જોમથી ધબકતા ખૂબ આશાવાદી અને પરફેક્ટ પ્લાનર પીટર ફર્નાન્ડિઝ અને બીજે છેડે નિર્જીવ પડેલા રામુલુ પરચુરી વચ્ચે કંઈ કડી હશે ખરી?

સમય સાંજના ૭.૩૫ કલાક. ગોવાના બાગા બીચ પર પીટરના મોબાઇલમાં એસ.એમ.એસ.ઊતર્યો: મિશન સ્ટાર્ટ. પીટર ઉતાવળે ચાલવા માંડ્યો. વિવિધ વૉટર સ્પોર્ટ્સની રાઇડની ક્રૂપન આપતા સ્ટૉલ પર ભીડ ઓછી થઈ રહી હતી. પીટરે પેરા સેઇલિંગ સામે લખેલી રકમ જોઈ: રૂ. ૧૨૦૦. તેણે બે-બે હજારની ત્રણ નોટ આપી. 'ફાઈવ ટિકિટ પ્લીઝ.'

કેશિયરે સામે જોયું. 'નાઉ ટાઇમ ટુ ક્લોઝ. બાકી કે ચાર કો બુલાઓ જલદી.' પીટર હસ્યો, 'હું પાંચે પાંચ રાઇડ કરીશ.' કેશિયરને આ માણસ સાવ ભેજાગેપ લાગ્યો. તેણે પાંચટિકિટ આપી. ત્યાં ઊભેલા છોકરાને તેણે કહ્યું કે દોડ ને દરિયામાં જતી બોટમાં સાહેબને બેસાડી આવ.

આગળ દોડતા છોકરા સાથે પીટર લાંબા ડગલે ચાલવા માંડ્યો. પોતાની સ્લીંગ બૅગમાંથી નાનકડું પણ મોંઘું બાયનોક્યુલર કાઢ્યું. એક બોટમાં બેસીને બીજી મોટી બોટ સુધી જવાનું હતું, જ્યાં દોરડા સાથે બાંધેલા પેરેશૂટથી બધી કમાલ થવાની હતી. લાઇફ જૅકેટની અંદર વધુ સલામત બનેલા હૃદયમાં કંઈક અલગ જ લાગણીનાં પૂર આવ્યાં હતાં. હમણાં આવેલો એસ.એમ.એસ. સફળતાનું પહેલું પગથિયું સર થયાનો સંકેત હતો. ઝડપભેર પોતે ઘણી ઊંચાઈ પર હશે.

પીટરને લઈને નાની બોટ મોટી બોટ પાસે પહોંચી. સામે એક કાળો, ખડતલ અને ઊંચો યુવાન નાની બોટમાંથી આવનારાઓને હાથ આપીને ઉપર મોટી બોટમાં ખેંચતો હતો. વધતું અંધારું, ને આછો પ્રકાશ, ઘૂઘવાતો દરિયો અને ખારાખારા પાણીથી ભીના થઈને શરીર સાથે ચોંટી ગયેલા શર્ટને લીધે એ યુવાન ખૂબ આકર્ષક લાગ્યો પીટરને. એને જોઈને જાણે પીટર થીજી ગયો. પાછળથી ધક્કો લાગતા એ આગળ વધ્યો. યુવાનના સ્પર્શથી એને વિચિત્ર લાગણી થઈ. પીટર જહાજ પર ચડી ગયા બાદ એ યુવાન બીજાને ઉપર ખેંચી લેવામાં વ્યસ્ત થઈ ગયો. એ યુવાનને જોઈને પીટરની આંખમાં એકદમ અલગ ચમક આવી ગઈ, જાણે સિંહે સસલાને જોયું.

પીટરે જોયું કે જહાજમાં કુલ છ માણસો હતા. તેણે બધાને ૨૦૦-૨૦૦ રૂપિયાની નોટ આપી. 'પહેલા બીજા બધાનો વારો અને છેલ્લે હું. મારા એકલા

પાસે પાંચ ટિકિટ છે.' બધાના વારા આવી ગયા ત્યાં સુધી બાયનોક્યુલરથી પીટરે આસપાસ જોવા માંડ્યું. આ ગ્રૂપમાં સૌથી સમજદાર-શિક્ષિત-સુઘડ લાગતા યુવાનને તેણે પૂછ્યું, 'બમ્બઈ કૌન સી બાજુ આયા હૈ? યુવાને આંગળી ચીંધી એ દિશામાં બાયનોક્યુલર માંડીને પીટર જોવા માંડ્યો.

પીટરનો વારો આવ્યો ત્યારે તેણે બધાને ફરી ૧૦૦-૧૦૦ રૂપિયા આપીને આદેશ આપ્યો, "દોરડું લંબાય એટલો ઉપર મને લઈ જાઓ. તમે મને ખુશ કરો, હું તમને ખુશ કરીશ. એના લાઇફ જૅકેટ ઉપર વધુ એક બક્કલ બંધાયું. બે પગ સાથેના પટ્ટામાં હૂક હતું, જેને પેરેશૂટ સાથે જોડી દેવાયું. બોટમાંથી દોરી થકી પીટર ઊંચો જવા માંડ્યો. ઊંચો, વધુ ઊંચો. દોરડાનો અંત આવતા એ જાણે હવામાં ઊડતો હતો. તનથી અને મનથી. બહુ જલદી ધનથી પણ પોતે હવામાં ઊડવાનો એવો વિશ્વાસ. એ ગણગણવા માંડ્યો: તન, મન, ધન સબ હૈ મેરા...નીચે માણસે મુંબઈની દિશા બતાવી હતી એ તો મળવી મુશ્કેલ હતી પણ જાણે દૂર દૂર મુંબઈને જોતો હોય એમ એ બાયનોક્યુલર પરથી આંખ હટાવતો નહોતો. પીટરને થયું કે આ ગોવાને, દરિયાને મન ભરીને માણી લઉં. ફરી ક્યાં અહીં આવવાનું છે ક્યારેય.

પીટર આકાશમાં હતો એ જ સમયે કિનારે એક નાળિયેરીના ઝાડ પાછળથી કોઈક ટેલિસ્કૉપિક ગનથી એની તરફ નિશાન એડજસ્ટ કરી કહ્યું હતું. બાયનોક્યુલરથી પીટરે એ જોયું અને એના મોતિયા મરી ગયા. છતાં જીદ કરીને પીટરે મોટા અવાજે બૂમ પાડી: નાઉ કેચ મી ઇફ યુ કેન.

*

બીજા દિવસે સવારે રામુલુના શબ નજીક ઇન્સ્પેક્ટર રાજેશ મોકાશી પણ હવાલદાર સાથે નિરીક્ષણ કરી રહ્યા હતા. ઊંધા માથે પછડાવાથી રામુલુની ડોકનું હાડકું ભાંગી ગયું હતું. ઍમ્બ્યુલન્સનો ડ્રાઇવર બગાસું ખાતો હતો અને ફોટોગ્રાફર ફોટા પાડી રહ્યો હતો. મોકાશીને શર્ટના શબના ગજવામાંથી હૈદરાબાદની ફર્સ્ટક્લાસની ટ્રેન ટિકિટ મળી. પેન્ટના ખિસ્સા ફંફોસતા ૨૫ હજાર રોકડા. મોકાશીને આશ્ચર્ય થયું કે મજૂરો આટલું બધું કમાવા માંડ્યા? બચાવવા લાગ્યા?

એ જ સમયે મોકાશીના મોબાઇલની રિંગ વાગી. નામ જોઈને આશ્ચર્ય થયું. "સવારના પહોરમાં આરવ ગુપ્તા? પોતાના રિટાયર્ડ બૉસ મયંક ગુપ્તાનો દીકરો? મયંક ગુપ્તાની ગણના થોડાં વરસ અગાઉ મુંબઈના જાણીતા ઍન્કાઉન્ટર સ્પેશ્યાલિસ્ટમાં થતી હતી. જંબાઝ સાથે પ્રૅક્ટિકલ ઘણા. હવે તેઓ રાજકારણમાં જવાના હોવાની અફવાબજાર ગરમ હતી, પરંતુ આ આરવ એકદમ અલગ

હતો. એને બાપાની રિવૉલ્વર, વર્દી, પ્રેક્ટિકલ ઍટિટ્યુડ કે પોલિટિક્સમાં રસ નહોતો. એને તો નેચર ફોટોગ્રાફર બનવું હતું.

"હલ્લો અંકલ, કેન યુ હિયર મી?"

"યસ યસ બેટા, બોલ…"

"અંકલ તમારી સામે જે લાશ પડી છે એનો કેસ ઉકેલવામાં હું હેલ્પ કરું તો?"

"તું પોલીસમાં જોડાવા માગે છે?

"ના, ના ક્યારેય નહીં. આટલું બોલીને આરવે માંડીને વાત કરી. છેલ્લે ઉમેર્યું, એનો વીડિયો મેં આપને વૉટ્સઍપ પર મોકલ્યો છે. જસ્ટ હેવ અ લૂક."

"થૅન્ક યુ બેટા. તને પાર્ટી આપવી પડશે મારે હો."

"પપ્પાને સમજાવો કે મને આર્ટ્સમાં જવા દે એ સૌથી મોટી પાર્ટી. આપશોને એવી પાર્ટી અંકલ?"

"સ્યૉર, પણ તારા પપ્પાને તો તું જાણે છેને?" સામેથી ફોન મુકાઈ ગયો. મોકાશીએ દૂરથી હવાલદાર વાઘમારેને બોલાવ્યો.

"એકદમ ઓપન ઍન્ડ શટ કેસ છે. સબ-ઇન્સ્પેક્ટર દૈવી દીક્ષિત પાસે પેપર બનાવડાવી લો. ક્લીઅર કટ સ્યુસાઇડ કેસ."

*

ગોવા ઍરપૉર્ટ પર સિક્યોરિટી ચેક બાદ પીટર બેઠો હતો. હાથમાં લેડીઝ સ્પેશ્યલ મૅગેઝિન હતું. બાજુમાં ઊભરતો ટીવી ઍક્ટર આવીને બેઠો. કસરતબાજ શરીર હતું એનું. પીટર એને જોઈ રહ્યો, જાણે શિકારી શિકારને જુએ. એ જ સમયે એની નજર સામે પડી. માત્ર પુરુષોની અવરજવરવાળા વૉશરૂમની બહાર લખ્યું હતું: પુરુષ/મેલ/દાદલો.

વૉશરૂમ બહાર 'દાદલો' શબ્દ જોઈને એના માથામાં સણકો ઊપડ્યો. જાણે કોઈક હથોડો મારતું હતું.

ન જાણે શું સૂઝ્યું કે મોબાઇલના કૅમેરામાં તેણે 'પુરુષ/મેલ/દાદલો' લખેલી પટ્ટીનો ફોટો પાડી લીધો. પછી ગૅલેરીમાં જઈને 'એડિટ ફોટો'નો ઓપ્શન લઈને 'પુરુષ' અને 'મેલ' શબ્દ કાપી નાખ્યા. માત્ર 'દાદલો' જ ફોટામાં દેખાતું હતું. એ ઊભો થયો. બાથરૂમમાં જઈને બે નંબર પર વૉટ્સઅપમાં 'દાદલો' લખેલી ઇમેજ મોકલી દીધી. ઇમેજ પહોંચી ગયાની એક અને બીજી રાઇટની નિશાની દેખાયા બાદ તેણે મોબાઇલ ખોલ્યો. સીમકાર્ડ બહાર કાઢીને બે ટુકડા કરી નાખ્યા. કમોડમાં નાખીને ફ્લશથી પાણીમાં વહાવી દીધા. બહાર આવીને મોબાઇલના બે ભાગ અલગ-અલગ કરીને ડસ્ટબીનમાં ફેંકી દીધા. એ પોતાની અફલાતૂન ચાલાકી પર મુસ્તાક હતો, પણ કોઈક એને જોઈ રહ્યું હતું.

3

પીટરે મોબાઇલના બન્ને ટુકડા ડસ્ટબીનમાં ફેંક્યા, ત્યારે ગોવાના બાગા બીચ પર એક ધડાકો થયો. પીટર સામે ટેલિસ્કોપિક ગનથી નિશાન તાકનારા યુવાનની હડપચી ગોળીના ધડામથી ઊડી ગઈ. ભીડ ભેગી થઈ. કોઈના મોઢામાંથી અરેરાટી નીકળી ગઈ. 'પાગલને ખુદ કો ગોલી માર દી. બાપ આર્મી મેં શહીદ હો ગયા. પાગલ બેટા અપને આપ મર ગયા. અબ બેચારી વિધવા મા કરેગી ક્યા?'

*

જીવન-મરણની આ વિચિત્ર ગતિવિધિથી સાવ અજાણ પીટર ગોવાના એરપોર્ટ પર અકળાતો હતો. કે એવો દેખાવ કરતો હતો, કારણ કે ગોવાથી ઊપડનારી ઍર-ઇન્ડિયાની ફ્લાઇટ લેટ હતી. અનાઉન્સમેન્ટ થયું કે અડધો કલાક વિમાન મોડું ઊપડશે. વિલંબના આવા બીજા બે અનાઉન્સમેન્ટ આવ્યા. પણ પીટરને એમાં રસ નહોતો. એ આસપાસ જાણે કોઈકને શોધી રહ્યો હતો.

એની નજર ફરી વૉશરૂમના દરવાજા પરની પ્લેટ પર ચોંટી ગઈ. 'દાદલો' શબ્દ પરથી આંખ હટતી નહોતી. બાળપણથી જ રૂપાળા, પાતળા અને નમણા હોવાથી એના કોંકણી બાપાની એક જ શિખામણ, એની એ વઢ: દાદલો બન દાદલો. ઉંમર સાથે એને આ મેણુંટોનું આકરું લાગવા માંડ્યું.

જેવો હતો એવો કુદરતે બનાવ્યો હતો. માતા-પિતાએ જન્મ આપ્યો હતો, તો એમાં પોતાનો વાંક ક્યાં? એના બાવડા બનાવવા પરાણે ડ્રાયફ્રૂટ ખવડાવવા, પ્રોટીનના સપ્લિમેન્ટ અપાયા, દોડાવાયો, જિમ્નેશિયમમાં મોકલાવાયો, મારપીટ-ધોલધપાટ કરાઈ પણ કંઈ પરિણામ ન આવ્યું. એ મોટો થતો ગયો એમ 'દાદલો' શબ્દ સામે એને નફરત થઈ ગઈ

ઘર, પાડોશમાં, સ્કૂલ અને સમાજમાં છાપ પડી ગઈ કે એ નબળો છે. નથી રમવામાં નિપુણ કે નથી ભણવામાં હોશિયાર. એનામાં મર્દાનગી નથી. એ મર્દ જ નથી. પીટરના દિલ-દિમાગમાં ગ્રંથિઓ ઘર કરવા માંડી. તે દુનિયાને સાબિત કરી દેવા માગતો હતો કે અસલી બહાદુરી, હિંમત કે ચાલાકી બે હાથના કાંડાના કૌવત કે પુરુષાતનના પ્રતીક સમાન બાવડા, સિક્સ પૅક

કે પહોળી છાતીમાં નથી. જે કંઈ છે એ દિમાગમાં છે. અક્કલમાં છે. આ સાબિત કરવા માટે એ વરસોથી મથતો હતો. મોટા ભાગના હરીફને એ ચેસમાં આસાનીથી હરાવી દેતો. પણ એ રમતને સમજે, ગણકારે કેટલાં? ઘણા સ્માર્ટ ખેલાડી હારવાને બહાને એની સામે એમ કહીને રમવાનું ટાળતા હતા: આની સાથે થોડું રમાય?

બધાં મોઢામાં આંગળા નાખીને પોતાને સવાયો માને એવું કંઈ પીટર કરવા માગતો હતો. વરસો વિચારોના રણમાં સ્વીકૃતિના મૃગજળની પાછળ રઝળપાટ બાદ એક સોલીડ-જોખમી વિચાર આવ્યો પણ એ કામ ક્યાં નાનું સૂનું હતું? લગભગ મિશન ઇમ્પૉસિબલ. પણ એને સંભવ બનાવીને જ પોતે બુદ્ધિબળથી બાહુબળને નાથવા-નમાવવા માગે છે.

બાજુમાં જ કંઈક મુકાવાનો મોટો અવાજ આવવાથી પીટર તંદ્રામાંથી જાગ્યો. એની બાજુની ચળકતા પતરાની ખુરશી પર એક સસ્તો મોબાઇલ ફોન લગભગ ફેંકાયો હતો. ઊંચે જોયું તો ઍરપોર્ટના કર્મચારી જેવો લાગતો માણસ ઊભો હતો. બન્નેની નજર મળી એ સાથે મોબાઇલ-દાતા ચાલવા માંડ્યો. પીટરની નજરે એનો પીછો કર્યો. એ એક મોટી ઍડવર્ટાઇઝમેન્ટના પાટિયા પાછળ ઓગળી ગયો. પાટિયાની આરપાર જોઈ શકાતું હોત તો પીટરને દેખાત કે એણે શું કર્યુ? એ માણસે મોબાઇલ ફોન કાઢીને કોઈકને ફોન કર્યો, “હા, આપ કા કામ હો ગયા બ્રધર.”

સામેથી જવાબની રાહ જોયા વગર તેણે ફોન કાપી નાખ્યો. કૉન્ટેક્ટમાં જઈને ‘સલોની મૅમ’ પસંદ કરીને નંબર ડાયલ કર્યો, “મૅડમ, રૉની હિયર. કંઈક વિચિત્ર છે. હું ડ્યૂટી બાદ મળું?”

*

નામ રામુલુ પરચુરી, ઉંમર વર્ષ ૪૨, કામ કંસ્ટ્રક્શન વર્કર, વતન હૈદરાબાદ, તેલંગણા...

આ વિગતો અને પછીની ઘટના પરથી બધાને મામલો આપઘાતનો લાગતો હતો, પરંતુ સબ-ઇન્સ્પેક્ટર દૈવી દીક્ષિતને તો કાયમ દેખીતી અને લોકપ્રિય માન્યતાથી વિપરીત જોવાની આદત હતી. આના માટે કારણોય હતાં. આગલા દિવસે સવારે વતન જવાની ટ્રેન-ટિકિટ હતી, ને એય પાછી ફર્સ્ટક્લાસ એ.સી. ની! ગજવામાં રોકડા રૂ. ૨૫ હજાર. કપડામાંથી મોંઘી સ્કૉચની સુગંધ. તો કોઈ આપઘાત શા માટે કરે? ટિકિટનું રિઝર્વેશન કરાવ્યા બાદ સ્કૉચ પીતાવેંત એવું તે શું બની ગયું કે રામુલુ પરચુરી ૧૫મા માળેથી કૂદી ગયો? આરવકુમારનો વીડિયો દૂરથી લેવાયો છે અને અંધારામાં છે છતાં સ્પષ્ટ દેખાય છે કે રામુલુ

એકલો છે. સાથે કોઈ નથી જેણે ધક્કો માર્યો હોય. એ પોતાની મેળે કૂદતો દેખાય છે.

કેસની ફાઇલ બંધ કરવા માટે ઘણાં કારણો છે પણ દૈવીને ઉતાવળ નહોતી. 'કાલે સાઇટ પર જઈને થોડી વધુ પૂછપરછ કરી જોઉ પોસ્ટમૉર્ટમનો રિપૉર્ટ આવી જવા દઈએ.' તે ફરીથી બધી વિગતો તપાસવા માંડી. રામુલુના ઘરે ફોન કરવાથી સ્પષ્ટ થયું કે ત્યાં કોઈ ફિકર નહોતી કે અહીં જીવન ટૂંકાવવું પડે. જવાબમાં ભલે આપઘાત આવે પણ તાળો મળતો નથી એનું શું?

*

બાહુબળ પર બુદ્ધિબળથી સર્વોપરિતા સ્થાપવાના પડકાર માટે પીટરને લાંબી વિચારણા બાદ એક પ્લાન સૂઝ્યો. એનો અમલ એકલે હાથે શક્ય નહોતો, ને પાછો પોતે તો મેદાનમાં જાહેરમાં આવવાનો નહોતો. ટીમ ભેગી કરવી હતી. એકેય ખેલાડી પોતાના કામમાં પાછો ન પડવો જોઈએ, કાચો ન પડવો જોઈએ. માત્ર એકની નિષ્ફળતાથી આખો પ્લાન પત્તાના મહેલની જેમ તૂટી પડે. બે વરસની રઝળપાટ બાદ પીટરે બનાવી અફલાતૂન ટીમ. ડર્ટી ટીમ. અકબરના દરબારમાં નવ રત્ન હતા પણ પીટરે તો છ એ છ કોહિનૂર કાદવ, ગંદકી, અંધારા અને જેલમાંથી ગોતી કાઢ્યા હતા.

આ બધાના સ્કૂલને ચોપડે અને કોઈકના આધાર કાર્ડમાં નામ સાવ સામાન્ય હતા. અરજણ વસનજી સોંદરવા, રઘુ રામજીભા રિસાલદાર, કિશન પાટિલ, રાજેશ મિટબાંવકર, મનોજ કપૂરચંદ મિશ્રા અને રંજન ડિકોસ્ટા. જ્યારે પોતપોતાના કર્મક્ષેત્રમાં તેમણે કમાયેલા નવા ઇલકાબ એટલે અરજણ પંખી, રઘલો ઘુવડ, બિન્દાસ ભાઉ, રાજુ રોમિયો, મેનિયાક અને રસીલી રાની.

હવે પીટર ખુદ માની નહોતો શકતો કે પોતે આવા અને આટલા બધા નગીના ભેગા કરી શક્યો છે. પીટર આમાંથી એકેયને સામસામો મળ્યો નહોતો. બધાને બે જ વાત કહેવાઈ હતી. એક, તમારા બે દિવસ આપો. બે, બે લાખ લઈ જાઓ. કામ શું? અમે કહીએ એ. અફકોર્સ કોઈની હત્યા, અપહરણ, બળાત્કાર કે દાણચોરી જેવું કંઈ નહીં હોય. અને હા, કામ પત્યે ઘટના સ્થળ અને વતનથી દૂર રહેવાનું, માત્ર છ મહિના. એના માટે એક લાખ ઍક્સ્ટ્રા ને એય પાછા રોકડા. પણ એ મળશે કામ પતી ગયા પછી. બધાને ૨૫ હજાર એડવાન્સ અપાઈ ચૂક્યા હતા. કામના દિવસે બીજા ૫૦ હજાર મળશે.

કામ સફળ થયા બાદ સવા લાખ. બે દિવસ સંતાઈ રહ્યા બાદ શહેર છોડીને જતી વખતે પ્લેનની ટિકિટ અને વધુ એક રકમ.

ડર્ટી ટીમમાંથી લગભગ બધાએ વારાફરતી અને સીધી કે આડકતરી રીતે

20 / દાદલો

જાણવાની કોશિશ કરી કે જૉબ છે શું? કોના માટે કરવાનું છે આ? પરંતુ છઠમાંથી એકેયને કંઈ ખબર ન પડી? બધા પાસે અલગ-અલગ મોબાઇલ નંબર પરથી ફોન કે મૅસેજ આવતા હતા માત્ર સૂચના આપવા માટે. એ નંબર પર રિડાયલ કરવાથી નંબર બંધ આવતો હતો. કોઈ નહોતું જાણતું કે ઑપરેશન છે શું? પણ પીટરને ખાતરી હતી કે બહુ જલદી આખી દુનિયા પોતાના બુદ્ધિબળને સલામ કરવાની છે. 'ઑપરેશન દાદલો'થી દુનિયાને બતાવી દઈશ કે અસલી મર્દાનગી એટલે શું?

૪

ગોવા ઍરપોર્ટ પર સાફસફાઈનું કામ કરનારો રોની જોશપૂર્વક સલોની માપસેકર પાસે પહોંચી ગયો. સલોની સી.આઈ.ડી. ડિપાર્ટમૅન્ટમાં હતી, પણ મૉડલ જેવી વધુ લાગતી હતી. બોલ્ડ, બ્યુટિફુલ ઍન્ડ હૉટ. પપ્પા એટલું કમાઈને મૂકતા ગયા હતા કે તેણે નોકરી કરવાની જરૂર જ નહોતી. પોતાનો અડધો પગાર ડ્રેસ, મેકઅપ કિટની શૉપિંગમાં ખર્ચતી હતી, તો બાકીની રકમનું રોકાણ ખબરીઓમાં કરતી હતી. સલોની બરોબર સમજતી હતી અને દિલથી સ્વીકારતી હતી કે ખબરીઓની મોટી ફોજ વગર પોતે પોલીસ દળમાં કાઠું કાઢી શકવાની નથી. ઘણી વાર એ મનોમન વિચારતી અને હસી પડતી કે, જો કાલે હું ઇચ્છું તો એક અલગ ખબરીસેના બનાવું અને પોલીસવાળાને માત્ર માહિતી વેચીને ઘેરબેઠાં જલસો કરી શકું. જોકે આ મજાકને ભૂલીને આ મહત્ત્વાકાંક્ષી ઑફિસરે પોતાની પ્રાથમિકતા કાયમ માટે નક્કી કરી લીધી હતી: કાયમ એકદમ અપટુડેટ રહેવું અને શક્ય એટલા વધુ ખબરીઓને પાળી રાખવા. એની આ પ્રવૃત્તિ પોલીસ દળમાં ગોસિપ અને ચર્ચાનો વિષય હતી. ઘણાને એની ખૂબ ઈર્ષા પણ આવતી હતી. ટૂંકમાં કહી શકાય કે મોટા ભાગના ખબરીનો જન્મ સલોનીની આ નીતિ અને માનવતામાંથી થયો હતો. દાખલા તરીકે રોની.

ડ્રગ્સના એક કેસમાં રોની અને એનો ભાઈ ખોટા સપડાઈ ગયા હતા. બન્ને નાના-નાના સાચા-ખોટા પરચૂરણ કામ કરનારા ટપોરી. બેઉ ફફડતા હતા કે હવે લાંબા સમયની જેલ નક્કી, પણ એમની નિર્દોષતા જાણી-સમજીને સલોનીએ બચાવી લીધા. ત્યાર બાદ રોનીને નોકરી અપાવવામાંય મદદ કરી. એ ઍરપોર્ટ પર લાગ્યો, ત્યારે દિલથી શુભેચ્છા આપવા સાથે એક જ સલાહ આપી: કાન અને આંખ ખુલ્લા રાખજે, ને મોઢું બંધ.

જોકે અત્યારે ગોવાની એક સાધારણ કહી શકાય એવી પણ ઓછી ભીડવાળી રેસ્ટોરાંની અંદર રોની મોઢું ખોલવા જ સલોની સામે બેઠો હતો. સલોનીએ બિયર અને ઑરેંજ જ્યુસનો ઑર્ડર આપ્યો. પછી રોની સામે જોયું.

“મેડમ કંઈક તો ગરબડ છે જ.”

“તેં કંઈ કર્યું નથી ને?”

"નો, નો... અપુન કા એરિયા કા રોડ્રિક્સ હૈ ન... ઉસ ને છોટા સા કામ બોલા... બોલા કિ મેરે કુ દો હજાર મિલેગા. પ્લીઝ કર દેના ઇતના કામ."

"કામ શું હતું?"

"એક માણસને મોબાઇલ ફોન આપવાનો હતો એરપોર્ટ પર."

"વિગતવાર બોલ તો..."

"એક માણસ એરપોર્ટ પર આવે એટલે એની સાથે કોઈ પણ વાતચીત કર્યા વગર એની બાજુમાં મોબાઇલ ફોન મૂકી દેવાનો હતો."

"ફોન રોડ્રિક્સે આપ્યો હતો?"

"હા."

"ચાલુ હતો? નંબર ખબર છે?

"ના, બંધ હતો. નંબરની જાણકારી નથી."

"ઓ. કે. તેં શું કર્યું?"

"મને લાગ્યું કે એરપોર્ટ પર માત્ર મોબાઇલ ફોન પહોંચાડવાના બે હજાર રૂપિયા? એની પાસે ટાઇમ ઘણો હતો. બસમાં જઈનેય રોડ્રિક્સ આપી આવી શકે."

"તેં એને આ વાત ન કરી?"

"કરી, પણ એને એરપોર્ટ પર જવાની સખત મનાઈ કરી હતી પાર્ટીએ."

"પાર્ટીને તું ઓળખે છે?"

"ના, કોઈ જાણકારી નથી?"

"એટલે આંધળૂકિયા કર્યાં તેં. યાદ રાખ, દયા ડાકણને ખાય. એ મોબાઇલ ફોનના ઇન્સ્ટ્રૂમેન્ટમાં બૉમ્બ જેવું કંઈ હોય તો? ફૂટે તો મરી જાય અને પકડાઈ જાય તો તું મોતથી બદતર જિંદગી. દર વખતે હું થોડી બચાવવા આવવાની?"

"સૉરી, મેડમ."

વેઇટરે આવીને બિયરનું ટીન અને જ્યુસનો ગ્લાસ મૂક્યા ટેબલ પર. રૉનીએ ચીલઝડપ કરીને ગ્લાસ પોતાની તરફ ખેંચી લીધો. સલોનીએ બિયર તરફ આંગળી ચીંધી.

"મેડમ, આપની સામે આજ સુધી નથી પીધું. ક્યારેય નહીં પીઉં. મને કંઈક ખોટું થતું લાગ્યું એટલે મોબાઇલ ફોન આપવાના ટાઇમ અગાઉથી હું સાવચેત થઈ ગયો. એ માણસ પણ એરપોર્ટ પર ઘણો વહેલો આવી ગયો. હું છાનામાનો એના પર નજર રાખતો હતો. તે મોબાઇલ ફોનથી ફોટા પાડતો હતો. એ પણ જેન્ટ્સ વૉશરૂમના, બહારથી. રૉની માંડમાંડ હસવાનું રોકી શક્યો.

"ગમ્યું કે તેં થોડી અક્કલ વાપરી. પછી શું થયું?"

"મેડમ, એ વૉશરૂમમાં ગયો. હું પણ દબાતે પગલે એની પાછળ પાછળ.

ટૉઇલેટમાંથી બહાર આવ્યા બાદ તેણે જે કર્યું એ હું માની જ ન શક્યો.”

સલોનીએ કંઈ બોલ્યા વગર બિયરનું ટીન ઉપાડીને એક ઘૂંટ પીધો. “ગોવામાં ચીલ્ડ્ બિયર પણ નથી મળતો હવે.”

“મૅડમ, તેણે મોબાઇલ ખોલીને એના બે ભાગ અલગ અલગ ડસ્ટબીનમાં નાખી દીધા. પોતાની પાસેનો મોબાઇલ તોડી નાખે, ફેંકી દે. બીજો મોબાઇલ મેળવે એ પણ છેક ઍરપૉર્ટ પર ને એના માટે બે હજાર રૂપિયા ચૂકવે. મને કંઈ સમજાયું નહીં.”

“સમજવાનું મારા પર છોડી દે. પછી તેં શું કર્યું?”

“તેણે ફેંકી દીધેલા મોબાઇલના બન્ને ભાગ મેં ડસ્ટબીનમાંથી ઊંચકી લીધા. આપને બતાવવા લાવ્યો છું. તેણે ગજવામાંથી મોબાઇલ કાઢીને સામે મૂકી દીધો. સલોનીએ જોયું કે સાવ સસ્તો મોબાઇલ હતો.”

“રૉની, તેં બોલવામાં ભૂલ કરી. બતાવવા નહીં, મને આપવા લાવ્યો છે તું મોબાઇલ.”

“ઓકે મૅડમ... હું જાઉં?”

“વધુ એક વાત. આવું કંઈ બન્યું એ ભૂલી જજે. પણ આને લગતી નાનામાં નાની કોઈ વિગત સાંભરે તો ફોન કરજે.”

રૉની ઊભો થયો. “ઓ. કે. મૅડમ. થૅન્ક યુ.”

સલોનીએ ધીમો અવાજ કરીને એને રોક્યો, “ગુડ જૉબ, રૉની. કિપ ઇટ અપ. રૉની સ્માઇલ આપીને જતો રહ્યો. સલોની સામે પડેલા મોબાઇલ ફોનને જોતી રહી. તેણે પોતાના ફોનમાંથી એક નંબર ઘુમાવ્યો. “ધ્યાનથી સાંભળ. લૉર્ડ્સ વાઇન્સમાંથી અડધા કલાક બાદ એક પૅકેટ લઈ લેજે. એમાં મોબાઇલ ફોન છે. એના આઈ.એમ.ઈ.આઈ. નંબર પરથી પૂરેપૂરી કુંડળી કાઢી રાખ. કાલે સવારે બ્લૅક કૉફી પર મળીએ.”

બીજા દિવસે બ્લૅક કૉફી પર ઇન્ફૉર્મેશન મેળવ્યા બાદ સલોનીએ નક્કી કર્યું, “ગોવા ઍરપૉર્ટ પર આંટો મારવો પડશે. ઍક્સ-બૉયફ્રેન્ડને જલાવવા ઉપરાંત સીસીટીવીના ફૂટેજ પર નજર નાખતી આવીશ.”

*

પીટર પોતાના પરફૅક્ટ પ્લાન પર હરખાતો હતો. ગર્વ અનુભવતો હતો. પોતે પિક્ચરમાં ક્યાંય ન હોવાનો ફાંકો રાખતો હતો, પરંતુ એનાં પાત્રો સાથે જોડાયેલાં પાત્રોની એને ક્યાં ખબર હતી? પોતાનું ઑપરેશન પાર પડ્યા બાદ કેટકેટલાંય મરદની મૂછ નમી જશે, નાક કપાઈ જશે અને મૂંડી નીચી થઈ જશે, આ વિચાર સાથે જ તેના કાનમાં પડઘા પડવા માંડ્યા: ‘બાયલ બાયલ

24 / દાદલો

બાયલ (મહિલા, નારી, બાયડી)...' તેણે બન્ને કાન પર હાથ મૂકી દીધા, તો વધુ મોટા અવાજે સંભળાવા માંડ્યું: 'એ ચલી, એ ચેડુ, એ ચલી. (એય છોકરી).' અચાનક તે ઊભો થઈ ગયો. કાન પરથી હાથ લઈ લીધા અને આંખ બંધ કરી, તો પપ્પાનો ચહેરો દેખાયો. તેઓ એક જ શબ્દ બોલતા સંભળાયા: ઓરદીનાલ (નક્કામો) ઓરદીનાલ, ઓરદીનાલ...

પીટરના શરીરની નસ ખેંચાવા માંડી. હાથની મુઠ્ઠી વળી ગઈ. આંખમાં લોહી ધસી આવ્યું. તે નીચે બેસી ગયો. ગ્લાસ ઉપાડીને કાચના ટેબલ પર પટક્યો. ગ્લાસ-ટેબલ બન્ને તૂટી ગયા. એની આંગળી ચીરાઈ ગઈ. "આઈ એમ તકલેન (હું બુદ્ધિશાળી છું.) તકલેન, તકલેન, તકલેન..

*

બુદ્ધિ બહેર મારી ગઈ બધાની. રામુલુના પોસ્ટમૉર્ટમ રિપોર્ટમાં અણધારી વાત સામે આવી. પીઢ અને અનુભવી પોલીસવાળા તો ઠીક, ફોરેન્સિકવાળાય ઘા ખાઈ ગયા. સાંયોગિક પુરાવા અને વીડિયો ફૂટેજ સાચું દર્શાવતા હતા કે રામુલુ ૧૫મા માળેથી કૂદી પડ્યો હતો. લાગતું હતું કે આપઘાત જ છે. નવા ઘટસ્ફોટ મુજબ રામુલુ પરચુરીએ આત્મહત્યા નહોતી કરી, એનું મર્ડર થયું હતું. રામુલુ જેવા મજૂરનું ખૂન થયું પણ એના ગજવામાંની રોકડ રકમને હાથ લગાડાયો નહોતો. લૂંટના ઇરાદે હત્યા થયાની શક્યતા પર ચોકડી મુકાઈ ગઈ. એ માણસ દારૂ પીધા-ભોજન કર્યા બાદ પાન ચાવીને પોતે ૧૫મા માળેથી કૂદી પડે એમાં ખૂન કઈ રીતે કરાયું હશે?

"ગિમ્પિ ગિમ્પિ જેવું કંઈ સાંભળ્યું છે? બાબુ બોટાનિસ્ટ તરીકે જાણીતા સાઉથ ઇન્ડિયન વનસ્પતિશાસ્ત્રીએ ધીમા અવાજે પૂછ્યું. સામે બેઠેલી સબ-ઇન્સ. દૈવી દીક્ષિતને ન કંઈ સંભળાયું, ન કંઈ સમજાયું."

"સૉરી સર…"

"ગિમ્પિ Gympie, ગિમ્પિ Gympie…"

"સાંભળ્યું સર, પહેલી જ વારમાં. બીજી વાર બોલવાની તકલીફ નકામી લીધી આપે."

"યંગ લેડી, નામમાં બે વાર છે ગિમ્પિ ગિમ્પિ."

"ઓહ છે શું આ ગિમ્પિ ગિમ્પિ?"

"ફ્લાવર છે."

"એટલે કે ફૂલ?"

"હા, ઑસ્ટ્રેલિયન ફ્લાવર."

"સર, હું તો કંઈક સિરિયસ જાણવા-સમજવા આવી હતી. ઑસ્ટ્રેલિયન ફ્લાવરની ચર્ચા વધુ પડતી રોમૅન્ટિક નથી લાગતી" હસતાં-હસતાં દૈવી બોલી. એને રામુલુના રિપોર્ટમાં વધુ દિલચસ્પી હતી.

"રોમૅન્ટિક? નોટ એટ ઑલ. આ ફૂલ એટલું ઝેરીલું ને જીવલેણ છે કે કલ્પના ન થાય."

"ઓહ નો…"

"યસ યંગ લેડી. ગિમ્પિ ગિમ્પિના છોડને ભૂલથીય સ્પર્શ થઈ જાય તો એવી અસહ્ય પીડા થાય કે માણસ વેદના સહન કરવાને બદલે આપઘાત કરી લે."

"ઇટ ઇઝ ઇમ્પૉસિબલ સર ."

"ઇટ ઇઝ વેરી મચ પૉસિબલ પૉઝિનસ ફૅક્ટ છે. એને સ્યુસાઇડ પ્લાન્ટ પણ કહેવાય છે. એને અજાણતા જરાક અમથું અડી જવાથી એસિડ અને વીજળીના ઝટકા એકસાથે અપાયા હોય એવી ભયંકર પીડા થાય. જો માણસ આપઘાત ન કરે તો મહિનાઓ સુધી અસહ્ય વેદનામાં સબડતો રહે. પછીય વ્યવસ્થિત ઇલાજ ન મળે તો રામ-નામ સત્ય થઈ જાય."

“ઓહ માય ગૉડ. સર, રામુલુ પરચુરીના કેસમાં આવું કંઈક થયું હોવાનું તમને શક્ય લાગે છે? તેણે સ્કૉચની અડધી બાટલી પીધી, નૉન-વેજ ખાધું અને પછી પાન ચાવ્યું. એના પછી ઉપરના માળે જઈને કૂદી પડ્યો.”

“આ કંફર્મ કરવાનું કામ તો તમારા લોકોનું છે. છતાં એક શક્યતા વ્યક્ત કરી શકું બોટેનિકલી…”

“બોટેનિકલી?”

હસી પડ્યા બાબુ બોટાનિસ્ટ. બોટેનિક પ્લસ લૉજિકલી…:

દૈવીય જોડાઈ હસવામાં. “સર, ગંભીર વાત હળવાશથી કરવાનું આપની જેમ કોઈને ન આવડે.”

“એ જ તો લાઇફ છે. જીવો ત્યાં સુધી હસો ને હસાવો. જો પીવા અને ખાવા સુધી રામુલુ જીવતો હતો. પછી એ ગિમ્પિ ગિમ્પિના સંપર્કમાં આવ્યો હોઈ શકે. પાનની અંદર ગિમ્પિ ગિમ્પિના અંશ સોપારી, વરિયાળી અને કિમામની કંપનીમાં સંતાયા ગયા હોય કદાચ. એટલે પાન ચાવ્યા પછી એ ઝાઝું જીવ્યો નહીં હોય.”

“વન્ડરફુલ લૉજિક…પણ કોણે આપ્યું હશે એને ગિમ્પિ ગિમ્પિ અને કેવી રીતે?”

“એય પૂછી લે કે શા માટે?”

“બોલો, જલદી બોલો સર.”

બાબુ હસી પડ્યા. “આર યુ મેડ? એ મારું કામ નથી હો. ખૂનીને તમારે પોલીસે શોધવાનો, એનો મોટિવ તમારે શોધવાનો હોય.”

“યસ, યસ. અફકોર્સ સર. છેલ્લો સવાલ, આ ગિમ્પિ ગિમ્પિ આસાનીથી બધે મળે?”

“ના, એ રહસ્ય તો મારેય જાણવું છે. ખૂની પકડાય એટલે મને માહિતી આપવાનું ભૂલતી નહીં. વળતરમાં હું તને બ્યુટિફુલ રોમૅન્ટિક બુકે મોકલીશ.”

“..પણ ગિમ્પિ ગિમ્પિનો બુકે નહીં હોં,” વાક્ય પૂરું થતાં જ બન્ને ખડખડાટ હસી પડ્યાં.

*

બી.કે.સી.ના મલ્ટિસ્ટોરીઝ બિલ્ડિંગની સાઇટ પર ગમગીનીનું સામ્રાજ્ય હતું. બિલ્ડરની હેડ-ઑફિસથી આવેલા ચીફ એન્જિનિયર સાથે બીજા ચારેક જણ હતા. એન્જિનિયર ઠાકુરે ઑર્ડર આપ્યો, “અહીં રાતે બે વૉચમેન રાખવા પડશે. ખર્ચો નાહકનો વધશે. એક તો મંદી ને એમાં આ ઉપાધિ…”

એ જ સમયે સબ-ઇન્સ્પેક્ટર દૈવી દીક્ષિતની ઍન્ટ્રી થઈ. કોઈને ગમ્યું નહીં

દાદલો / 27

પણ મોઢા પર અણગમો લાવવાનું ક્યાંથી પોસાય?

યુનિફોર્મ અને જીપને લીધે ૨૮ વર્ષની દૈવીએ પરિચય આપવાની જરૂર ન પડી. તેણે ઠાકુરને ઉચ્ચ ઓફિસર સમજીને સીધો સવાલ કર્યો, "કરોડોની ઓફિસ બાંધો છતાં રાતે એક જ ચોકીદાર કેમ?

"મૅડમ, છ મહિનાથી સાઇટ બંધ છે. દિવસે સાચું કહું તો બે વૉચમેન હોય. સાઇટ સુપરવાઇઝર વિઝિટ્સ પર આવતા-જતા રહે. દિવસે ઇન્કવાયરી નથી તો રાતે કોણ આવવાનું અહીં? છતાં એક માણસ રાખીએ છીએ."

"રામુલુ પરચારી ક્યારથી અહીં છે?

"પાંચેક મહિના થયા. એને આ થાપા લાવ્યો હતો."

દૈવી કંઈ પૂછે એ પહેલાં બે ડગલાં આગળ વધીને નેપાળી ગુરખા થાપાએ સૅલ્યુટ ઠપકારી. "મૅડમજી, વો તો પાન કે ગલ્લે પે મિલા મેરે કો. બોલા નાઇટ જોબ હો તો બોલના... મૈંને સા'બ સે મિલવાયા."

"પૂછા નહીં કી નાઇટ ડ્યૂટી ક્યોં ચાહતા હૈ?"

"વોહી બોલા દિન મેં બી.કે.સી. કિ કિસી ઑફિસમેં ડ્યૂટી થી ઉસ કી. સુબહ નૌ સે છ બજે તક. ઈંદર રાત કો નૌ સે સુબહ સાત તક આતા થા... થોડી દેર મેં ખાના ખાકે નીચે હી સો જાતા થા..."

"થાપા, પિછલે દિનો વો કુછ ટેન્શન મેં થા ક્યા?"

"નહીં, મૅડમ. ઊલટા જ્યાદા મસ્તી મેં થા, બઊત ખુશ થા. મુઝે બોલા કી ગાંવ સે આને કે બાદ તુઝે ભી અંગ્રેજી પિલાઉંગા મગર... ", થાપાની આંખના ખૂણા ચમકવા માંડ્યા.

"વો રોજ પીતા થા?"

"રોજ કહાં પરવડેગી મૅડમ? મગર સાત-આઠ દિનસે રોજ પી કે ખુશી મેં આતા થા. ફર્સ્ટ ક્લાસ મેં બૈઠ કર ટ્રેન મેં ઘર જાનેવાલા થા. ઊસે ઠંડ અચ્છી નહીં લગતી થી તો મેરા સ્વેટર માંગા. મગર કૈસે દેતા મૈં? ગાંવ સે વાપસ ન આયા તો?"

"અચ્છા, વો કહાં પીને જાતા થા?"

"કલા નગર કી ઝોંપડપટ્ટી મેં દેશી કે અડ્ડે પર બૈઠતા થા કભી-કભી. મગર પિછલે દિનો તો ઇંગ્લિશ પી કે આતા થા રોજ.

સબ-ઇન્સ. દીક્ષિતે બી.કે.સી. ઑફિસનું ઍડ્રેસ લીધું. થાપાનો મોબાઇલ નંબર લીધો એના મોબાઇલમાંથી રામુલુના લેટેસ્ટ ફોટાય પોતાના ફોનમાં લઈ લીધા. ફોટા મોકલીને હવાલદાર ગણપત વાઘમારેને ફોન પર સૂચના આપી, "ફોટો કી કોપી બાંદ્રા કલાનગર કે સભી દેશી દારૂ કે અડ્ડોં પર દિખાઓ. ઉસ બેટિયા

કે ખબરીઓ કો ભી સુબહ દસ બજે મિલને બુલાઓ."

દૈવી દીક્ષિત જીપમાં રવાના થઈ એટલે ઠાકુરે પોતાના બૉસને નંબર જોડ્યો, "સર, મેટર ઇઝ વેરી સિરિયસ. આપ ઉપર બાત કર લીજીએ, પ્લીઝ.

*

સલોની ઝાઝી હોહા કર્યા વગર ગોવા ઍરપોર્ટના સીસીટીવી ફૂટેજ જોવા બેસી ગઈ. આની પરમિશન લેવામાં એને પરસેવો વળી ગયો. પછી એ.સી. રૂમમાં ચૂપચાપ ફૂટેજ જોતી હતી, રૉની બાજુમાં જ ઊભો હતો. પીટર પડદા પર દેખાતાં, રૉની બોલી ઊઠ્યો, "આ જ છે મોબાઇલવાળો. અદૃશ્ય પીટર પોલીસના રડારમાં દૃશ્યમાન થયો. આવું થવાની તેણે સપનામાંય કલ્પના નહોતી કરી. જોકે પોતાની સાથે હજી કેટકેટલું ધારણા-કલ્પના-સમજ બહારનું થવાનું છે. એનાથી એકદમ અજાણ પીટર એ સમયે મુંબઈની એક રૂમમાં ઘડિયાળ જોઈને પોતાનો સારો સમય શરૂ થવા આડેના કલાકો ગણતો હતો. થોડી વારમાં સલોનીના હાથમાં એ સાંજની ગોવા-મુંબઈ ફ્લાઇટના પ્રવાસીની યાદી આવી ગઈ, પીટરનો ચહેરો મળી ગયો. હવે માત્ર નામ શોધવાનું બાકી હતું.

૬

બીજા દિવસે મવાલીઓની મારપીટના કેસમાં સબ-ઇન્સ્પેક્ટર દૈવી દીક્ષિતનો આખો દિવસ અદાલતમાં બગડ્યો. મગજ ફરી ગયું. ફરી તારીખ પડી. ત્રણેય રીઢા ગુનેગાર હતા. વારંવાર મારામારી કે ચોરીચપાટી માટે આ બધા અંદર આવતા હતા. બહાર કરતાં જેલમાં વધુ રહેતા હતા. છતાં દરેક વખતે આ ક્રિમિનલ અને એમના વકીલ પોતાનાથી બનતા પ્રયાસ કરતા જામીન મેળવવા, નિર્દોષ સાબિત થવાના અને ઓછામાં ઓછી સજા મેળવવાના. દૈવીને સમજાતું નહોતું કે અપરાધને જ વ્યવસાય બનાવીને સમાજને-પોલીસને હેરાન કરનારાઓને શા માટે બધી સવલત મળવી જોઈએ? સાંજે પાછા વળતી વખતે ટ્રાફિક નડ્યો, એમાં મગજની નસ વધુ ખેંચાઈ ગઈ.

દૈવીને ગિમ્પિ ગિમ્પિ વિશે વધુ માહિતી મેળવવી હતી, ને રામુલુ પરચુરીની ડે ડ્યૂટીના સ્થળે જઈને જાણકારી મેળવવાની ઇચ્છા હતી. ઇન્સ. મોકાશીએ તો સ્યુસાઇડ કહીને કેસ બંધ કરવાની સલાહ આપી. દીધી હતી. મહેણું માર્યું કે તારા દીક્ષિત દાદાની જેમ ઝળહળી ઊઠવાની લાયમાં ટાઇમ બગાડવાનું છોડી દે, પ્રમોશનને ટાર્ગેટ કર. દર વખતની જેમ દૈવીએ વાત એક કાનેથી સાંભળીને બીજે કાનેથી કાઢી નાખી, ને સ્માઇલ ફરકાવીને રવાના થઈ ગઈ.

*

સલોની માપસેકરે ગોવા ઍરપોર્ટના સી.સી.ટી.વી.ના ફૂટેજમાં પીટરને ઓળખી પાડ્યો, પ્રવાસીઓની યાદી મેળવી લીધી અને વધુ માથાકૂટ કરીને ચેક-ઇન અને સિક્યોરિટી ચેકના ફૂટેજમાંથી એનું નામ મેળવી લીધું. પીટર ફર્નાન્ડિઝ, મૂળ વતન સેલવાસા. સલોનીએ પોતાના ખબરીઓને કામે લગાડી દીધા. પોતાના ઉપરીઓને બધી વિગતો મોકલી દીધી. સલોનીને શંકા હતી કે આ માણસ કોઈક બહુ મોટા ષડ્યંત્રનો સૂત્રધાર કે મહત્ત્વનું કેરેક્ટર હોઈ શકે. કદાચ આતંકવાદી પ્રવૃત્તિ. સલોનીને થયું કે આ માહિતી ઝડપભેર મુંબઈ મોકલાય તો સારું. પણ આ તો સિનિયર્સના હાથમાં હતું. તેઓ માહિતી જોશે, પોતાની રીતે ચકાસણી કરશે અને પછી એમાં દમ લાગે તો મુંબઈ કે દિલ્હી મોકલે. આમાં થોડો સમય લાગે અને કંઈક નવાજૂની થઈ ગઈ તો? ના, ના. એવું ન થવા દેવાય. શું કરું? વિચારમાં ને વિચારમાં તેણે મોબાઇલ ફોન હાથમાં લીધો

અને કૉન્ટેકના નામ પર સ્ક્રોલ કરવા માંડી.

*

પીટરે ફોન લગાવ્યો. સામેથી ફોન ઉપાડવામાં વાર લાગી. આખી બેલ પૂરી થઈ ત્યાં સામેથી રિસ્પોન્સ મળ્યો.

'હા, હેલ્લો... કોણ?"

"એ જવા દે. કામ થઈ ગયું?:

"ચ્યું કોમ? કોણ નવરીનો બોલે સ?"

"મનોજ કપૂરચંદ મિશ્રા, મનિયા ઉર્ફે મેનિયાક... ઑપરેશન દાદલો."

"ઇ તો થય જ્યુ હોં બાપલા...

"પાક્કું?

"સાડી સત્તર આની. તમારા ગળાના સમ..."

"ઠીક છે. બોરીવલી નેશનલ પાર્કની સામેના મંદિરની બાજુમાં ટ્રાવેલ કંપની છે. એનું નામ-એડ્રેસ મોકલીશ તને. એ ટ્રાવેલ્સની ઑફિસે સાંજે સાત વાગ્યા પછી પહોંચી જવાનું...ત્યાં કમલેશભાઈને મળજે. એક કવર આપશે. એમાંના રોકડ રાખી લેવાના ને જ્યાંની ટિકિટ હોય ત્યાં પહોંચી જવાનું. પંદરેક દિવસ જાહેરમાં દેખાવાનું નહીં. ઓ.કે.?" આટલું બોલીને જવાબની રાહ જોયા વગર પીટરે ફોન કટ કરી નાખ્યો.

મનિયાને થયું કે કોઈ જાતનું જોખમ નથી, તો બે દિવસ પછી જવામાં વાંધો શું? લાવને પૂછી જોઉં ઇને. એ નંબર ડાયલ કર્યો તો બંધ આવ્યો. મનિયો હસ્યો, "તય લ્યો આપણોય ફોન બંધ. હાલો વાંદરાના અડ્ડા પર. આસિફ સાથે ધંધો સેટ થઈ જાય તો ઘેર બેઠી ઇન્કમ." ફોન સ્વિચ ઑફ્ફ કરીને એ વાંદરાની ઝૂંપડપટ્ટી તરફ જવા માટે રિક્ષાની રાહ જોવા માંડ્યો. એ વિચારવા માંડ્યો, "હામેવાળો માણહ છે કંઈક ગજબનો. રામુલુ પાંહેથી બધી જાણકારી ઓકાવી મુને આગળ કરીને. પોતે ચ્યોંય દેખાયો નય, ને મને બલિનો બકરો બતાવવા નેકર્યો મારો બેટો. પણ મન્યોય ઓછી માયા ચ્યોં સ? મુને ઓળખનારો રામુલુ તો પોગી જ્યોં ઉપરવાળા પાંહે, ઇને સરગમાં મોજેમોજ ને?"

*

મનિયાએ બાંદ્રા જવા રિક્ષા પકડી, ત્યારે સબ-ઇન્સ્પેક્ટર દૈવી દીક્ષિત ઇન્ટરનેટ પર સર્ફિંગ કરતી હતી. અચાનક ઊભી થઈ ગઈ એ. રાતના આઠેક વાગ્યા હશે પણ પોલીસની વર્દી પહેરીને બાઇક લઈને એ નીકળી પડી રામુલુની ડ્યૂટીના સ્થળે જવા.

*

દેશી દારુના અડ્ડામાં આસિફ સામેથી આવતા મનિયાને જોઈને ખુશ થઈ ગયો. આસિફ મૂળ ગોધરાનો હતો, પણ વરસોથી ત્યાં ગયો નહોતો ને હવે જવુંય નહોતું. મનિયાની દેશી દારુ વિશેની સમજ-જાણકારીથી એને આશ્ચર્ય થયું. વિદેશી દારુ વિશેય ઝાઝી જાણકારી. બન્ને મળીને વિદેશી દારુની ડુપ્લિકેટ બૉટલનો ધંધો વિકસાવવાનું વિચારતા હતા. આસિફને એક વાત સમજાતી નહોતી કે છ-સાત દિવસથી મનિયો દિવસે પોતાને મળતો હતો, પણ સાંજે પેલા મેલા-ઘેલા મજૂર સાથે જ બેસતો. પહેલાં એને દેશી પીવડાવતો, પછી વિદેશી. સાથે નૉન-વેજનો જલસોય કરાવે. આ મનિયો ઓછી માયા નથી. સાંજે પોતાની પાસે ફરકવા દેતો નહોતો. એમ વર્તતો કે જાણે મને ઓળખતો જ નથી. પણ હાશ, આજે તો એકલો આવ્યો. પાછળ પાછળ ક્યાંક પેલો મજૂર ન આવે તો સારું.

અને આસિફને ગમે એમ મનિયો સીધો એની પાસે જ આવ્યો. "હાલ ભીડુ, આજે દિલ ખોલીને પીવાનું સ, ને હંધુયં પાક્કું ય કરી લઈએ."

*

પાક્કું આ જ એડ્રેસ હશે? સબ-ઇન્સ્પેક્ટર દૈવી દીક્ષિતે જોયું કે પોતે તો કોઈ કુરિયરવાળાના પાટિયા પાસે ઊભી હતી: રાહબર કુરિયર. અહીં દિવસે નોકરી કરતો હશે રામુલુ?' બહાર ઊભેલા સિક્યોરિટી ગાર્ડે દૈવીના મોબાઇલમાં રામુલુનો ફોટો જોઈને હકારમાં જવાબ આપ્યો. દીક્ષિત વધુ પૂછવા ગઈ, તો વૉચમેને ડરતાં-ડરતાં જવાબ આપ્યો, "કલ દિન મેં આઓ મેડમ. મુઝે જ્યાદા માલૂમ નહીં કુછ." દૈવીને વાત સાચી લાગી.

એ જતી હતી ત્યાં જ એક મોટો ટેમ્પો આવીને ઊભો રહ્યો. વૉચમેને ઇન્ટરકૉમથી અંદર વાત કરી. ટેમ્પા પાછળ લખ્યું હતું: લવ પબ્લિકેશન. ટેમ્પોમાંથી બે માણસો ધડાધડ મોટાં મોટાં પૅકેટ ઉતારવા માંડ્યા. દૈવીને આનંદ થયો કે વાહ, ઑનલાઇનના જમાનામાંય પુસ્તકો બહુ વંચાતાં લાગે છે. નહીંતર આટલાં મોટાં કાર્ટૂન ભરીને પુસ્તકો થોડાં મોકલાય? દીક્ષિતને હવે વધુ રોકાવાનું નિરર્થક લાગ્યું એટલે તેણે બાઇકને કિક મારી.

આસપાસ બધું સૂમસામ જોઈને એને થયું કે હવે અહીં ન આવવું પડે તો સારું. કાલે હવાલદારને મોકલીને

માણસોને પોલીસ સ્ટેશન બોલાવી લઈશ. પણ એને ક્યાં ખબર હતી કે એના આગામી દિવસોમાં રાહબર કુરિયર કેવી ઊથલપાથલની ડિલિવરી કરવાનો છે?

*

રાહબર કુરિયરના મૅનેજિંગ ડાયરેક્ટર હેમાંગ પટેલે સ્કૉચમાં ત્રણ આઇસ-ક્યુબ નાખ્યા. ટીવી ન્યૂઝ ચેનલનો ઍન્કર બરાડા પાડતો હતો કે 'પૂર્વ પ્રદેશમાં

32 / દાદલો

વિધાનસભાની ચૂંટણીમાં કોઈને બહુમતી ન મળ્યા બાદ હવે નાના-નાના પક્ષો અને અપક્ષોનો ટેકો સરકાર રચવા માટે બહુમૂલ્ય સાબિત થશે. મસલ પાવર બાદ હવે થશે મની પાવરની બોલબાલા.' હેમાંગને રાજકારણીઓ પર ગુસ્સો આવ્યો. સ્ટરરથી આઈસ જોરથી હલાવીને તેણે ટીવી બંધ કરી દીધું. બોરીવલીના છેવાડે અને નેશનલ પાર્કની નજીકના બંગલોનું એકાંત એને બહુ ગમતું. ન્યૂયોર્કમાં એમ.બી.એ. કર્યા બાદ મામાની આંગડિયાની પેઢીને મૉડર્ન ઓપ આપ્યો. પત્ની કલ્પનાને પણ અહીં ગમતું. નીરવ શાંતિમાં મન થાય ત્યારે પેઇન્ટિંગ કરે ને ફેવરિટ સિંગરને સાંભળે. આ બેમાંથી એકેય શોખ હેમાંગને ન સ્પર્શે પણ કલ્પનાના ત્રીજા શોપિંગના શોખને એ રીતસર નફરત કરતો. એટલે જ આજેય કલ્પના ત્રણ વરસની દીકરી આલિશાને સાથે લઈને ગઈ હતી. હેમાંગ રાહ જોતો હતો કે આ ત્રીજો અને છેલ્લો પેગ પતે ત્યાં સુધીમાં કલ્પના આવી જાય તો સારું. હવે ભૂખ પણ લાગી હતી. ત્યાં જ ડોરબેલ વાગી. હેમાંગને નવાઈ લાગી કે કલ્પનાએ ચાવીથી દરવાજો કેમ ન ખોલ્યો? ફરી ચાવી ભૂલી ગઈ લાગે છે. હેમાંગે દરવાજો ખોલ્યો તો સામે કલ્પના ઊભી હતી. એનો ચહેરો ધોળી પૂણી જેવો થઈ ગયો હતો. અને આલિશા ક્યાં? આલિશાનો રડવાનો અવાજ આવ્યો, ને હેમાંગે ઝાંખા પ્રકાશમાં જોયું કે બુકાનીધારી આલિશાના માથા પર રિવૉલ્વર મૂકીને ઊભા હતા.

હેમાંગ પટેલ ક્યાંથી ક્યાં આવી ગયો બહુ થોડા સમયમાં જ. આણંદ અને રાજકોટમાં બાપદાદાની મોટી ખેતી અને ધીંગી આવક. પિતાજી જમાનાને થોડા સમજે. એમને થયું કે આપણા હેમાંગને અંગ્રેજીમાં જ ભણાવાય હોં. હેમાંગ પટેલેય ભણવામાં મોખરે. કાકા, મામા અને ઘણા કઝિન બ્રિટન અને અમેરિકામાં. એટલે એસ.એસ.સી. બાદ જ એને અમેરિકા મોકલી દેવાયો. ત્યાં કૉલેજ બાદ લંડનમાં ગ્રેજ્યુએશન કરી એ અમેરિકા ગયો માસ્ટર્સ કરવા. માસ્ટર્સ પતવાની સાથે-સાથે મિસ્ટર બની ગયો કલ્પનાનો. ઘરવાળાનેય થયું કે હવે ક્યાં આપણો જમાનો છે. છોને છોકરાંવ સુખી થાય.

હેમાંગ અને કલ્પનાને ઑન કેમ્પસ જોબ મળી ગયા. બધું સેટ હતું. એક રવિવારે હેમાંગ ન્યૂયૉર્કમાં ગાડી પાર્ક કરતો હતો, ત્યાં ધડાધડ ગોળીબાર થયો. નિશાન ભલે હેમાંગ અને કલ્પના નહોતાં પણ બન્ને અંદરથી ઘવાયાં-હચમચી ગયાં. એટલે ન્યૂયૉર્ક છોડીને ડલાસમાં સ્થાયી થયાં. એક દિવસ આલિશાની સ્કૂલ જોવા જવાનાં હતાં. એના કલાક અગાઉ એ સ્કૂલમાં કોઈકે ગાંડાની જેમ ગોળીબાર કર્યો અને આઠ ભૂલકાં વગર વાંકે દુનિયા છોડી ગયાં. હેમાંગ અને કલ્પના વિચારોના ચગડોળે ચડી ગયાં. સુખ, શાંતિ અને ઐશ્વર્ય માટે વતનને અને પોતીકાંઓને પારકાં કર્યાં, પણ ખરેખર પામ્યાં શું? ડૉલરની આવક ઘણી પણ સુખ, શાંતિ, લાગણી અને સલામતી હતાં ખરાં?

એ રાતે હેમાંગ પટેલ સ્કૉચના પૅગ પર પૅગ પીતો જ રહ્યો. કલ્પનાએ રોક્યો નહીં. એ પતિની માનસિક સ્થિતિ સમજતી હતી. અગિયારમા કે બારમા પૅગ પછી લડથડાતી જીભે હેમાંગ માંડ બોલી શક્યો, "શાંતિ... શાંતિ માટે... આપણે... બધાય... હું, તું ને આપણી આલિશા... એકેએક ઇન્ડિયા જઈએ... ફૉર એવર..." આટલું બોલતાં તો એ સોફામાં જ ઢળી પડ્યો. કલ્પનાની આંખમાં આંસુ આવી ગયાં ખુશીનાં, સંમતિનાં.

ઑફિસના બૉસ અને દોસ્તોએ બન્નેને મનાવ્યાં, ખૂબ જ સમજાવ્યાં. બન્ને ધરાર ઇન્ડિયા પાછાં આવી ગયાં. આણંદ આવી ગયા પછી સવાલ એ આવ્યો કે કરવું

શું? વડીલોની ખેતીની અધધ આવક વચ્ચે બેઉને ૭૦-૮૦ હજારની નોકરી તો કરવી જ નહોતી. ખેતીમાં રસ નહોતો પડતો. પપ્પા રામજીભાઈ, કાકા હરજીવન, મામા બટુકભાઈ અને ત્રણેયના કૉમન ફ્રેન્ડ રમેશભાઈએ નાના પાયે શરૂ કરેલી કુરિયર સેવાને વિકસાવવાનો

હેમાંગે નિર્ણય લીધો. ચારેય પાર્ટનરનાં નામના પહેલાં અક્ષર પરથી નામાભિકરણ કર્યું: રાહબર. ૫૦ ટકા નફો હેમાંગનો, ને બાકીનો ચારેય વચ્ચે સરખે ભાગે.

અગાઉ માત્ર ડાયમંડવાળાનાં પડીકાં અને રોકડ લાવવા-મોકલવામાં કાર્યરત આ આંગડિયા સેવાની નાનકડી ઑફિસ ઓપેરા હાઉસમાં હતી. હેમાંગે આ વ્યવસાયને નવો ઓપ આપ્યો, ત્યારે જ ડાયમંડ માર્કેટ બી.કે.સી. એટલે કે બાંદ્રા-કુર્લા કૉમ્પ્લેક્સમાં ખસેડાઈ. હેમાંગે બી.કે.સી.માં મોટી ઑફિસ ભાડે રાખી. મોટા ભાગના હીરાવાળા માલ કે રોકડ સાથે રાખીને હેરાફેરી કરવાને બદલે આંગડિયા સેવા પસંદ કરે. આ કામ તો ખરું જ પણ હેમાંગે સાથે સેફ ડિપૉઝિટ વૉલ્ટની સેવાય શરૂ કરી. હીરાના ઘણા વેપારી અને દલાલો ડાયમંડનાં પડીકાં કે રોકડની જરૂર ન હોય ત્યારે સેફ ડિપૉઝિટ વૉલ્ટમાં મૂકી દે. રોકડ ક્યાંય પહોંચાડવાની હોય તો સરનામું આપી દે. સમય પારખીને હેમાંગે માત્ર ડાયમંડ પર નિર્ભર રહેવાને બદલે વ્યાપકપણે કુરિયર સેવા શરૂ કરી. મોટી મોટી કુરિયર અને ડિસ્પેચ કંપની-સર્વિસ સાથે ટાઇઅપ કર્યું.

કોઈ પણ ઇન્ક્વાયરીને એ નાની કે નકામી ન માને. એની નિષ્ઠાને લીધે ગયા મહિનાથી લવ પબ્લિકેશન તરફથી સ્કૂલની ગાઇડ અને ધાર્મિક પુસ્તકો દેશભરમાં મોકલવાનો કૉન્ટ્રેક્ટ રાહબર કુરિયરને મળ્યો હતો.

ઘરવાળા, ભાગીદાર, કર્મચારીઓ અને ખુદ હેમાંગ ખૂબ ખુશ હતો પોતાના નિર્ણયથી. રાહબર કુરિયરને એ રાષ્ટ્રીયથી આંતરરાષ્ટ્રીય સ્તરે લઈ જવા માગતો હતો. ક્યાં મુંબઈનું પોતીકાપણું, નેશનલ પાર્કની હરિયાળી પાસેની શાંતિ અને ક્યાં અમેરિકાનું ગન કલ્ચર? જે ગન કલ્ચરને લીધે પોતે અમેરિકા છોડ્યું છે એ છેક બોરીવલીમાં પોતાના ઘરને આંગણે બિહામણું ડોકિયું કરશે એવું તો એને સપનુંય ક્યાંથી આવે?

હેમાંગનો સ્કૉચના ત્રણે પેગનો નશો એકઝાટકે પળભરમાં ઊતરી ગયો. મદહોશીભર્યું મીઠું સપનું બહુ જલદી કડવી હકીકતમાં ફેરવાઈ ગયું. હેમાંગ જોઈ જ રહ્યો. એના મોતિયા મરી ગયા. એક બુકાનીધારીએ કલ્પનાની પીઠ પર રિવૉલ્વરનું નાળચું દબાવ્યું અને એને આગળ હડસેલી. કલ્પના ઘરની અંદર ધસી ગઈ એટલે બીજો બુરખાધારી આલિશાને લઈને પાછળ-પાછળ

અંદર આવ્યો. કલ્પનાના ગળે ડૂમો ભરાઈ ગયો. એ ઇચ્છતી હતી પણ હેમાંગને કહી ન શકી કે આપણા બંગલોની ભીંત પાસે આ બન્ને માસ્કમેન છુપાઈને ઊભા હતા. અમે બન્ને ગાડીમાંથી ઊતર્યા એવી જ અમારા માથા પર રિવૉલ્વર મૂકી દીધી.

હેમાંગ માંડ માંડ પૂછી શક્યો, "વ્હૉટ... વ્હૉટ ડુ યુ વૉન્ટ? સબ સબ લે લો..."

એક બુરખાધારીએ મોઢા પર આંગળી મૂકી, "સિસસ... ધ્યાન સે સુન. બોલને કા નય, સિર્ફ સુનને કા ઔર બોલે વૈસા કરને કા. વર્ના..." તેણે રિવૉલ્વર કલ્પનાના માથા પર મૂકી.

"તું ચૂપ કર રે... બીજા બુરખામાંથી કોઈ છોકરીનો અવાજ આવ્યો. "જો અમેરિકન રિટર્ન... અમે ફક્ત ફોટોશૂટ માટે આવ્યા છીએ... માત્ર ફોટોશૂટ કરવા દે, નહીંતર આ રિવૉલ્વરથી શૂટ કરશે..."

હેમાંગ-કલ્પનાને આશ્ચર્ય થયું. છોકરી ને પાછી ગુજરાતી? છોકરીએ છોકરાને ખચકાવ્યો, "ઊભો છે શું, સ્ટાર્ટ કર. છોકરાએ શર્ટની અંદરથી ઘડી કરીને સંતાડેલું મોટું કાળું કપડું કાઢ્યું. એની ઉપર દોરી હતી. દોરીના બે છેડામાંથી એક વૉલપીસના છેડામાં અને બીજો છેડો કેબલના વાયર સાથે લટકાવ્યો. ઉપર કપડાં સૂકવવાની ક્લિપ મારી. નાની-નાની તૈયારીય ચૂક્યાં નહોતાં. બન્ને કલ્પના-આલિશાને ખેંચીને કાળાં કપડાં આગળ લઈ ગયા. બેઉના માથે રિવૉલ્વર મૂકી.

છોકરો બોલ્યો, "મૅડમ, આપ કો જિતના ડર હૈ ઉસ સે પાંચ-દસ ગુના ચહેરે પર લાઓ. છોકરીએ હેમાંગને કીધું કે "તું ચાર-પાંચ ફોટા પાડ. બધામાં અમે ચાર દેખાવા જોઈએ. માત્ર અમે ચાર જ. જો આસપાસનું કંઈ દેખાયું તો..."

કૉલેજમાં હેમાંગને ફોટોગ્રાફીનો શોખ હતો, પણ કલ્પનાને ફોટા પડાવવા નહોતા ગમતા. એને લાગતું કે ફોટામાં એક ધબકતું જીવન થીજી જાય, ફ્રેમમાં કેદ થઈ જાય કાયમ માટે. હેમાંગે હસતાં-હસતાં શરત મારી હતી કે, જો જે, ક્યારેક હું તારા ફોટા પાડીશ અને તું ના નહીં પાડી શકે, આજે હેમાંગ શરત જીતી ગયો પણ ખુશી ન થઈ. તેણે છ ફોટા પાડ્યા.

બુકાનીધારી પુરુષે ફોટા જોયા. 'નાઈસ વન. રાહબર ફોટો સ્ટુડિયો ભી શુરુ કર દો. છોકરી હસી પડી, "હેમાંગ પટેલ ઍન્ડ કલ્પના પટેલ, આ ફોટાની કિંમત અમારા સિવાય કોઈ નહીં સમજી શકે. રૉયલ્ટી તો નહીં આપી શકું, પણ એટલું ચોક્કસ કહીશ કે થૅન્ક્સ ફૉર નાઈસ ક્લિક."

હેમાંગને નવાઈ લાગી કે આ લોકો મારું, કલ્પનાનું નામ જાણે છે અને

રાહબરની પણ થોડી જાણકારી છે. ઘણી મહેનત કરીને આવ્યા છે પણ કરવા શું માગતા હશે? કોણે આપી હશે બધી જાણકારી?

*

પીટરે માંડ માંડ પી.સી.ઓ. શોધીને ટ્રાવેલ કંપનીમાં કમલેશભાઈને ફોન કર્યો. તેમણે જવાબ આપ્યો કે ટિકિટ કે કવર લેવા કોઈ આવ્યું નથી. પીટર ફર્નાન્ડિઝે ત્રિરાશિ મૂકી હતી કે છમાંથી એકાદ નબળો નીકળે, આડો ફાટે કે વાયડાટ કરે તો શું સમજવું? પણ પહેલું જ કામ કરનારો? અને આ મનિયો તો સાવ ગામનો ઉતાર છે, અભણ છે. એ વધુ શું વિચારવાનો? એની હેસિયત શું કંઈ કરી શકવાની? તેણે મનિયાને ફોન કર્યો, સામેથી જવાબ મળ્યો કે ફોન સ્વિચ ઑફ્ફ છે. ૧૦૦ ટકાના છ મેમ્બરના પરફેક્ટ પ્લાનમાં મનિયાની કરતૂતથી ૧૬.૬૭ પર્સન્ટેજ ગયા કે શું? જો કે મનિયાએ રામુલુ પચ્ચુરી પાસેથી બધી માહિતી આઠ દિવસમાં કઢાવી ખરી. સાંગોપાંગ કામગીરી પૂરી કરીને આખરી ઘડીએ કેમ બેવકૂફી કરી? કાલ સવાર પછી દોડાદોડી વધી જવાની. એમાં મનિયો કે બીજા કોઈ ગરબડ ન કરે તો સારું, નહીંતર મારે ન કરવાનું કરવું પડશે.

રાતના અંધારામાં શબઘરમાં રામુલુ પરચુરીની ડેડબૉડી જોઈને પત્ની શોભા માંડમાંડ પોતાને સંભાળી શકી. એક તો પોલીસ તેલુગુ સમજે નહીં, ને શોભા બીજી કોઈ ભાષા જાણે નહીં. ભારે લમણાઝીંકથી માથું દુઃખી ગયું. પોલીસ કંટાળી એટલે એને શબઘર સુધી લઈ આવી.

શોભાની જીભ ઊપડતી નહોતી પણ હૈયું કાગારોળ મચાવતું હતું કે રામુલુ કંઈક બોલ. શોભા હજી સ્વીકારી શકતી નહોતી કે એના સદૈવ ખુશખુશાલ રહેતા અને ઉત્સાહી પતિએ આપઘાત કરી લીધો. ઘરે બધા એના આવવાની રાહ જોતા હતા. કેટલાં આનંદ ને જોશભેર એ.સી. ફર્સ્ટ ક્લાસમાં મુસાફરી કરવાની વાત કહેતો હતો. બધાને ફરવા લઈ જવાનો હતો, ખરીદી કરાવવાનો હતો અને ઘરમાં થોડું સમારકામ કરાવવા ઉત્સુક હતો એ. શોભાએ ચિંતા સાથે રૂપિયાની વ્યવસ્થાનું પૂછ્યું, તો જવાબ મળ્યો કે મારું નસીબ ઊઘડી ગયું પરંતુ નસીબ ઊઘડવાના ભ્રમમાં રામુલુની આંખ કાયમ માટે મીંચાઈ ગઈ.

મર્યા પછી બોલવાની સગવડ હોત તો રામુલુએ દેશી દારુના અડ્ડા પર થોડા સમય અગાઉની દિલદાર દોસ્ત મનિયા સાથેની પહેલી મુલાકાતનું વર્ણન કર્યું હોત. બાજુના ટેબલ પર બેસેલા મનિયાએ એક પેગ પીધો ને એને સિગારેટની તલબ લાગી. ઊભા થવાનો કંટાળો આવ્યો. તેણે અચરજભરી નજરે રામુલુ સામે જોઈને જમણા હાથની પહેલી-બીજી આંગળી હોઠ પર મૂકીને સિગારેટ વિશે પૂછ્યું. રામુલુએ બીડીનું બંડલ સામે ધર્યું. મનિયાની આંખમાં ચમક અને ચહેરા પર ખુશી આવી ગઈ. બીડી લીધા બાદ મનિયાએ ખિસ્સું ફંફોસ્યું. માચીસ નહોતું. એ જોઈને રામુલુએ લાઇટર ઑફર કર્યું. બીડી પેટાવીને એક ઊંડો કશ ખેંચ્યા બાદ મનિયો એકદમ ખુશખુશાલ થઈ ગયો.

તે પોતાનો ગ્લાસ લઈને રામુલુની સામે બેસી ગયો. વેઇટરને બોલાવ્યો, "એકદમ મહેંગાવાલા દારુ લા રે. હમારા દોનો કે ટેબલ પર કા સસ્તાં માલ વાપસ લે જા.

રામુલુ કંઈક બોલવા ગયો પણ મનિયાએ હાથ પકડી લીધો. "મૈંને બીડી-લાઇટર લિયા, તુમ દારુ પી લો. અબ સે દોસ્ત. દોસ્તી પક્કી ના?"

મનિયાએ હાથ આગળ વધાર્યો, રામુલુએ હસ્તધૂનન કર્યું. વેઇટર સૌથી મોંઘી દેશી દારૂની બૉટલ લાવ્યો મનિયાએ એને હજાર રૂપિયા આપ્યા. "મૈં પીને કે બાદ જલદી આઉટ હો જાતા... યે સા'બ સે બિલ લેને કા નય...ક્યાં સમજા?" વેઇટરે હસીને માથું હલાવ્યું: એના માટે તો આવાં નાટક રોજના હતાં.

મનિયાએ રામુલુને વ્યવસ્થિત પીવડાવ્યા બાદ ત્યાં જ બન્નેએ નૉન-વેજની જયાફત માણી. રામુલુને થયું કે જાણે પોતે કોઈ માલેતુજારના લગ્નમાં આવ્યો છે. પાછો ચાંદલો ય કરવાનો નથી.

બીજા દિવસે મનિયો અડ્ડા પર દેખાયો નહીં. રામુલુ કંઈ બોલે એ અગાઉ વેઇટર મોંઘો દેશી દારૂ આપી ગયો. રામુલુએ પોતાની સસ્તી બ્રાન્ડ મંગાવી, તો વેઇટરે કીધું કે કાલવાળાસાહેબ બપોરે એડવાન્સ આપી ગયા છે. થોડી ધમાલમાં છે પણ આવવાનો પ્રયાસ કરશે. રામુલુ એના જ વિચારોમાં પીતો-ખાતો રહ્યો પણ મનિયો ન આવ્યો.

ત્રીજા દિવસે પોતાનાથી મોટી ભૂલ થઈ ગઈ હોય એમ મનિયો માફી માગવા માંડ્યો. "કલ ફૉરેન કા માલ બઉત પિયા મગર મજા નય આયા. યે દારૂ મેં નશા નય હોતા, નશા તો દોસ્તી મેં હોતા હય." બન્નેએ ખૂબ પીધું ને પછી ખાધું. પછી મનિયો રિક્ષામાં રામુલુને બી.કે.સી.ની કન્સ્ટ્રક્શન સાઇટ પર મૂકી ગયો.

ચોથા દિવસે રામુલુને રજા હતી. બપોરે બાર વાગ્યામાં એના ઝૂંપડા પર મનિયો આવી ટપક્યો. રામુલુને આશ્ચર્ય થયું. "સુબહ ફોન આયા તો પતા ચલા કે આજ અપુન એકદમ ચ ફ્રી હય. તુમારી યાદ આયી. અડે પે જાકર પૂછતાછ કિયા તો પતા મિલ ગયા. ચલો મજા કરતે હય આજ."

ભરબપોરે બન્નેએ એકદમ ચિલ્ડ બિયર પીધો. મસ્ત જમ્યા પછી ફિલ્મ જોઈ. પછી સાંતાક્રૂઝના દરિયા નજીકના બિયર બારમાં વ્હિસ્કીની ફુલ બૉટલ મંગાવી મનિયાએ. આગ્રહ કરી કરીને રામુલુને પીવડાવતો ગયો. એ પત્યા પછી ફરી બન્ને દરિયાકિનારે નીકળ્યા. મનિયાએ ઇમોશનલ થઈને પૂછ્યું, "બોલ, અપુન કા દોસ્તી શોલે ફિલીમ કા જય-વીરુ કે માફિક હય ના?" નશા કે વિચારોમાં મસ્ત હોવાને લીધે રામુલુ કંઈ ન બોલ્યો. મનિયો જ બોલ્યો, "હા, એકદમ ચ હય. યે દોસ્તી હમ નહીં છોડેંગે...

થોડી વાર બાદ જમવા ગયા ત્યારે મનિયો એકદમ નશામાં હતો ને ખૂબ ઇમોશનલ પણ. તેણે રામુલુનો હાથ પકડી લીધો. "યાર, અબ આલતુંફાલતું કામ બંધ કર દેંગે. રોજ ઐશ કરને કા. બોલ તું તૈયાર હય?" રામુલુએ બૈદા કરી સાથે નાનનો ટુકડો મોઢામાં મૂકતા હકારમાં માથું હલાવ્યું.

પછીના દિવસે દારૂ પીતા પહેલા મનિયો રામુલુને મળ્યો. રામુલુને આછુંપાતળું

યાદ હતું કે રોજેરોજ જલસા કરવાનો કંઈક ઉલ્લેખ મનિયાએ કર્યો હતો. ખરેખર કર્યો હતો કે પોતે નશામાં ભળતું સાંભળ્યું? કે તે અનાપસનાપ બોલી ગયો? ચાની કટિંગની ચુસકી ભરતા મનિયાએ ફોડ પાડ્યો કે રાહબર કુરિયરના એક સ્પર્ધકને જાણવું છે બધું. કેટલાં માણસો છે? કેટલા ક્લાયન્ટ છે? શું આવે, જાય છે? ક્યારે? માલિક કોણ? ક્યાં રહે છે? શક્ય એટલું બધું જો વ્યવસ્થિત કામ કરીશું તો મોટું ઇનામ મળશે ને એની કંપનીમાં મુકાદમનું કામ. મહિનાનો વીસ હજારનો પગાર. ત્યાં ઉપરનું મારી ખાવાનું ય મળશે.

રામુલુ વિચારમાં પડી ગયો. મનિયાએ દાણો દાબી જોયો, "યે તો કોઈ બી કર સકતા હય. દેખ અપુન કો દગા નય દેને કા કિસી કો. સિર્ફ ખુદ કા સોચને કા કી નય? બચ્ચોં કા સોચને પડતા હય ના? યે બમ્બઈ હય બમ્બઈ. મહંગાઈ દેખ, જરા સોચ." રામુલુએ એને બોલતો રોકી લીધો, "કુછ જ્યાદા મત બોલ. અપુન દોનોં યે કામ કરેંગે."

બન્નેએ હાથ મિલાવ્યા. મનિયાના કહેવાથી બીજા દિવસે રામુલુએ રાહબરના એક લાલચી સિનિયર કલાર્કને દારૂ પીવા સાથે બેસાડ્યો. મનિયો દૂરના ટેબલ પરથી બધું જોતો રહ્યો. રામુલુએ શક્ય એટલી બધી માહિતી મનિયાને આપી: કંપનીના માલિક, કર્મચારી, ઑફિસર, ક્લાયન્ટ્સનાં નામ, નંબર, સરનામાં, ધંધાની બધી વિગતના પ્રિન્ટ આઉટ્સ મળી ગયા.

પછીના બે દિવસ મનિયો વ્યસ્ત રહેવાથી ન મળ્યો. ત્રીજે દિવસે ય આવ્યો પણ ન આવ્યા બરાબર.

"અર્જન્ટ કામ કે લિયે મય બડૌદા જાતા હય. અપુન કો બડા કામ મિલ સકતા હય." રામુલુનું મોઢું પડી ગયું. "અરે દોસ્ત, ઉદાસ નય હોને કા. યે થૈલી રખ. ઇસ મેં ઇંગ્લિશ દારૂ, નૉન-વેજ ખાના ઔર મસ્ત કિમામવાલા પાન હય. સબ ખાકે મજા કર. મગર અપુન કો યાદ કરને કા. ક્યા?"

"હા, જરૂર યાદ કરેગા અપુન."

"ઔર યે તેરા ઇનામ ઔર કલ સુબહ કા હૈદરાબાદ કા ટિકટ, ફર્સ્ટ ક્લાસ કા..." કવર આપતા મનિયો બોલ્યો. રામુલુએ જોયું તો કવરમાં ૨૫ હજાર રોકડા હતા. 'તું સાલા સચમુચ સચ્ચા દોસ્ત હૈ... વો ક્યા બોલા થા તુ... હા, 'શોલે' વાલા દોસ્ત.

રામુલુ એને ભેટી પડ્યો એકદમ ગળગળો થઈને. એને અલગો પાડતા મનિયો બોલ્યો, 'હા અપુન વીરુ કે માફિક તુ જય કે માફિક...'

મનિયો જવા માંડ્યો. પણ અચાનક રામુલુએ તેનો હાથ પકડી લીધો. બન્નેની નજર મળી. "યાર, તું જા રહા હય. એક ફોટો તો સાથે લે લેતે હય." મનિયો

હસી પડ્યો, “દોનોં કે મૈલે કપડે દેખ. અંધેરા ભી હય. અગલી બાર એક અચ્છેવાલા કેમેરા લેકે આતા હું. બસ ફોટો હી ફોટો.”

*

બુકાનીધારીએ મોબાઇલ હેમાંગ પટેલના હાથમાં આપ્યો. “તેરે ઑફિસ મેં વર્મા બૈઠા હૈ. ઉસ કો વ્હૉટ્સઅપ મેં ફોટો ભેજ દે. સાથ મેં લિખ કે બહાર ટેમ્પો મેં જો બાપ બૈઠે હૈ ઉસે અંદર બુલા લે, વો બોલે વૈસા હી કરના વર્ના... મરેલી બીવી ઔર તડપતી બચ્ચી કી ફોટો ખીંચની પડેગી તેરેકુ...”

હેમાંગના મનમાં પિક્ચર સ્પષ્ટ થવા માંડ્યું. આ લોકોએ કલ્પના-આલિશાના માથા પર રિવૉલ્વર મૂકી, ફોટામાં લોકેશનની ખબર ન પડે એટલે બેકગ્રાઉન્ડમાં કાળું કપડું લગાવી દીધું અને હવે મારા સ્ટાફને ડરાવવા માટે ફોટા મોકલાવ્યા. ત્યાં લૂંટ કરશે પણ આટલેથી અટકી જશે ખરા? આ સવાલ સાથે જ અમેરિકાના ડલાસમાં અંધાધૂંધ ગોળીબારમાં માર્યા ગયેલાઓની હરોળમાં એને કલ્પના-આલિશાના ચહેરા દેખાવા માંડ્યા. હેમાંગને એકદમ પરસેવો વળવા માંડ્યો.

"પરસેવો શેનો વળી રહ્યો છે મને?" એ સવાલનો જવાબ વિચારતી વખતે પીટર ફર્નાન્ડિઝે હાથરૂમાલથી ગળાનો ભાગ લૂછ્યો, મોઢું ય બરાબર સાફ કર્યું. પોતાનું 'ઑપરેશન દાદલો' સફળ થવા આડે બહુ ઓછો સમય બાકી હતો. કેટલી ચાલાકીથી પોતે ટીમ-લગભગ શ્રેષ્ઠ કહી શકાય એવી ટીમ-ભેગી કરી. અત્યાર સુધી બધું બરાબર ચાલતું હતું, એક મનિયા સિવાય. પણ વડોદરાનો દેશી દારૂનો કોથળીબાજ મનોજ કપૂરચંદ મિશ્રા ઉર્ફે મનિયો તે વળી મારા માટે શેનું ટેન્શન? એ ક્યાં ઑપરેશન વિશે ઝાઝું જાણતો હતો? કે મને ઓળખતો હતો? એ દેશી દારુના ધંધાવાળો અભણ કરી કરીને શું કરી શકે?

*

બસ, અહીં જ પીટર ભીંત ચૂક્યો. એને વાયાવાયા મનિયા વિશે મળેલી જાણકારી ઉપરછલ્લી અને અધકચરી હતી. મનિયો અભણ નહોતો, બી.એસ. સી. થયેલો હતો. ૩૫ ટકા સાથે જ પાસ પણ આ શિક્ષણથી વધુ ય મહત્ત્વની બાબત એ હતી કે એને કેમિસ્ટ્રી અને બાયોલૉજીનું ગજબનાક જ્ઞાન હતું. એની જાણકારીની ભૂખના સીમાડા નહોતા. એ સતત ઇન્ટરનેટ પર ખાંખાખોળા કરતો રહે. એમાંથી જ એને ગિપ્પિ ગિપ્પિની માહિતી વરસો અગાઉ મળી હતી.

*

મનિયાને થયું કે પીટરે રોકડા આપ્યા પણ સામે ન આવ્યો. કોઈ સામે ક્યારે ન આવે? બહુ છુપાવવું હોય કાં ઘણું જોખમ હોય. વાહ, વાહ એટલે નાનકડી રકમમાં પોતે રામુલુ સામે આવે. મોટો દલ્લો હાથ લાગી ગયા પછી પોલીસ સામે રામુલુ મોઢું ખોલ્યા વગર ન રહે અને પોતે ફસાઈ જાય.

*

આ વિચારે જ મનિયો હસી પડ્યો મેનિયાકની જેમ. મનિયાનું રૌદ્ર સ્વરૂપ જોનારામાંથી જે જીવતા બચ્યા એમાંથી ઘણાં એને મેનિયાક જ કહેતા હતા. એટલે જ રામુલુ પાસેથી બધી માહિતી મેળવી લીધા બાદ મનિયાએ એને ચાવવાનું નહીં, મરવા માટેનું પાન બંધાવી આપ્યું હતું. બિચારાએ પોતાને હાથે મોતને મોંમાં મૂક્યું.

*

પોતાને ફોન કરનારા અજાણ્યા માણસે એટલે પીટરે ભલે શહેર છોડી જવાનો ઑર્ડર આપીને ફોન કાપી નાખ્યો પણ પોતે રાહબર કુરિયર કે પેલા ગૅરેજ પરથી એમ નજર થોડો હટાવવાનો હતો? અને જરૂર પડ્યે પોતાને આમાં જોડનારા રઘલા પાસેથી ત્યાં શું થાય છે ઈ જાણવું તો પડે જ. બઉ મોટો હાથ સાફ કરાયો હોય તો પોતે નાની રકમમાં શાંત રહે એટલો ગમાર ક્યાં છે? એ રઘલા પાસેથી પોતે ઘણું જાણીય લીધું જ ને? અને હજીય રઘલો ઘુવડ ભાગીને ક્યાં જવાનો હતો? લાંબું વિચારીને મનિયાને સુસ્તી ચડી ને એણે ખાધું મોટું બગાસું.

*

બગાસાં પર બગાસાં આવતાં હતાં શર્માને. રાહબર કુરિયરમાં રાતે ભાગ્યે જ કંઈ કામ રહેતું. કંપનીના એમ.ડી. હેમાંગ પટેલનું વિદેશમાં ય ધંધો જમાવવાનું સપનું હતું. પશ્ચિમી દેશોમાંથી પૂછપરછનો ફોન આવે કે મેલ આવે તો તાત્કાલિક પ્રતિસાદ આપીને સારી ફર્સ્ટ ઇમ્પ્રેશન પાડવાની હેમાંગની નેમ હતી. એટલે આ નાઇટ ડ્યૂટીનું તૂત ઘૂસાડાયું. જોકે શર્મા માટે તો મોટે ભાગે નિરાંત અને આરામ જ હતા. અત્યારે એ ઇન્ટરનેટ પર નેટ સર્ફિંગ કરી રહ્યો હતો. 'પૂર્વ પ્રદેશમાં અપક્ષ વિધાનસભ્યોની સોદાબાજી થશે, ને એક-એકને ન જાણે કેટલાંય કરોડો મળશે'. આ વાંચીને શર્માને બળતરા થઈ. ત્યાં જ વૉટ્સઍપનો મૅસેજ આવ્યાનો 'ટિંગ'નો અવાજ થયો. પત્નીએ 'ગુડનાઇટ' કર્યું. શર્માએ 'ગુડ નાઇટ'નો જવાબ ટૂંકમાં આપ્યો: જીએન. એ જાણતો હતો કે હજી નથી વાઇફ સુવાની કે નથી નેટ ઑફ કરવાની. પોતે ક્યાં સુધી ઑનલાઇન રહે છે એ ઉજાગરા કરીને જોતી રહેશે. ભલેને જાગતી, મારે કેટલા ટકા?

*

શર્માએ માથું ઝાટકીને પત્નીના વિચારો સાવ ખંખેરી નાખીને તરત ગર્લ-ફ્રેન્ડ મધુ સાથે ઇલુ-ઇલુ ચૅટિંગ શરૂ કર્યું. મધુ કોઈક હિલ સ્ટેશન પર જવાની જીદ કરતી હતી. શર્માને જાહેરમાં દેખાઈ જવાનો ડર હતો, ને બીજું ખોટો ખર્ચોય કરવો નહોતો. એ જાનુ સાથે બહાનાબાજી કરતો હતો, ત્યાં જ કોઈ મૅસેજના નોટિફિકેશનનો ટોન સંભળાયો.

*

શર્માને ગુસ્સો આવ્યો કે પત્નીએ સવારે આવતી વખતે ટમાટર કે બ્રેડ લાવવાનો મૅસેજ મૂક્યો હોવો જોઈએ. આજે તો ખચકાવીને એવી ના પાડી દઉં કે કાયમ માટે ખો ભૂલી જાય. ગુસ્સામાં ગર્લફ્રેન્ડનું એકાઉન્ટ છોડીને શર્માએ જોયું કે હેમાંગ પટેલનો મૅસેજ હતો! ક્યારેય નહીં ને પહેલી વાર મૅસેજ આવ્યો,

ને એ ય આટલી મોડી રાતે? મેસેજમાં બે ફોટા હતા. જે ડાઉનલોડ થતા જ શર્માનાં મોતિયા મરી ગયાં. મિસિસ કલ્પના પટેલ અને એમની દીકરી આલિશાના માથા પર કોઈક બે જણા રિવૉલ્વર ધરીને ઊભા હતા. નીચે બૉસનો મેસેજ હતો: 'બહાર ટેમ્પો મેં જો બૈઠા હૈ ઉસે અંદર બુલા લે, વો બોલે વૈસા કરના...'

*

શર્મા ગભરાઈ ગયો પણ મગજ એકદમ સતેજ થઈ ગયું. સરનો મોબાઇલ કોઈકે ચોરી લીધો હોય એવું બને? લાવ ફોન કરવા દે. નંબર ડાયલ કર્યો. હેમાંગ પટેલનો મોબાઇલ ફોન બંધ હતો. એમના ઘરની લૅન્ડલાઇનનો નંબર શોધીને લગાવ્યો પણ બેલ જ વાગતી રહી. ક્યાંય સુધી. હા, ખાલી બંગલોમાં બેલ વાગતી હતી. કોઈ હોય તો ફોન ઉપાડેને?

શર્માએ જુનિયર કલાર્ક કરણ વશીને ઑર્ડર કર્યો. 'વૉચમેનને ઇન્ટરકોમ પર પૂછી જો કે કોઈ ટેમ્પો દેખાય છે?' બહારથી વશીને જવાબ મળ્યો કે 'હા, મોટા ટ્રક જેવો ટેમ્પો થોડે દૂર ઊભો છે.' શર્મા અવઢવમાં પડી ગયો: પોતે જઈને જોવું જોઈએ કે નાઇટ ડ્યૂટી વૉચમેનને મોકલવો જોઈએ? જોખમ છે છતાં પોતે જવું જરૂરી છે નહીંતર કોઈ ઉપાધિ થાય તો આવી બને આવતી કાલે.

શર્માએ વશીને સમજાવ્યો કે "લાવ તારી ચાવી આપ. હું ૧૫ મિનિટમાં ન આવું તો બહાર આવજે કાં પોલીસને ફોન કરજે. ત્યાં સુધી એકદમ ચૂપ રહેજે, સમજ્યો?" શર્માએ પોતાની અને વશીની ચાવીથી તેણે દરવાજો અંદરથી ખોલ્યો. આ અવાજથી દૂર શાંત બેસેલો કે તંદ્રામાં ઘેરાયેલો વૉચમેન ઊભો થઈ ગયો. શર્મા વૉચમેનને સાથે લઈને ટેમ્પો ભણી જવા માંડ્યો. વૉચમેનને થયું કે અડધી રાતે કોઈ ડિલિવરી આપવા આવ્યું લાગે છે. કમાલના માણસો છે દુનિયામાં. રાતે નથી પોતે ઊંઘતા કે નથી અમને ઊંઘવા દેતા. પાછો ટેમ્પો છેક ભીંત પાછળ પાર્ક કર્યો.

ઘોર અંધારા વચ્ચે ટેમ્પોમાં જરાય હિલચાલ નહોતી. બન્ને નજીક ગયા કે તરત જ પાછળથી બે જણા કૂદી પડ્યા. અંધારામાં દેખાયું કંઈ નહીં. 'મહેમાનને લેવા આવ્યા છો તે હસતું મોઢું રાખજો હો.' એવું કોઈક બોલ્યું. વૉચમેન કંઈ સમજે એ પહેલાં બીજાએ ચીલઝડપ મારીને વૉચમેનની બેનાળી આંચકી લીધી: "આ વટ મારવા રખાય કે ફોટા પડાવવા હો."

વૉચમેન સમજી ગયો કે હવે અનર્થ થવાનો. શર્માએ સ્વસ્થ રહેવાનું નાટક કર્યું. "નહીં, નહીં સર. આપ ફિકર મત કરે. બૉસને બોલા હૈ કી આપ જો ભી બોલે વો હમે કરના હૈ. આઈયે સર."

44 / દાદલો

વૉચમેન સ્તબ્ધ થઈ ગયો. આ શર્મા ક્યાંક આ લોકો સાથે ભળી તો નથી ગયો ને? વૉચમેનને સાથે રાખીને કુલ ચાર જણાની જાને ઑફિસમાં પ્રવેશ કર્યો, ત્યારે વશી જોઈ જ રહ્યો. બે આગંતુકે કાળાં કપડાં પહેર્યાં હતાં, મોઢા બુકાનીથી ઢાંક્યાં હતાં. એક માસ્કમાંથી અવાજ આવ્યો, “ચાર-ચાર ફૂટના અંતરે બધા એકદમ ચૂપચાપ ઊભા રહો. હાથ ઉપર અને મોઢું બંધ. જેને પૂછીએ એણે જ બોબડી ચલાવવાની હો... નહીંતર કાયમ માટે બોલતી બંધ થઈ જશે.”

બીજી બુકાનીએ ખોંખારો ખાધો. ‘તિજોરી, સેફ ડિપૉઝિટ વૉલ્ટ ખોલો’. હવે શર્મા અને વશી સાથે વૉચમેનના ઝૂડામાંની ચાવીનો ઉપયોગ કરાયો. નાના પડીકા, કવર અને બૉક્સ બહાર કઢાયા. પૂઠાંના મોટા કાર્ટૂન પણ ફટાફટ ટેમ્પોમાં ભરાવા માંડ્યા. કરણ વશી-વૉચમેન ઊંચકીને બહાર જાય ને ટ્રકમાં મૂકે ત્યારે સાથે એક બુકાનીધારી જાય. બીજો શર્માના માથા પર રિવૉલ્વર ધરી રાખે. એના પછી લવ પબ્લિકેશનના બધાં તોતિંગ બૉક્સ પણ ટેમ્પોમાં મુકાવી દેવાયાં. શર્માને કહેવાનું મન થયું કે પુસ્તકો લઈ જવાનું તો રહેવા દો. પણ મોઢું ખોલવું એટલે જીવ ગુમાવવો.

બન્ને બુકાનીધારીએ રિવૉલ્વરની ધાકે શર્મા, વશી અને વૉચમેનના મોઢામાં કપડાના ડૂચા ભરી દીધા. એકનો હાથ બીજા સાથે અને બીજાનો હાથ ત્રીજા સાથે બાંધ્યો. એ જ રીતે પગ બાંધી દીધા. લૅન્ડલાઇનનો વાયર ખેંચી કાઢ્યો. મોબાઇલ લઈ લીધા.

એક બુકાનીવાળો હસી પડ્યો, 'હવે આરામથી ઊંઘી જાઓ. અહીં ચોરાવા જેવું કંઈ બચ્યું નથી. આખી લાઇફમાં આજના જેવી નિરાંત ફરી ક્યારેય નહીં મળે.' આ સાથે એક બુરખાધારી રઘલો ઘુવડ બીજા બુરખાધારી રાજુ રોમિયોને તાળી આપવા ગયો. પણ પછી કંઈક વિચાર આવતાં એનો જોશ ઓગળી ગયો. તેણે ધીરેથી, પરાણે તાળી મારી. બન્ને આજે સાંજે જ પહેલી વાર મળ્યા. રઘલાને સૂચના મળી હતી કે તારા સાથી સાથે ઝાઝો ઘરોબો કેળવવા જેવું નથી. ભારે ખેપાની માણસ છે હો. જો કે રઘલો જાણતો નહોતો કે રાજુ રોમિયોની ય અદ્દલ આવી જ કાનભંભેરણી થઈ હતી! આ હતી પીટર ફર્નાન્ડિઝની મોડસ ઓપરેન્ડી. કોઈ બે જણને એકમેકની નજીક આવવા જ ન દેવા. બધા વચ્ચે શંકા-કુશંકાનો માહોલ બનેલો રહે એ એના હિતમાં હતું.

જતી વખતે બન્ને ફરી શર્મા-વશી-વૉચમેન પાસે ગયા. રાજુએ વાહિયાત જોક્સ માર્યો. 'સૌની રખેવાળી કરતાં કૂતરા તમારી પાસે આવીને રિલેક્સ થાય તો ખોટો ગુસ્સો નહીં કરવાનો હો.'

રઘલાએ સૂર પુરાવ્યો, "હા, સવાર સુધીનો સમય વિતાવવાનો છે. એકમેક સાથે ગામગપાટા કરતા રહેજો તમતમારે." બન્ને બહાર નીકળ્યા અને થોડી વારમાં ટેમ્પો સ્ટાર્ટ થવાનો અવાજ આપ્યો. ટેમ્પો ચલાવતો રઘલો અને રાજુ માનતા હતા કે પાછળ ટેમ્પોમાં રોકડા અને હીરા હશે. હતા જ. પણ સાથે બીજું ય એવું કંઈક હતું કે જે તેમના સુખ, શાંતિ અને જીવના દુશ્મન બની જશે. અંધારામાં આગળ વધતો ટેમ્પો ગલી કૂચીમાં થઈને ન જાણે ક્યાં જઈ રહ્યો હતો. મુંબઇના પરા કુર્લામાં સી.એસ.ટી. રોડ પર બન્ને બાજુ ભંગારની કતારબધ્ધ દુકાનો હતી. ગૅરેજ હતા. અહીંની એક લાંબા સમયથી ખાલી-બંધ પડેલી ફેક્ટરીનો ઉપયોગ હવે ભળતાં જ કારણો માટે થતો હતો. ટેમ્પો આવા

એક મોટા કારખાનામાં જતો રહ્યો. એ સાથે જ બહારથી ગૅરેજના દરવાજાને તાળું લાગી ગયું. પાછળના દરવાજેથી બન્ને બુકાનીધારી બહાર નીકળી ગયા. એ સાથે જ પાછળના ભાગમાં અંદરથી ગૅરેજના દરવાજા વસાઈ ગયા.

*

એકદમ અંધારામાં બેઠેલા પીટર ફર્નાન્ડિઝે રાતે બે વાગ્યે ફોન કર્યો. બેલ વાગી, સામેથી ફોન ઉપાડાયો. પીટરે પૂછ્યું, "મિશન દોદલા?" સામેથી જવાબ મળ્યો, "સકસેસફુલ." બસ આટલું બોલીને ફોન કપાઈ ગયો. પીટરના ચહેરા પર કોઈ ભાવ ન આવ્યા. તેણે મોબાઇલ ખોલીને એમાંથી સીમકાર્ડ કાઢ્યું. એના બે ટુકડા કર્યા અને બારી બહાર વહેતી ગટરમાં વહાવી દીધા.

પીટર ઊભો થયો. વૉશ બેસિન પરની ડિમ લાઇટ ચાલુ કરી. એને ખડખડાટ હસવું હતું. અટ્ટહાસ્ય કરવું હતું. બાળપણમાં જ સેલવાસ છોડીને મમ્મી-પપ્પા સાથે ગોવાના પણજીમાં સેટલ થયા બાદ એ ક્યારેય મન મૂકીને હસ્યો નહોતો. કહો કે એને હસવા દેવાયું નહોતું. પપ્પા કોંકણી હતા. મમ્મીનો જન્મ સેલવાસમાં થયો હતો. પાતળાં કદ-કાઠી, એકદમ રૂપાળા વાન અને તીણા અવાજને લીધે પીટરને ખૂબ સહન કરવાનું આવ્યું હતું. ઘરમાં, સ્કૂલમાં અને સમાજમાં કોઈ એને 'બાયલ' (મહિલા, સ્ત્રી) કહીને ચીડવે, તો કોઈ 'ચલી' કે 'ચેડૂ' (છોકરી) કરીને પજવે. ખુદ એના પપ્પાને ચીડ હતી કે મારો પીટર 'દાદલો' (પુરુષ) નથી, બાયલ છે, ચલી છે, વ્યંડળ છે.

ઘણી વાર પીટરે ને મા-બાપના સંતાપભર્યા શબ્દો સાંભળવા મળતાં, "આ છોકરો સાવ 'ઓરદીનાલ' (નકામો) નીકળ્યો. એ શું કરશે? શું ભણવાનો? શું કમાવવાનો?"

ઊંઘવાનો ડોળ કરતો પીટર દાંત ભીંસીને રડતો. એનું ઓશીકું આંસુઓથી રોજ ભીનું થઈ જતું. એ દિવસ-રાત એક જ વિચાર કરતો કે હું સર્વશ્રેષ્ઠ છું. આઈ એમ ધ બેસ્ટ. આ સાબિત કરવાનાં ફાંફાં ઘણી વાર હાસ્યાસ્પદ નીવડતાં હતા. ક્યારેક મમ્મી ઝૂડી નાખતી, તો પપ્પા ઘરની બહાર કાઢી મૂકતા.

ધીરે-ધીરે પીટર ઘર, મિત્રો અને બધાથી અલગો-અટૂલો રહેવા માંડ્યો. એના બે જ કાયમી સાથી, એકલતા અને વિચારો. ગોવાના દરિયા કિનારે રખડતાં-રખડતાં ન જાણે કઈ ઘડીએ તેણે મનમાં ગાંઠ વાળી લીધી કે મારી 'તકલેન' (બુદ્ધિબળ)થી હું બની જઈશ. 'પૈશેકાર' (ધનવાન). અચાનક દરિયા સામે ઊભો થઈને એ હસવા માંડ્યો. મોટા અવાજે અટ્ટહાસ્ય કર્યું. "હા હા હા પીટર પૈશેકાર, પીટર પૈશેકાર, પૈશેકાર... ત્યાં જ એક મોટું મોજું ઉછળ્યું અને ખારું પાણી એના મોઢામાં ઘૂસી ગયું. ગુસ્સામાં પીટરે પોતાની જીભ બહાર કાઢી,

દાદલો / 47

ખારાશથી મુક્તિ મેળવવા માટે જીભ ખચવા માંડ્યો. એ ત્યાં જ બેસી પડ્યો ને પોક મૂકી મૂકીને રોવા માંડ્યો. પીટરના અઢારમા બર્થ-ડેના દિવસે ગોવાના દરિયાનાં ખારાં પાણીએ અને આંસુએ એકમેક સાથે દોસ્તી કરી લીધી. ન કોઈ કેક કપાઈ, ન કોઈએ હેપ્પી બર્થ-ડે કહ્યું, ન કોઈ ગીત ગવાયાં.

સમય વીતવા સાથે પીટર ફર્નાન્ડિઝને ઝનૂન ચડ્યું. દુનિયાને બતાવી દેવાનું કે પુરુષાતન દાઢી-મૂછના થોભિયા, બાવડાના ગોટલા કે બે પગની વચ્ચે નહીં, દિમાગમાં અને વિચારોમાં હોય. ક્યારેક આ યુવાન ઘરે જાય, તો ક્યારેક દિવસોના દિવસો દૂર રહે. મમ્મી ક્યારેક રડી લે, પપ્પાને ફરક ન પડે; પરંતુ આજે આયુષ્યના ૨૫મા વર્ષે પીટર ફર્નાન્ડિઝને થયું કે હું જીતી જવાનો. આવતી કાલે દુનિયા આખી મારી બુદ્ધિનાં વખાણ કરશે, મને શોધશે. પણ હું કોઈને નહીં મળું, કોઈને નહીં દેખાઉં, હું મારો દલ્લો લઈને નીકળી જઈશ. દૂર-દૂર, મારું બીજું સપનું પૂરું કરવાં.

*

પીટરની જેમ સપનું હેમાંગ પટેલનું, કલ્પનાનું અને રામુલુ પરચુરીનું હતું; સબ-ઇન્સ. દૈવી દીક્ષિત, ઇન્સ્પેક્ટર રાજેશ મોકાશી, મયંક ગુપ્તા, આરવ કુનારા, સીઆઈડીવાળી સલોની માયસેકરનું ય ખરું. ઘણાંના સપનાં એકમેકના વિરોધી હતા. આ બધાંનાં સપનાં વચ્ચે ખેલવાની હતી રમત-શૂન્ય ચોકડીની. એકનું સપનું સાકાર તો અનેકનાં સપનાં ચકનાચૂર.

આ સપનાના અણદીઠા ધમાસાણ યુદ્ધમાં પીટર ફર્નાન્ડિસનું સપનું અવતર્યુ તો ખરું, પણ હજી એને ભાંખોડિયા ભરવાના હતા. જીવવાનું હતું, ઝઝૂમવાનું હતું અને પીટર એનાં સાચાં ફળ ચાખે એ અગાઉ કેટકેટલાય કોઠા ભેદવાના બાકી હતા, જે આસાન નહોતા. જરાય નહીં.

*

બીજા દિવસે સવારે રાહબર કુરિયરનો નવો વૉચમૅન નન્હેલાલ આવ્યો. એને પ્રથમ ગ્રાસે જ મક્ષિકા નડી. બહાર પોતાને ચાર્જ આપવા રાતનો વૉચમૅન નહોતો. આસપાસ જોયું, ક્યાંય ન દેખાયો. થોડી રાહ જોઈને તેણે ઑફિસની લૅન્ડલાઇન નંબર ડાયલ કર્યો. શર્માજીનો નંબર ડાયલ કર્યો પણ ક્યાંયથી જવાબ ન મળ્યો. થોડાં ડગલાં આગળ વધીને જોયું ત્યાં જ હવાના જોરદાર થપાટાથી રાહબર કુરિયરની ઑફિસનો દરવાજો ધડામ કરતો પછડાયો. નન્હેલાલને પોતાની જાત પર હસવું આવ્યો. પોતે બહાર ઊભો છે ને ઑફિસ તો ખુલ્લી છે.

એ ઉતાવળે પગલે અંદર ગયો. અંદર જઈને જે જોયું એનાથી એના ચહેરા પરના રંગ ઊડી ગયા. કલાકોના ઉજાગરા, થાક, ડર, ભૂખ અને તરસથી શર્મા,

વશી અને વૉચમેન લગભગ અધમૂઆ થઈ ગયા હતા.

નન્હેલાલને જોતાંવેંત ત્રણેયના જીવમાં જીવ આવ્યો. આખી રાત મરતા-પડતા અને ઝોકું ખાતા માથું હલાવતા હતા, પણ હવે શર્માએ એટલી જોરથી માથું ધુણાવ્યું કે એના મોઢામાંથી કપડાનો ડૂચો બહાર પડી ગયો. નન્હેલાલને સમજાતું નહોતું કે કરવું શું? શર્મા ગળું ફાટી જાય એવા અવાજે તાડૂક્યો. "બેવકૂફ, હમ લોગોં કો ખોલ તો સહી." નન્હેલાલે સિનિયોરિટી પ્રમાણે પહેલાં શર્માને પછી કરણ વશીને અને આખરે પોતાના સાથી વૉચમેનના હાથ-પગની દોરી ખોલી.

ઊભા રહી-રહીને ત્રણેયનાં ટાંટિયા તૂટી ગયા હતા. છૂટા થતાંવેંત પહેલાં તો ત્રણેય નીચે ફરશ પર જ ધબાઈ નમ થઈ ગયા. નન્હેલાલને કંઈ સમજાતું નહોતું. શર્મા ફરી બરાડ્યો, "તું પાની લા બેવકૂફ." ત્રણેય લગભગ આખી-આખી બૉટલ પાણી ગટગટાવી ગયા. શર્મા માંડ ઊભો થઈને લૅન્ડલાઇન ફોન પાસે ગયો પણ એ તો નકામો હતો. એમના ત્રણેયના ફોન તો બુરખાધારી લઈ ગયા હતા. આસપાસ જોયું. કંઈ ન દેખાયું. પાછળથી નન્હેલાલે હળવેથી પોતાનો મોબાઇલ ફોન આગળ ધર્યો. "ઈ ચલેગા? સાદાવાલા હય." શર્માને સમજાયું નહીં, હસવું કે રડવું? તેણે પોલીસને નંબર ડાયલ કર્યો. આની સાથે કેટકેટલાયની જિંદગી હવે નરક બનવાની શરૂઆત થઈ ચૂકી હતી. પણ તેઓ જાણતા નહોતા.

૧૧

બી.કે.સી. પોલીસ સ્ટેશનમાં રાહબર કુરિયર કંપનીના શર્માના ફોનને ધાર્યો ઉમળકો મળવાનો નહોતો. સવારના પહોરમાં સુસ્તી હોય, ગેરહાજરી હોય અને થોડો હેંગઓવર. ફોન પર કુરિયર કંપનીમાં લૂંટ થયાનું જાણીને ઇન્સ્પેક્ટર રાજારામ સાવંતે ટી.વી.નો અવાજ મ્યુટ કર્યો પણ એનું ધ્યાન ટીવી સ્ક્રીન પર જ હતું. જ્યાં ન્યૂઝ બ્રેકિંગની ફેંકાફેંકી ચાલુ હતી: 'પૂર્વ પ્રદેશ કે કિતને હી નવનિર્વાચિત વિધાયક લાપતા.' ઇન્સ્પેક્ટર સાવંતે સબ-ઇન્સ્પેક્ટર રાનડે અને બે કૉન્સ્ટેબલને ઘટનાસ્થળે મોકલી દીધા. સાવંતને રાજકારણમાં ગજબનો રસ જ નહીં, એની ઇચ્છા તો મોકો મળ્યે પૉલિટિક્સમાં ઝંપલાવી દેવાની હતી. 'કબ તક ફાલતુ નેતા લોગ કો સલામ કરને કા. અપુન જાન કા જોખિમ લેને કા ઔર વો લોગ બૈઠે બૈઠે માલ બનાને કા. બઉત હો ગયા કાનૂન કી સેવા, અબ દેશ કી સેવા કરેંગે.' આટલું બડબડીને તેણે ચાનો ગ્લાસ હોઠે લગાડ્યો, ને મોઢામાંથી પાંચશેરી નીકળી ગઈ; 'ચાય પીને કી હય ક્યા યે? ચિલ્ડ બિયર જૈસી લગતી હય... ફટાફટ દૂસરી આણ રે બાબા.'

એ જ સમયે જીપમાં બેસેલા સબ ઇન્સ. રાનડેએ પોતાના જાણીતા ન્યૂઝ ચેનલની ક્રાઇમ રિપોર્ટરને વૉટ્સઅપ પર મૅસેજ કર્યો: રોબરી ઇન બી.કે.સી., રાહબર કુરિયર. આઈ એમ ઑન ધ વે ટુ સ્પૉટ.

રાહબર કુરિયર બહાર પોલીસ જીપ પહોંચી કે શર્મા એકદમ બહાર દોડી આવ્યો. સબ-ઇન્સ્પેક્ટર રાનડેએ અંદર દોડી જવાને બદલે બહાર જ પૂછપરછ શરૂ કરી દીધી. શર્મા વાત વાતમાં અંદર જવાનો ઇશારો કરતો હતો પણ રાનડેએ શર્મા બાદ કરણ વશી અને વૉચમૅનની પૂછપરછ ત્યાં જ ચાલુ રાખી. એટલી વારમાં રાનડેની ખાસ ટીવી ચેનલ રિપોર્ટર રાધિકા દેશપાંડેની ઓ.બી. વાન આવી પહોંચી. રાધિકા હાથમાં માઇક લઈને કૅમેરામૅન સાથે ધસી ગઈ. સબ-ઇન્સ્પેક્ટર રાનડેને પરમ સંતોષ થયો કે આ બ્રેકિંગ ન્યૂઝ સાથે પોતે ટીવીના પડદે ચમકશે. પોતાની ખુશી છુપાવતા એક નબળા ઍક્ટરની જેમ તે રાધિકા સામે 'નો કમેન્ટ્સ, નો કમેન્ટ્સ' કરતો રહ્યો. રાધિકાએ મંગળ પર માનવજીવન મળી આવ્યું હોય અને પહેલીવહેલી પોતાને ખબર પડી હોય એવા જોશ સાથે

આ લૂંટના ન્યૂઝ આપવાનું શરૂ કર્યું. સાથોસાથ સરકાર, પોલીસ અને પ્રશાસન તંત્રને માથે છાણાં થાપવાનું શરૂ કરી દીધું.

'બમ્બઈ બિન્દાસ્ત' ચેનલને એક 'બ્રેકિંગ ન્યૂઝ' મળ્યા એની રાધિકા દેશપાંડેને ખુશી હતી, પણ એનાથી વધુ આનંદ એ વાતનો હતો કે બીજી ચેનલમાં વધુ પગારે જવા માટે પોતાની જે મંત્રણા ચાલી રહી છે એમાં આ બ્રેકિંગ ન્યૂઝ ખૂબ કામ આવશે.

'બમ્બઈ બિન્દાસ્ત' પર આ બ્રેકિંગ ન્યૂઝ આવ્યાના અડધા કલાકમાં શહેરની બધી મરાઠી ચેનલમાં આ ન્યૂઝ ચમકવા માંડ્યા. બરાબર પાંત્રીસમી મિનિટે મુંબઈના પોલીસ કમિશનર આનંદ રૉયના પર્સનલ અને અનલિસ્ટેડ મોબાઇલની રિંગ વાગી. કૉફીનો કપ હળવેથી બાજુમાં મૂકીને તેમણે મોબાઇલ ફોન ઉપાડ્યો. હોમ મિનિસ્ટરનો સેક્રેટરી વિક્રમ સાળુંખે હતો. રૉયને આ માણસ જરાય ગમતો નહોતો, એવું જ સાળુંખેના પક્ષે હતું. લેશમાત્ર શિષ્ટાચાર વગર એકદમ રુક્ષ અવાજે સાળુંખે બોલ્યો, "હોમ મિનિસ્ટર સાહબ ઈઝ ઍંગ્રી. હી રાહબર કુરિયર રોબરી ચા કેસ તુમ્હી સ્વત બઘા. પુટ ધ બેસ્ટ મૅન ઑન ઈટ. કીપ મી અપડેટેડ, પ્લીઝ સર". છેલ્લા બે શબ્દોમાં વિવેક નહોતો, ચીડ હતી જે સમજવામાં આનંદ રૉયને વાર ન લાગી.

વિક્રમ સાળુંખે તો નાનાં-મોટાં-ખોટાં ઘણાં કામ લઈ આવતો હતો, જેને આનંદ રૉય ઝાઝું ગણકારતા નહોતા, પણ એક કુરિયર કંપનીમાં લૂંટને આટલું બધું મહત્ત્વ શા માટે? રૉયે પોતાના પી.એ. પ્રકાશ સબનીસને સૂચના આપી કે રાહબર કુરિયર લૂંટ કેસની બધી ઇન્ફોર્મેશન મેળવો. સત્તાવાર અને ખાસ તો બિન-સત્તાવાર. ખબરીઓના ફોન ખખડાવીને સૂચના આપી દો તરત જ. આદત મુજબ મોઢું ખોલ્યા વગર માથું નમાવીને પ્રકાશ બહાર જતો રહ્યો. કમિશનર રૉયે ટીવી ચાલુ કર્યું. "પૂર્વ પ્રદેશ કે કુછ વિધાયક મુંબઈ में होने की आशंका." આનંદ રૉય રાજકારણીઓ સામે નારાજગી વ્યક્ત કરતા હોય એમ ફટાફટ ચેનલ બદલવા માંડ્યાં. ત્યાં જ 'રાહબર રોબરી કેસ' શબ્દ દેખાતા તેમની આંગળી રોકાઈ ગઈ. શર્મા, કરણ અને વૉચમેન શું થયું એ વર્ણવતા હતા. વચ્ચે-વચ્ચે રાધિકા દેશપાંડે ટાપસી પુરાવતી હતી. રાધિકા સાથોસાથ પોતાના નવા જોબ માટેની ચેનલને અપડેટ આપતી હતી, બૉયફ્રેન્ડ સાથે ચેટિંગ કરતી હતી અને એક-બે ખબરીનો સંપર્ક સાધવા મથી રહી હતી.

*

ગોવાની સી.આઈ.ડી. ઇન્સ્પેક્ટર સલોની માપસેકર પાસે વિગતો આવવા માંડી હતી. રૉનીની મદદથી ઍરપોર્ટ પરથી મળેલા પીટરના ફોનના આઈ.એમ.ઈ.આઈ.

નંબરે ઘણી ચાડી ખાધી હતી. એ ફોનમાં એક જ સીમકાર્ડ વપરાયું હતું. એ પણ ફક્ત બે દિવસ પૂરતું. સીમકાર્ડનો ઝાઝો ઉપયોગ નહોતો થયો. સલોની સમજી ગઈ કે સીમકાર્ડ ગુનેગારે ખોટા નામે લીધું હશે કે બીજા પાસે લેવડાવ્યું હશે. ઝાઝા ફોન નહોતા થયા, પણ વૉટ્સઅપ પર ચેટિંગ થયું હતું. એના બેકઅપમાંથી માહિતી મેળવવા માથાકૂટ ચાલી રહી હતી. સલોનીને થયું કે આ કોઈ પરચૂરણ અપરાધની નહીં, બહુ મોટા ષડ્યંત્રની એંધાણી છે. કરોડોનું સ્મગલિંગ હશે કે પછી કોઈ ટેરર પ્લાન? ગોવામાં ભાંગફોડ કરવાની હશે? બીજે ક્યાંય ધડાકાભડાકા કરવાના હોય તો ગોવાની પસંદગી કેમ થઈ? ગોવાનું કનેક્શન શું છે આમાં?

સલોનીએ વધારાની આ માહિતી પણ પોતાના ઉપરી સુધી પહોંચાડી. ગોવામાં રેડ-એલર્ટ જાહેર કરવાને બદલે પોલીસ અને અર્ધ-લશ્કરી દળોને 'સાબદાં રહો'નો ઑર્ડર આપી દેવાયો. રૉની થકી પીટર ફર્નાન્ડિઝને સીસીટીવી ફૂટેજમાંથી ઓળખી કઢાયો હતો. એના ફોટા તો ઠેર ઠેર પહોંચી ગયા. પણ લાંબો સમય કંઈ સગડ ન મળ્યા. પીટર ફર્નાન્ડિઝ અચાનક હવામાં ઓગળી ગયો કે શું? જો કે હાથ લાગે તોય કરવાનું શું? પોતાનો મોબાઇલ ફોન તોડીને ફેંકી દેવો કે કોઈ પાસેથી ગમે તેમ વ્યવસ્થા કરીને બીજો ફોન મેળવવો એ કંઈ ગુનો નથી. છતાં પોલીસને ખાતરી હતી કે એક વખત પીટર હાથમાં આવી જાય તો એની ચામડી ઉતરડીનેય સચ્ચાઈ ઓકાવી શકાય.

ઍરપૉર્ટ પરથી મળેલી માહિતીને આધારે ગુપ્તચરો તપાસમાં લાગી ગયા હતા કે પીટર ખરેખર કોણ છે? ક્યાંનો છે? કરે છે શું? આ બધા સવાલોની પડછે સૌથી મોટો સવાલ ઊભો હતો કે એ કરવા શું માગે છે? કેવી રીતે? ક્યાં? અને ક્યારે?

*

રાહબર રોબરી કેસમાં શર્માએ આપેલી માહિતીને પગલે પોલીસ હેમાંગ પટેલના ઘરે પહોંચી ગઈ. ઘરમાં કોઈ નહોતું. આસપાસ પૂછપરછમાં કંઈ નક્કર ન મળ્યું. સબ-ઇન્સ્પેક્ટર રાનડેને સમજાતું નહોતું કે આવા એકાંતમાં રહેવાની જરૂર શી? અદ્ધી રાતે આવીને કોઈ ઊભેઊભા ચીરી નાખે તોય સવાર સુધી કોઈને કાનોકાન ખબર ન પડે. આ ધનવાનો પોતાની મસ્તી માટે દૂર રહે એકાંતમાં. આ તો ગુનેગારોને સીધું આમંત્રણ આપવા જેવું નથી કે ભાઈ ભલે પધારો, અમે સાવ એકલા છીએ હો. અને અપરાધ થાય એટલે દોડાદોડી થાય પોલીસવાળાને અને છોગામાં બદનામી. હેમાંગ પટેલ ક્યાં હશે? ક્યારે મળશે? એની પાસેથી કોઈ ઉપયોગી જાણકારી મળશે ખરી? ઇન્સ્પેક્ટર રાનડેને થયું કે

આજનો દિવસ બગડવાનો. સાંજે વાઇફ સાથે ફિલ્મ જોવાના, પછી કોઈ સારી ફાઇવ સ્ટાર હોટેલમાં ડિનર લેવાના પ્લાનનું આવી બન્યું: સુભદ્રા સાચું કહે છે કે પોલીસવાળાના વચન એકદમ રાજકારણીઓ જેવા. ખેર, હમણાં તો બધી વ્યવસ્થા કરવી પડશે તાત્કાલિક. બોરીવલીથી પોલીસ ટુકડીઓ રવાના થઈ ગઈ. એક ટીમે બોરીવલીથી વિરાર, ને બીજી બાજુ અન્ય ટીમ બોરીવલીથી બાંદરા વચ્ચે શોધખોળ આદરી. જો નેશનલ પાર્ક ફંફોસવો પડ્યો તો ક્યારે આરો આવશે? ૧૦૪ ચોરસ કિલોમીટરમાં ફેલાયેલા સંજય ગાંધી નેશનલ પાર્કમાં ઘૂસવું મુશ્કેલ હતું પણ સાવ અશક્ય નહોતું. આટલા મોટા જંગલમાં કોઈને શોધવાનું એટલે ભ્રષ્ટ રાજકારણીઓમાં એકાદ પ્રામાણિક શોધવાથીય મુશ્કેલ. મિશન ઇમ્પૉસિબલ યાની અભિયાન અશક્ય-અકલ્પ્ય.

એક ખબરી પાસેથી પોલીસને લીડ મળી કે દહિસરમાં સુકાયેલી નદી પાસે કોઈ માણસ મળ્યો છે. પહેલી નજરે લોહી કે ઈજાનાં નિશાન દેખાતાં નથી. શક્ય છે કે જીવતો હોય. રાનડે મારતી જીપે ત્યાં પહોંચી ગયો. એ માણસની આસપાસ ટોળું ભેગું થઈ ગયું હતું. બન્ને હવાલદારે બધાને દૂર ભગાવ્યા. રાનડેએ એ ઊંધા પડેલા માણસની આસપાસ જોયું. કંઈ અસાધારણ ન દેખાયું. એના ઇશારાને પગલે એક હવાલદારે જઈને એ ઈસમને સીધો કર્યો. એને જોતાંવેંત રાનડેની આંખ ચમકી. આ તો હેમાંગ પટેલ. તેણે નજીક જઈને પોતાની આંગળી હેમાંગના નાક પાસે ધરી, એ જાણવા માટે કે એ જીવતો છે ખરો?

૧૨

સબ-ઇન્સ્પેક્ટર રાનડે ખુશ થઈ ગયો. રાહબર કુરિયર કંપનીના એમ.ડી. હેમાંગ પટેલના શ્વાસ ચાલતા હતા. હવાલદાર દોડીને જીપમાંથી પાણીની બૉટલ લઈ આવ્યો. મોઢા પર પાણી છાંટ્યું. એક વાર, બીજી વાર અને...ત્રીજી વાર પાણી છાંટવા ગયો હવાલદાર, ત્યાં હેમાંગે હલનચલન કરી.

ઇન્સ. રાનડે સમજી ગયો કે આ ખેલ કરનારા પાક્કા ખેલંદા હતા, પૂરેપૂરા આયોજન સાથે મેદાનમાં ઊતર્યા હતા. જરાક હોશમાં આવ્યા બાદ હેમાંગના મોઢામાંથી બે-ચાર શબ્દો જ નીકળતા હતા: 'કલ્પના... આલિશા... બન્ને કેમ છે? ક્યાં છે?' રાનડેના દરેક સવાલના જવાબમાં બે જ નામ આવતાં હતાં: કલ્પના અને આલિશા. રાનડે સમજી ગયો કે આ માણસ સ્વસ્થ ન થાય ત્યાં સુધી કંઈ વાતચીત શક્ય નહોતી. હેમાંગના સવાલો જ રાનડેના દિમાગમાં ઘુમરાતા હતા: કલ્પના અને આલિશા ક્યાં? એમની સાથે કંઈ ખોટું તો નહીં થયું હોય ને?

*

પીટર ફર્નાન્ડિઝના ફોટા ઠેરઠેર ફરતા કરવાનું પહેલું પરિણામ દેખાયું. એક ખબરીએ પોતાના એરિયાના કેસિનો આસપાસ પીટરને બે વાર જોયો હતો. આ ખબરી એકદમ વિશ્વાસુ હતો. આથી સી.આઇ.ડી. ઇન્સ્પેક્ટર સલોની માપસેકરે બધા કેસિનોમાં પૂછપરછ કરવા માટે પોતાના અન્ય ખબરીઓના નેટવર્ક અને પોલીસવાળાને એલર્ટ કરી દીધા. શું માત્ર શોખ ખાતર પીટર કેસિનોમાં ગયો હશે? મોટા બાપનો બગડેલો નબીરો હશે કે પછી કોઈક નવી રમતનો મોટો ને ખોટો ખેલાડી છે પીટર? સલોનીની છઠ્ઠી ઇન્દ્રિય એક વાત સ્વીકારવા તૈયાર નહોતી કે પીટર ગોવાના અન્ય સામાન્ય પર્યટક જેવો હતો. કંઈક તો વિચિત્ર હતું એ માણસમાં? એ તો ઠીક પણ એ કરવા શું માગતો હશે?

*

બરાબર એ જ સમયે અંધેરીથી ઘાટકોપર તરફ જતા રોડ પરના એક ખાલી-અવાવરુ કારખાનામાં કચરો વીણનારો છોકરો કંઈક ચોરી કરવાના આરોપસર અંદર ઘૂસ્યો, તો ચીસ પાડીને બહાર આવી ગયો. સામે ફરજ બજાવતા બે

વૉચમેન એ છોકરાને જ પકડીને ફટકારવા માંડ્યા. એ બન્નેને શંકા નહીં, ખાતરી હતી કે પોતાના કમ્પાઉન્ડમાં ચોરી એ જ કરતો હતો. છોકરાની બૂમાબૂમથી ભીડ ભેગી થઈ. અધમૂઆ થઈ ગયેલા છોકરાએ હકીકત જણાવી તો ટોળું સ્તબ્ધ થઈ ગયું. મોટા ભાગના માણસોના પગ થાંભલો થઈ ગયા. નાહકની માથાકૂટમાં પડવું કે નહીં? પાંચ-છ જણ એ છોકરા અને એક વૉચમેનને લઈને કારખાનાના અંધારિયા ભાગમાં પહોંચ્યા તો જોતા જ રહી ગયા.

એક સ્ત્રી અને એક બાળકી ઊંધાં પડ્યાં હતાં. બધાની હિંમત ત્યાં જ ખૂટી ગઈ. તરત પોલીસને બોલાવાઈ. સદ્ભાગ્યે બન્ને જીવતાં હતાં પણ બેહોશ હતાં. તાત્કાલિક ઍમ્બ્યુલન્સ આવી. અંધેરી એમ.આઈ.ડી.સી. પોલીસ સ્ટેશન તરફથી આ માહિતી 'પોલીસ કંટ્રોલ' રૂમ થકી બધા પોલીસ સ્ટેશને મળી ગઈ. આ જાણીને બી.કે.સી. પોલીસ સ્ટેશનના રાનડેના કાન ઊભા થઈ ગયા. તરત જ એમ.આઈ.ડી.સી. પોલીસ સ્ટેશને ફોન કર્યો. ફોટાની આપ-લેથી સ્પષ્ટ થયું કે બેભાનાવસ્થામાં મળેલી બન્ને વ્યક્તિ એટલે કલ્પના અને આલિશા. બન્ને જીવંત હતાં. હોસ્પિટલમાં સારવાર બાદ વાત થઈ શકશે, પરંતુ રાનડેને હવે એમની સાથે વાત નહોતી કરવી. હેમાંગ પટેલ, કલ્પના અને આલિશાનો ઉપયોગ શા માટે કરાયો તે સ્પષ્ટ થઈ ગયું. હવે રાહબર રોબરી કેસમાં ખૂંપી જવાનો સમય આવી ગયો હતો.

ત્યાં જ ફોનની ઘંટડી વાગી "માય ગૉડ, ફરી કમિશનરની ઑફિસથી ફોન!" છઠ્ઠો ફોન હતો આ. રાનડે હરખાવા ગયો કે સર! હેમાંગ પટેલનાં વાઇફ અને દીકરી મળી ગયાં છે, જીવતા. શાબાશી મળવાને બદલે કમિશનર રૉય ત્રાટક્યા, "ગુનેગારોને પકડો ને લૂંટનો માલ પાછો મેળવો. યુ ઇડિયટ. મને દર કલાકે રિપોર્ટ આપો. જોઈએ એટલા માણસોને કામે લગાડી દો."

રાનડેને સમજાતું નહોતું કે આટલું બધું મહત્ત્વ શા માટે આ લૂંટને? આવી તો કેટકેટલી લૂંટ આ શહેરમાં થતી નથી? ઘરવાળાં મૅડમે સરને ઝાટક્યા લાગે છે, ને એનો ગુસ્સો મારા પર કાઢ્યો નાહકનો.

જોકે રાનડેએ તરત ઇન્સ. રાજેશ મોકાશીને નંબર જોડ્યો. "રાહબર કેસમાં કેટલી રકમની માલમતા લૂંટાઈ છે?"

"સર, પહેલા હેમાંગ પટેલ બોલવાની સ્થિતિમાં નહોતો. હવે વાઇફ અને ડૉટર બેહોશ હોવાથી ટેન્શનમાં છે. સતત રડે છે. એને વિશ્વાસ નથી કે બન્ને જીવતાં છે. આપણે જૂઠું બોલતા હોઈએ એવું એને લાગે છે."

"મોકાશી, મોકાશી આર યુ મેડ? અરે, વૉટ્સઅપ વીડિયો કૉલ કર, ઉસ કો દિખા દો કિ દોનો જિંદા હય... મુઝે લૂંટ કે માલ કા બ્યૌરા ચાહિયે ફટાફટ..."

“કુછ ખાસ મામલા હય ક્યા સર?”
જવાબમાં સામેથી ફોન કપાઈ ગયો.

*

પીટર ફર્નાન્ડિઝને દેશભરમાં ઘણી આંખો શોધી રહી હતી, કારણ કોઈને ખબર નહોતી. તેણે કંઈ કર્યું છે? હજી તો નહીં. કાં રામ જાણે પણ એ શકમંદ હતો, ભેદી હતો. સરકારી અને ખાનગી ગુપ્તચર તંત્ર ઉપરાંત ખબરીઓમાં પણ પીટર ફર્નાન્ડિઝનું નામ જોશભેર ચર્ચાવા માંડ્યું હતું, પણ એ હતો ક્યાં?

*

રાહબર કુરિયર રોબરી કેસમાં પહેલા દિવસે પોલીસે શું મેળવ્યું: હેમાંગ પટેલ, કલ્પના અને આલિશા, વન પીસ અને જીવતા. શર્મા, કરણ વશી, નન્હેલાલ ઍન્ડ ગેંગની પૂછપરછ. પણ પોલીસના આકા-બાપા જેવા પોલીસ કમિશનર આનંદ રોય પર આવ્યા હોમ મિનિસ્ટરના સેક્રેટરી વિક્રમ સાળુંખેના ચાર અને ખુદ હોમ મિનિસ્ટર ગોપાલ રાવનો એક ફોન. હોમ મિનિસ્ટર ગોપાલ રાવે એકદમ તુચ્છકાર સાથે વાત કરી: “રૉય, મુઝે માલૂમ તુઝે બમ્બઈ પે અબ પ્યાર નહીં. બારહ ઘંટે મેં રાહબર લૂટ કા માલ લા યા અપની ટ્રાન્સફર કી જગહ બતા દેના.”

“મગર સર, માય મૅન આર વર્કિંગ ટાયરલેસલી...”

“મૈં કભી નહીં ચાહતા કી તુમ્હારે આદમી કામ કરે. આરામ કરે, કરપ્શન કરે. મગર મેરા યે કામ નહીં હુઆ તો તુમ કોઈ કામ કે નહીં રહોગે. ગોટ ઇટ?”

હોમ મિનિસ્ટર રાવે ફોન કટ કરી નાખ્યો. પોલીસ કમિશનર આનંદ રૉયને મગજમાં ગડ બેસતી નહોતી કે આ રાહબર છે કઈ બલા? ને એમાંથી ક્યાં કોઈ કોહિનૂર હીરા લૂંટાઈ ગયા છે? રૉયે ટીવી ઑન કર્યું તો એના એ સમાચાર આગળ વધ્યા. “પૂર્વ પ્રદેશ કે અધિક નિર્વાચિત વિધાયક ગાયબ.”

આનંદ રૉયે ટેબલ પર હાથ પછાડ્યો. “આ વિધાયકોને લીધે સ્થાનિક પોલીસ પર ટેન્શન હશે જ. એમનું કારણ તો સમજાય છે પણ મને આ ગોપાલ રાવ શેનું ટેન્શન આપે છે? આ ગોપુ એક સમયે મને સલામ કરતો હતો, ને આજે...”

હા, પચ્ચીસેક વરસ અગાઉ આનંદ રૉયની પોસ્ટિંગ જે વિસ્તારમાં હતી, ત્યાંની દેશી દારુની ભઠ્ઠીમાંથી ગોપુ નામના મજૂરની ધરપકડ થઈ હતી.

એની પત્ની સગર્ભા હોવાથી આનંદ રૉયે એના પર રહેમ કરીને બે હજાર રુપિયાની મદદ કરી હતી. સમયાંતરે રાવ રાજકારણમાં જોડાયો અને ઝૂંપડપટ્ટીમાં પોતાની જ્ઞાતિના સપોર્ટથી કૉર્પોરેટર બની ગયો. ગુંડાગીરી સાથે રાજકારણની

56 / દાદલો

ભેળસેળની સીડી ચડતો ગોપાલ રાવ આગળ વધતો ગયો. મિશ્ર સરકારની બોલબાલામાં એની પાર્ટી સ્થાનિક વિકાસ મંચના આઠ એમ.એલ.એ.ના ભાવ વધી ગયા. આ એસ.વી.એમ.ના અધ્યક્ષ અપ્પાસાહેબ રાઉ એટલે રાજકારણના અઠંગ ખેલાડી. છેલ્લા ત્રણ દાયકામાં એમનો નાનકડો પક્ષ કાયમ શાસક પક્ષની સાથે જ રહ્યો, પછી સરકાર ભલે ગમે તેની હોય. રાજકારણી હોય કે ઉદ્યોગપતિ, ફિલ્મસ્ટાર હોય કે ક્રિકેટર્સ, ટીવી ચૅનલ હોય કે બિન-સરકારી સેવા સંગઠનો, જ્યાં-જ્યાં માલ હોય ત્યાં અપ્પાસાહેબ હોય, હોય ને હોય જ. અપ્પાસાહેબ પોતે કાયમ સત્તાથી દૂર રહે, સત્તાવારપણે. પણ એમને રિમોટ કંટ્રોલથી કામ કરવું ગમે, ખૂબ ફાવે. સદ્ભાગ્યે, આજ સુધી એમના રિમોટ કંટ્રોલની બેટરી ડાઉન થઈ નથી.

પણ આજે અપ્પાસાહેબ ખૂબ અપસેટ છે, ભયંકર ગુસ્સામાં છે. તેમણે લૅન્ડલાઇન પરથી એક નંબર ડાયલ કર્યો. ફોન સ્પીકર પર મૂકીને કડવાશથી બોલ્યા, "ગોપુ, એક બાત મુઝે બતા કી સ્ટેટમેં નયા હોમ મિનિસ્ટર કિસે બનાના ચાહિયે?"

ગોપુ ઉર્ફે ગોપાલ રાવને પરસેવો વળી ગયો. એ લગભગ ધ્રૂજવા માંડ્યો. અપ્પાસાહેબ ભાગ્યે જ પોતે ફોન કરે. આ ધમકી માત્ર ગૃહ મંત્રાલય આંચકી લેવાની નહોતી, ટૂંક સમયમાં જ બધા આર્થિક ગોટાળા પર્દાફાશ થયા વગર નહીં રહે. અપ્પાસાહેબની નારાજગી વચ્ચે પાર્ટીમાં તો ઠીક, રાજકારણમાં કે શહેરમાં રહેવાનું ય મુશ્કેલ બની જાય.

હોમ મિનિસ્ટર ગોપાલ રાવ જેટલા ટેન્શનમાં હતા એટલા જ વિચારમાં અપ્પાસાહેબ હતા. "આવું થઈ કેવી રીતે શકે? ચાર દાયકાના મારા રાજકારણમાં ક્યારેય આવું બન્યું નથી. હું જમણા હાથે જે કરું એ ડાબા હાથને ખબર ન પડે, તો આ કામગીરી બજાવનારા પક્યાએ ગદ્દારી કરી મારી સાથે? ના, ના એવું શક્ય તો લાગતું નથી. પણ પણ... કળિયુગમાં અને રાજકારણમાં તે વળી શું અશક્ય ગણાય?"

અપ્પાસાહેબ માટે જે પક્યો એ અન્ય બધા માટે સન્માનનીય પંકજ શેષાદ્રિ. આ માણસ કાયમ પડદા પાછળ રહે પણ અપ્પાસાહેબનો પડછાયો ને સૌથી વિશ્વાસુ. એનું દિમાગ બહુ ચાલે, માત્ર ને માત્ર અપ્પાસાહેબ માટે. એ નથી પરણ્યો કે નથી એનો પરિવાર. વરસો અગાઉ મા-બાપ ગુજરી ગયા બાદ અપ્પાસાહેબે જ આંગળી ઝાલી તે ઝાલી.

અપ્પાસાહેબ ઊભરતા વિદ્યાર્થી નેતા હતા, ત્યારે પક્યો કેન્ટિનમાં કપ-રકાબી ધોતો હતો: ત્યારની ઘડી અને આજનો દિવસ. અપ્પાસાહેબ કે પક્યાએ ક્યારેય એકમેકનો સાથ છોડવાનું વિચાર્યું સુધ્ધાં નહોતું.

પક્યો ૩૬૫ x ૨૪ માલિક સાથે રહે. હા, અપ્પાસાહેબ રાજકીય પ્રવાસે જાય ત્યારે પક્યાને સાથે ન લઈ જાય. પક્યાને ય એ ગમે. અપ્પાસાહેબ રવાના થાય એટલે એય ઘરમાંથી ગાયબ. કેમ? શા માટે? ક્યાં જાય છે? આ સવાલો કોઈ જાણતું નથી. ઘણાંએ અપ્પાસાહેબની કાનભંભેરણી કરી પણ કંઈ ન ઊપજ્યું. કાલે સાંજે અપ્પાસાહેબ નાશિકથી આવ્યા, ને એ અગાઉ બપોરે આવ્યો પક્યો. અપ્પાસાહેબના આદેશ મુજબ જ પક્યાએ એક બહુ મોટું કામ પાર પાડ્યું હતું. એમાં જ મોકાણ થઈ અને અપ્પાસાહેબ

ટેન્શનમાં આવી ગયા. ગુસ્સામાં અપ્પાસાહેબે પક્યાને બોલાવ્યો, ત્યારે પક્યો પરમ દિવસના મીઠા સંભારણામાં ખોવાયેલો હતો. અપ્પાસાહેબને થયું કે તેણે ચાલાકી કરી હશે? ના ના એ ન કરે ક્યારેય. અમારા બે સિવાય કોઈ ત્રીજું જાણતું નથી તો પછી કર્યું કોણે? તેમણે પક્યાને બોલાવવા મોબાઇલ લગાવ્યો પણ એમનો ફોન રિસીવ ન કરાયો. પહેલી વાર આવું થયું મહારાષ્ટ્રના રાજકારણમાં! અપ્પાસાહેબનો ફોન કોઈકે સામેથી કાપી નાખ્યો. આ મોટી રાજકીય ઊથલપાથલની એંધાણી તો નહોતી ને!

અપ્પાસાહેબનો ફોન કાપી નાખ્યો પક્યાએ કારણ કે એને ધમકી મળી રહી હતી લૅન્ડલાઇન ફોન પર. "જેટલો સમય વીતતો જશે એટલી મુશ્કેલી વધતી જશે તારા અપ્પાસાહેબ માટે.

"મગર સા'બ...દો દિન..."

"દિવસ ભૂલી જા. કલાકો નહીં, મિનિટો ગણવા માંડ...આ ચેતવણી છે પહેલી અને છેલ્લી. ઊડપ કર નહીંતર..."

પક્યાને પરસેવો વળી ગયો. કોઈ પોતાનો જીવ લઈ લે એનો વાંધો નહીં પણ અપ્પાસાહેબનું ખરાબ કે ખોટું કેવી રીતે થવા દેવાય? પણ કરવું શું? પક્યા પાસે એક જ જવાબ, વ્યક્તિ અને ઉકેલ: ખુદ અપ્પાસાહેબ. તે ઉતાવળે પગલે આપ્પા સાહેબ પાસે દોડી ગયો. કંઈ બોલવા જાય ને અગાઉ અપ્પાસાહેબે જમણા હાથથી ઊંધી અડબોથ ઝીંકી દીધી પક્યાના મોઢા પર.

"તેં...તેં મારો ફોન કટ કર્યો? પાંખ આવી કે લાલચ જાગી? ગદ્દારી કરી તેં મારી સાથે?"

પક્યો અપ્પાસાહેબના લાલચોળ ચહેરા સામે જોઈ રહ્યો. અડબોથ પડ્યાની પીડા કરતાં પોતાના પર કરાયેલી શંકાએ એનું માથું ફેરવી નાખ્યું. સ્વરક્ષણ, ખાસ તો, અપ્પાસાહેબની સલામતી માટે કાયમ ગજવામાં રહેતી રિવૉલ્વર પક્યાએ બહાર ખેંચી કાઢી.

અપ્પાસાહેબને પોતાની આંખ પર વિશ્વાસ ન બેઠો. પક્યો, મારો પક્યો. એના અપ્પાસાહેબ સામે રિવૉલ્વર કાઢે? નક્કી એના પેટમાં પાપ લાગે છે હો. કોઈને કંઈ સમજાય એ પહેલા પક્યાએ પોતાના લમણા પર રિવૉલ્વર મૂકી દીધી અને એ ટ્રિગર દબાવવા ગયો, એ પહેલા અપ્પાસાહેબે હતી એટલી તાકાત અજમાવીને એને ધક્કો માર્યો. ઓચિંતા આંચકાથી પક્યો ડગમગીને પડી ગયો. ટ્રિગર પરની આંગળી દબાઈ ગઈ અને દૂર પડેલી નાનકડી ગોળ ફિશ ટેન્ક પર ગોળી વાગી. ધડામ અવાજ સાથે ટેન્ક તૂટી પડી અને નીચે ફંગોળાયેલી માછલીઓ જીવ બચાવવા તરફડવા માંડી.

અપ્પાસાહેબ અને પક્યો ફાટી આંખે એકમેક સામે જોઈ રહ્યા. આવામાં તરડતાં માછલાં સામે કોણ જુએ?

*

પોતાની નજર સામે તરફડતી માછલીને જોતો હતો પીટર. એક મોટા મોજા સાથે માછલી તણાઈને કિનારે આવી. પીટરે હળવેથી ઉપાડીને માછલી સામે જોયું. એ થોડા પગલાં દરિયામાં ચાલ્યો. હળવેથી માછલીને પાણીમાં પાછી મૂકી.

પીટરે પોતાની વધી ગયેલી દાઢી પર હાથ ફેરવ્યો. મૂછના ડાબા છેડાને વળ દીધો. મોબાઇલ કાઢીને સેલ્ફી લીધી. પોતાની જાત પર એ ખુશ થઈ ગયો. "કોણ ઓળખી શકવાનું છે કે આ પીટર ફર્નાન્ડિઝ છે? ભલભલો દાદલો દોડાદોડી કરે પણ મારી બુદ્ધિને થોડો આંબી શકવાનો?"

તેણે કાંડા ઘડિયાળમાં જોયું. સમય નહીં, તારીખ જોઈ. મૂછમાં હસીને બડબડ્યો: "લૂંટને ત્રણ દિવસ થઈ ગયા છતાં પોલીસને શું હાથ લાગ્યું? કંઈ નહીં."

પીટર જોરજોરથી ગાંડાની જેમ હસ્યો. એના અટ્ટહાસ્યનો અવાજ મોજાના ઘુઘવાટમાં દબાઈ ગયો. પણ એક નાળિયેરીના ઝાડ પાછળ પ્રેમ-ગોષ્ઠી કરતું યુગલ ગભરાઈને લગભગ ભાગવા માંડ્યું: આ પાગલ ક્યાંક ન કરવાનું કરી બેઠો તો?

*

પોલીસ કમિશનર આનંદ રૉયની સામે કાબેલ અને ટોચના પોલીસ અફસર બેઠા હતા. રૉયે ટેબલ પર હાથ પછાડ્યો, "ત્રણ-ત્રણ દિવસ થયા છતાં રાહબર રોબરી કેસમાં આપણે કંઈ જ પ્રગતિ કરી શક્યા નથી, શરમ આવે છે મને. સમજાતું નથી કે હોમ મિનિસ્ટરને મારે શું જવાબ આપવો?"

આસિસ્ટન્ટ પોલીસ કમિશનર સૂર્યવંશીએ મોઢું ખોલ્યું: "સર, આમાં મુંબઈની કોઈ અંડરવર્લ્ડ ગૅંગ કે એના માણસોનો હાથ નથી, શહેરના જાણીતા ગુંડાઓ ય સામેલ નથી. કોઈ પાસે કંઈ જ માહિતી નથી."

"વ્હૉટ નૉન-સેન્સ? પરગ્રહથી કોઈ એલિયન આવીને માલમતા લઈને યાનમાં જતા રહ્યાં? કે પછી કોઈએ જાદુટોણા કર્યા?"

"બટ સર..."

"સૂર્યવંશી કંઈ હાથમાં ન આવતું હોય તો ભૂવા અને બાવાઓને પૂછી જુઓ..."

"સર, હું સમજ્યો નહીં..."

"અંડરવર્લ્ડનું કામ ન હોય, શહેરના ગુંડાએ ધાડ ન પાડી હોય અને એલિયન્સ પણ ન આવ્યા હોય તો કદાચ ભૂત, પ્રેત, ચુડેલ કે શૈતાનનો હાથ હોય... એની થોડી ઘણી માહિતી તો ભૂવા અને બાવા માહિતી આપી શકશે કે નહીં?"

સૂર્યવંશી સહિત સૌની હાલત કાપો તો લોહી ન નીકળે એવી હતી પણ કરવું શું? કહેવું શું? એ જ વખતે સૂર્યવંશીના ફોનની ઘંટડી વાગી. આદત મુજબ કોઈની ય પરવા કર્યા વગર તેણે ફોન રિસીવ કર્યો.

“હલ્લો.. .ઝડપથી બોલો... ઓકે... વ્હૉટ... ગેટ હીમ ફાસ્ટ... જે કરવું પડે એ કરો...” તેણે ફોન ઑફ કર્યો.

આનંદ રૉય એની સામે જોઈ રહ્યા. તે કટાક્ષમાં બોલ્યો, “સૂર્યવંશી સાહેબ, આટલી મહત્ત્વની મિટિંગમાં ફોન લેવાનું શોભતું નથી તમને...”

“સૉરી, સર હું ફોન ૨૪ કલાક ચાલુ રાખું છું. પોલીસની કોને ક્યારે જરૂર પડે એ કેમ કહેવાય?”

“બટ...”

“સર, હમણાં મળેલી હિન્ટ કદાચ રાહબર રોબરી કેસમાં કામ આવે!”

ખુરશીને અઢેલીને બેઠેલા આનંદ રૉય એકદમ ટટ્ટાર થઈ ગયા, “વ્હૉટ?”

“સર, રાહબર કુરિયર કંપનીના નાઇટવૉચમેને સ્યુસાઇડ કર્યાનું લાગતું હતું. એ આપઘાત નહીં ખૂન હોવાનું બહાર આવ્યું. એમાં એક માણસની સંડોવણીનો ઇશારો મળે છે. કોઈ મનિયો છે. એની સાથે ઘરોબો ધરાવનારા આસિફને સબ-ઇન્સ્પેક્ટર દૈવી દીક્ષિતે ઝડપી લીધો છે.”

પોલીસને બહુ આશા હતી ને એ સિવાય છૂટકોય નહોતો. આસિફને ધમકાવ્યો, ખૂબ ધોયો. શામ, દામ, દંડ અને ભેદમાંથી કંઈ કરતા કંઈ ન ફાવ્યું. મોટે ભાગે આવા ગુંડાને મોઢું ખોલતા ઝાઝી વાર ન લાગે, પણ આસિફ એટલું જ જાણતો હતો કે મનિયા નામનો ઈસમ રામુલુ સાથે દેખાતો હતો. એને મનિયાનું પૂરું નામ કે સરનામું ખબર નહોતા. હા, દારૂનો ધંધો કરવાની વાત છેડી હતી.

આસિસ્ટન્ટ પોલીસ કમિશનર સૂર્યવંશીને સવાલ થયો કે આસિફ કંઈ છુપાવતો હશે? શું? શા માટે? પહેલી નજરે તો જે કંઈ થયું એ કદાચ મનિયાએ કર્યું હોઈ શકે. એનો અર્થ એ કે આસિફ વધુ કંઈ જાણતો નથી. શરૂ થયેલી તપાસના આરંભે જ સ્પીડબ્રેકર! સૂર્યવંશીને આસિફના મૌનથી વધુ પજવતો કોયડો એ હતો કે કમિશનરસાહેબ આનંદ રૉય આ કેસમાં આટલી બધી ઊલટભેર દિલચસ્પી કેમ લે છે? હોમ મિનિસ્ટર ગોપાલ રાવ ખરેખર પૂછપરછ કરતા હશે કે પછી સૂર્યવંશીસાહેબ દબાણ વધારવા હાંક્યે રાખે છે. ને જો હોમ મિનિસ્ટર ગોપાલ રાવ હકીકતમાં રસ લેતા હોય તો માત્ર લૂટનો મામલો છે કે પછી એનાથી મોટો ક્રાઇમ? સૂર્યવંશીએ પોતાના માણસોને રાહબર ફુરિયર કંપની, એના માલિક કે ભાગીદાર જે હોય એ, હેમાંગ પટેલ અને એના ગ્રાહકો વિશે જાણકારી મેળવવાનાં ચક્રો ગતિમાન કરી દીધાં.

આ કેસમાં પહેલી પૉસિબલ લીડ મેળવનારી સબ-ઇન્સ્પેક્ટર દૈવી દીક્ષિતને બોલાવીને સૂર્યવંશીએ સીધો સવાલ પૂછ્યો, "રામુલુના મોત વિશે જે કંઈ વિગતો હોય તે લખીને મોકલજો સાંજ સુધીમાં, પરંતુ આમાં સૌથી નોંધપાત્ર બાબત શી છે?

"સર, એક મજૂરને ન પોસાય એવી લાઇફ એ જીવતો હતો થોડા દિવસથી. એની પાસે આપઘાત માટેનું દેખીતું કારણ નથી. એના શરીરમાં ઑસ્ટ્રેલિયન ઝેરી છોડ ગિપ્પિ ગિપ્પિના અંશ મળ્યા છે, જે મોતનું કારણ હોઈ શકે?"

"હત્યા થવાનું માનવા માટે કારણો છે પણ કોણે હત્યા કરી? શા માટે? આ દિશામાં માત્ર આસિફ હાથ લાગ્યો, ને એક માત્ર નામ સામે આવ્યું મનિયો. એ કોણ? ક્યાંનો? શું કરે છે? આ સવાલોના નિરુત્તર જવાબ વચ્ચે એ એકદમ

હવામાં ઓગળી ગયો.”

“હા સર. મનિયાનો ફોન બંધ છે.”

“એના નંબરના સી.ડી.આર. (કૉલ ડેટા રેકોર્ડિંગ) મેળવ્યા?”

“ઑફિશિયલી નથી મળ્યા પણ...”

“પણ શું?”

“મારી રીતે મેળવ્યા પણ એમાં માત્ર રામુલુ અને આસિફના કૉલ છે. એકાદ અજાણ્યો નંબર છે જે પણ બંધ છે.”

“બંધ નંબરની વિગતો મેળવી?”

“હા, પણ એ બંધ નંબરનો ઉપયોગ ત્રણ ફોન કરવા માટે જ થયો હતો. એ ત્રણેય નંબર બંધ છે.”

“કમાલનો યોગાનુયોગ છે ને? એક પછી એક બંધ નંબર... મિસ દીક્ષિત આ બધા બંધ સીમકાર્ડના નંબરમાં જ આપણી તપાસની દિશાની ચાવી ખૂલશે.”

“મે બી સર, પણ એક પછી એક બંધ નંબરના ચક્રવ્યૂહમાં ક્યાં સુધી ભમતા રહેવાનું?”

“ઊલટાનું એ સારું છે...”

“સર, સારું કંઈ રીતે?”

“એક પછી એક બંધ મોબાઇલ નંબર આપણને દિશા બતાવે છે કે કઈ દિશામાં જવાનું છે, એટલે દિશાહીન રખડપટ્ટીમાંથી બચી જઈશું. બી પૉઝિટિવ.”

“વાહ સર, એ શાણાની આ અફલાતૂન ઢાલને તમે એની સામે હથિયાર તરીકે વાપરશો એની એને કલ્પનાય નહીં હોય.”

“એ શાણો, તો હું દેઢશાણો.”

*

“દેઢશાણા સમજતા હૈ ક્યા અપને આપકો?” અપ્પાસાહેબ રાઉએ પક્યાને રીતસરનો ખચકાવ્યો.

“સા'બ, મૈં જૂઠ નહીં બોલતા. સચમૂચ ફોન આયા થા ઉન કા.”

“અરે પાગલ, જો આદમી બડે બડે લોગો કા ફોન નહીં ઉઠાતા, વો તેરે કો ફોન કરેગા?”

“સચ બોલ. હકીકત ક્યાં હૈ?”

“મૈંને અપને પ્લાન કે મુતાબિક પુટ્ટે કે કાર્ટૂન મેં માલ ભેજ દિયા. ઉસને જાન લિયા શાયદ કિ કામ મૈં સંભાલતા થા ઈસલિયે મુઝે ફોન કિયા શાયદ...”

“ઇમ્પૉસિબલ રે બાબા... ઠીક હય. અભી વો છોડ... સાલા યે હોમ મિનિસ્ટર એકદમ નિકમ્મા હય... ફોન લગા બેવકૂફ ગોપુ કો...”

પછી અપ્પાસાહેબ હોમ મિનિસ્ટર ગોપાલ રાવને ફરી એવો ધધડાવી નાખ્યો કે ન પૂછો વાત. ગોપાલ રાવે ગુસ્સામાં ટેબલ પર એટલા જોરથી હાથ પછાડ્યો કે પેપરવેઈટ અને પાણીનો ગ્લાસ નીચે પડી ગયો. રાવનો સેક્રેટરી વિક્રમ સાળુંખે મસાલા ચા પીતા-પીતા કોઈકની એક ફાઈલનું સેટિંગ ગોઠવી રહ્યો હતો, પણ કેબિનમાંથી ધડાકાનો અવાજ આવતા તે અંદર દોડી ગયો.

એને જોતાવેંત રાવ તાડુક્યા, "તારા આનંદ રોયને ફોન લગાડીને મને આપ."

સાળુંખેએ પોલીસ કમિશનરને ફોન લગાવ્યો ને સાહેબને ફોન આપ્યો. "રોય, તને ગઢચિરોલી ફાવશે ને? મિનિસ્ટ્રી છોડતા અગાઉ મારો લાસ્ટ ઑર્ડર તારા ટ્રાન્સફરનો હશે, હો."

"પણ સર…"

"વ્હૉટ સર. યુ આર ગુડ ફોર નથિંગ. એક રોબરી કેસ સોલ્વ કરવાની ઔકાત નથી ને આખા મુંબઈને સંભાળવા બેઠો છો. શહેરમાં સિરિયલ બ્લાસ્ટ્સ થાય તો તું શું કરવાનો?"

"પણ સર…"

"મારી સાથે દલીલ કરવાની રહેવા દે. તારી પાસે બે વિકલ્પ છે…"

"જી સર…"

"એક તારી વાઈફને ફોન કરીને કહી દે કે સામાનનું પૅકિંગ શરૂ કરી દે. બે, રાહબર રોબરી કેસના ક્રિમિનલને માલમતા સાથે પકડીને હાજર કર."

"બટ સર…"

"સર, સર… એક હી વર્ડ બોલ કે મેરા સર મત ખા." રાવે ગુસ્સામાં ફોન કટ કરી નાખ્યો.

પોલીસ કમિશનર રાવે આસિસ્ટન્ટ પોલીસ કમિશનર સૂર્યવંશીને ઑર્ડર આપ્યો, "કમ સૂન ટુ માય કેબિન."

સૂર્યવંશીના આગમન સાથે કમિશનર રોયના પી.એ. પ્રકાશ સબનીસે બન્ને માટે બ્લેક કૉફી બનાવી. સબનીસ જાણતો હતો કે બહુ ટેન્શનમાં બન્ને બ્લેક અને સ્ટ્રૉંગ કૉફી પસંદ કરતા હતા. રોય એકદમ ગરમ કૉફી પીવામાં માનતા હતા, પણ તેઓ કૉફી ભૂલીને વિચારમાં ખોવાઈ ગયા.

સૂર્યવંશીએ હળવો ખોંખારો ખાધો. "સર, કૉફી ઠરી જવાથી પ્રૉબ્લેમ સોલ્વ થોડો થઈ જશે?"

રોય પ્રોટોકલ ભૂલીને બોલી પડ્યા, "યાર, આ હોમ મિનિસ્ટર તો…"

"સર, રાહબર કુરિયર રોબરી કેસ ઘણો અટપટો છે. બહુ મોટી નહીં પણ ગૂંચવાડા ભરેલી લીડ પર કામ ચાલુ છે."

“તમને કેવી રીતે ખબર પડી કે રાહબર કેસનું ટેન્શન છે?”

“સર, એ વાત ફરી ક્યારેક. આપણે બન્ને રિટાયર થઈએ ત્યારે ચર્ચા માટે થોડો મસાલો બાકી રાખીએ ને?”

રૉયને હસવું આવી ગયું. “એક પ્રોમિસ આપ. મારી ટ્રાન્સફર ભલે થઈ જાય, પરંતુ આ કેસ સોલ્વ થયાની પહેલી માહિતી તું મને આપીશ.”

“સર, મુંબઈ પર જોખમ હોય ત્યારે પોલીસ કમિશનરની ટ્રાન્સફર થોડી થઈ શકે?”

“વ્હૉટ ડુ યુ મીન?”

“જસ્ટ એ મિનિટ.” સૂર્યવંશીએ એક નંબર ઘુમાવ્યો. સામેથી ફોન ઉપાડતા તેઓ ધીમા અવાજે બોલ્યા, “સલોની, ઍરપૉર્ટ પર મળેલા ફોનના ટુકડા એ સિરિયસ મેટર છે. આઈ એમ નોટ ટુ બી ડી ક્વૉટેડ. અનુભવ પરથી કહું છું તને કે ઈટ કેન બી પાર્ટ ઑફ ટેરરિસ્ટ અટેક... મને બધી વિગતો મોકલી દે. હું ઍન્ટિટેરરિસ્ટ સ્કવૉડને કામે લગાડું છું અને ગોવાના મીડિયામાં તારા કૉન્ટેક ખરા?”

*

એકાદ કલાકમાં ગોવા ઍરપૉર્ટ પરથી મળેલા મોબાઇલના બે ભાગ કોઈ મોટા આતંકવાદી કાવતરાનો ભાગ હોવાની બૂમાબૂમ સાથે દેશભરની ન્યૂઝ ચૅનલો ગાજવા માંડી. એક આતંકવાદી ઓળખાયો અને એની શોધખોળ ચાલતી હોવાનું સાંભળીને પીટર ફર્નાન્ડિઝ એકદમ થીજી ગયો.

'बम्बई में बड़े आतंकी हमले की साज़िश... एक आतंकी गोवा से पलायन.' તે કોઈ આતંકવાદી સામે લડીને, એને પકડીને લાવી હોય એવા જોશ-જુસ્સા-ગુસ્સા સાથે ન્યૂઝ રિપોર્ટર રાધિકા દેશપાંડે ચીસાચીસ કરી રહી હતી. આ 'બ્રેકિંગ ન્યૂઝ'થી હોમ મિનિસ્ટર ગોપાલ રાવ સ્તબ્ધ થઈ ગયા. એના એક ઇશારે સેક્રેટરી વિક્રમ સાળુંખેએ પોલીસ કમિશનર આનંદ રોયને ફોન કર્યો, તો રિંગ જ વાગતી રહી. કમિશનરના પી.એ. પ્રકાશ સબનીસે જવાબ આપ્યો, "સર, રાહબર રોબરી કેસની ઇમ્પોર્ટન્ટ મિટિંગમાં છે. હકીકતમાં તો એક ખાનગી સ્થળે પોલીસ કમિશનર આનંદ રોય અને આસિસ્ટન્ટ પોલીસ કમિશનર સૂર્યવંશી ચર્ચા કરી રહ્યા હતા કે રાહબર કેસમાં કંઈ રીતે આગળ વધવું, એની તપાસ ટીમમાં કોને સાથે રાખવા. આ તો સત્તાવાર બાબત પણ સૌથી કપરી કામગીરી હતી આ લૂંટના મહત્ત્વને સમજવાની. ખુદ હોમ મિનિસ્ટર એમાં શા માટે રસ લઈ રહ્યા છે? એવું તે શું લૂંટાયું છે? આનાથી અનેકગણી મોટી લૂંટ કે ડબલ-ટ્રિપલ મર્ડર કેસમાં તો કોઈ રાજકીય ભોજિયો ભાઈ ચૂં કે ચાં કરતો નથી. હતું શું રાહબર કુરિયર કંપનીમાં? કોનું હતું?

*

...એક આતંકી ગોવા સે પલાયન... પીટરને ચક્કર આવી ગયાં. હું આતંકવાદી? હું તો પોતે આતંકવાદનો શિકાર છું, માતાપિતાના, પાડોશીઓના, મિત્રોના અને સમાજના આતંકવાદનો ભોગ બન્યો છું.

પીટરના પરફેક્ટ પ્લાનમાં આ અણધાર્યો અને કલ્પના બહારનો ટ્વિસ્ટ આવ્યો હતો. પીટરને થયું કે હવે મૂળ પ્લાનમાં ફેરફાર કરવા પડશે. થોડી ઉતાવળ કર્યા વગર નહીં ચાલે. કંઈ સૂઝતું નહોતું એટલે પીટરે ટીવી ભણી જોયું.

"पूर्व प्रदेश की नयी सरकार तय करेगी चौतीस हजार करोड़ के इन्डस्ट्रियल कोरिडोर का भविष्य... "પીટરના મોઢામાં કડવાશ આવી ગઈ. ચોત્રીસ હજાર કરોડ! પીટરને થયું કે ચોત્રીસ પાછળ કેટલાં મીંડા લાગતાં હશે? પછી પીટર હસી પડ્યો કે પોતે ઝીરોમાંથી હીરો બનવું છે તો બીજાનાં મીંડાની ફિકર શા માટે? પીટરે વધેલી દાઢીમાં હાથ ફેરવ્યો. પોતાના પ્યાદાઓનો વિચાર કરવા માંડ્યો. અત્યાર

સુધી કોણે શું કર્યું? એ તો ક્યાં યાદ રાખવું પડે એમ હતું? કેટલાં સફળ થયા? સો ટકા. એ ખુશ થઈ ગયો પણ મનિયો યાદ આવતા મોઢું બગડ્યું. ખેર, અત્યારે મનિયાનો વિચાર કરવાનો સમય નથી. હવે બિન્ધાસ્ત ભાઉને જગાડવાનો સમય આવ્યો છે. પણ એની સાથે કામ કરવા માટે યોગ્ય સાથી મળ્યો નથી. કોને સાથે રાખવા? મનિયા સિવાયના બધાને કામમાં જોતરી દીધા હોય તો?

ત્યાં જ એની ઓરડીનો દરવાજો થપથપાવાયો. કોણ હશે? તિરાડમાંથી જોયું ને એના ચહેરા પર સ્મિત આવી ગયું. સામે સત્તર વર્ષનો સલીમ ઊભો હતો. દરવાજો ખોલતાં જ એ અંદર આવ્યો. "ભાઈ, સિરફ તીન મિલા હય... લોગ સમજને કુ ચ રેડી નય."

પીટરે હસીને એને હજાર-હજારની ત્રણ નોટ આપી. સલીમે એને ખાખી કાગળની કોથળી આપી. "મય જ્યાદા ટ્રાય કરેગા આપ કે લિયે," એટલું વચન આપીને એ પાછો જવા માંડ્યો. એના ખભા પર હાથ મૂકીને સલીમે એને રોકી લીધો. શર્ટના ગજવામાં હજારની નોટ કાઢીને એના હાથમાં મૂકતા બોલ્યો, 'યે તેરા ઇનામ.'

"થૅન્ક યુ, ઇકબાલ ભાય. ઉત્તન મેં કુછ ભી કામ હોયગા તો અપુન કો બોલો." પીટર હસ્યો અને સલીમ જતો રહ્યો. એના જવા સાથે પીટરે સલીમે આપેલી ખાખી કોથળીમાં હાથ નાખ્યો. હા, ત્રણ પૅકેટ હતા. તેણે એક પૅકેટ બહાર કાઢ્યું. એ બબડ્યો. "અબ બિન્ધાસ્ત ભાઉ કી બારી આ ગઈ." પૅકેટમાંથી નવું સીમકાર્ડ કાઢ્યું. પોતાના નજીવા સામાનમાંથી એક સસ્તો મોબાઇલ ફોન કાઢીને એમાં સીમકાર્ડ મૂક્યું. 'અબ બિન્ધાસ્ત ભાઉ કી ડ્યૂટી લગાની પડેગી.'

*

બિન્ધાસ્ત ભાઉનું મૂળ નામ કિશન પાટિલ. જન્મ નાશિકમાં, ને ગુનાખોરીનું ભણતર પુણે, ઔરંગાબાદ, જલગાંવ, સાંગલી, મિરાજ અને ઈચલકરંજીની જેલમાં. બાળ ગુનેગારથી લઈને રીઢા ગુનેગાર સુધીનું ગ્રૅજ્યુએશન કર્યું. કિશનના પગ ક્યાંય ન ટકે, પછી એ શહેર હોય કે જેલ. સામે કેટલા કેસ હશે એની નથી એને ખબર કે નથી પોલીસને જાણ. ન એને કોઈ કામ મોટું લાગે કે ન કોઈ ખોટું કે જોખમી. એટલે જ ક્યારે બિન્ધાસ્ત ભાઉ જેવું ટાઇટલ મળ્યું એનો કોઈ રેકોર્ડ નથી. બહુ ઓછાને એના ઓરિજિનલ નામની ખબર છે. બિન્ધાસ્ત ભાઉને સૌથી વધુ કંટાળો આવે વાત કરવાનો.

બિન્ધાસ્ત ભાઉનો એક જ તકિયા કલામ: "ભંકસ સુનને કા કાયકું? ન મૈં સચ બોલ સકતા હય ન દુનિયા. બસ, મુહ ઔર કાન બંધ રખને કા." પણ એના નિયમ સામે બળવો પોકારતો હોય એમ મોબાઇલ ઘોંઘાટ કરવા માંડ્યો.

દાદલો / 67

એની નોંધ લીધા વગર ભાઉએ બીડીના કસ ખેંચવાનું ચાલુ રાખ્યું. ઘંટડી વાગતી બંધ થઈ ગઈ. "સચમુચ, કામ હોગા તો કરેગા ફિર સે."

બીડી એકદમ પૂરી થઈ ગયા બાદ ભાઉ શાંતિથી આંખ બંધ કરીને પડી રહ્યો. બીજીવાર મોબાઇલ ફોનની રિંગ વાગી. ભાઉએ કાનમાં આંગળા ખોસી દીધા. પૂરી રિંગ વાગી ગયા બાદ એક પળ શાંતિ છવાઈ. ભાઉએ હાશકારો અનુભવ્યો, ત્યાં જ મોબાઇલ ફોને ફરી આલાપ શરૂ કરી દીધો. મોઢું કટાણું કરીને ભાઉએ ફોન ઉપાડ્યો, "ટાઇમ પાસ મત કરના. કામ કી બાત કર."

"મિશન દાદલો," સામેથી અવાજ આવ્યો.

ભાઉએ માથું ખજવાળ્યું. એને કંઈ યાદ આવતું નહોતું. "તો ઉસ મેં મૈં ક્યા કરું?"

"પચીસ હજાર દિયા થા."

"દિયા વો ભૂલ જાને કા. અબ કિતના મિલેગા? કબ?"

સામા છેડે પીટરને ગુસ્સો ચડ્યો. "પહલે એક લાખ, બાદ મેં..."

"બાદ કી બાત નય કરને કા... ગારંટી હય કી કલ મય જિંદા હોવેગા યા તુ મર નય જાયેગા?"

"મૈં કલ નહીં, બહુત સાલ જીનેવાલા હૈ. અભી તો મૈં જીના શુરૂ કરનેવાલા હય ભાઉ."

"ઠીક હય જી લે. મેરે કુ ક્યા? કામ કા બોલ..."

"મય આપ કો ઍડ્રેસ ભેજેગા એસ. એમ. એસ. સે. અપની બાત હુયી વૈસે ગાડી લેકે નીકલને કા, દૂસરે પતે પે છોડ દેને કા."

"અબ્બી યાદ આયા. તું વો અલગ અલગ ફોન નંબર વાલા હય ના... નંબર બદલતે રહને કા, ચહેરા દિખાને કા નય... કોઈ બડા રાડા તો નય ના?"

"બડા રાડા નહીં હૈ. ગભરાના મત..."

"અબે ઓ. ગભરાને કી બાત નય હય. બડા રાડા હો તો અપુન કો ભી પૈસા જાદા લગેગા કિ નય?"

*

"પૈસા કૈસે આતા હૈ, કહાં સે આતા હૈં વહ માલૂમ હૈ?" અપ્પાસાહેબ રાઉને આ સવાલ અણિયાળો લાગ્યો પણ સામો જવાબ આપવાની હિંમત નહોતી.

"દેખો અપ્પાસાહેબ, હકીકત મેં પોલિટિશ્યન કા મુઁહ, પૉકેટ ઔર કરિઅર છોટા હોતા હૈ. ઉસકો બડા કૌન કરતે હૈ? ક્યોં કરતે હૈ વો આપ કો બતાને કી બાત હૈ? યુ અન્ડરસ્ટેન્ડ? આપ પર વિશ્વાસ કિયા પહેલી બાર ઔર આપને બહુત બડા લોચા માર દિયા."

"હમને તો પહુંચા દિયા થા...:

"કૈસે વિશ્વાસ કરે હમ? ઑપરેશન કી પૂરી ડિટેઈલ્સ આપને પ્લાન કી મગર શાયદ દિલ મેં ખોટ આ ગઈ."

"અપ્પાસાહેબ કે દિલ મેં ખોટ? યે ક્યાં બોલ રહે હૈ આપ?"

"આપ કે દિલ મેં નહીં તો આપ કે કિસી આદમી કે યા ઉસકે આદમી કે દિલ મેં ખોટ આ ગયી વર્ના..."

"નહીં, નહીં. કોઈ ખોટ નહીં આયી હૈ..."

"અપ્પાસાહેબ, અપ્પાસાહેબ. મૈં જનતા નહીં હૂં કિ આપ કી બાત માન લૂં. મેરી ગુડવિલ હૈ, જિસકી વેલ્યૂ કરોડો રુપિયે સે જ્યાદા હૈ. યુ અન્ડરસ્ટેન્ડ?"

"મૈં સબ ઠીક કર દૂંગા. જલ્દ હી..."

"અપ્પાસાહેબ, અપ્પાસાહેબ. શાયદ વો વક્ત ચલા ગયા હૈ. અબ મૈં કોઈ ગૅરન્ટી નહીં દે સકતા હૂં. ટીવી પે દેખા હોગા કિ એક ટેરરિસ્ટ બમ્બઈ મેં ઘૂસા હૈ. કલ આપ કો કુછ હો ગયા તો ઉસ કા નામ બદનામ હો જાયેગા."

"એક દિન કા ટાઇમ દિજિયે મુઝે પ્લીઝ, કમલકાંતજી"

૧૬

કમલકાંતજી. સૌને માટે આ નામ આમ પૂરું ને પાછું અધૂરુંય હો. એસ કમલકાંત. એસ એટલે શર્મા. પણ ચાપલુસી કરનારા તો એ.સી.ઈ. (એક્કો) લખે અને ભાંડનારા ચીડ સાથે એ.એસ.એસ. (ગધેડો) બોલે. પણ કમલકાંતના પેટમાં સ્કોચનું ટીપુંય ન હલે. તેઓ તો એવી વ્યક્તિ કે જેને બધા જાહેરમાં પ્રેમ કરે, માન આપે ને ખાનગીમાં નફરત કરે, ભાંડે. મોટા-નાના બધા રાજકીય પક્ષોમાં એમના અનેક મિત્રો. ટોચના અમલદારોય એમની સાથે સારા સંબંધ રાખવામાં સલામતી માને. રાજકારણીઓ, ઉદ્યોગપતિઓ, ફિલ્મસ્ટાર્સ અને ક્રિકેટર્સ પોતાની મહેફિલ-પ્રસંગમાં એમને ખૂબ આગ્રહ-પ્રેમથી બોલાવે. અંડરવર્લ્ડવાળાય એમના શબ્દને માન આપે. કમલકાંતજીની હાજરીની નોંધ પેજ થ્રી પર આવે.

કમલકાંત પાસે નથી કોઈ પદ કે હોદ્દો. એ પોતાને અદના સમાજસેવક ગણાવે પણ અબાધ બંધારણ બાહ્ય સત્તાના સ્વામી. મીડિયાવાળા ગોળગોળ શબ્દોમાં જે લાળા ચાવે એ પણ આજની તારીખે કમલકાંતજી દેશના સૌથી વગદાર પાવર બ્રોકર. એમને સાધી લો એટલે કંઈ અશક્ય ન રહે. લાંબા સમયે, કદાચ પહેલી વાર, કમલકાંતની આબરુ દાવ પર લાગી છે. અપ્પાસાહેબ રાવને કોઈ કામ સોંપ્યું, પહેલી વાર અને એમણે ભાંગરો વાટી નાખ્યો. અપ્પાસાહેબને તો ધોઈ પીવાશે. પોતાના વિશ્વાસ મૂકનારાઓનું કેટલું બધું દાવ પર લાગેલું છે. થઈ ગયું એ તો થઈ ગયું એકવાર, પણ આ ભયંકર ભૂલ સુધારવી કંઈ રીતે? એ ભૂલ સુધારવાની જવાબદારી અપ્પાસાહેબ પર છોડાય?

*

અપ્પાસાહેબ પહેલી વાર ટેન્શનમાં હતા. પક્યો સમજી ગયો કે વાત નાનીસૂની નહીં જ હોય. પોલીસવાળા ઉપરાંત ઘણાં રાહબર કુરિયર રોબરી કેસમાં કામે લાગી ગયા હતા. પોલીસતંત્ર, મીડિયા, ખબરીઓ અને અંડરવર્લ્ડમાંય એક જ કેસની ચર્ચા અને કાનાફૂસી ચાલતી હતી પણ કોઈને ધડમાથું મળતું નહોતું. અફવા બજારમાં તેજી હતી. કોઈ કહેતું હતું કે કુરિયર કંપનીને નામે ભળતાં જ કામ ચાલતાં હોવાં જોઈએ નહીંતર એક સાથે આટલા બધા મોટા માથાને શા માટે રસ પડે એમાં? કંઈક શોધી આપવાની, કંઈક પામી લેવાની સૌને હતી ઉતાવળ.

*

“ઉતાવળ કરવી પડશે કિશનભાઉ...”

“સા’બ યે ભાઉ ભાઉ કા મસ્કા મારના છોડો. બિન્દાસ્ત ભાઉ ક્યા બેકાર બેઠેલા હય કે તુમને બોલા ઔર મય કામ પે આ જાયેગા...”

“મગર...”

“મગર વગર કુછ નય. અપને કામ કો અભી એક હપતે કા ટેમ બાકી હય...”

“કુછ ટેન્શન હો ગયા હૈ...”

“ટેન્શન તુમ્હારા હય, હમ કુ ક્યાં?”

“ભાઉ પ્લીઝ઼ સમજો જરા...”

“તુ મેરે કુ સમજાયેગા ક્યા? સામને આ જા તેરા ચહેરા દેખને કા હય.”

“ભાઉ પ્લીઝ઼...”

“અરે ભાઈ, અપુન કે ખાસ આદમી લોગ દૂસરે કામ પે હય... કૈસે કરેગા તેરા કામ બોલ?”

“મય આપ કો દો આદમી દેતા હું...”

“ઠીક હય ચલ. મગર કોઈ દેઢશાણા નય. અપુન બોલેગા વો ચ કરને કા. સમજા?”

“હા, ભાઉ હા...”

“બોલ ક્યાં ઔર કબ કરને કા હય...

“ભાઉ મૈં આપ કો એક ઈ-મેલ ઍડ્રેસ ઔર પાસવર્ડ એસ.એમ.એસ. કરતા હું. સબ લીખા હોગા ઉસ મેં...”

“અરે બાબા. ફિર સે તેરા ઈ-મેલ... અપુન કો નય જમતા યે ઈ-મેલ-ફિમેલ કા લફડા...”

“ભાઉ લાસ્ટ ટેમ, પ્લીઝ઼. દસ મિનિટ મેં મૅસેજ આયેગા. બીસ મિનિટ મેં આપ દેખ લેના.”

*

પીટર ફર્નાન્ડિઝ ‘મિશન દાદલો’માં પહેલી વાર કોઈને આટલા ભાઈબાપા કરવાની નોબત આવી. તેણે તરત જ બે એસ.એમ.એસ. તૈયાર કર્યા. ખાસ બનાવેલું ઈ-મેલ એકાઉન્ટ ઓપન કર્યું. એમાં એક મૅસેજ લખ્યો ને પછી કોઈને મોકલવાને બદલે ડ્રાફ્ટમાં સેવ કરી લીધો. એ નવા ઈ-મેલ એકાઉન્ટનું ઍડ્રેસ અને પાસવર્ડ સૌ પ્રથમ બિન્દાસ્ત ભાઉને એસ.એમ.એસ. કરી દીધા.

બીજા ફોનથી એ જ ઈ-મેલ ઍડ્રેસ અને બીજો પાસવર્ડ રાજુ રોમિયોને મોકલ્યો. સાથે તાકીદ કરી કે ૪૫ મિનિટ પછી ઈ-મેલ એકાઉન્ટ ખૂલશે. ત્રીજા

ફોનથી એ ઈ-મેલ ઍડ્રેસ અને ત્રીજો પાસવર્ડ રસીલી રાની ઉર્ફે રંજન ડિકોસ્ટાને કર્યો. એમાં ઉમેર્યું કે આ એકાઉન્ટ સવા કલાક પછી ખોલવો.

આટલું કર્યા બાદ પીટર ફર્નાન્ડિઝ કંઈક મૂડમાં આવ્યો. એ હસવા માંડ્યો. આમાં સાઇબર ક્રાઇમ વાળાના બાપને પણ સપનેય ખ્યાલ નહીં આવે કે મેં ત્રણ જણને મેલ થકી શું જણાવ્યું? મેલ ક્યાં સેન્ટ થયો છે? જો મેલ મોકલાયો જ ન હોય તો એ લોકો શું શોધી શકવાના?

સમય મુજબ બિન્દાસ્ત ભાઉએ એક સાથીદારની મદદથી ડ્રાફ્ટ ફોલ્ડરમાં મેસેજ વાંચી લીધો. પછી પીટરે પાસવર્ડ બદલી નાખ્યો. નવો પાસવર્ડ માત્ર રાજુ રોમિયો ઉર્ફે રાજેશ મિટબાવકર પાસે હતો. તેણે માહિતી જાણી લીધી એ પછી પીટરે ફરી પાસવર્ડ બદલ્યો. આ ત્રીજો પાસવર્ડ એ હતો જે રસીલી રાનીને મોકલાયો હતો. એની સમયમર્યાદા પૂરી થયા બાદ પીટરે ફરી નવો પાસવર્ડ બનાવી લીધો. પછી એ મહારાષ્ટ્રના થાણે જિલ્લામાં આવેલા ભાયંદરમાં આવેલા ઉત્તનના સાયબર કાફેમાંથી બહાર નીકળી ગયો. જતાં-જતાં સલીમને એકસોની પત્તી પકડાવી દીધી.

પીટર પોતાના દિમાગ પર ખૂબ ખુશ હતો. આવું કોઈ વિચારી શકવાનું? એને થયું કે પોતે ઉત્તન છોડીને હવે નીકળી જવું જોઈએ કે નહીં? આમ તો ઉત્તન જેવું ઉત્તમ અને સલામત સ્થળ એકેય નહીં.

એને યાદ આવ્યું કે પોતે મુંબઈ ઍરપોર્ટ પરથી ઉત્તન કેટલી સ્માર્ટ રીતે પહોંચ્યો હતો. ઍરપોર્ટથી પગપાળા એ પહેલા વિલેપાર્લે સ્ટેશન ગયો. વિરારની સ્લો પણ એકદમ ભરચક ટ્રેનના લગેજના ડબામાં બેસી ગયો. બોરીવલી ઉતર્યો. જાહેર શૌચાલયમાં જઈને જાનવરની જેમ પોતાનું શરીર ભીંત સાથે ઘસ્યું. કપડાં થઈ શકે એટલા મેલાં કર્યાં. બહાર આવીને રસ્તા પરથી ચાર સસ્તા ગમચા લઈ લીધા. ત્યાંથી ચાલતો-ચાલતો બોરીવલીના ગોરાઈ બીચ પર ગયો. અગાઉ કરેલી રેકી મુજબ દિવસનું કામકાજ પતાવીને મજૂરો પાછા ઘરે પાછા ફરી રહ્યા હતા, એમની સાથે માથે ગમચો વીંટીને ભળી ગયો. બોટમાં ઉત્તન જઈને સસ્તી રેસ્ટોરાંમાં જમ્યા બાદ અવાવરું સ્થળે થોડા સારા કપડાં પહેરીને બની ગયો ઇકબાલ. પછી સલીમને પટાવીને સસ્તી હોટેલમાં રૂમ લીધો.

અત્યાર સુધી ઉત્તનમાં નામ-વેશ બદલીને શાંતિથી સલામત રહ્યો પણ હવે બહાર નીકળવું કે નહીં? પીટર ક્યાંય સુધી રહ્યો અવઢવમાં.

*

અપ્પાસાહેબ ફોન પર ફોન કરતા હતા. વચ્ચે-વચ્ચે ટીવી સામું જોઈ લેતા હતા. ફોનની વાતો પરથી એમના ચહેરા પર ટેન્શન વધતું જતું હતું. ટીવી ચેનલ

પર બ્રેકિંગ નયૂઝ આવ્યા: 'પૂર્વ પ્રદેશ में बनेगी पी.पी.पी.पी. की मिलीजुली सरकार'. पूर्व प्रदेश प्रोग्रेसिव पार्टी. અપ્પાસાહેબ આફત વચ્ચેય હસવું ખાળી ન શક્યા. પોતાનું સ્થાનિક વિકાસ મંચનું ડિંડવાણું ઘણું ચાલ્યું પણ આ કેટલું ટકશે? પરંતુ નવી સરકારની પ્રાથમિકતા વિશેની વિગતો જાણીને અપ્પાસાહેબના હાથમાંથી ફોન પડી ગયો. ટીવીમાં ફટાફટ સ્લાઈડ આવતી હતી કે નવી સરકાર અગાઉની સરકારના બધા પ્રોજેક્ટસ પર બ્રેક મારશે. બધા ઇન્વેસ્ટમેન્ટ પ્રોજેક્ટસની પુન: સમીક્ષા કર્યા બાદ માત્ર ગુણવત્તા અને રાજ્યના હિતમાં જ નિર્ણય લેવાશે. અપ્પાસાહેબની હાલત જોઈને પક્યો દોડી આવ્યો. પાણીનો ગ્લાસ ધર્યો પણ અપ્પાસાહેબે હાથ આડો ધરી દીધો. અપ્પાસાહેબને પરસેવો વળી ગયો. એ જોઈને આલીશાન બંગલાના હૉલની અંદરનું ઍરકન્ડિશનર ભોંઠું પડી ગયું. અપ્પાસાહેબે માંડ માંડ મોબાઇલ ઉપાડ્યો ને કમલકાંતનો નંબર ડાયલ કર્યો. થોડી વાર બેલ વાગી અને પછી સામેથી ફોન કટ કરી નખાયો. અપ્પાસાહેબ એનો અર્થ સમજી ગયા. તેમણે ગજવામાંથી રૂમાલ કાઢીને પરસેવો લૂછયો પણ ગભરામણ વધવા માંડી.

*

અઢી કલાકમાં તો ગૃહપ્રધાન ગોપાલ રાવનું એક જૂનું હાઉસિંગ કૌભાંડ 'ઍક્સક્લુઝિવ સ્કુપ' તરીકે બે-ત્રણ ચૅનલ પર ગાજવા માંડ્યું. ચૅનલના રિપોર્ટર્સ વિશ્વાસપાત્ર સૂત્રોને ટાંકીને અલગ-અલગ પણ કરોડોની મોટી મસ રકમનું કૌભાંડ થયાના આંકડા પીરસતા હતા. અખબાર અને ચૅનલના રિપોર્ટર્સ ગોપાલ રાવને અને એના સેક્રેટરીને રિઍક્શન માટે ફોન પર ફોન કરી રહ્યા હતા.

ગોપાલ રાવને લાગ્યું કે પોતાની સામે કાવતરું રચાયું છે પણ કોણ હશે એની પાછળ? અપ્પાસાહેબ? ના. ના. પોતાના પક્ષની બદનામી ન થવા દે એ ડોસો. કારણ કંઈ પણ હોય, પરંતુ આના મૂળમાં રાહબર રોબરી કેસ જ લાગે છે. પોતાના વિશ્વાસુ અને સમર્થકો સાથે ચર્ચા કર્યા બાદ ગોપાલ રાવ એક તારતમ્ય પર આવ્યા કે આ ખેલ અપ્પાસાહેબનો જ છે. હવે એની આ શરૂઆતને હું એટલા ખતરનાક ખેલમાં ફેરવી નાખીશ કે અપ્પાસાહેબનેય ઝાળ લાગે.

*

આ બધી રાજકીય કુશ્તીબાજીથી સાવ અજાણ એવા બિન્ધાસ્ત ભાઉ, રાજુ રોમિયો અને રંજન ડિ'કોસ્ટા અલગ-અલગ ટેક્સીમાં એક જ દિશામાં પોતાની મંઝિલ ભણી જઈ રહ્યા હતા. આ ત્રણેયમાંથી કોઈ જાણતું નહોતું કે આ કુર્લાના સી.એસ.ટી. રોડ તરફની મુસાફરીમાં તેઓ અજાણતા જ કેટલી ભયંકર રમતમાં પ્યાદા બનીને રહેવાના છે?

દાદલો / 73

૧૭

છેલ્લી તક ઝડપી લેવા માટે અપ્પાસાહેબ રાવે કમલકાંતજીને ૧૮મી વાર ફોન જોડ્યો. એ સમયે કમલકાંત પૂર્વ પ્રદેશના નવા થનારા મુખ્ય પ્રધાન અજિતકુમાર રાજાને અભિનંદન આપી રહ્યા હતા. સામે પક્ષે રાજા તો સાવ ગુલામની જેમ લળીલળીને આભાર માની રહ્યા હતા: "કમલકાંતજી, આપ નહીં હોતે તો હમારી સરકાર કહાં સે બનનેવાલી થી. બસ યુ હી આશીર્વાદ બનાયે રખિયેગા. સર એક રિક્વેસ્ટ જરૂર કરના ચાહેંગે."

"અરે, અબ તો આપ મુખ્ય મંત્રી હૈ, રિક્વેસ્ટ નહીં, ઑર્ડર કરીએ ઑર્ડર રાજાબાબુ."

"સર, મેરી મત મારી ગઈ હૈ કિ આપ કો ઑર્ડર કરું. બસ, આપ શપથવિધિમેં આ જાતે તો તસલ્લી હો જાયેગી સબ કો કિ યે સરકાર સલામત રહેંગી."

કમલકાંત હસી પડ્યા. "અવશ્ય આયેંગે. અબ સો જાઈયે. રાત બહુત હો ગયી હૈ. નયા સવેરા આપ કી પ્રતીક્ષા કર રહા હૈ."

*

કુર્લાની ત્રણ અલગ-અલગ સાધારણ હોટેલમાં બિન્દાસ્ત ભાઉ, રાજુ રોમિયો અને રંજન ડિકોસ્ટા ઉતર્યા હતા. સાંજે પાંચ વાગ્યે રંજન ડિકોસ્ટાએ, છ વાગ્યે બિનધાસ્ત ભાઉએ અને સાત વાગ્યે રાજુ રોમિયોએ બંધ પડેલી અવાવરું ફેક્ટરીમાં પ્રવેશ કરવાનો હતો. કોઈની નજરે ન ચડી જવાય એટલે ત્રણેય એકલા અને વારાફરતી જવાનું હતું પણ એમને ક્યાં ખબર હતી કે અવાવરું ફેક્ટરીથી ત્રણ મકાન છોડીને આવેલી હોટેલમાં મનિયો રોકાયો હતો. મોટે ભાગે ગેરકાયદે બંધાયેલી આ હોટેલના ચોથા માળે મનિયાએ રૂમ રાખ્યો હતો કે જેથી ફેક્ટરી પર નજર રહે. એની નજર સતત ફેક્ટરી પર હતી. એ કોઈ ભૂલ કરવા માગતો નહોતો.

*

હવે ભૂલ નથી કરવી. પોતે કંઈ નહીં બોલે તો ગુનેગાર હોવાની સ્વીકૃતિ ગણાશે. પોતાને કૌભાંડકારી માની લેવાશે. આ રીતે મારી રાજકીય કરિયર પર પૂર્ણવિરામ મૂકવા નહીં જ દઉં હું. હજી તો એકના એક દીકરા અશોકને

પોલિટિક્સમાં સેટ કરવાનો બાકી છે. વિરોધપક્ષો અને મીડિયાએ મચાવેલી હોમ મિનિસ્ટરના રાજીનામાની બુમરાણ વચ્ચે ગોપાલ રાવે ફાઇવસ્ટાર હોટેલમાં પ્રેસ કૉન્ફરન્સ બોલાવી.

*

હકડેઠઠ ભરાયેલી પત્રકાર-પરિષદમાં તેમને સવાલો પૂછવા, મૂંઝવવા અને મુસીબતના કળણમાં ઉતારવા ઘણા સજ્જ થઈને આવ્યા હતા. જોકે ગોપાલ રાવ વધુ ચાલાક નીકળ્યા. તેમણે સૌ પ્રથમ એક નિવેદન વાંચવાનું શરૂ કર્યું: "આપ સૌ જાણો છો કે હું ગરીબ કુટુંબમાંથી આવ્યો છું. રાજકારણમાં પ્રવેશવાનો મારો એકમાત્ર ધ્યેય ગરીબોની સેવા કરવાનો હતો, છે અને કાયમ રહેશે. કોઈકને મારી પ્રગતિની ઈર્ષા આવતી લાગે છે. હું જાણું છું કે સરકારમાં અને પક્ષમાં ઘણાંને મારી સફળતા ખૂંચે છે. હું રાજકીય રાગદ્વેષનો અને કિન્નાખોરીનો શિકાર બન્યો છું. મને બદનામ કરનારાઓનો હું બહુ જલ્દી પર્દાફાશ કરીશ. આ મામલે વ્યવસ્થિત તપાસ યોજવાની હું મુખ્ય પ્રધાનને વિનંતી કરું છું. આમાં મારો પૂરેપૂરો સહકાર મળશે. હું ફરી દોહરાવીશ કે હું સાવ નિર્દોષ છું. સરકારની અને પક્ષની અંદરનાં તત્ત્વો મને બદનામ કરવા સક્રિય થયા છે. જય હિન્દ."

આટલું નિવેદન વાંચીને આગોતરા આયોજન પ્રમાણે હોમ મિનિસ્ટર ગોપાલ રાવ પ્રેસ કૉન્ફરન્સ છોડીને જતા રહ્યા. બપોરના બાર વાગ્યાની પ્રેસ-કૉન્ફરન્સમાં લંચની વ્યવસ્થા રખાઈ હતી. પણ મોટા ભાગના રિપોર્ટર ભાગવા માંડ્યા. કારણ કે મુખ્ય પ્રધાન આનંદ પાટિલે બે વાગ્યે પોતાના સત્તાવાર નિવાસસ્થાને પ્રેસ કૉન્ફરન્સ બોલાવ્યાનો એસ.એમ.એસ. સૌના મોબાઇલમાં પહોંચી ગયો હતો.

*

ગોપાલ રાવની આક્ષેપબાજીથી મુખ્ય પ્રધાન આનંદ પાટિલ નારાજ હતા તેમને લાગ્યું કે આ તો સ્થાનિક વિકાસ મંચ પાર્ટીનો અંદરુની ખેલ છે. એમાં મારી સરકારને શા માટે ઘસડવામાં આવી? એમના પક્ષનું જ કોઈક આ કૌભાંડ જાહેરમાં લાવ્યું છે. સામે પક્ષે અપ્પાસાહેબ રાવને લાગ્યું કે આ તો ચોરી ઉપર શિરજોરી. હોમ મિનિસ્ટર હોવા છતાં ગોપાલ રાવ એક રોબરી કેસ ઉકેલાવી ન શક્યો. આ માણસ છેલ્લા થોડા સમયથી વધુ મહત્ત્વાકાંક્ષી બની ગયાનું એમને લાગતું હતું. કદાચ સત્તા પચાવી ન શક્યો. એ જ સમયે પક્યાએ આવીને અપ્પાસાહેબના કાનમાં કંઈક ગુસપુસ કરી. અપ્પાસાહેબે આદેશ આપ્યો, "ચાર વાગે પ્રેસ કૉન્ફરન્સ બુલાઓ. અબ મૈં ચૂપ નહીં બૈઠુંગા."

"અપ્પાસાહેબ, યે રાવ મુઝે પહેલે સે હી ગરબડ લગતા થા. કુછ કરો ઉસ કા..." પક્યો ધીમેથી બોલ્યો.

દાદલો / 75

અપ્પાસાહેબ મૂછને વળ દેતા વિશ્વાસપૂર્વક બોલ્યા, "બહુત લોગો કો ઠીક કિયા મૈં. યે તો બચ્ચા હૈ બચ્ચા."

*

"બચ્ચે નહીં હૈ હમ. આપ સપોર્ટ કરો તો મૈં હિંમત કરતાં હું, કમલકાંતજી", હોમ મિનિસ્ટર ગોપાલ રાવ લગભગ કરગરતા અવાજમાં બોલ્યા.

"આગે બઢો. મેરી જરૂર પડી તો મુઝે સાથ પાઓગે." આટલું આશ્વાસન આપીને કમલકાંતજીએ ફોન મૂકી દીધો. બે ઘડી વિચારીને તેમણે એક નંબર ડાયલ કર્યો. ત્રીજી રિંગ પર સામેથી ફોન ઉપાડાયો એટલે કમલકાંત બોલ્યા, "નમસ્તે ચીફ મિનિસ્ટરસાહબ, આપ સે એક જરૂરી બાત કરની થી…"

*

રાજ્યના મુખ્ય પ્રધાન આનંદ પાટિલે પત્રકાર પરિષદમાં હોમ મિનિસ્ટર ગોપાલ રાવની પ્રશંસા કરી. ચેનલ દ્વારા થયેલા આક્ષેપને પગલે તેમણે તપાસ યોજવાની માગણી કરી અને સહકાર આપવાની માગણી કરી એને આવકારી. "આ તપાસ એકદમ નિષ્પક્ષ અને પારદર્શી રીતે થાય એટલે ગોપાલ રાવજીને પ્રધાનપદેથી છૂટા કરવાની મેં રાજ્યપાલશ્રીને ભલામણ કરી છે. મને આશા નહીં, પણ ખાતરી છે કે નિવૃત્ત ન્યાયમૂર્તિ દ્વારા યોજાનારી તપાસમાં સંપૂર્ણપણે નિર્દોષ સાબિત થઈને ગોપાલ રાવજી બહુ જલદી અમારી સરકારમાં પાછા ફરશે."

આ જાહેરાતથી સોપો પડી ગયો એકદમ. પાટિલે આગળ ચલાવ્યું. "હકીકતમાં ગોપાલ રાવજીને વિશે મારા સાથી પક્ષો તરફથી ય ફરિયાદ આવી હતી જે મેં તેમના પક્ષ સ્થાનિક વિકાસ મંચના આદરણીય અધ્યક્ષ અપ્પાસાહેબ રાવને મોકલી આપી હતી. લાગે છે કે ક્યાંક કોઈક યુતિ ધર્મનું પાલન કરવામાં કાચું પાડ્યું છે. પણ અમે પ્રજાની સેવા માટે પ્રતિબદ્ધ છીએ એટલે ખોટું ચલાવી નહીં લઈએ."

અપ્પાસાહેબ રાવ તમતમી ગયા. માત્ર ટીવી ચેનલના રિપોર્ટર્સ પર મારા પક્ષના સૌથી મહત્ત્વના પ્રધાનને ગડગડિયું આપી દેવાયું! મને જાણ સુધ્ધાં ન કરી! આ બધું મને ટીવી પરથી જાણવા મળ્યું એ શું યુતિ-ધર્મ છે? આની પાછળ કમલકાંતનો જ હાથ હશે પણ હવે હું શાંત નહીં બેસું. આ સરકારને લાંબું ટકવા નહીં દઉં…

તેમણે ચાર વાગ્યાની પ્રેસ કૉન્ફરન્સની તૈયારી શરૂ કરી દીધી. કેટલું બોલવું, શું બોલવું અને કેવી રીતે બોલવું? દિલ્હીસ્થિત પોતાના પક્ષના હાઇ કમાન્ડના આશીર્વાદથી ચીફ મિનિસ્ટર બનેલા આનંદ પાટિલને ખબર નથી કે અપ્પાસાહેબ

રાવ સાથે દુશ્મની એટલે શું? પક્યો દૂર છાપામાં માથું નાખીને બેઠો હતો પણ તેની નજર અપ્પાસાહેબ પર જ હતી.

*

સાડા ત્રણ વાગ્યે સ્થાનિક વિકાસ મંચના પાંચ વિધાનસભ્યોએ પોતે નવો પક્ષ સ્થાનિક વિકાસ મંચ (રિયલ) બનાવ્યો હોવાની જાહેરાત કરી દીધી. આ નવા જૂથના નેતા ગોપાલ રાવે રાજ્યપાલને આની જાણ કરતો પત્ર સુધ્ધાં આપી દીધો. આટલેથી જ અટકવાને બદલે ગોપાલ રાવે જાહેરાત કરી કે "હું રાજ્યના અને જનતાના વિકાસ અને પ્રગતિની તરફેણમાં છું એટલે અમારું જૂથ સરકારને ટેકો આપવાનું ચાલુ રાખશે."

ટીવી પર આ જોઈને કમલકાંત હસી પડ્યા. ત્યાં જ ફોનની ઘંટડી વાગી. મુખ્ય પ્રધાન આનંદ પાટિલનો ફોન હતો. કમલકાંતે રિંગ વાગવા દીધી: આભાર માનવા માટે ફોન કર્યો હશે. કમલકાંત આગળની વ્યૂહરચના વિચારવા માટે ડાબા હાથની તર્જની પર પહેરેલી મોંઘા નંગની વીંટી તે જમણા હાથની આંગળીથી રમવા માંડ્યા. તેમણે ફોન ઉપાડ્યો ને એક નંબર ડાયલ કર્યો. ઔપચારિકતાને બદલે મૂળ મુદ્દા પર આવી ગયા. "નો ટેન્શન. કિસી કી ભી સરકાર હો. પ્રોજેક્ટવાલા કામ હો જાયેગાં. મેરી ગૅરેન્ટી કમલકાંત કી ગૅરન્ટી."

*

"ગૅરન્ટી મૈં બહુત જલદ વાપસ આઉંગા." આવું સલીમને વચન આપીને પીટર ઉત્તનથી નીકળ્યો. સરકારી બસમાં પ્રવાસીઓના ટોળામાં ભાયંદર સ્ટેશન પહોંચ્યો ત્યાંથી વિરાર જતી ભરચક લોકલ પકડી. દરેક સ્ટેશન પર તે ડબ્બો બદલતો હતો. ક્યારેક મફલર કાઢી નાખે. ક્યારેક કૅપ પહેરી લે. ક્યારેક નકલી મૂછ કાઢી નાખે. વિરાર જઈને તેણે થાણે જતી રાજ્ય નિગમની બસ પકડી. થાણેથી ટ્રેનમાં કુર્લા પહોંચ્યો ત્યારે રાતના આઠ વાગ્યા હતા. એ અવઢવમાં હતો કે સી.એસ.ટી. રોડ પર આવેલા અવાવરું કારખાનાની કેટલા નજીક જવું. નજીક જાય કે દૂર રહે પણ ત્યાં વીંછીના દાબડા નહીં, ભોરિંગના કરંડિયા એની રાહ જોઈ રહ્યા હતા.

૧૮

પીટરે કરેલી ગોઠવણ મુજબ કોઈક કુર્લાના સી.એસ.ટી. રોડ પર આવેલા બંધ-અવાવરું કારખાના પર નજર રાખી રહ્યું હતું. આ અગાઉ તેણે સો રૂપિયા આપીને એક મુફલિસ પાસે કારખાનાના આગળના અને પાછળના બન્ને દરવાજા અંદરથી ખોલી નખાવ્યા હતા. અગાઉ અંદર મોટો ટેમ્પો હતો એ પીટર જાણતો હતો. પણ એ તો થઈ ભૂતકાળની વાત. હવે તો...

પીટરને યાદ આવી ગયું કે આ ટેમ્પો માટે પોતે કેવી કરામત કરી હતી. ટેમ્પોના આગળના ભાગમાં અડધે સુધી સફેદ રંગ કરાવ્યો હતો. બાકીના અડધા ભાગથી લઈને પાછળના ભાગ સુધી પીળો રંગ લગાવડાવ્યો હતો. આગળની તરફ તેલંગણાની નંબર પ્લેટ હતી. તો પાછળ મધ્ય પ્રદેશની. કદાચ ક્યાંક સીસીટીવી કેમેરામાં ઝડપાય તોય પોલીસ મૂંઝાઈ જાય એટલે ટેમ્પોનો આવો ગૂંચવી નાખતો મેકઅપ કરાયો હતો. જો કે સાત-આઠ દિવસની રેકીની રઝળપાટ બાદ પીટરે થોડા એવા રસ્તા શોધી કાઢ્યા હતા કે જેથી ટેમ્પો જાહેર સીસીટીવીમાં ઓછામાં ઓછો ઝડપાય.

પોતાના દિમાગ પર ખુશ થવા સાથે પીટર માઇલ્ડ બિયર પી રહ્યો હતો. ત્યાં બારમાં ટીવી ચાલુ થયું. ન્યૂઝ ચેનલમાં તરત જ દેખાયું: "બાકી કે તીન વિધાયક ભી અપ્પાસાહેબ રાવ કો છોડ ગયે અબ આનંદ પાટિલ સરકાર ફિર સે સલામત."

આ રાજકીય શતરંજની અટપટી રમતમાં પોતે અકસ્માતે ભજવેલી ભૂમિકાથી અજાણ પીટર ફર્નાન્ડિઝ વિચારતો હતો કે બંધ કારખાનામાં ગયા બાદ બિન્દાસ્ત ભાઉ, રાજુ રોમિયો અને રંજન ડિકોસ્ટાના ચહેરા પર કેવા ભાવ આવશે? પીટર ઇરાદાપૂર્વક રાહબર કુરિયરમાં લૂંટ ચલાવવા ગયેલા રઘલા ઘુવડ અને રાજુ રોમિયોને ગેંરેજથી દૂર રાખવા માગતો હતો. પરંતુ મનિયાએ કરેલી ઓવરસ્માર્ટનેસ બાદ નાછૂટકે રાજુ રોમિયોનો સમાવેશ તેણે ગેંરેજ જનારી ટીમમાં કરવો પડ્યો હતો. અત્યારે બંધ કારખાનામાં ત્રણેયની મૂંઝવણ પતી જવા આડે થોડી વાર હશે.

*

ઈ-મેલના ડ્રાફ્ટ ફોલ્ડરમાં પીટરે મૂકેલા સંદેશા મુજબ ત્રણેય પોતપોતાના સમયે પહોંચવા નીકળી ચૂક્યા હતા. સાંજે પાંચ વાગ્યે રંજન ડિકોસ્ટા ઉર્ફે રસીલી રાની પહોંચી ત્યારે દરવાજો ખુલ્લો હતો: પ્લાસ્ટિકની ખુરશી પર એક પાઉચ પડ્યું હતું એમાં મૅસેજ હતો, બૈઠીએ. છ વાગ્યે બિન્દાસ્ત ભાઉને કારખાનાના દરવાજા બહાર જ મૅસેજ મળ્યો: અંદર જાકર બૈઠિયે, પ્લીઝ. સાત વાગ્યે રાજુ રોમિયો કારખાના તરફ આગળ વધ્યો હતો, ત્યારે અંધારામાં એક છોકરો પૅકેટ આપીને ભાગી ગયો. રોમિયોને નવાઈ લાગી. પૅકેટમાં એક ચાવી હતી. એ કારખાનાનો દરવાજો ખોલીને અંદર ગયો તો બે જણાં બેઠેલા દેખાયા. રસીલી રાની કંટાળેલી હતી, તો બિન્દાસ્ત ભાઉ ભયંકર ઉકળાટમાં હતાં. બન્ને બેઠા હતા એની આગળ એક દરવાજો બંધ હતો. એના તાળાંની ચાવી રોમિયો પાસે હતી. મોટો દરવાજો ખોલીને ગયા તો ત્યાં ત્રણ નાના-નાના ટેમ્પો ઊભા હતા. ટેમ્પો બંધ હતા. એક-એક ટેમ્પો પર ત્રણ ચાવી સેલોટેપથી ચીપકાવેલી હતી. એક-એક ચાવી લઈને ત્રણેય ટેમ્પોમાં બેઠા તો ત્યાં મૅસેજ હતો: ટેમ્પો ક્યાં લઈ જવાનો હતો અને ક્યા રૂટ પરથી.

અંદરથી ત્રણેય ટેમ્પોએ દસ-દસ મિનિટના અંતરે નીકળવાનું હતું. સૌથી પહેલા રસીલી રાની નીકળી. અગાઉ ત્રણ જણાને અંદર જતા જોઈને મનિયો તૈયાર જ હતો. તેણે એક ટેક્સીવાળાને હજાર રૂપરડી આપીને રોકી રાખ્યો હતો. રસીલી નીકળી એની થોડી વારમાં જ મનિયાએ પીછો શરૂ કર્યો.

આનાથી અજાણ પીટરે ત્રણેય ટેમ્પોના નીકળી જવાની રાહ જોઈ. ત્રણેય ટેમ્પો રવાના થઈ ગયા બાદ એને સિકંદર જેવી લાગણી થઈ, જાણે પોતે દુનિયા જીતી લીધી હોય.

*

અપ્પાસાહેબ રાવને સાવ ઘરભેગા કરીનેય કમલકાંતને સંતોષ નહોતો. ક્યાંથી હોય? પોતાની આબરુ ગઈ હતી. મામલોય નાનોસૂનો નહોતો. તેણે પોતાના એક ખાસ માણસ થકી ગોરેગાંવની આરે કોલોનીની અંદર આવેલી એક હોટેલમાં મળવા માટે માજી ઑન્કાઉન્ટર સ્પેશ્યાલિસ્ટ મયંક ગુપ્તાને બોલાવ્યો. બન્ને મળતા પહેલી વાર હતા પણ એકમેક વિશે જાણતા ઘણું હતા.

કમલકાંતના સ્પેશ્યલ સ્યુટમાં મયંક ગુપ્તા આવ્યા કે તરત જ એક સુંદર કન્યા-વિદેશી બ્રાંડની સ્કોચના બે પેગ લઈને આવી. સાથે ઈમ્પોર્ટેડ ચીઝ અને એક્સપર્ટ ક્વૉલિટીના ફ્રાય કરેલા કાજુ. ઔપચારિક હસ્તધૂનન અને સ્માઈલની આપ-લે કર્યા બાદ કમલકાંતે શરૂઆત કરી. "તમારે રાજકારણમાં જવું છે, તો કઈ પાર્ટીની ચૂંટણી ટિકિટ જોઈએ છે?"

દાદલો / 79

"પાર્ટીનું નહીં, જિતવાનું મહત્ત્વ છે મારા માટે. સલામત બેઠક ગમે."

"થઈ જશે. તમે કહો તો રાજ્યસભામાંય ગોઠવાઈ જાય."

કંઈ જવાબ આપ્યા વગર મયંક ગુપ્તા વિચારમાં પડી ગયો. એની સામે જોઈ રહીને કમલકાંતે પોતાનો પેગ ઊંચક્યો. એમાં વધુ બે આઇસક્યુબ નાખ્યા. "વિશ્વાસ નથી મારી વાત પર?"

"ના, એવું નથી. એ વિચારું છું કે એવું તે શું કામ કરાવવું હશે તમારે મારી પાસે?"

કમલકાંત હસી પડ્યો, "કોઈનું એન્કાઉન્ટર કરવાનું નથી. તમારા માટે આસાન કામ છે"

"કામ આસાન હોત તો આપણે સામસામે આવ્યા જ ન હોત."

"સાચી વાત. રાહબર કુરિયર..."

"રોબરી કેસમાં ગયેલો માલ પાછો જોઈએ છે કે ગુનેગારો?"

"બન્ને. એ લોકો જાહેરમાં આવે કે મોઢું ખોલે એ પહેલાં."

"મને વધુ કોઈ વિગતો આપવાની તમને જરૂર લાગે છે?"

"ના, તમારી કાબેલિયત પર પૂરો વિશ્વાસ છે મને." એટલું બોલીને એક જ શ્વાસે કમલકાંતે સ્કૉચનો પેગ ગળાથી નીચે ઉતારી દીધો. એ સુંદર યુવતી પેગ ભરવા આવી તો કમલકાંતે હાથના ઇશારાથી રોકી મયંક ગુપ્તા સામે જોઈને બોલ્યો, "સો ઇટ ઇઝ ડીલ. નાઉ વન ફોર ધ રોડ."

બન્નેના પેગ ભરાયા. એકશ્વાસે પી લીધા. કમલકાંત સામે જોયા વગર મયંક ગુપ્તા ઊભો થઈને બહાર નીકળ્યો.

*

બહાર આવવામાં ગોપાલ રાવને પાંચ મિનિટ મોડું થયું. માજી ગૃહપ્રધાન હોવા છતાં આસિસ્ટન્ટ કમિશનર સૂર્યવંશીએ ઊભા થઈને એમને સેલ્યુટ મારી.

"બસા, બસા. હે ઘર આહે, રિલેક્સ."

"થેન્ક યુ સર."

"જુઓ હું તો નવરો છું. તમારી ડ્યૂટી ચાલુ છે એટલે ટુ ધ પોઇન્ટ વાત કરીશ."

"યસ સર."

"સૂર્યવંશી આપ કેપેબલ હૈ. આપ કો બમ્બઈ કા કમિશનર બનના ચાહિયે. મૈં બનાયેગા આપ કો જલદી..."

"થેન્ક યુ સર."

"એક ઑફિશિયલ કામ હૈ મગર અનઑફિશિયલી કરના હૈ એકદમ ફટાફટ."

80 / દાદલો

“ઑર્ડર કરીએ સર.”

“વો રાહબર...”

“કુરિયર રોબરી કેસ સોલ્વ કરના હૈ ના સર?”

“વેરી સ્માર્ટ. માલમતા વાપસ ચાહિએ પૂરી કી પૂરી. ઉસ કે ક્રિમિનલ ચાહિએ, મરે હુએ.”

“સર, મૈં કારણ નહીં પૂછુંગા. મગર મેરી સેફ્ટી? હ્યુમન રાઇટ વાલો કે સવાલોં કા ક્યા?”

“મુઝ પે છોડ દો. અપની ટીમ બનાઓ. જો ભી કરના હય વો કરો. ચિલ્લર કામકાજ કે લિયે યે રખો. ગોપાલ રાવે ખાખી પરબીડિયું સૂર્યવંશીના હાથમાં મૂક્યું. “પાંચ લાખ હય. જીતના ભી ચાહિયે સિર્ફ બોલ દેના મગર...”

“જી સર...”

“હમારે બીચ કી ડીલ કા કિસી કો પતા ન ચલે...”

“કૌન સી ડીલ, સર?”

ગોપાલ રાવ હસી પડ્યા, ઘણા દિવસે. તેમણે સૂર્યવંશીનો ખભો થપથપાવ્યો.

*

ત્રણેય ટેમ્પો દસ-પંદર મિનિટના અંતરે અંધારી ગલીમાં ત્રણ-ચાર ગૅરેજ છોડીને એક પછી એક ગૅરેજમાં અંદર ગયા. પીટર દૂરથી જોતો રહ્યો. એના શરીરમાં ખુશીના ઝનૂનનું એવું પૂર આવ્યું કે તેણે બાજુમાં પડેલી કાર પર જોરથી હાથ પછાડ્યો. હવે મને કોણ રોકી શકવાનું?

રાતના અંધારામાં ગાડીના બોનેટ પર આવેશપૂર્વક હાથ ફટકારીને પીટર ફર્નાન્ડિઝ ખુશ થયો હતો, ત્યારે એના પ્લાનને લીધે હેરાન થઈ ગયેલા હેમાંગ પટેલ મુંબઈના ફોર્ટ વિસ્તારની એક જૂની બિલ્ડીંગના દાદરા ચડી રહ્યો હતો. સાવ જુનવાણી લિફ્ટનું બટન ઘણી વાર દબાવવા છતાં કોઈ પ્રતિભાવ ન મળ્યો. આસપાસ લિફ્ટમેન દેખાતો નહોતો. સાવ આવા ધાંધિયા? હેમાંગને એક પળ તો સવાલ થયો કે અમેરિકા છોડીને પોતે ભૂલ તો નથી કરીને? એ પળ પૂરતા સવાલને મન પરથી ખંખેરીને તો લાકડાના દાદરા ચડવા માંડ્યો. ત્રીજા માળે રૂમ ઓફ્ફિસ નં ૩૩૩ ના દરવાજા બહાર મોટા અક્ષરે એમ.એમ. લખ્યું હતું નીચે નાના અક્ષરમાં વંચાતું હતું મેજર મેજિશિયન. હેમાંગને આશ્ચર્ય થયું કે આ કેવું નામ? પણ પોતાને ગરજ હતી એટલે છૂટકો નહોતો. પોતાના ફિલ્ડમાં આ મેજર એકદમ કાબેલ હતો, નિવડેલો હતો, વિશ્વાસુ હતો અને પાછો વાજબી. એ ડૉરબેલ પર આંગળી મૂકે એ અગાઉ ડૉરબેલની નીચેના મશીનમાંથી અવાજ આવ્યો "કમ ઇન મિસ્ટર હેમાંગ પટેલ."

એ હાથ લગાવે એ પહેલાં દરવાજો ખૂલી ગયો. હેમાંગે કોઈક મોટી મૂછવાળા, કસાયેલા શરીરવાળા, આધેડને સિગાર કે પાઇપ ફૂંકતા જોવાની ધારણા હતી. એને બદલે રિસેપ્શન પર એકદમ ફેશનેબલ યુવાને તેને સ્માઇલથી આવકાર્યો. એના ચહેરા પરના કાળા મસા પર ભાગ્યે જ કોઈનું ધ્યાન ન જાય.

"પ્લીઝ ટેલ મિ. મેજિશિયન ધૈટ હેમાંગ પટેલ ઇઝ હિયર."

એ યુવાન ફરી સ્મિત ફરકાવીને ઊભો થયો. મેજર મેજિશિયન લખેલી કૅબિનની અંદર ગયો. થોડી વારમાં અંદરથી અવાજ સંભળાયો. "વેલકમ મિસ્ટર પટેલ, કમ ઇન." હેમાંગ અંદર ગયો તો એ યુવાન જ બૉસની ખુરશી પર બેઠો હતો.

હેમાંગને આશ્ચર્ય થયું "આપ પોતે મેજર મેજિશિયન?"

"હા, મેજર કે ડિટેક્ટિવ હોઈએ એટલે કડક, શિસ્તના અતિ આગ્રહી, અકડાઈ કે પાઇપ ફૂંકવું અનિવાર્ય નથી હોં."

"આઇ એમ સૉરી..."

"નો નીડ મિસ્ટર હેમાંગ રામજીભાઈ પટેલ ઑફ આણંદ બટ અમેરિકા રિટર્ન."

“વાઉ. આઇ એમ ઇમ્પ્રેસ્ડ. તો આવવાનું કારણ કહેવાની જરૂર ખરી?”

“રાહબર કુરિયર કંપનીમાં થયેલી લૂંટ કે ઘર પર ત્રાટકેલા બંદૂકબાજોનો મામલો હોઈ શકે. પોતાની વાઇફના એક્સ્ટ્રા મેરિટલ અફેર્સની તપાસ કરવા આવો એવા તમે લાગતા તો નથી.”

“જુઓ પોલીસવાળા જાણે હું ગુનેગાર હોઉં એમ સવાલો કરે છે. ગમે ત્યારે મને કે મારી વાઇફને બોલાવે છે. કલાકો બેસી રહેવું પડે છે.”

“એનો અર્થ એ જ કે પોલીસને હજી વધુ કંઈ હાથ લાગ્યું નથી. બીજી વાત એ કે એ લોકો પર દબાણ છે કેસ સોલ્વ કરવાનું.”

“પણ એમાં અમારો વાંક?”

“ન પણ હોઈ શકે.”

“વ્હોટ ડુ યુ મીન? નથી જ વાંક અમારો.”

“જુઓ હૉલીવુડની ફિલ્મમાં પત્નીનું મર્ડર કર્યા બાદ હીરો જ પોલીસ કે ડિટેક્ટિવ પાસે જતો હોય એવું નથી બનતું?”

“તમે ય પોલીસવાળાની જેમ મારા પર શંકા કરો છો?”

“મિ.પટેલ, શંકા તો સત્ય સુધી પહોંચવાની પહેલી કડી છે. ચાલો, તમારા શબ્દોમાં કહો કે મારી પાસેથી શું ઇચ્છો છો?”

“કોઈને મારી સામે અંગત અદાવત છે? કે પછી રાહબરને ટારગેટ બનાવાઈ છે? આની પાછળ કોણ છે એ જાણવું છે મારે. પણ...”

“પણ શું? ગો એહેડ.”

“ટેક્નિકલી કે ઑફિશિયલી હું, મારી પત્ની અને બાળકીની સલામતી વ્યવસ્થા માટે તમારી પાસે આવ્યો છું.”

“ભલે, બહાર એક પેટી છે એમાં ૨૫ હજાર રોકડા મૂકી દો. આ ઉપરાંત એક લાખનો ચેક જોઈશે.”

“હું બન્ને લાવ્યો જ છું. આપી દઈશ. બીજું કંઈ પૂછવાનું છે?”

“હમણાં તો નહીં. તમારે કંઈ પૂછવું છે?”

“તમને ખરાબ ન લાગે તો...આ મેજર અને મેજિશિયનનો મેળ સમજાતો નથી.”

પહેલી વાર ખડખડાટ હસતા મેજર બોલ્યા, “મારા પરદાદા અંગ્રેજોના જમાનામાં જાદુગર હતા. એમની મૅડમોનું ખૂબ મનોરંજન કરતા એટલે અમારી અટક બદલાઈ ગઈ. હું લશ્કરમાં હતો એટલે મેજર, ઓકે?”

“લાસ્ટ ક્વેશ્ચન, લશ્કરની નોકરી કરતા પ્રાઇવેટ ડિટેક્ટિવ તરીકે બહુ વધુ આવક છે?”

“ના, એ ય દેશ માટે હતું અને આ પણ...”

ઉપહાસ સાથે હેમાંગથી પુછાઈ ગયું, "અચ્છા, એવું છે?"

"હું માનું છું કે દેશ બહાર કે સરહદ પર દુશ્મનો છે એના કરતાં દેશની અંદર વધુ છે. સમાજને અને નાગરિકોને બચાવવાની ય મારી ફરજ છે. ગુડ બાય મિસ્ટર પટેલ." આટલું બોલીને મેજર એક ફાઇલમાં ખોવાઈ ગયા. એ ફાઇલના પહેલા પાના પર જ પોતાનો, કલ્પનાનો, આલિશાનો અને રાહબર કુરિયરનો બહારનો ફોટો હેમાંગે જોયો. પોતાની પસંદ પર એને ગર્વ થયું. ત્યાં જ ટેબલ પર સહી કરીને રકમ લખ્યા વગરનો બ્લેન્ક ચેક મૂકી દીધો અને ઉપર બે-બે હજારની પંદર નોટ.

*

પહેલી વાર પક્યાએ અપ્પાસાહેબને પૂછ્યા વગર કોઈ પગલું ભર્યું. એનાથી પોતાના માલિકની ઉદાસી અને અપમાન સહન થતા નહોતા. મહારાષ્ટ્રના ગોંદિયામાં રહેતા એક કૉન્ટ્રેક્ટ કિલર બંડુને તેણે લાખ રુપિયાની સુપારી આપી: રાહબર કુરિયર કંપનીમાં લૂંટ ચલાવનારાને ખતમ કરી નાખવા માટે. આ કામ માટે પક્યાએ બંડુને ૨૫ હજાર રોકડા આપ્યા. બાકીના ૭૫ હજાર કામ પત્યા બાદ. પક્યાને ખૂબ સંતોષ થયો કંઈક કર્યાનો પણ અપ્પાસાહેબને ખબર પડી તો? ખૂબ ગૂંગળામણ મૂંઝારો સહન ન થતાં તેણે પોતે જ અપ્પાસાહેબના પગે પડીને રડતાં રડતાં બધું કહી દીધું: "મને માફ કરો અપ્પાસાહેબ." માફ કરવાને બદલે અપ્પાસાહેબે એને ગળે લગાડી દીધો, "આમાં માફી ન માગવાની હોય પાગલ."

*

પીટર ફર્નાન્ડિઝે સુખી થવાનાં સપનાં જોવાનું શરુ કર્યું ત્યારે ઑક્સ ઑન્કાઉન્ટર કૉપ મયંક ગુપ્તા, આસિસ્ટન્ટ પોલીસ કમિશનર સૂર્યવંશી, પ્રાઇવેટ ડિટેક્ટિવ મેજર મેજિશિયન અને કૉન્ટ્રેક્ટ કિલર બંડુ એને શોધવાના કામે લાગી ગયા હતા. બીજી બે વ્યક્તિ પણ અજાણતા તેના તરફ આગળ રહી હતી. પીટર તો ગયા કામ સે? પરફેક્ટ પ્લાનરની અગ્નિ-પરીક્ષા નજીક આવી રહી હતી, ધીમે-ધીમે.

*

બિન્ધાસ્ત ભાઉ, રાજુ રોમિયો અને રસીલી રાનીએ પોતાને કહેવાયેલી જગ્યાએ ટેમ્પો પાર્ક કર્યો. એ પછી ૧૫-૨૦ મિનિટમાં ત્રણેયને એસ.એમ.એસ આવ્યા કે હવે તમે જઈ શકો છો. બિન્ધાસ્ત ભાઉનું માથું ફાટી ગયું કે મને ઑર્ડર કરે છે, હું એનો ગુલામ છું? આ માણસ હાથ લાગ્યો તો એનો એક હાથ તોડીને બીજા હાથમાં આપી દેવાની ખુન્નસ સાથે બિન્ધાસ્ત ભાઉ ઉતાવળે પગલે ચાલીને અંધારામાં ખોવાઈ ગયો. રાજુ રોમિયો પણ ચૂપચાપ ચાલવા માંડ્યો, પરંતુ થોડી દૂર જઈને એ એક સસ્તા બારમાં ઘૂસી ગયો. બધા ટેબલ

84 / દાદલો

લગભગ ભરચક હતા. અંધારામાં તેણે જોયું કે એક ટેબલ પર કોઈક એકલું બેઠું હતું. એ આગળ વધ્યો અને નજીક થોડા અજવાળામાં જોયું તો રસીલી રાની હતી. બન્નેએ એકમેક સામે જોયું. ચહેરા પર કોઈ ભાવ ન આવ્યા. રાજુ સામે જ ખુરશીમાં બેસી ગયો અને સીટી વગાડવા માંડ્યો.

બારમાં બેઠેલી રસીલીએ એની સામે જોઈને બરફ જેવા ઠંડા અવાજમાં બોલી... "એ હીરો ફ્લર્ટિંગ કરવી છે? એ માટે સામે બેઠો હો તો..."

"તો શું?"

"તો... મને વાંધો નથી. મારા માટે સારી વ્હિસ્કીનો પતિયાલા પેગનો ઑર્ડર કર. નો વૉટર, નો સોડા, નો આઇસ ઍન્ડ નો ચખના."

રોમિયો એકદમ ખુશખુશાલ થઈ ગયો. લાઇફમાં એને ત્રણ જ શોખ છોકરી, છોકરી ને છોકરી. ક્યારેક થોડી ઘણી શાયરીની ફેંકાફેંક કરે પણ બધી ઇશ્ક- મહોબ્બતવાળી જ. રોમિયો રસીલીને જોઈને વિચારમાં પડી ગયો. બિચારી ગરીબ લાગે છે. બે પતિયાલા પેગમાં આપણું કામ થઈ જશે. દેખાવ પરથી તો સીધી લાગે છે. ભલે બે-ચાર દિવસ મારી સાથે રહેતી. જલસો કરાવી દઈશ જલસો.

સામે રંજન ડિકોસ્ટા ઉર્ફે રસીલી રાનીને લાગતું હતું કે આ સાવ ફક્કડગિરધારી લાગે છે. આને લીધે મારા બે ફ્લેટમાં ત્રીજો ના ઉમેરાય. પણ આ ઑપરેશનમાં મને હાથવગો થઈ પડશે.

બન્ને એકમેકનો ઉપયોગ કેવી રીતે કરવો એ માટે શબ્દો ગોઠવતાં હતાં, ત્યારે દૂર મનિયો બિલ ચૂકવીને ઊભો થઈ ગયો. તેણે એક વેઇટરને બોલાવીને રુપિયા બસોની નોટ હાથમાં મૂકી, કાનમાં ફૂંક મારી, "પેલા બન્નેના પેગ મોટા બનાવજે, એમની આસપાસ ફરકતો રહેજે. સંભળાય એટલું સાંભળજે. તને આપેલી બસોની નોટ સાથેની ચિઠ્ઠીમાં મારો નંબર છે. એ બન્ને જાય એટલે મને ફોન કરજે."

પછી મનિયો ઉતાવળે પગલે ત્રણ ટેમ્પો પાર્ક કર્યા ત્યાં પહોંચ્યો ત્યારે સામેનું દશ્ય જોઈને આંખ પર વિશ્વાસ ન કરી શક્યો.

૨૦

મનિયાનું માથું ફરી ગયું: થઈ શું રહ્યું છે આ? જીવના જોખમે રાહબર કુરિયર કંપનીમાંથી માલ લૂંટ્યો. એ ટેમ્પોમાં લઈ જઈને સંતાડી રખાયો કેટલાય દિવસ સુધી. પછી ન જાણે કેવી રીતે એ ભેદી મોટા ટેમ્પોમાંથી લૂંટનો માલ ત્રણ નાના ટેમ્પોમાં ટ્રાન્સફર કરાયો. ખરેખર, લૂંટનો માલ ટ્રાન્સફર થયો હશે કે પછી? ના,ના. તો પછી અમારી મદદ માગે શું કામ એ માણસ. હવે ત્રણ નાની કાર, સાવ ખટારા જેવી ગાડીમાં ભળતા માણસો રવાના થતા હતા. બધી ગાડીમાં બબ્બે જણ હતા. કાં આ ગાડી ભંગારમાંથી ઊભી કરેલી હોય કાં ચોરીનો માલ હોય. મનિયો વિચારમાં હતો ત્યાં એના ખભા પર એક હાથ મુકાયો. ચોંકીને પાછળ જુએ એ અગાઉ કોઈ અન્યએ એના માથાના વાળમાં હાથ ફેરવ્યો. પાછળ રઘુ રોમિયો અને રસીલી રાની હતા. રઘુ ધીમેથી બોલ્યો, "તેં અમારા પર ધ્યાન રાખવા જે વેઇટરને રોક્યો એ જ હજાર રૂપિયામાં સામેથી આવીને બધું ઓકી ગયો. બોલ, અમારા પર નજર રખાવવાનું કારણ".

મનિયાને અંતઃસ્ફુરણા થઈ. એ ધીમેથી બોલ્યો: "દાદલો." આ શબ્દ સાંભળીને રઘલા અને રસીલીના કાન ઊભા થઈ ગયા. રઘલાએ એનો કૉલર પકડી લીધો, "તો તું છો અમને નચાવનારો?"

"ના હું ય તમારા જેમ કોઈકના હાથની કઠપૂતળી છું."

પીટર ફર્નાન્ડિઝની જાણ, સમજ અને કલ્પના બહાર એના ત્રણ પ્યાદા એક થઈ ગયા હતા. અને ત્રણેય પીટર ફર્નાન્ડિઝને શોધવા માગતા હતા, જે ખૂબ મુશ્કેલ હતું.

*

પૂર્વ પ્રદેશના નવા મુખ્ય પ્રધાન અજિતકુમાર રાજા વડા પ્રધાનની ઔપચારિક મુલાકાત માટે દિલ્હી આવ્યા. હકીકતમાં આ તો એક બહાનું હતું. દિલ્હીની નજીક નોઇડાના એક ફાર્મહાઉસમાં રાતના અંધારામાં એસ. કમલકાંતને મળવાનું - મૂળ પ્રયોજન હતું.

દિલ્હીની રાજકીય અફવાબાજી મુજબ દિલ્હી, મુંબઈ, કોલકાતા અને ચેન્નાઈમાં ભવ્ય બંગલો ઉપરાંત કમલકાંતની ઘણી બેનામી પ્રોપર્ટી હતી. કોઈ પરિવારજનને

નામે તો કોઈ દૂરના સગાને નામે. કેટલીક નોકર-ડ્રાઇવરના નામે. આવા જ લગભગ રૂપિયા ૮૦ કરોડના વિશાળ ફાર્મહાઉસમાં કમલકાંત અને રાજા શુદ્ધ શાકાહારી ડિનર લઈ રહ્યા હતા. રાજાએ મીઠી રીસ વ્યક્ત કરી, "સર, આપ શપથવિધિ में नहीं आये तो मुझे बुरा लगा."

"અરે ભાઈ, आप की सरकार बचाने के सिलसिले में ही व्यस्त था. मैंने समझाया वैसी घोषणा जल्द ही कर दीजिए. आप की सरकार को पैसे और विधायक की समस्या न आये वो मेरी जिम्मेदारी."

અજિતકુમાર રાજાએ પોતાને હાથે એક ગુલાબજાંબુ આગ્રહ કરીને કમલકાંતના મોઢામાં મૂક્યું, સામે યજમાને પણ એવું જ કર્યું. "इस मीठी चीज से हमारे रिश्ते में मीठाश और बढ़ जायेगी."

બન્ને એકમેકને ભેટ્યા. હસ્તધૂનન કર્યું. કમલકાંતે માણસને સૂચના આપી કે રાજાસાહેબ આજે રાતે રોકાશે. એમની મહેમાનગતિમાં જરાય કચાશ ન રહેવી જોઈએ.

પોતાને વહેલી સવારે મુંબઈમાં મિટિંગ હોવાથી નીકળવાનું કહીને કમલકાંત નીકળી ગયા. ડિનર માટેની જગ્યાથી થોડે દૂર નાનકડો મહેલ હતો. એમાં અજિતકુમાર રાજાએ પ્રવેશ કર્યો ત્યારે બે કોએશિયન રૂપસુંદરીએ એમનું સ્વાગત કર્યું. એકે પોતાની ઓળખ બ્રિટિશર તરીકે આપી, ને બીજી અમેરિકન બની ગઈ. રૂપાળી ચામડી માટેની રાજાની નબળાઈ કમલકાંત જાણતા હતા. વિશાળ બેડરૂમમાં રંગીન રોશનીવાળા ફુવારા, ભવ્ય બેડ, વિદેશી દારૂ અને સુંવાળા સહવાસમાં રાજાની રાત વીતવાની હતી. આ બધાનું રેકોર્ડિંગ ફુવારાના પાઇપમાં, એ.સી.અને લોકમાં સંતાડાયેલા શર્ટના બટન જેવડા કેમેરાથી થવાનું હતું! કારમાં જતી વખતે કમલકાંત કોઈકને ફોન પર ખાતરી આપી રહ્યો હતો: "ના, ના પૂર્વ પ્રદેશમાં બધું સેટિંગ થઈ ગયું છે. થોડી તકલીફ પડી પણ ચાલ્યા કરે. ડૉન્ટ વરી." સામેથી જે બોલાયું એ કમલકાંતે ચીવટપૂર્વક સાંભળ્યું. "जी, जी. वो गलती किस से हुयी वो भी ढूंढ लेंगे. यस, यस... आइ अन्डरस्टेन्ड. पूरी बात जल्द ही सामने आ जायेगी... जी, जी. गुडनाइट."

*

પીટર ફર્નાન્ડિઝે એક ડ્રાઇવર અને એક હેલ્પરને રોક્યા હતા. હકીકતમાં હેલ્પરની જરૂર નહોતી પણ એકમેક પર નજર રાખવાનો આ પેંતરો હતો. પહેલી ખટારા ગાડી અંધારામાં કાચા રસ્તા પર થઈને તુર્ભે ક્વૉરી રોડ પર પહોંચીને એક બંધ ગોદામ પાસે ઊભી રહી ગઈ. અહીં રાતે તો ઠીક દિવસે ય કોઈ ફરકતું નહોતું. કોઈ ટોલ નાકા કે સીસીટીવીના રડારમાં ન અવાય

દાદલો / 87

એ માટે હાઇવેને બદલે ગામની અંદરથી જતા કાચા અને જૂના રસ્તાનો રૂટ પીટરે પસંદ કર્યો હતો. આવી જ તાકીદ અને વ્યવસ્થા સાથે બીજી ભંગાર ગાડી ડચકા ખાતી-ખાતી પનવેલની દિશામાં જઈ રહી હતી. પરંતુ ત્યાં સુધી પહોંચવાને બદલે જૂનું રેતી બંદર ક્રૉસ કર્યું, પછી બેલાપુર કિલ્લો છોડીને આગળ આવતા ઉલવા ગામ નજીકના નિર્જન વિસ્તારમાં એક ત્યજી દેવાયેલા શેડ પાસે ઊભી રહી ગઈ. અંદરથી ઉતરીને બન્ને માણસો પગપાળા પાછા જવા માંડ્યા.

ત્રીજી ગાડી ખારઘર-બેલાપુર ક્વૉરી રોડ વિસ્તારમાં પહોંચી ગઈ. ત્રણેય ગાડીના ડ્રાઇવર અને હેલ્પરના મૅસેજ આવ્યા બાદ પીટર ફર્નાન્ડિઝને નિરાંત થઈ. અત્યાર સુધી પોતાને વિઘ્ન આવ્યું નહીં ક્યાંય. આ ભ્રમ ભાંગવાનો હતો એ નક્કી.

*

મયંક ગુપ્તા, સૂર્યવંશી અને મેજર મેજિશિયન પોતપોતાની રીતે કામે લાગી ગયા. ત્રણેયના માહિતી મેળવવાના રસ્તા લગભગ સરખા હતા. પોલીસ, અંડરવર્લ્ડ અને ખબરી.

મયંક ગુપ્તાનો પ્લસ પૉઇન્ટ જ એમનો માઇનસ પૉઇન્ટ હતો. ઍન્કાઉન્ટર સ્પેશ્યાલિસ્ટ તરીકે શબ્દોના ફટાકડા ઓછા ફોડ્યા હતા, ને રિવૉલ્વરના વધુ. છતાં એકદમ કામે લાગી ગયા એ.

આસિસ્ટન્ટ પોલીસ કમિશનર સૂર્યવંશી હવે ગોપાલ રાવની રાજનીતિ સમજતા હતા. પોતાના પ્રમોશન કરતાં એમને વધુ એ જાણવામાં દિલચસ્પી હતી કે આ રાહબર કુરિયરમાંથી ખરેખર લૂટાયું છે શું કે એને આટલું બધું મહત્ત્વ અપાય છે? આ લૂંટ પાછળ હાથ કોનો છે? તેમણે નક્કી કર્યું કે આ કેસની નવેસરથી તપાસ રાહબર કુરિયરથી જ કરવી જોઈએ.

ગોંદિયાના કૉન્ટ્રેક્ટ કિલર બંડુને સમજાતું નહોતું કે પોતાને કોનું કાસળ કાઢી નાખવાનું છે? એની જડ બુદ્ધિમાં ઝાઝું કંઈ સૂઝતું નહોતું.

મેજર મેજિશિયને હેમાંગ પટેલ અને રાહબરની રજેરજની વિગતો મંગાવી લીધી. આ બધાના વારંવારના વાંચન અને ઊંડા અભ્યાસ બાદ તેમની નજર ઠરી લવ પબ્લિકેશન પર. આ સાથે બીજો મહત્ત્વનો મુદ્દો એ લાગ્યો કે લૂંટના આગલા દિવસે વૉચમેન રામુલુ પરચુરીનું મોત યોગાનુયોગ છે? આ આપઘાત નહીં, હત્યા હોવાનું ય તેમણે જાણી લીધું. પણ આ મર્ડરને લૂંટ સાથે કંઈ સંબંધ હશે ખરો? આ મામલામાં દેશી દારૂવાળા આસિફ સુધી જઈને પોલીસ અટકી ગઈ હતી. હવે તો પાંચ દિવસના રિમાન્ડ પૂરા થયા બાદ આસિફને છોડી મૂકવો પડ્યો હતો. એની પાસેથી માત્ર એક નામ મળ્યું હતું મનિયો. અને આ

88 / દાદલો

મનિયો તો જાણે હવામાં ઓગળી ગયો હતો. એ હાથ ન લાગે ત્યાં સુધી લવ પબ્લિકેશન પર ધ્યાન આપવાનું મેજરે નક્કી કર્યું.

આ દિશામાં આગળ વધતા મેજરને એક આંચકો લાગ્યો. પોતાની રીતે મેળવેલી લવ પબ્લિકેશનની ફાઇલની કોપી ઉંફોસવામાં એક નાનકડી પણ ઘણી મહત્ત્વની કડી મળી. લૂંટના દસેક દિવસ અગાઉ જ છેલ્લું સત્તાવાર પાર્સલ મોકલાયું હતું. તો પછી લૂંટના દિવસે પાર્સલ કોણે મોકલ્યા? છુપાવીને કેમ? એમાં હતું શું? પોતાના કૉન્ટેકમાંથી લવ પબ્લિકેશનના મૅનેજર સરફરાઝ અલીનો નંબર મેળવ્યો. રાતના નવ વાગ્યા હતા છતાં એક રિપોર્ટર બનીને વાત કરવાનું વિચાર્યું. મોબાઇલની ઘંટડી વાગતી જ રહી. સરફરાઝ અલીને રોજ ઘરે આવ્યા બાદ ઇમેલ વાચતી વખતે મોબાઇલ ફોન સાયલન્ટ પર મુકી દેવાની આદત. મેજર મેજિશિયને બે-પાંચ મિનિટના અંતરે ત્રણ વાર નંબર ડાયલ કર્યો ત્યારે સરફરાઝ અલી ઇન્ટરનેટ ન્યુક્લીયર વૉર ઑન્દ આર્મ્સ પર કંઈક વાંચી રહ્યો હતો. નાનપણથી ન્યુક્લિયર સાયન્ટિસ્ટ બનવાનું સપનું ભલે સાકાર ન થયું પણ આ વિષયે સરફરાઝનો કેડો મૂક્યો નહોતો હો. કૉમ્પ્યૂટર સ્ક્રીન પર કંઈક જોઈને એની આંખમાં ચમક આવી ગઈ. "દુનિયા કો જલ્દ હી દિખા દુંગા કિ સરફરાઝ અલી કૈસી ગજબ કી બલા હૈ?

૨૧

લવ પબ્લિકેશનમાંથી કોઈક કળા કરી ગયું, એવી શંકા અપ્પાસાહેબ રાવને જાગી. મોટેભાગે તેઓ પ્રકાશ શેષાદ્રિ ઉર્ફે પક્યાને કામ સોંપી દે. ક્યારેય લોચો વળ્યો નહોતો. પક્યો ખૂબ ચીવટવાળો, પ્રામાણિક અને વફાદાર, એવું અપ્પાસાહેબ માને એટલે કામની પદ્ધતિ કે વિગતોમાં પડવાની માથાફૂટ ન કરે. પણ પોતાની રાજકીય કારકિર્દી, ઇમેજ અને જીવનની બરાબરની વાટ લાગી ગઈ. આથી અપ્પાસાહેબે પક્યાને બોલાવીને જિજ્ઞાસાવશ પૂછ્યું કે એ મહત્ત્વની કામગીરી કેવી રીતે પૂરી પાડી. પક્યાએ એક પળનો વિલંબ કર્યા વગર લવ પબ્લિકેશન થકી કરેલી વ્યવસ્થાની વાત કરી. પક્યાએ વધુ વિગતો જાહેર કર્યા વગર આ વ્યવસ્થા કરી હતી. અપ્પાસાહેબને થયું કે કોઈ જાણતું નહોતું કે પાર્સલમાં હતું શું તો પછી આ અફરાતફરી થઈ કેવી રીતે? ક્યાંક પક્યો તો... ના, ના જીવનમાં આજ સુધી તેણે ક્યારેય છેહ નથી આપ્યો, મારા શબ્દો ઉથાપ્યા નથી પણ આ કામ ક્યાં સાધારણ હતું.

અપ્પાસાહેબે દાણો દાબી જોયો: "પક્યા એક કામ કર. તેં જેને કામ સોંપ્યું હતું એની પાસેથી વાત કઢાવી જો. કંઈક મળે તો ખબર પડે કે આવી કાતિલ કળા કરી ગયું કોણ?" તરત જ પક્યાએ ફોન કર્યો, "થોડા સા કામ હૈ. આજ મિલો શામ કો." વાત કરતી વખતે તે જોતો હતો અપ્પાસાહેબ ભણી જ.

"ઠીક હૈ... કલ મિલેગે સુબહ નૌ બજે."

પછી અપ્પાસાહેબને જણાવ્યું કે, "દીકરીના લગ્નની ખરીદી કરવા પુણે ગયો છે. આજે રાતે આવશે."

*

બીજા દિવસે મેજર મેજિશિયન પહોંચી ગયા લવ પબ્લિકેશનની ઑફિસમાં. મૅનેજર સરફરાઝ અલીએ ઉડાઉ જવાબ આપ્યો કે કયું પાર્સલ ક્યાં, ક્યારે ગયું એની જાણકારી ટ્રાન્સપોર્ટનું સંભાળનારા જયંત ટેમ્પોની છે."

"આ કેવું નામ?"

"સર, એક જમાનામાં એની પાસે ટેમ્પો હતો જેની ખૂબ ડિમાન્ડ હતી. એટલે એ નામ પડી ગયું. એક્સિડન્ટમાં ટેમ્પો ખતમ થઈ ગયો. સાતેક વરસથી

અમારી કંપનીમાં છે.”

“કેવો માણસ છે?”

“મને બહુ પરિચય નથી, પણ કામમાં પાક્કો. કાયમ કડકી હોવાનાં રોદણાં રડે. હમણાં દીકરીનાં લગ્ન છે એટલે વધુ કકળાટ કરે. જોકે કાલે જ લગ્નની ખરીદી કરવા માટે રજા લીધી હતી.”

“ઓહ! રજા પર છે લાંબી?”

“ના, ના. એક જ દિવસની રજા.”

“તો ક્યારે આવશે આ જયંત ટેમ્પો?”

“એ લોકોનું કામ મોડે સુધી ચાલે એટલે બપોરે એક-બે વાગ્યે આવે.”

“તો હું બપોરે મળવા આવું એને.” આટલું કહીને મેજર મેજિશિયન રવાના થયા, ને સરફરાઝે ઇન્ટરનેટ સર્ચ પર હિન્દી શબ્દો મૂક્યા: પરમાણુ શસ્ત્ર.

*

શસ્ત્રસજ્જ થઈને આવવાની જ સૂચના પક્યાએ બંડુને આપી હતી. ખાર ઈસ્ટના સસ્તા નાનકડા બાર-રેસ્ટોરાંમાં પક્યો રાહ જોઈ રહ્યો હતો જયંત ટેમ્પોની. દસેક મિનિટમાં એ આવ્યો. એને જોઈને વેઇટર રમની ક્વૉર્ટર અને કોલ્ડ ડ્રિન્ક મૂકી ગયો. પક્યાને નવાઈ લાગી કે ભરબપોરે રમ પીવાનો?

જયંત ટેમ્પોએ ડાબા પગનું ખરજવું ખંજવાળતા જવાબ આપ્યો; “ટેન્શન ચોબીસ કલાક રહેતા હય તો દારૂ કા ટાઈમ કાય કુ?”

તેણે અડધું ક્વૉર્ટર ગ્લાસમાં ઠાલવ્યું. એમાં કોલ્ડ ડ્રિન્ક નાખીને એકીશ્વાસે અડધો ગ્લાસ ગટગટાવી ગયો. “બોલા ભાઉ, નવીન કામ હય કોઈ?

“કામ તો બોત આયેગા જલદી. મગર એક બાત જાનને કા હય...”

“બોલા બોલા...”

“વો લાસ્ટ ટાઈમ પાર્સલ ભેજા ઉસમેં કોઈ પ્રૉબ્લેમ નય આયા ન?”

“ભાઉ, તીસ સાલ કા એક્સપિરિયન્સ હય અપના ટ્રાન્સપોર્ટ કા. પ્રૉબ્લેમ આયેગા કૈસે?”

“વો તો વિશ્વાસ હૈ મેરે કુ. મગર કોઈ પાર્સલ ખૂલ ગયા હો, કિસી ને ખોલા હો યા પૂછતાછ કિયા હો...”

“નહીં રે બાબા. હમારે કંપની કે કાર્ટૂનમેં તુમને દિયા વો પૅકેટ રખ દિયા. કિસી કે કાર્ટૂન ખોલને કા સવાલ નય. મેરે કુ કોન સવાલ કરેગા?”

“મતલબ યે કામ કે બારે મેં હમ દોનો ચ જાનતે હય. બરાબર?:

“એકદમ બરાબર”, કહીને જયંત ટેમ્પોએ બીજો ઘૂંટડો ભરીને ગ્લાસ ખાલી કર્યો. પક્યો વિચારમાં પડી ગયો. તેણે મોબાઇલ હાથમાં લીધો. “ઇધર નેટવર્ક

દાદલો / 91

કા પ્રૉબ્લેમ હય. આયા એક મિનિટમેં." પક્યો ઊભો થઈને બહાર ગયો. સામેના દેશી દારૂના અડ્ડામાં બેસેલા બંડુને ફોન કર્યો: "દસ મિનિટ મેં મૈં એક આદમી કે સાથ નીકલેગા. ઉસ કો સંભાલ લેના."

*

પીટરે ગુનાખોરી આલમમાં અપરાધીઓ અને એમની મોડસ ઓપરેન્ડીનો ખૂબ અભ્યાસ કર્યો હતો. એ બધા પરથી એ કેટલાંક તારતમ્ય પર આવ્યો હતો. એક, અપરાધના સ્થળે પોતે ચહેરો ન દેખાડવો. બે, એકથી વધુ માણસોને કામ સોંપવું. ત્રણ, બધા માણસોની પસંદગી અલગ-અલગ સ્થળેથી કરવી. ચાર, આ લોકોને કામની બહુ ઓછી માહિતી આપવી. પાંચ, માણસોની પસંદગી અપરાધના સ્થળથી દૂરની જગ્યાએથી કરવી કે જેથી સ્થાનિક પોલીસ પાસે એમના રેકૉર્ડ ન હોય. છ, બધા એકમેકને ઓળખતા ન હોય અને નિકટ ન આવે એની ચોકસાઈ રાખવી. સાત, પસંદ કરેલા માણસોના મનમાં એકમેક માટે શંકા અને અવિશ્વાસ જગાવતા રહેવા. આઠ, કામ પતી ગયા પછી બધાને દૂર રવાના કરી દેવા. નવ, માલની વહેંચણીમાં ઉતાવળ ન કરવી. દસ, આ માણસોને ફરી ક્યારેય ન મળવું.

પોતાના ટેન કમાન્ડમેન્ટ પર પીટર નજર નાખી રહ્યો હતો. એને લાગતું હતું કે અત્યાર સુધી પોતે સફળ રહ્યો છે, એક મનિયા સિવાય. હવે રૂલ નંબર નવ અને દસનો અમલ કરવાનો છે. માલ સુધી પહોંચવામાં પોતે ઉતાવળ નથી કરી પણ હવે વધુ જોખમ લેવું નથી. આ બધાને એમનો હિસ્સો આપીને કાયમ માટે જતું રહેવું, દૂર બહુ દૂર ને ત્યાં જઈને બની જવાનું...

*

પૂર્વ પ્રદેશના નવાસવા મુખ્ય પ્રધાન અજિત કુમાર રાજાએ રાજ્યના વિકાસ અને પ્રજાની પ્રગતિને ધ્યાનમાં રાખીને મહત્ત્વની જાહેરાત કરી કે મારી સરકાર કોઈ પ્રોજેક્ટના વિરોધમાં નથી. એટલું જ નહીં, રાજ્યમાં નવા સાહસ માટે હું ઉદ્યોગપતિઓને આમંત્રણ આપું છું, પરંતુ હા, મારી સરકારની એક શરત જૂના અને નવા બધા પ્રોજેક્ટને લાગુ પડશે કે ૭૫ ટકા રોજગાર સ્થાનિકોને જ મળવો જોઈએ.

ટીવી પર આ જાહેરાત વચ્ચે જ કમલકાંતનો ફોન આવ્યો, "પૂર્વ પ્રદેશમેં તો નયા પ્રૉબ્લેમ નિકાલા આપ કે રાજાને..."

"કોઈ પ્રૉબ્લેમ નહીં હૈ જિ. ચુનાવી ઘોષણાપત્ર મેં વાદા કિયા હૈ તો બોલના પડેગા હી. કૌન ગીનનેવાલા હૈ કિ પચત્તર પ્રતિશત કર્મચારી સ્થાનિક હૈં યા નહીં? આપ તૈયારી શુરુ કર દીજિએ અબ."

92 / દાદલો

આટલું જોઈને કમલકાંતે ચેનલ ફેરવી તો રાજ્યના મુખ્ય પ્રધાન આનંદ પાટિલ પર સ્ટોરી ચાલતી હતી. તેમણે તરત પાટિલને ફોન ઘુમાવ્યો: "યે ગોપાલ રાવ કો સીધા રખને કા એક તરીકા યાદ આયા." પોતાની વાત પૂરી કર્યા બાદ ગોપાલ રાવને ગુડ-ન્યૂઝ આપ્યા કે જે સપનું તમે જાહેર નથી કર્યું એ સાકાર થવામાં છે. ગોપાલ રાવને કંઈ સમજાયું નહીં કે કમલકાંત શેની વાત કરે છે. અને આટલી બધી મહેરબાની શા માટે? ત્યાં જ કમલકાંતે છેલ્લું વાક્ય ઉમેર્યું: "બને એટલા અપ્પાસાહેબથી દૂર રહેવાનું ભુલાય નહીં."

*

એ સાંજે જ બાંદરાની ખાડી પાસેના ઝાડીઝાંખરામાં કોઈનું શબ હોવાનો પોલીસ સ્ટેશનમાં ફોન આવ્યો. તાત્કાલિક પોલીસ ટુકડી ઘટનાસ્થળે પહોંચી તો એક માણસ ઊંધે માથે પડ્યો હતો, ને એના માથાના ભાગમાં લોહીનું ખાબોચિયું હતું. લોહી સુકાઈ ગયું હતું, ને એના પર માખીઓ બણબણી રહી હતી. આ મર્ડર ઘણાં માટે અણધારી ઉપાધિ સાબિત થવાનું હતું.

બંદુ એકદમ જડ અને સાવ લકીરનો ફકીર. બાવડા વાપરી જાણે પણ બુદ્ધિનો સાવ બળદ. પક્યાએ ફોન પર સૂચના આપી એટલે જયંત ટેમ્પોનો પીછો કર્યો. એ ચાલતો ચાલતો જતો હતો એટલે બંદુએ અનુકરણ કર્યું. બાંદરા વેસ્ટમાં ખાડી પાસેની પોલીસ વસાહત ભણી જયંત આગળ વધતો હતો, ત્યારે ઝાડી નજીક કોઈની અવરજવર નહોતી. રસ્તામાં દોઢ ફૂટ લાંબો પાઇપનો ટુકડો દેખાયો એ બંદુએ ઊંચકી લીધો. ઉતાવળે પગલે એ જયંત ટેમ્પોની સાવ નજીક પહોંચી ગયો. આગળ પાછળ નજર ફેરવી તો કોઈ દેખાયું નહીં. ચિત્તાની ચપળતાથી એ જયંત ટેમ્પો પર કૂદયો. ડાબો હાથ એના મોઢા પર મૂક્યો અને ઝાડી-ઝાંખરામાં ખેંચીને ધક્કો માર્યો. જયંત ઊભો થાય એ પહેલા માથા પર એટલા જોરથી લોખંડનો પાઇપ ફટકાર્યો કે ખોપરી ફાટી ગઈ. બંદુને પોતાની તાકાત પર અતિ વિશ્વાસ એટલે પાછળ ફરીને જયંત ટેમ્પો સામે એક વાર પણ જોયા વગર ખાડી તરફ ચાલવા માંડ્યો. તેણે હતું એટલું જોર વાપરીને લોખંડનો સળિયો ફંગોળ્યો, તો એ ખાડીમાં જઈને પડ્યો. એ સમયે ખાડી પરના પુલ ઉપરથી પસાર થતી ભરચક ટ્રેનના એકેય પ્રવાસીને ખબર ન પડી કે તેઓ મોતના કાતિલ હથિયાર પરથી પસાર થઈ રહ્યા છે.

જોકે આ બધું માત્ર બંદુ જાણતો હતો. જયંત ટેમ્પોની લાશ જોઈ રહેલા બાંદરા વેસ્ટ પોલીસ સ્ટેશનના ઇન્સ્પેક્ટર અને હવાલદાર માટે આ બધું શોધી કાઢવાનું બાકી હતું. બંદુએ જયંત ટેમ્પોના ગજવામાંની બધી ચીજો એમને એમ રહેવા દીધી હતી. એમાંથી એનું લવ પબ્લિકેશનનું આઈ-કાર્ડ પોલીસને મળ્યું. આસપાસ હથિયાર શોધવાની નિષ્ફળ કોશિશ બાદ પોલીસે લાશને પોસ્ટમૉર્ટમ માટે હટાવવાનો આદેશ આપ્યો.

*

મેજર મેજિશિયન કંટાળી ગયા હતા. એ ક્યારના સરફરાઝ અલીની કૅબિનમાં બેઠા હતા. સરફરાઝ પણ અકળાતો હતો. બે-ત્રણ વાર માણસોને કહીને જયંત ટેમ્પોને ફોન કરાવ્યો પણ મોબાઇલ બંધ આવતો હતો. મેજરે ઔપચારિકતા પૂરતી ચા-કૉફીની ઑફર કરી પણ નનૈયામાં જવાબ મળતા એ પાછો પરમાણુ

શસ્ત્ર અંગેની મેટર કોપી કરીને એક પેજ પર પેસ્ટ કરવાના કામે લાગી ગયો. સાથે કેટલાક ફોટા પણ સેવ કરતો હતો.

સરફરાઝ અલીના મોબાઇલ ફોનની ઘંટડી વાગી, તેણે ફોન ઉપાડ્યો. "હલ્લો... યસ સ્પીકિંગ... વ્હોટ? .. યસ યસ એની ટાઇમ, આઇ એમ હિઅર ઑનલી." ફોન કટ કરીને સરફરાઝ અલીએ મેજર મેજિશિયન સામે જોયું. "હવે જયંત ટેમ્પોની રાહ જોવાની જરૂર નથી."

"અરે વાહ આવી ગયો?"

"ના, ક્યારેય નહીં આવે. એનું મર્ડર થયું છે."

"વ્હોટ? અરે પણ..."

"બાંદરા ખાડી પાસે લાશ મળી છે. એક્સક્યુઝ મી, થોડી વારમાં પોલીસ આવે છે પૂછપરછ કરવા, એ અગાઉ હું મારું કામ પતાવું?"

"ઓ.કે. થેન્કસ," મેજર ઊભા થઈને ચાલવા માંડ્યા. એમના મનમાં એક વાત ઘર કરી ગઈ કે રાહબર કુરિયર રોબરી કેસની કોઈને કોઈ કડી લવ પબ્લિકેશન સાથે જોડાયેલી છે. હત્યાની વાત જાણીને મૅનેજરને ન આંચકો લાગ્યો કે ન દુ:ખ થયું? એને જયંત ટેમ્પો પર નફરત હતી કે ખૂન થવાનું છે એની જાણ હતી? અને અત્યારે જયંત ટેમ્પોનું ખૂન થયું એ શું સમજવું? કોઈ મને એના સુધી પહોંચવા નહોતું દેવા માગતું કે આ માત્ર યોગાનુયોગ છે. હું જયંત ટેમ્પોને મળવા માગું છું એની માત્ર સરફરાઝ અલીને ખબર હતી. ને આ કેસની હું તપાસ કરું છું એ ફકત હેમાંગ પટેલ જાણે છે. ક્યાંક સરફરાઝે પોતાના પાપ છુપાવવા તો જયંતનું કાસળ કાઢી નથી નાખ્યું ને? મેજર મેજિશિયનને એક ફિલ્મ યાદ આવી ગઈ. ફિલ્મ 'ખોજ'માં કીમી કાટકરની હત્યા થાય છે. એનો પતિ રિષી કપૂર હાંફળોફાંફળો થઈને ફરે છે, પણ... ક્યાંક હેમાંગ પટેલ તો પોતે લાચાર વિક્ટિમ ઠેરવીને મોટો ખેલ પાડી નથી રહ્યોને? એના ઘરમાં બે માસ્કમેન ઘૂસી ગયા. એને અને એની પત્ની-બાળકોને જીવતા છોડી મુકાયાં, જરાય મારપીટ વગર. આ પહેલો કેસ હશે જેમાં હું પોતાના અસીલ પર શંકા કરું છું.

*

બધા રાજકીય પંડિતો અને મીડિયાને આંચકો આપીને મુખ્ય પ્રધાન આનંદ પાટિલે પ્રધાનમંડળનું વિસ્તરણ કર્યું. ગોપાલ રાવના જૂથના એક પ્રધાનને બઢતી આપીને ગૃહખાતું સોંપી દીધું. એટલું જ નહીં, યુવા નેતૃત્વને તક આપવાને નામે ગોપાલ રાવના દીકરા અશોક રાવને રાજ્યકક્ષાનો પ્રધાન બનાવી દીધો. કમલકાંતના માસ્ટર સ્ટ્રોકે મુખ્ય પ્રધાન આનંદ પાટિલ અને ગોપાલ રાવને કાયમ માટે પોતાના ગુલામ બનાવી દીધા. કમલકાંત કોઈ પણ સંજોગોમાં પોતાની

આબરૂનો ધજાગરો કરાવનારા અપ્પાસાહેબને માફ કરવા માગતો નહોતો. કમલકાંતના માણસને ગોપાલ રાવના એક વિશ્વાસુએ મોટીમસ ફાઇલ આપી, જેમાંના ચોંકાવનારા દસ્તાવેજો આગામી દિવસોમાં બહુ મોટું રાજકીય તોફાન લાવવાના હતા.

*

જયંત ટેમ્પો પર હત્યાને દિવસે આવેલા ફોનની ચકાસણીમાં પોલીસ સુધી પક્યાનો નંબર પહોંચી ગયો. પ્રૉબ્લેમ એ હતો કે એ નંબર પુણે પાસેના લોણંદ ગામનો હતો, જે પક્યાનું વતન હતું. કદાચ એના આધારકાર્ડ અને વૉટર્સ કાર્ડ પણ લોણંદના હશે, પરંતુ એ નંબરનું લોકેશન મુંબઈમાં મળતા પોલીસને આશ્ચર્ય થયું. આ કારણસર જ એ શંકાના ફોકસમાં આવ્યો.

આ નંબરની વધુ તપાસ કરતા જાણવા મળ્યું કે હાલ એનું લોકેશન અપ્પાસાહેબ રાવના ઘરમાં છે. પોલીસ મુંઝાઈ ગઈ કે કરવું શું? અપ્પાસાહેબ જેવા મોટા માણસના ઘરે જવામાં ઘણાં જોખમ છે, ખૂબ મોટા જોખમ ક્યાંક વાત લીક થઈ જાય કે અપ્પાસાહેબ વિફરે તો ઘણાની બદલી થઈ જાય. વાઘના મોઢામાં હાથ નાખવો કે રહેવા દેવો?

આ માહિતી સૂર્યવંશી પાસે પહોંચી એટલે તેમની આંખમાં ચમક આવી ગઈ. અપ્પાસાહેબ ક્યાંક મને કામ સોંપીને અગાઉથી સલામતીનું કવચ તો મેળવી રહ્યો નહોતોને? સૂર્યવંશીને રસપ્રદ રમત ખેલાતી દેખાઈ. આ રાજકીય ચેસની રમતમાં હું માત્ર પ્યાદો છું? ના, ના, ના. એક નાનકડું પ્યાદું ય પોતાના ઘરેથી આગળ વધતું સામેની બાજુની છેલ્લી લાઇનમાં જઈને વજીર બની શકે છે. હવે એ જ કરીશ હું.

*

પીટરે પોતાની રીતે ત્રણેય કાર પનવેલના એક ગામડામાં આવેલા ખેતરમાં મગાવી લીધી. ફરી એ જ કીમિયો, એક ડ્રાઇવર સાથે હેલ્પર. એ ખેતરમાં બે માળનું એક મકાન હતું, જે તૂટી પડવાને વાંકે ઊભું હતું. આ ખેતરના વારસદારો વચ્ચે વરસોથી કાનૂની ખટલો ચાલતો હતો. ટેક્નિકલી આ ખેતર અદાલતના તાબામાં હતું. પીટર ફર્નાન્ડિસ કટર અને કાતર લઈને આવ્યો હતો. નાના-નાના પૅકેટ તેણે ન ખોલ્યા. હીરાના પડીકાય અકબંધ રહેવા દીધા. એ જાણતો હતો કે આ પડીકા પોતાના કોઈ માણસના હાથમાં જાય અને એ માર્કેટમાં વેચવા નીકળે તો પકડાતા વાર ન લાગે. આ ઉપરાંત થોડાં ઘરેણાંય હતાં આ બધાને હમણાં હાથ જ ન લગાડાય.

પીટરે જોયું કે, કેટલાક કવર પર રોકડ રકમનો આંકડો પેન્સિલથી લખેલો

હતો. આ બધા કવર તેણે બાજુમાં મૂક્યા. આ કવર પર પોતાના ફિંગર પ્રિન્ટ્સ ન આવે એ માટે પીટરે મેડિકલ ગ્લોવ્ઝ પહેરી રાખ્યા હતા. આવા કવરની રકમનો સરવાળો અંદાજે પાંચ-છ કરોડ થતો હતો. આ ઉપરાંત ઘરેણાં અને હીરા. પીટરને થયું કે છ એ છ જણને બબ્બે લાખ આપીશ તોય ઘણું વધવાનું. એનાથી પોતે લાઈફટાઈમ જલસો જ જલસો.

આ બધું જોઈ લીધા બાદ તેનું ધ્યાન પૂઠાંના મોટા કાર્ટૂન પર ગયું. લવ પબ્લિકેશનના પાર્સલ ખોટા ઉપાડી લાવ્યા બેવકૂફો. લાવ જોવા તો દે કે અંદર કેવાંક પુસ્તકો છે? પીટરે વધુ પડતી ચોક્સાઈ સાથે લગાડાયેલી સેલો ટેપ કાઢી. કેટકેટલી સેલો ટેપ ચોંટાડી હતી બાપ રે. એ ત્રાસી ગયો અને એક વાર કાર્ટૂન ખોલવાનો વિચાર માંડી વાળ્યો. પછી જોયું કે હવે બધી ટેપ નીકળી જ ગઈ છે. તેણે હાથ ઊંચો કરીને કાર્ટૂનને ઢાળી દીધું. એનું ઢાંકણું ખોલ્યું અને જે બહાર નીકળ્યું એ જોઈને એના મોતિયા મરી ગયા. પગ પાણી-પાણી થઈ ગયા. શરીર પર પરસેવો વળવા માંડ્યો. એ માંડ પડતા રહી ગયો અને નીચે બેસી પડ્યો.

૨૩

આસિસ્ટન્ટ પોલીસ કમિશનર સૂર્યવંશીએ પોતાના ખબરી થકી જયંત ટેમ્પોની હત્યાની કડી મોટા રાજકીય નેતા સુધી પહોંચતી હોવાની મભમ વાત વહેતી કરી દીધી. એક સ્થાનિક ચેનલે ધડાકાભેર-બ્રેકિંગ ન્યૂઝ આપ્યા, પણ થોડી વારમાં જ કોઈક અગમ્ય કારણસર બ્રેકિંગ ન્યૂઝ આવતા બંધ થઈ ગયા.

આ ન્યૂઝની વાત કમલકાંત પાસે પહોંચી. એટલે તેણે રિટાયર્ડ એન્કાઉન્ટર સ્પેશ્યલિસ્ટ મયંક ગુપ્તાને માહિતી પહોંચાડી. ગુપ્તાએ પોલીસ ખાતામાં રહેલા પોતાના મિત્રો પાસેથી જાણી લીધું કે આ રાજકારણી અપ્પાસાહેબ રાવ છે. સૂર્યવંશી નવો દાવ રમ્યા. તેમણે પોતાના અનલિસ્ટેડ નંબર પરથી અપ્પાસાહેબને માહિતી આપી કે જયંત ટેમ્પો નામના માણસના મર્ડરના કેસમાં આપને બદનામ કરવાનું કાવતરું ઘડાયું હોવાનું જાણવા મળ્યું છે. અપ્પાસાહેબને પરસેવો વળી ગયો. તેમણે પક્યાને પૉઇન્ટ બ્લેન્ક સવાલ કર્યો: 'કોઈ જયંત ટેમ્પોને તું ઓળખે છે?'

આ સવાલથી પક્યાને આંચકો લાગ્યો, પણ તેણે હકીકત કબૂલી લીધી: 'રાહબર કુરિયરની બધી વ્યવસ્થા में જયંત મારફતે કરી હતી. હવે આ મામલો ખૂબ ગરમ થઈ ગયો એટલે में એને રસ્તામાંથી હટાવડાવી નાખ્યો.'

અપ્પાસાહેબ આંખ બંધ કરીને વિચારમાં પડી ગયા. પક્યો એમના ચહેરા સામે જોઈ રહ્યો. અપ્પાસાહેબે પાંચ મિનિટ બાદ અચાનક આંખ ખોલી, "કોણ છે એ તારો માણસ?"

"બંડુ. ગોંદિયાનો છે. ખૂબ ચાલાક છે."

"કેટલામાં નક્કી થયું હતું?"

"એક લાખમાં. ૨૫ હજાર આપી દીધા છે."

"સરસ. એને બીજા બે લાખ આપી દે. એને બોલ કે એકદમ ગાયબ થઈ જાય ત્રણ-ચાર મહિના."

"અપ્પાસાહેબ આટલા બધા?"

અપ્પાસાહેબ ખિજાયા, "મારી આબરુ અને તારા જીવથી વધુ તો નથી ને? એને ફોન લગાવીને આરે કોલોનીમાં ન્યૂઝીલેન્ડ હૉસ્ટેલ પાસે મળવા બોલાવ."

આદેશનું અક્ષરસ: પાલન કરીને તરત જ ફોન કરીને પક્યાએ બંડુને કલાક

બાદ ગોરેગાંવની આરે કોલોનીમાં ન્યૂઝીલેન્ડ હૉસ્ટેલ પાસે મળવા બોલાવ્યો-ખૂબ અર્જન્ટ કામ છે એમ કહીને. પછી પક્યો ટેબલ પર ફોન મૂકીને તિજોરીમાંથી બે લાખ રૂપિયા લેવા ગયો. અપ્પાસાહેબે પક્યાનો ફોન ઉપાડી લીધો. લાસ્ટ ડાયલ નંબર એટલે કે બંડુનો નંબર રિડાયલ કર્યો.

સામેથી ફોન ઉપાડીને અકળાટ સાથે બંડુએ પૂછ્યું, "આતા કાય પક્યા ભાઉ?"

"ધ્યાનથી સાંભળ. તને ૭૫ હજાર આપવાના બાકી છે, પણ સવા લાખ વધુ મળશે."

"કરવાનું શું છે?"

"પૈસા આપવા આવનારા પક્યાને ખતમ કરી નાખ."

"શું? પક્યાને જ..."

"નહીંતર જયંત ટેમ્પોના મર્ડરમાં તો તું જલદી પકડાઈ નહીં જાય, પણ એન્કાઉન્ટરમાં માર્યો જઈશ. સમજ્યો?"

"પણ... પક્યો તો..."

"કોઈક તારા પર નજર રાખે છે. લોચો માર્યો તો મર્યો સમજ. કા વધારાના સવા લાખ લઈ લે કાં સવા કરોડનો જીવ આપી દે. સારું એ તારું."

સામે છેડે બંડુ ગેંગેફેફે થઈ ગયો. અપ્પાસાહેબે ફોન કટ કરીને ટેબલ પર મૂકી દીધો. પક્યો રોકડ રકમ લઈને આવ્યો, ને મોબાઇલ ફોન ઉપાડ્યો. તો અપ્પાસાહેબે ઠપકાર્યો: 'મોબાઇલ લઈને જા તો તારા લોકેશનની પોલીસને ખબર પડી જાય એટલી તો અક્કલ વાપર.'

પક્યો અપ્પાસાહેબ સામે જોઈ રહ્યો કે મારી કેટલી ફિકર કરે છે તેઓ? તે ગળગળો થઈને અપ્પાસાહેબને પગે લાગવા ગયો તો અપ્પાસાહેબે એને ગળે લગાડી લીધો, જીવનમાં પહેલી વાર.

"ખરેખર, પક્યા તું ખૂબ વફાદાર છો. દર જન્મે મને મળતો રહેજે."

આંખ લૂછતા પક્યાએ સવાલ કર્યો, "હું ક્યાંય જવાનો નથી હો અપ્પાસાહેબ." એ ચાલતો થયો. અપ્પાસાહેબ વિચારમાં પડી ગયા. પોતાને રાહબર સાથે જોડતી જયંત ટેમ્પો નામની કડી પક્યાએ હટાવી દીધી. તો મારે પક્યાને દૂર કરવો જ પડે ને? રાહબર સાથે મને જોડતી એક માત્ર વ્યક્તિ તો એ જ છે ને!

*

પીટર જાણે હોશકોશ ગુમાવી બેઠો હતો એને સમજાતું નહોતું કે આ બધું છે શું? કેવી રીતે થઈ ગયું? હવે કરવું શું? પીટરને કલ્પના હતી કે રાહબર કુરિયર કંપનીની લૂંટમાંથી મૅક્સિમમ ૮-૧૦ કરોડ મળી શકે પણ હાથમાં આવ્યા માત્ર છ કરોડ. રકમ પણ પર્યાપ્ત હતી એનું સપનું સાકાર કરવા માટે. એના

માટે જ આખો ખેલ રચ્યો હતો તેણે. આ રકમમાંથી તે જીવનભર આરામથી જીવવા માગતો હતો, પોતાની રીતે. પણ આ બધા પૂઠાંના બૉક્સ ખોલીને જોયું. પહેલા બંડલમાંથી ઇતિહાસની ગાઇડ નીકળી એને થયું કે હું તો ભવિષ્ય સુધારવા નીકળ્યો છું મારે ઇતિહાસનું શું કામ? બીજા બંડલમાંથી સોળ સોમવારના વ્રતની કથાની ચોપડી, ત્રીજું બંડલ ખોલતા જ આંખ ફાટી પડતાં રહી ગઈ. બે બે હજારની નોટના બંડલ હતા. પૂઠાંના કાર્ટૂનમાંથી રોકડના પહેલા બંડલમાંની નોટ ગણીને એને ખાતરી થઈ ગઈ કે બંડલમાં સો-સોની નોટ છે. પીટરે ફરી નોટ ગણી. હા, એક બંડલમાં હતા પૂરા બે લાખ રૂપિયા. તેણે પૂઠાંના કાર્ટૂનમાંથી બહાર પડેલા બીજા બંડલ સામે જોયું અને કંઈક વિચાર આવતા એને જાણે ચક્કર આવવા માંડ્યા...

*

પક્યાના ફોનની ઘંટડી વાગી. અપ્પાસાહેબને સામેથી બંદુએ ટૂંકમાં સમજાવ્યું: 'રોકડા મિલ ગયા, આપ કા કામ હો ગયા.' અપ્પાસાહેબ ખુશખુશાલ થઈ ગયા. ફોન બાજુમાં મૂકીને આદતવશ એમના મોંઢામાંથી નીકળી ગયું: 'અરે પક્યા, સુન તો જરા...' પણ પછી નવી વાસ્તવિકતાએ મન-મગજ પર કબજો જમાવી લીધો. એમનાથી આપોઆપ બે હાથ જોડાઈ ગયા અને મોંઢામાંથી નીકળી ગયું: 'હે ઈશ્વર, પક્યાના આત્માને શાંતિ આપજે.'

**

કોલકાતાની સેવન સ્ટાર હૉટેલમાં દેશના ચાર આગેવાન ઉદ્યોગપતિ બેઠા હતા. એમની સામે હતા કમલકાંત. પહેલી વાર એમના ચહેરા પરનું નૂર ઊડી ગયેલું દેખાતું હતું. પહેલી વાર ખુલાસો કરવાની, આજીજી કરવાની નોબત આવી હતી કૃષ્ણકાંતને. કોઈ કાવતરું નહોતું. માત્ર અકસ્માત કહીએ કે યોગાનુયોગ.

"આ સ્વીકારી લઈએ તો કાલે આપની સાથે યોગાનુયોગે અકસ્માત ન થઈ શકે?"

"વ્હૉટ? મ મ મને ધમકી આપો છો?"

"ના. ધમકી નથી, ચેતવણી છે. આ આખો ખેલ રૂપિયાનો છે, ને જવાબદારીનો છે. તમે બન્નેમાં ફેઇલ ન થયા?"

"આમાં મારી ભૂલ છે?"

"હા, એકસો એક ટકા. ખોટા માણસો પર વિશ્વાસ કર્યા, ખોટું સ્થળ પસંદ કર્યું અને ખોટી પદ્ધતિ પણ..."

"એવું કંઈ નહોતું..."

"ખેર, તમે જાણો છો કે કારણોની ચર્ચામાં વેડફવાનો સમય નથી અમારા

100 / દાદલો

ગ્રૂપ પાસે. તમે માગો એ હાજર થતું હોય તો પરિણામ પણ એવું જ જોઈએ કે નહીં?”

“બટ ધીસ ઇઝ ફર્સ્ટ ટાઇમ...”

“આવા સોદામાં પહેલી ભૂલ જ અંતિમ બની જાય, એ કહેવાની જરૂર ખરી?”

“પણ મેં કામ તો મૅનેજ કરી આપ્યું ને? પૂર્વ પ્રદેશના મુખ્ય પ્રધાને વચન આપ્યું છે.”

“એ વાયદાનો સોદો થયો. આપણે રોકડાનો કરવાનો હતો, એના માટે પેમેન્ટ કરાયું હતું, હાર્ડ કેશ.”

“જુઓ, એ હાર્ડ કેશ પણ પાછા મળી જશે.”

“કમલકાંતજી મળી તો જશે પણ ક્યારે?”

“બહુ જલદી.”

“સવાલ જલદી કે મોડાનો નથી. સમય બોલો.”

“એક મહિનો મૅક્સિમમ.”

“આર યુ મેડ. એક મહિનાનું વ્યાજ કેટલું થાય?”

“પણ સાંભળો તો ખરા...”

“ના, તમે સાંભળો. પંદર દિવસ નહીંતર સોળમે-સત્તરમે દિવસે ટીવી ચૅનલ અને અખબારોમાં તમારા વખાણ થવા માંડશે.”

“એટલે?”

“અરે મૃતક માણસની જીવન-ઝરમરમાં થોડું કંઈ ઘસાતું બોલાય કે લખાય. કેવું લાગશે સ્વર્ગવાસી આદરણીય એસ. કમલકાંતજી?”

૨૪

મેરઠની સાકેત માર્કેટમાં મળતું કચોરી અને જલેબીનું કોમ્બિનેશન ખૂબ વખણાય. સવારના નાસ્તામાં આલુકી સબજી સાથે પહેલા કચોરી ખવાય અને મધુરેણ સમાપયેન થાય જલેબી સાથે. આ બ્રેકફાસ્ટને કેટલાક બેસ્ટ બ્રેકફાસ્ટ કહેતા, કારણ કે જીભમાં સ્વાદ રહી જાય અને બપોર સુધી પેટ ચૂં કે ચા ન કરે. આ તો પોપ્યુલર જોઇન્ટસની વાત પણ એ સમયે સંઘર્ષરત યુવાન કમલકાંત તો કડકોબાલુસ. તેણે સાકેત માર્કેટથી થોડે દૂર હાથ લારીમાં શરૂ કરી કે. કે. કચોરી-જલેબી ચાટ માર્ટ. પણ એ બનાવટ એ સ્વાદ લાવવા ક્યાંથી? માંડ કોઈ રડ્યોખડ્યો ગ્રાહક ફરકે, સસ્તો ભાવ જોઈને એક ડિશનો ઑર્ડર કરે પણ ચાખીને મોઢું કટાણું કરીને અપશબ્દો સંભળાવી દે. ઘણાં તો બળજબરી કરીને આપેલા પૈસા પાછા લઈ લે. એ વખતે અનુભવેલી મેરઠવાળી શરમ અને નાલેશી કમલકાંતને વરસો બાદ ફરી કોલકોતામાં યાદ આવી ગઈ.

આંખમાં ધસી આવતાં આંસુને રોકીને કમલકાંતે દાંત ભીંસ્યા. ચાર ઉદ્યોગપતિએ આપેલી ધમકીને જરાય હળવાશથી નહીં લઈ શકાય એ કમલકાંત સમજી ગયા. આ લોકો પોતાના પર બહુ મોટો દાવ રમ્યા હતા. અત્યાર સુધી પોતે નાનાં-મોટાં કામ સફળતાપૂર્વક કરી આપ્યાં હતાં. પણ આ કામ કલ્પના બહારનું હતું, ખૂબ મોટું. પોતાનું બ્રેકેટ બદલાઈ ગયું હોત, સ્ટેટસ બદલાઈ ગયું હોત, પણ પણ... પેલા અપ્પાસાહેબની લાલચ કે બેવકૂફીએ પોતાને ક્યાંયનો ન છોડ્યો.

આ ધનકુબેર ઉદ્યોગપતિઓ પોતાને રાજકીય, શારીરિક, આર્થિક અને માનસિક રીતે ખતમ કરવા સમર્થ છે.

કમલકાંતે માજી એન્કાઉન્ટર સ્પેશ્યાલિસ્ટ મયંક ગુપ્તાને અપડેટ માટે ફોન કર્યો, તો રાહબર કુરિયરના ટ્રાન્સપોર્ટ હેડ જયંત ટેમ્પોના ખૂનની કડી અપ્પાસાહેબ સુધી પહોંચતી હોવાની વાત જાણવા મળી. કમલકાંત આનંદ, જોશ અને રોષ સાથે બોલી પડ્યા: "આ કેસ વહેલામાં વહેલી તકે ઉકેલી આપો. છ મહિનામાં રાજ્યસભામાં ન મોકલાવું તો મારું નામ બદલી નાખજો તમે, પ્લસ છ રકમવાળું ઇનામ."

જોકે આ ઓફરથી મયંક ગુપ્તા ઝાઝા એક્સાઇટ ન થયા. એ રાજકારણીઓને બરાબર જાણતા હતા, કમલકાંતે વિશેય ઘણું સાંભળ્યું હતું, પરંતુ આ રોબરી કેસમાં આટલા મોટા માણસના અણછાજતા રસ લેવાનું કારણ શું? ગુપ્તાએ ત્રણ-ચાર ખબરીઓના ફોન ડાયલ કર્યા: 'મારે તાત્કાલિક આસિફને મળવું છે. હા, હા...હા, બી.કે.સી.ના રામુલુ પરચારી મર્ડર કેસમાં તાબામાં લીધા બાદ પોલીસે છોડી દીધો એ આસિફને. જો કે પોલીસે છોડી મૂક્યો હોવા છતાં પોતાને ગમે ત્યારે ફરી ઉપાડી લેશે એમ માનીને આસિફ તો પોતાના મામુને ઘરે કોપરખૈરાણે જઈને સંતાઈ ગયો હતો. કોપરખૈરાણે કે કોપરખૈરણે એટલે નવી મુંબઈ સબર્બન રેલવે નેટવર્કના નવી મુંબઈ સેક્ટરમાં થાણે-તુર્ભે-નેરુલ-વાશી લાઇન પર આવેલું લોકલ સ્ટેશન. આસિફ કોપરખૈરાણે ગયો હોવાની માહિતી બે ખબરી પાસેથી મળ્યા બાદ નવી મુંબઈના ખબરીને મયંક ગુપ્તાએ સૂચના આપી કે એક કલાકમાં મને આસિફનું ઍડ્રેસ મેળવી આપો. આટલું કહીને તેઓ કાર લઈને નીકળી પડ્યા કોપરખૈરાણે જવા, પરંતુ સાંજના ટાઇમે ટ્રાફિક એટલો બધો મળ્યો કે ન પૂછો વાત. ખબરીને એક કલાકની મહેતલ આપ્યા બાદ બે કલાકમાં મયંક ગુપ્તા હજી કોપરખૈરાણે એટલે કે આસિફથી ઘણા દૂર હતા. ગુપ્તાને થાક લાગવા માંડ્યો અને કંટાળો પણ આવવા માંડ્યો.

*

ન થાક લાગ્યો કે કંટાળો આવ્યો પીટર ફર્નાન્ડિઝને. એ ગાંડાની જેમ મોટા કાર્ટૂનમાંથી એક પછી એક બંડલ ખોલતો હતો.

માત્ર ઉપરની થપ્પીમાં પુસ્તકો હતાં. નીચે કરન્સી નોટનાં બંડલ હતાં. બધાં બંડલ રૂપિયા બે હજારની નોટનાં હતાં. છતાં યંત્રવત્ પીટર એક-એક નોટ ગણતો હતો. બંડલમાં પૂરી એક સો નોટ હતી. પીટર બે-બે લાખ રૂપિયાનાં આ બંડલ એક બાજુ મૂકતો હતો. એક બંડલ મૂકીને બીજું ઉપાડતો હતો. ઉપરનો કાગળ ફાડતો હતો અને પછી નોટ ગણવા માંડતો હતો. કોઈ જુએ તો લાગ્યા વગર ન રહે કે આ માણસ તો સાવ વિચિત્ર છે. પરંતુ લોકોના અભિપ્રાયની તો ઠીક, ભૂખ-તરસ-પરસેવાની પરવા કર્યા વગર પીટર ફર્નાન્ડિઝ એક જ કામ કરી રહ્યો હતો, એક-એક બંડલની નોટ ગણવાનું. બાજુમાં બંડલ પર બંડલ ખડકાતાં જતાં હતાં.

*

"બંડલ મારા તો ગોલી માર દૂંગા," એવું કહેવા સાથે મયંક ગુપ્તાએ રિવૉલ્વર બરાબર આસિફની સામે મૂકી. ખબરીની મદદથી આસિફ જેવા કાચા લીંબુ સુધી પહોંચવામાં ગુપ્તાને ઝાઝી તકલીફ ન પડી.

દાદલો / 103

એક જૂના ગોદામમાં સિમેન્ટની ગૂણ વચ્ચે દારુના નશામાં આસિફ સૂતો હતો અને મયંક ગુપ્તા એના સુધી પહોંચી ગયા.

પોતાના ખબરીને ગુપ્તાએ ઇશારો કર્યો કે આસિફને જગાડ. ખબરીએ આસિફને હચમચાવી નાખ્યો પણ એ પડખું ફરીને સૂઈ ગયો. દૂર પડેલી ડોલ અને ટમલર પર ગુપ્તાની નજર ગઈ. ખબરી ડોલ ઉપાડીને લાવ્યો અને ગુપ્તાના સ્માઇલ બાદ તેણે આસિફ પર પાણીની ડોલ ખાલી કરી નાખી. આસિફ ઝબકીને ઊઠી ગયો અને આંખ ચોળવા માંડ્યો. ઊંઘ પૂરેપૂરી ઉડાવી દેવા માટે મયંક ગુપ્તાએ એને બે તમાચા ચોડી દીધા આસિફને.

આસિફના મોઢામાંથી ભૂંડી ગાળ નીકળી ગઈ. આ સાથે ગુપ્તાએ પેટમાં કચકચાવીને મુક્કો માર્યો ને બે પગ વચ્ચે ઘૂંટણ માર્યું. આસિફના મોઢામાંથી હળવી ચીસ નીકળી ગઈ. મયંક ગુપ્તાએ ખબરી સામે જોયું તો તેણે આસિફના જ્ઞાનમાં વધારો કર્યો: “આ સાહેબ પોલીસમાં હતા. ઑન-કાઉન્ટર કરવા માટે જાણીતા છે. ઘણાંને મચ્છરની જેમ પતાવી નાખ્યા છે.”

મયંક ગુપ્તાએ ધીમા અવાજે ચેતવણી આપી, “જીવ બચાવવો હોય તો બોલવા માંડ સાચેસાચું, જરાય બંડલબાજી નહીં.”

ઉપર ઠંડા પાણીની ડોલ નખાઈ હોવા છતાં આસિફ પરસેવે રેબઝેબ થઈ ગયો. હવે વધુ ડરાવવાની જરૂર ન લાગતા મયંક ગુપ્તા મનિયા વિશે એક પછી એક સવાલ કરવા માંડ્યા. ખરેખર આસિફ ઝાઝું જાણતો નહોતો પણ બે મહત્ત્વની વાત જાણવા મળી. એ વાતવાતમાં બરોડા-બરોડા કરતો હતો. દારુ પીતી વખતે ચખનામાં ભાખરવડીને સંભારતો હતો, તો ક્યારેક લીલા ચેવડાનું વર્ણન કરતો હતો. દેશી દારુ અને દારુની બનાવટી બૉટલનો ધંધો કરવાની ચર્ચા થતી હતી. એનું એક જ તકિયા કલામ: “બરોડા જય સા બાઇટિંગ આખ્ખા દુનિયા મેં નહીં મિલેગા.”

મયંક ગુપ્તા વિચારમાં પડી ગયા. તેણે વડોદરાના સયાજીનગરમાં રહેતા એક ખબરી સુધીર વાળાને રાતવરતનો વિચાર કર્યા વગર રાતે જગાડ્યો: ‘સવાર સુધી માહિતી જોઈએ છે એક માણસ વિશે. નામ ખબર નથી પણ કદાચ બધા મનિયો કહીને બોલાવતા હોઈ શકે. દેશી દારુ ગાળવાના કે વેચવાના ધંધામાં હોવાની શક્યતા છે. સવારે માહિતી આપ તને બે હજાર રૂપિયા મળી જશે.’

*

અપ્પાસાહેબ રાવ વિચારે ચડી ગયા. ‘આ કમલકાંતના એક કામે મારી જીવનભરની મહેનત અને સફળતાને ધૂળ ભેગી કરી દીધી. મારી આબરુના કાંકરા કરી નાખ્યા. એનું આ કામ ન જાણે કઈ અમંગળ ઘડીએ મેં સ્વીકાર્યું

હશે? મારું ધનોતપનોત નીકળી ગયું. આવા સમયે સૌથી વધુ ઉપયોગી, વિશ્વાસુ અને જમણા હાથ સમા પક્યાને ય ગુમાવવાનો વારો આવ્યો. જે છોકરાને મેં બાળપણમાં સાથ-આશરો આપ્યો, તેનું જ નિકંદન કઢાવી નાખ્યું મેં. એ મને પિતા ગણતો હતો પણ મેં શું કર્યુ?'"

જોકે અપ્પાસાહેબને ખબર નહોતી કમલકાંતથી લઈને પક્યા સુધીના એપિસોડમાં એમને ઘણાં આંચકા, કાંટા, તીર અને ભાલા વાગવાનાં હતાં!

*

જયંત ટેમ્પોની હત્યાના સમાચાર સરફરાઝ અલીએ જે સહજતા અને ભાવવિહીનતાથી આપ્યા એ પ્રાઈવેટ ડિટેક્ટિવ મેજર મેજિશિયનને જામ્યું નહોતું. એ માણસમાં અને રાહબર કુરિયર કંપનીમાં કંઈક અજુગતું હતું, ને ખોટું હતું પણ સમજાતું નહોતું. મેજર મુંઝાય ત્યારે જમણા ગાલ પરના કાળા મસા પર હળવેથી હાથ ફેરવવા માંડતા.

તેમણે પોતાના રેગ્યુલર હેકરને રાહબર કુરિયરનું એડ્રેસ આપ્યું, સરફરાઝ અલીનું વિઝિટિંગ કાર્ડ સ્કેન કરીને મોકલ્યું. બે કલાક બાદ આવેલી માહિતીએ એમને ચોંકાવી દીધા. સરફરાઝ સતત અણુ શસ્ત્રો વિશેની માહિતી ઇન્ટરનેટ પર શોધતો હતો, કોઈકને મેલ કરતો હતો.

તો શું રાહબર કુરિયરમાં થયેલી લૂંટનો આ સર્ચ સાથે સંબંધ છે? એટલે હોમ મિનિસ્ટર, પોલીસ કમિશનર રસ લે છે? ગોવાથી આતંકવાદી મુંબઈ આવ્યો એ રિપોર્ટ પણ તાજા જ છે ને? મેજર મેજિશિયનને થયું કે સરહદ કરતાં વધુ દુશ્મનો દેશની અંદર હોવાની પોતાની માન્યતા સાચી છે. આ બધાને અટકાવવા પડે જ. પણ કેવી રીતે?

૨૫

પ્રાઈવેટ ડિટેક્ટિવ મેજર મેજિશિયનને થયું કે સરફરાઝ અલીએ હજી કંઈ ખોટું કર્યાનું જાણમાં આવ્યું નથી પરંતુ એનું રાહબર કુરિયરમાં હોવું, રાહબર કુરિયરમાં ભેદી લૂંટ થવી, રાહબરના વૉચમેન રામુલુનું ભેદી મોત, રાહબર કુરિયરના ટ્રાન્સપોર્ટ હેડ જયંત ટેમ્પોની હત્યા થવી અને એ અંગે દેખાડો પૂરતોય સરફરાઝને અફસોસ કે ગમ ન થવો એ અસાધારણ ન ગણાય? વળી, આ સરફરાઝ રાત-દિવસ અણુશસ્ત્રો વિશે ઇન્ટરનેટ પર સર્ચ કરે છે, કોઈકને મેલ પર માહિતી મોકલે છે. આ બધું માત્ર મારી ધારણા હોઈ શકે? ભલે સાંયોગિક પુરાવાય કદાચ ન કહી શકાય. છતાં હું ધારું છું એ સાચું હોય તો મુંબઈને જ નહીં, દેશને બહુ મોટું નુકસાન થાય, ભારે જાનહાનિ થાય અને દેશદ્રોહીઓનો હાથ ફરી ઉપર થઈ જાય.

મેજરને થયું કે જરાય ચાન્સ લેવા જેવું નથી. તેમને મુંબઈની ઍન્ટિ-ટેરરિસ્ટ સ્ક્વૉર્ડનો ઑફિસર અને જૂનો મિત્ર ઇન્સ્પેક્ટર પ્રદીપ બંદોપાધ્યાય યાદ આવ્યો. મેજરે ફોન જોડ્યો, પહેલી વાર કાપી નખાયો. બીજી વાર પણ એનું એ જ. મેજરે હસતાં હસતાં જમણા ગાલ પરના કાળા મસાને પંપાળતાં-પંપાળતાં ત્રીજીવાર નંબર ડાયલ કર્યો. આ વખતે ફોન રિસિવ થયો.

"ભાઈ, તારા નરકમાં ભલે તું નવરો હોય અને ફોન સાવ મફતમાં થતા હોય. મારી પાસે ટાઇમ નથી!"

"ખબર છે મને, એ જૂની વાત થઈ. તને ટાઇમ હોત તો પરણી ન ગયો હોત. છતાં કોઈ ઇન્ટરનેશનલ ટેરર પ્લાન જાણવો હોય તો કલાકમાં મળ મને." આટલું બોલીને મેજરે ફોન કાપી નાખ્યો. પછી સામેથી પ્રદીપ બંધોપાધ્યાયે ફોન કર્યો એક વાર, બે વાર, ત્રણ વાર અને ચાર વાર. દરેક વખતે મેજરે ફોન કાપી નાખ્યો ને એસ.એમ.એસ.કર્યો: 'તારી સાથે વાત કરવાનો ટાઇમ મારી પાસેય નથી. કલાકમાં પહોંચ, દસ મિનિટ રાહ જોઈશ. માત્ર દસ મિનિટ.'

*

માજી ઍન્કાઉન્ટર સ્પેશ્યાલિસ્ટ મયંક ગુપ્તાને બીજે દિવસે સવારે આઠ વાગ્યામાં સુધીર વાળા નામના બરોડાના ખબરીએ માહિતી આપી:"આ મનિયાનું

106 / દાદલો

મૂળ નામ મનોજ કપૂરચંદ મિશ્રા છે. દેશી દારૂની પોટલી વેચવાથી શરૂઆત કરી. પોલીસનો માર ખાઈખાઈને રીઢો થઈ ગયો છે. ક્યારેક પોતાના પૈસા સમયસર ન મળે કે ઓછા મળે તો સામેવાળાને બેફામપણે મારે એટલે એનું નામ મેનિયાક પણ પડી ગયું હતું. પોલીસવાળાય પૂરતા બંદોબસ્ત વગર એના પર હાથ ન નાખે. વડોદરામાં ગમે તેવા પોલીસ બંદોબસ્ત વચ્ચે તમે કહો ત્યાં દારૂ પહોંચાડે ને પહોંચાડે જ. આના માટે મનગમતા ભાવ માંગે અને મેળવેય ખરો. પણ આ મનિયા કે મેનિયાકને ગયા જાન્યુઆરીમાં નવું નામ મળ્યું: ટમાટર.

હા, વડોદરામાં નવેમ્બરમાં નવા પોલીસ કમિશનર આવ્યા હતા, કુલદીપ ગેહલોત. શહેરની કાયદો અને વ્યવસ્થાની સ્થિતિના અઠવાડિયાના અભ્યાસ બાદ ગેહલોતના મનમાં એક વાત ઘર કરી ગઈ કે શહેરમાં અપરાધને નાથવા હોય તો દેશી દારૂવાળા અને દારૂની હેરફેર કરવાવાળાને ડામી દેવા પડે.

ગેહલોતના દાદા ગાંધીજીના સાથે સત્યાગ્રહમાં જોડાયા હતા. પિતા નગરસેવક બન્યા હતા ત્રણેક વાર. ઘરમાં એટલે કે પરિવારમાં આજ સુધી કોઈએ ક્યારેય દારૂનું ટીપું સુધ્ધાં ચાખ્યું નહોતું. કુલદીપ ગેહલોતને એકમાત્ર નશો હતો પોતાની તાકાત, સત્તા અને અક્કલનો.

સોળમી નવેમ્બરે તેમણે વડોદરાના બધાં પોલીસ સ્ટેશનના ઇનચાર્જને બોલાવીને ઑર્ડર આપ્યો:'દારૂબંધીના કાયદાનો ભંગ કરનારા સૌને અંદર નાખો. કોઈની શેહશરમ રાખવાની નથી.'

ચાલાક પોલીસવાળા ધડાધડ દારૂ પીનારાઓને પકડવા માંડ્યા. મોટા ઘરના નબીરા, શેઠિયાઓ અને પરચૂરણ રાજકીય કાર્યકર્તાઓ જેલભેગા થવાથી હાહાકાર મચી ગયો. કુલદીપ ગેહલોતને સેટિંગ કરવાની ઑફર મળી અને ધમકી પણ. જન આક્રોશ જોઈને કુલદીપે વ્યૂહ બદલ્યો. બધાં પોલીસ સ્ટેશનને સૂચના મોકલાઈ, "હમણાં દારૂ પીનારાઓને બદલે દારૂ બનાવનારા અને સપ્લાય કરનારાઓને પકડી લો. એમને બચાવવા કોઈ જાહેરમાં નહીં આવે."

આ સાથે પોલીસ દારૂ બનાવવાના, સંઘરવાના અને વેચવાના મોટા ભાગના સંભવિત અડ્ડા પર તૂટી પડી. આ ગેરકાયદે ધંધો ૭૦ થી ૮૦ ટકા કડડડભૂસ થઈ ગયો ડિસેમ્બરના પહેલા અઠવાડિયા સુધીમાં.

વડોદરાના મદિરા-પ્રેમીઓ ચાતક વરસાદની રાહ જુએ એમ નશો કરવા તરફડતા હતા. ચોમેર હાહાકાર મચી ગયો હતો. ત્યાં જ વીસમી ડિસેમ્બરે પોલીસ કમિશનર કુલદીપ ગેહલોતે પ્રેસ કોન્ફરન્સ બોલાવીને નવો ધડાકો કર્યો. "આ ક્રિસમસ અને ન્યૂ યરની પાર્ટીમાં વડોદરામાં દારૂબંધીનો ૧૧૦ ટકા અમલ કરાવીને જ જંપીશું. એક ટીપુંય અહીંથી ત્યાં થઈ નહીં શકે."

વડોદરાનો ખબરી સુધીર વાળા વાતને આગળ વધારે એ અગાઉ લાઇન કપાઈ ગઈ. માજી ઍન્કાઉન્ટર સ્પેશ્યાલિસ્ટ મયંક ગુપ્તાએ ફોન કર્યો તો ફોન બંધ મળ્યો. તેઓ બબડ્યા, "કરશે પાછો ફોન."

*

પ્રાઇવેટ ડિટેક્ટિવ મેજર મેજિશિયન અને એ.ટી.એસ.ના પોલીસ ઇન્સ્પેક્ટર પ્રદીપ બંદોપાધ્યાય એકમેકને મળ્યા એવા સામે જોતા રહ્યા. અચાનક પ્રદીપ દોડી આવીને મેજરને ભેટી પડ્યો. પણ મેજર લશ્કરી માણસની જેમ અક્કડ જ રહ્યા. પ્રદીપે એને વધુ જોશથી ભીંસ્યો "વગર ગોળી માર્યે ભીંસીને જીવ લેવાનો કોર્સ કરીને આવ્યો છે કે શું?" મેજરે માંડમાંડ પૂછ્યું. મોઢું બગાડીને પ્રદીપે એને છોડી મૂક્યો. મેજરે એની સામે જોયું અને હવે પોતે ભેટી પડ્યા.

બન્ને પોતાના પ્રિય ઇરાની રેસ્ટોરાંમાં આવ્યા. વયોવૃદ્ધ મૅનેજર બન્નેને ઓળખી ગયો. એક વેઇટર બન્નેને એસી રૂમ ભણી લઈ જતો હતો. મૅનેજરે તેને રોક્યો. મેજર અને પ્રદીપ ખૂણામાં આવેલા લોખંડનાં પગથિયાં ચડવા મંડ્યા. બન્ને ઇરાદાપૂર્વક જોશભેર પગ મૂકતા હતા, કહો કે પછાડતા હતા કે જેથી ધમ ધમ અવાજ આવે. મૅનેજર આ જોઈને હસી પડ્યો. વેઇટરને સમજાયું નહીં કે આ ત્રણમાં પાગલ કોણ? બન્ને કસ્ટમર કે બુઢ્ઢો મૅનેજર?

મેજર અને પ્રદીપ માળિયામાં બિયરની બૉટલ મૂકવાના ગોદામમાં પ્રવેશ્યા. પોતાનું જૂનું ટેબલ શોધીને બેસી ગયા. મૅનેજરના કહેવાથી પાંચેક મિનિટમાં વેઇટર બિયરની પાંચ એકદમ ચિલ્ડ બૉટલ લઈ આવ્યો. આ જોઈને મેજરે મોઢું બગાડ્યું: લે તારો સ્ટૉક તો આવી ગયો.

ત્યાં જ વેઇટરે બાજુમાં પડેલા બૉક્સમાંથી રૂમ ટેમ્પરેચરવાળી પાંચ બિયર બૉટલ કાઢીને ટેબલ પર મૂકી, જે જોઈને મેજરને કંઈક પામ્યાનો સંતોષ થયો. વેઇટર ગજવામાંથી કાઢીને ઓપનર મૂકવા ગયો પણ મૅનેજરની સલાહ યાદ આવતાં પાછું મૂકી દીધું. થોડી વારમાં એ પાંચ બાફેલાં ઈંડાં, ત્રણ પૅકેટ વેફર અને બે પૅકેટ સિંગ ભજિયાં મૂકી ગયો. મેજરે વેઇટરને સો રૂપિયાની ટીપ આપીને મૅનેજર અંકલને થૅન્ક્સ બોલવા કહી દીધું.

કૉલેજના દિવસોની જેમ બન્નેએ પોતાના દાંતથી એકમેકની બૉટલ ખોલી આપી. પ્રદીપને બિયરની બૉટલ મોઢે માંડતા જોઈને મેજરને કૉલેજના દિવસો સાંભર્યા. દિલ બાગબાગ થઈ ગયું. દસ બૉટલ અને સાથેના ચખનાનો સ્ટૉક પૂરો થયો, ત્યારે વાત પૂરી થઈ ગઈ હતી. બન્ને જાણતા હતા કે સરફરાઝ અલી હવે રાહબર કુરિયરમાં થોડા દિવસ દેખાવાનો નથી.

*

પીટરના હાથ દુઃખવા માંડ્યા હતા. આંગળાં જકડાઈ ગયાં હતાં. બાજુમાં બસો-બસો રૂપિયાનાં ૭૦ બંડલ ભેગાં થઈ ગયાં હતાં. એક-એક નોટ ગણીને પીટરની આંખ થાકી ગઈ હતી. એકદમ ઘેરાવા માંડી હતી. એનાં મન-મગજ બહેર મારવા માંડ્યાં હતાં. એનું શરીર આરામ માટે તરફડતું હતું, આંખો પોપચાંનો ભાર ઊંચકી શકતી નહોતી. છતાં પીટર ફર્નાન્ડિઝે જમણો હાથ લંબાવીને એક બંડલ નજીક ખેંચ્યું. માંડમાંડ ઉપરનો કાગળ ફાડ્યો. મહામહેનતે નોટ ગણવાની શરૂઆત કરી: એક, બે, ત્રણ, ચાર, પાંચ અને... પીટર ઢળી પડ્યો ત્યાં જ.

*

માજી ઍન્કાઉન્ટર સ્પેશ્યાલિસ્ટ મયંક ગુપ્તાને તાલાવેલી લાગી હતી પણ વડોદરાથી સુધીર વાળાનો ફોન ન જ આવ્યો.

આ સુધીર ખબરી સુધી પહોંચાડનારા પોતાના બીજા ખબરીને ફોન કર્યો તો માથું ફૂટવું પડ્યું. પોતાની સાથે વાત કરતાં અટકી ગયેલા ખબરી સુધીર વાળાને કોઈ દારૂના અડ્ડાવાળા ઉપાડી ગયા હતા. પોલીસ પણ એને શોધતી હતી. મયંકના કાનમાં ખબરીએ કહેલી વાત ગુંજવા માંડી:

'આવા સંજોગોમાં લાગે છે કે સુધીર હવે નહીં બચે. પણ આ સુધીર તો ભલભલાને ખો આપે એવો ખેપાની છે. એ જરૂર પાછો આવશે. પણ ક્યારે એ રામ જાણે?'

એ.ટી.એસ. વાળાએ ઘરે જઈ રહેલા સરફરાઝ અલીને આંતરી લીધો અને એક ગાડીમાં ધકેલી દીધો. ઍન્ટી ટેરરિસ્ટ સ્કોડવાળા મુફ્તીમાં હતા એટલે સરફરાઝ જોશ બતાવવા ગયો તો પાછળથી એના મોઢા પર ઘેનની દવાવાળો રુમાલ મૂકી દેવાયો. બેહોશ સરફરાઝને લઈને ગાડી ઝડપભેર મંજિલ ભણી આગળ વધી રહી હતી. આ ગાડીમાં ડ્રાઇવરની બાજુમાં બેઠેલા ઇન્સ્પેકટર પ્રદીપ બંદોપાધ્યાયને એક જ સવાલ પજવતો હતો કે ક્યાંક આના સુધી પહોંચવામાં બહુ મોડું તો નથી થઈ ગયું ને? આ લોકોના પ્લાનના અમલ માટેનું કાઉન્ટડાઉન શરૂ થઈ ગયું હોય તો? પ્રદીપે ઘડિયાળમાં જોયું અને બહાર ટ્રાફિક પણ... વીસેક મિનિટ થઈ શકે. તેણે એક સાથીને સૂચના આપી: આપણે ઇન્વેસ્ટિગેશન લોકેશન પર પહોંચીએ એટલે આ તરત જ હોશમાં આવવો જોઈએ.

*

મનિયો ઉર્ફે મનોજ કપૂરચંદ મિશ્રા, રઘલો ઘુવડ ઉર્ફે રઘુ રામજીભા રિસાલદાર અને રસીલી રાની ઉર્ફે રંજન ડિકોસ્ટા ભારે મૂંઝાયાં હતાં. ખૂબ કંટાળ્યાં હતાં કે પોતાને કામે લગાડનારો માણસ ઓગળી ક્યાં ગયો? એ ત્રણ-ત્રણ ખટારા ગાડી ક્યાં લઈ ગયો? આટઆટલી રઝળપાટ કરવા છતાં કેમ ક્યાંય એકેય ગાડી દેખાતી નથી?

રઘલો અને રસીલી અલગ વેતરણમાં હતાં. જોકે મનિયો ઉતાવળે બે કામ કરવા માગતો હતો. એક, મૂળ માણસ એટલે કે પીટરને શોધીને પોતાનો હિસ્સો માગીને પલાયન થઈ જવું. બે, રઘલા અને રસીલીથી કેડો છોડાવવો. એને આ લોકો તો ઠીક, કોઈ સાથે લાંબો સમય રહેવું ગમતું નહીં. અસલામતી, જોખમ લાગતાં હતાં. મનિયો જાણતો હતો કે રામુલુના મોત અંગેય પોતે સાવધ રહેવું પડશે. આમ તો ગિમ્પિ ગિમ્પ ઝેરને લીધે મામલો આપઘાતનો જ લાગશે, પણ ચાન્સ લેવો શું કામ? અહીંથી છૂટીને ગુજરાત ભેગો થઈ જાઉં. આમેય આસિફનો ફોન બંધ આવે છે. એટલે અહીં ઝાઝું રોકાવાનો મતલબ નથી. પણ આસિફનો ફોન કેમ સતત બંધ આવે છે? કંઈક પ્રોબ્લેમ તો નહીં થયો હોયને?"

*

એ જ સમયે ભૂતપૂર્વ ઑન્કાઉન્ટર સ્પેશિયલિસ્ટ મયંક ગુપ્તાના મોબાઇલ ફોન પર અજાણ્યા નંબરની ઘંટી વાગી. ફોન રિસીવ કરતાં એમને લૉટરી લાગ્યા જેવી સુખદ અનુભૂતિ થઈ. આશા છોડી દીધા બાદ ફર્સ્ટ લવવાળી ગર્લફ્રેન્ડે સામેથી હા પાડી હોય એવો આનંદ થયો. સામેની લાઇન પર વડોદરાનો ખબરી સુધીર વાળા શરૂ થઈ ગયો: "સાહેબ, મુસીબતમાંથી માંડ છૂટ્યો."

એની મુસીબતની વિગતોમાં પડવાને બદલે મયંકે પૉઇન્ટ બ્લેન્ક સવાલ કર્યો, "પછી શું થયું મનિયાનું," પોતાની સદંતર અવગણના ગમી ન હોય એમ સુધીર વાળા થોડી પળ ચૂપ રહ્યો. પછી કમને વાત આગળ ચલાવી, "પોલીસ કમિશનર કુલદીપ ગહલોત સાહેબે વડોદરાની ક્રિસમસ ન્યૂ યર પાર્ટી એકદમ ડ્રાય બનાવી દેવાની જાહેરાત કરી. અમારી છાવણીમાં સાવ સોપો પડી ગયો. ત્યાં અચાનક એક ટીવી ચૅનલ પર અમને આશાનું કિરણ દેખાયું. કપડાથી મોઢું ઢાંકીને એક શખસ પોલીસ કમિશનરને પડકાર ફેંકતો હતો. વડોદરાના શરાબીઓ તરસ્યા નહીં રહે કોઈ પણ સંજોગોમાં. હવે જોઈએ કે ચેલેન્જ હું જીતું છું કે કમિશનરસાહેબ. પછી એ હસીને બોલ્યો કે અમારા ગ્રાહકોમાં પોલીસવાળાય છે હોં. ભલે કોઈ સાવ મફતમાં પીવે કે કોઈ થોડા ઘણા આપીને ચિયર્સ કરે..."

મયંક ગુપ્તાને વિગત કરતા વ્યક્તિમાં રસ હતો. તેમણે પૂછ્યું, "ચેલેન્જ આપનારો મનિયો હતો?"

"હા, તેણે અમને બધાને સૂચના આપી કે એકદમ અંડરગ્રાઉન્ડ થઈ જાઓ. બીજી મહત્ત્વની વાત એ કીધી કે હવે બૉટલના નહીં, માત્ર પેગના ઑર્ડર લો. એક પેગના ત્રણ સો-ચાર સો રૂપિયા કહેજો. માલ લાવી દેવાની જવાબદારી મારી. તમને પહોંચાડવામાં જરાય તકલીફ નહીં પડે. અમને થયું કે આ તો શેખચલ્લી જેવી વાત કરે છે. છતાં ચાન્સ લેવા માટે ઑર્ડર મળવા માંડ્યા. પોલીસની સખ્તાઈ છતાં ધારણાથી વધુ ઑર્ડર મળ્યો, ઘણો વધુ ઑર્ડર. મોટા ભાગનાના કાયમી ગ્રાહકો હતા. જો મનિયો ફ્લોપ ગયો તો વરસો જૂના સંબંધ તૂટવાનો ડર હતો. પણ મનિયાએ તો એવી કમાલ કરી કે બરોડાના લોકો મનિયાની કમાલ પર ઝૂમ બરાબર ઝૂમ શરાબી ગાવા માંડ્યા.

"એવું તે શું કર્યું મનિયાએ?"

"કોઈ કલ્પના ન કરી શકે એવો કીમિયો અજમાવ્યો તેને..." અચાનક લાઇન કપાઈ ગઈ. મયંક ગુપ્તાને ગુસ્સો આવ્યો. શંકા પણ ગઈ કે પાછો સુધીર કોઈ નવી મુસીબતમાં ફસાયો? આ વખતે મયંકે બે-ત્રણ વાર ફોન કર્યો તો સામે મોબાઇલ બંધ હોવાનો મૅસેજ ગુજરાતીમાં સાંભળવા મળ્યો. પાંચેક મિનિટમાં

સુધીર વાળાનો એસ.એમ.એસ. આવ્યો: 'જૂનો ફોન છે. બેટરી ડાઉન. પછી ફોન કરું, સાહેબ.'

*

એ.ટી.એસ.ની ગુપ્ત સ્થળે થતી પૂછપરછને મેજર મેજિશિયન પણ દૂર એક ખૂણામાં બેઠાં-બેઠાં સી.સી.ટી.વી. સ્ક્રીન પર જોતા-સાંભળતા હતા. પોતાની પ્રખર દેશભક્ત તરીકેની ઈમેજ ને સંબંધો અને થોડા કૉન્ટેક્ટ્સને પ્રતાપે જ આ શક્ય બન્યું હતું. સીધી, ગોળગોળ, આકરી કે ચતુરાઈપૂર્વકની પૂછપરછમાં એક જ છાપ પડતી હતી કે સરફરાઝ અલી નિર્દોષ છે. બાળપણથી ન્યુક્લિયર સાયન્ટિસ્ટ બનવાનું સપનું હતું એટલે એને લગતી માહિતી વાંચે, ભેગી કરે અને પોતાના એક ઈ-મેલ ઍકાઉન્ટમાંથી બીજામાં મોકલતો હતો. એમ શા માટે? કારણ કે મેઈન ઈ-મેલ ઍકાઉન્ટની સ્ટોરેજ કૅપેસિટી ઓછી હતી.

બિચારો બદનસીબ પણ ઘણો. કેટકેટલીય કુદરતી આફતોમાં જીવતો બચ્યો હતો. એકમાં મા-બાપ અને ભાઈ-બહેનને ગુમાવ્યાં, બીજામાં પત્ની ગઈ અને ત્રીજામાં બે સંતાન. એની વાત સાંભળીને એ.ટી.એસ.ના અફસરોનેય દયા આવી ગઈ. એને ખાવા-પીવાનું આપ્યું. સાથોસાથ જાહેર કરી દીધું: "અત્યારે આરામ કર. ડ્રાઇવર અને કાર આવશે એટલે તને તારી ઑફિસ બાજુ મૂકી જઈશું."

બધા ઑફિસર છૂટા પડ્યા. પ્રાઇવેટ ડિટેક્ટિવ મેજર મેજિશિયન પોતાની ગાડીમાં રવાના થયા. મેજર સતત સરફરાઝ સાથે થયેલી સવાલ-જવાબની શૃંખલા મનમાં દોહરાવતા હતા.

*

પીટર ઊંઘ કે તંદ્રાવસ્થામાંથી જાગ્યો ત્યારે એને લાગ્યું કે પોતે સપનું જોયું: 'બાપ રે, કેટલા બધા રૂપિયા? અધધધ!' આંખ ચોળીને બાજુમાં જોયું તો રૂપિયા બસોની ગુલાબી ચલણી નોટનાં બંડલ પડ્યાં હતાં. એને યાદ આવ્યું કે પોતે સપનું નહોતું જોયું. રૂપિયાના લહેરાતા પાક વચ્ચે જ ઊંઘ્યો હતો. એને યાદ આવ્યું કે બાળપણમાં બે-પાંચ રૂપિયા માટે કેટલું કરગરવું પડતું? કિશોરાવસ્થામાં સો રૂપરડી મળે તો સ્વર્ગ મળી ગયા જેવું લાગતું હતું. ભણીને નોકરી શોધવા નીકળ્યો ત્યારે એક રૂપાળી કલ્પનાને મનમાં પોષી રાખી હતી કે દસેક હજારનો પગાર મળે તો એકદમ રજવાડી ઠાઠથી રહી શકાય. પણ એ ઇચ્છા, કલ્પના અને સપનાથી જોજનો દૂર હતો પોતે અત્યારે. પીટરને થયું કે હું કુબેરપતિ છું કે રિઝર્વ બૅન્કનો ગવર્નર?

વિચારો ખંખેરીને તેણે બંડલ ઉપાડ્યું. બંડલ ખોલીને આદત મુજબ એક-એક નોટ ગણવાની શરૂ કરી ત્યાં એને હસવું આવી ગયું. એક-એક નોટ ગણવાનું

112 / દાદલો

બંધ કરીને તે બંડલ ગણવા માંડ્યો. સો-સોનાં બંડલ બનાવ્યાં. પછી ગણવાનું શરૂ કર્યું. સો, બસો, પાંચસો... અને પૂરા એક હજાર બંડલ. મનોમન ગણતરી કરી પણ ગૂંચવાવા, મૂંઝાવા માંડ્યો. તો એક કાગળ કાઢીને લખવા માંડ્યો, મોબાઇલ ફોનના કેલ્ક્યુલેટરમાં ગણતરી કરવા માંડ્યો. ખોટી ગણતરી અને ગેરસમજણ છતાં અથાગ પ્રયાસ બાદ એ સાચા જવાબ સુધી પહોંચ્યો. એની પાસે હતા પૂરા રૂપિયા બસો કરોડ!

મેજર મેજિશિયને એકસાથે સ્કૉચના ચાર પેગ બનાવ્યા. પહેલો પેગ ગ્લાસમાં ઢાળવીને સ્ટરર લઈને હલાવવા માંડ્યા. અચાનક ધ્યાન ગયું કે ગ્લાસમાં આઇસ ક્યુબ તો નાખ્યા નથી! ઊભા થઈને ફ્રિજમાંથી આઇસ લાવ્યા. ત્રણ ક્યુબ ગ્લાસમાં નાખ્યા. ડાબા હાથે ધીમે-ધીમે સ્ટરર હલાવવા માંડ્યો. જમણા હાથના આંગળાથી મોઢા પર ચીપકેલા કાળા મસાને રમાડવાનું શરૂ કર્યું: હવે મંદ ગતિએ ચાર પેગ નહીં પીવાય જાય ત્યાં સુધી સરફરાઝ અલી સાથેના સવાલ-જવાબ વિશે વિચારતા રહેશે. સરફરાઝ ખરેખર સાચું બોલ્યો? કેટલું? અને ખોટું બોલ્યો તો શું, કેટલું અને શા માટે? આ બધા સવાલો પરની ચર્ચા દરમિયાન જો ચાર પેગમાંય કંઈ સંતોષજનક ન મળે તો પછી ઊંઘી જવાનું. આ એમની ડિટેક્ટિવ બન્યા પછી અપનાવેલી પદ્ધતિ હતી, જેનો સક્સેસ રેટ અત્યાર સુધી ૯૫ ટકા જેટલો હતો. બેથી ચાર કલાક વચ્ચેની સ્લૉ ડ્રિન્કિંગ ગેમ શરૂ થઈ, રાતના ૧૧ વાગ્યાની આસપાસ.

*

રોજના ટાઇમ મુજબ માજી ઑન્કાઉન્ટર સ્પેશ્યાલિસ્ટ મયંક ગુપ્તાએ લગભગ રાતે ૧૧.૩૦ વાગ્યે બેડની બાજુનો લૅમ્પ ઑફ કર્યો, ત્યાં ફોનની ઘંટડી વાગી. વડોદરાથી સુધીર વાળાએ ફોન કર્યો ખરો. આડીઅવળી વાત કરવાનું બેમાંથી એકેયને જરૂરી ન લાગ્યું.

સુધીરે રેડિયો નાટકની જેમ પઠન શરૂ કરી દીધું: "સાહેબ, મનિયાએ અમને બધાને અંડરગ્રાઉન્ડ થઈ જવા કહી દીધું. સાથોસાથ સૂચના આપી કે બૈરાંઓ અને બચ્ચાઓ થકી કામ કરવાનું છે. એક તો પોલીસવાળા ભૂરાટાં થયા છે ને એમાં બૈરાં અને બાળકોને વચ્ચે લાવવાનાં? સાવ પાગલ છે પાગલ. અમે બધા ઉશ્કેરાયા. તેણે એમ કહીને અમને બધાને શાંત પાડ્યા કે કોઈને કંઈ તકલીફ આવી તો મારું માથું ને તમારાં જૂતાં. અમારે બધાએ ૩૦૦ રૂપિયાના એક પેગના ભાવે માલ વેચવાનો હતો, જે અમને પેગદીઠ બસો રૂપિયામાં મળવાનો હતો. એ તો ઠીક પણ અમને ફિકર હતી કે આ થશે કઈ રીતે?

પોલીસ એકદમ સાવચેત હતી. ગલી ગલી પર જાણે એમની નજર હતી

પણ મનિયો એટલે મનિયો. તેણે ટમેટામાં ઈન્જેક્શન થકી વ્હિસ્કી ભરીને વેચી. બધાને એક પેગ એટલે એક ટમાટર કહીને માલ આપે. ટમાટર લઈ જતા છોકરાં-બૈરાંને રોકે કોણ? રોકવા માટે શંકા તો પડવી જોઈએ કે નહીં? ને સૌથી મજા તો એ વાતની થઈ કે ગ્રાહકોને ટમાટર વ્હિસ્કીમાં ટેસડો પડી ગયો. ને સાહેબ મનિયો એટલી મોટી માયા કે એક બોટલ વ્હિસ્કીમાં એક બોટલ પાણી મિક્સ કરે. એક સો રૂપિયાવાળા એક પેગના બસો રૂપિયા લેતો હતો અને માલ વાપરતો હતો ૫૦ રૂપિયાનો.

સાહેબ, મનિયો અને અમે સૌ ધૂમ કમાયા. બધા ખુશ. પોલીસનેય સંતોષ થયો કે વાહ, નવા કમિશનરે રંગ રાખ્યો. ત્યાં જ મનિયાએ દોઢડહાપણ કર્યું. પોતાના માનીતા પોલીસ ઑફિસરને નવા વરસની ભેટરૂપે ઈંગ્લિશ સ્કૉચની બોટલ મોકલવાને બદલે બે-બે ડઝન ટમાટર મોકલ્યાં. પછી ફોન કર્યો કે સ્પેશયલ ટમાટર છે, રાતે જ ખાજો હોં.”

આ વાત પોલીસ સર્કલમાં ફરતી ફરતી કમિશનર સુધી પહોંચી અને બધા ખૂબ હસ્યા. નવા પોલીસ કમિશનર કુલદીપ ગેહલોતે ગુસ્સામાં ઑર્ડર આપ્યો: “બને એટલું વહેલું મને મનિયાનું મરેલું મોઢું જોવું છે.” સાહેબ ત્યારથી મનિયાનું નામ અમારા સર્કલમાં ટમાટર પડી ગયું. મનિયાની કમાલને લીધે હવે ઘણા ગ્રાહકો તો પોતે જ ટમાટરની સ્લાઈસ વ્હિસ્કીમાં બોળીને મોઢામાં મૂકવા માંડ્યા છે. પરંતુ પોલીસ પર એને પકડવાનું દબાણ વધી રહ્યું હતું. એ જ ઘડીથી એ ગાયબ છે. ઘણાં કહે છે કે બરોડા છોડીને ભાગી ગયો છે.”

મયંક ગુપ્તા આફરીન પોકારી ગયો મનિયાની બુદ્ધિ પર. પણ આ અહોભાવ વ્યક્ત કરવાને બદલે તેણે સુધીરને પૂછ્યું, “મનિયાનો મોબાઇલ ફોન નંબર છે?”

“હા, પણ બંધ છે ને એની પાસે તો કેટલાય નંબર હશે. અમારા જેવા હેરાફેરી કરનારા તો ગ્રાહકોને અલગ નંબર આપે, ભળતું નામ આપે.”

“સુધીર, તને ચાર હજાર રૂપિયા મળી જશે. એના જેટલા નંબર મળે એ મને એસ.એમ.એસ. કરી દે જલદી.”

બાર વાગ્યા સુધીમાં સુધીરે પાંચ નંબર મોકલ્યા. મેજરે પાંચેય નંબરમાં એક જ એસ.એમ.એસ. મોકલ્યો:

“રાહબર... રામુલુ પરચુરી... ગિમ્પિ ગિમ્પિ... ટમાટર.”

*

મેજર મેજિશિયનનો બીજો પેગ પતવા આવ્યો ને ત્રીજો પેગ ગ્લાસમાં ઢાળવતી વખતે તેમને કંઈક સૂઝ્યું. તેમણે ઈન્ટરનેટ પર સર્ચ પર કંઈક મૂક્યું. એમાંના થોડા પોઈન્ટ નોટપેડમાં ચમકાવ્યા. મગજમાં એક ચમકારો થયો. ૧૯૬૭માં

મહારાષ્ટ્રના કોયના નગરના ભૂકંપમાં ૧૮૦ માણસો મરી ગયા, એમાં સરફરાઝનાં માતા-પિતા મરી ગયાં અને એ બચી ગયો. નસીબદાર. ત્યાંથી નીકળીને છેક ઉત્તરાખંડના ગઢવાલમાં ગયો. ત્યાં ૧૯૯૧ના ધરતીકંપમાં એક હજાર માણસોના જીવ ગયા, બેગમ સરફરાઝ સહિત. ફરી સરફરાઝનો જીવ બચી ગયો. હવે એ મહારાષ્ટ્રના લાતુરમાં આવેલા કિલ્લરીમાં ગયો. ૧૯૯૩માં એનાં દીકરા-દીકરી સાથે દસેક હજાર માણસો મોતના ખપ્પરમાં હોમાઈ ગયાં, પણ સરફરાઝને કંઈ ન થયું. વેરી ગુડ.

આ તો યોગાનુયોગ અને નસીબ બન્નેની પરાકાષ્ઠા જ ગણાય. માની ન જ શકાય એવી શક્યતા. આવું બન્યાના નહીંવત્ ચાન્સ છે છતાં એક વાર ટ્રાય કરવામાં ખોટું શું છે? મેજરે તરત જ દોસ્ત પ્રદીપ બંદોપાધ્યાયને ફોન લગાવ્યો.

"સરફરાઝને છોડી મૂક્યો?"

"ના. ગમે ત્યારે ગાડી અને ડ્રાઇવર પહોંચશે, એટલે એને મૂકી આવશે."

"એને આજની રાત રહેવા દો. કંઈક નવું મળવાની થોડીઘણી શક્યતા છે."

"આર યુ સ્યૉર?"

"હા, સવારે નવ વાગ્યે મળીએ." આટલું બોલીને મેજર પોતાના લેપટૉપ પર બેસી ગયા અને ફટાફટ કંઈક ટાઇપ કરવા માંડ્યા. વચ્ચે વચ્ચે પેગનો ઘૂંટ મારતા જાય. ચાર પેગ પત્યા ત્યારે તેમણે લેપટૉપમાંથી પ્રિન્ટના ચાર ઑર્ડર આપ્યા. પ્રિન્ટ આઉટના ચાર સેટ બનાવીને મેજર ઊંઘી ગયા, ત્યારે ચહેરા પર સંતોષ સાથે ખુશી હતી. મેજર ભલે ઊંઘી ગયા પણ સરફરાઝ અલીની ઊંઘ હરામ થઈ જવાની એવી એમને ગળા સુધી ખાતરી હતી.

*

પીટર રૂમ બંધ કરીને બહાર ખુલ્લી હવામાં નીકળ્યો. પહેલી વખત એ પાછું વળી વળીને જોતો હતો. અગાઉ છોડેલી જગ્યા, વ્યક્તિ અને લાગણીનો વિચાર સુધ્ધાં ન કરનારા પીટર ફર્નાન્ડિઝને હવે ડર લાગતો હતો કે કોઈક પોતાના આટલા બધા રૂપિયા ચોરી ગયું તો? એમાંથી થોડાઘણા તફડાવી લીધા તો? કાલ સુધી માત્ર ફકીરી હતી. ધરાઉલાળ વગરની લાઇફમાં ખૂબ નિરાંત હતી. આવા વિચારોના સથવારે પીટર ચાલતાં-ચાલતાં એ જંગલ જેવા વિસ્તારમાં પ્રવેશ્યો. ત્યાં સામે નાનકડું તળાવ દેખાયું. ઝાઝું વિચાર્યા વગર એ દોડવા માંડ્યો. એક છલાંગ મારીને તળાવમાં કૂદી પડ્યો. એ ક્યાંય સુધી પાણીની સપાટી પર ન દેખાયો.

*

આદત મુજબ મનિયો એક-એક દિવસના અંતરે બધા સીમકાર્ડ મૂકીને મોબાઇલ ચાલુ કરતો હતો. પહેલો નંબર ઑક્ટિવ થવા સાથે જ કોઈ અજાણ્યા નંબર પરથી

એસ.એમ.એસ. મળ્યો: "રાહબર...રામુલુ પરચુરી... ગિમ્પિ .ગિમ્પિ... ટમાટર."
મનિયાને આશ્ચર્ય જ ન થયું, એના શરીરમાં ધ્રુજારીનું મોજું ફરી વળ્યું. ન જાણે
કેમ તેણે તરત જ બીજો નંબર પણ ઍક્ટિવેટ કર્યો, એ જ મૅસેજ. ત્રીજામાં અને
ચોથામાંય એનો એ એસ.એમ.એસ. આવ્યો. મનિયાનું માથું ચકરાઈ ગયું. એને
થયું કે મુસીબત પોતાની તરફ આવી શકે છે. હવે બે કામ કરવાં પડશે. એક,
આ આફતમાંથી છટકવાનું. બે, આ કામમાં ધકેલનારાને પકડીને પોતાના
હકની રકમ મેળવીને દૂર-દૂર જતા રહેવાનું. પણ એ શક્ય બનવાનું છે?

વરસો સુધી ગોવામાં કોઈને મોઢું ન બતાવવું પડે એટલે પીટર ફર્નાન્ડિઝ કલાકોના કલાકો દરિયામાં પડ્યો રહેતો. કોઈ જુએ અને ચીડવે એના કરતા વિશાળ સમુદ્ર શું ખોટો? આમાં ને આમાં એ લાંબી મુદ્દત સુધી પાણીની સપાટીની અંદર રહેવા માંડ્યો હતો. આ સમયે એને સમુદ્રની અંદરનો અંધકાર તો અજવાળાથી વહાલો લાગતો હતો. પાણીની ખારાશ જાણે મધથી મીઠી લાગતી હતી. માછલાંઓને જોઈને એના મનમાં વિચાર ઝબૂકી જતો હતો કે આ લોકોમાં સ્ત્રી-પુરુષ જેવા ભેદભાવ અને મહેણાંટોણાં હશે ખરાં? તળાવમાં ડોકું ઉપર લાવ્યા વગર એ ઘણો સમય અંદર રહ્યો. એ ભલે પાણીમાં હતો પણ મગજમાં વિચારની ભયંકર સુનામી ફૂંકાતી હતી. પીટર ફર્નાન્ડિઝ નીતરતા પાણીએ પાણીની બહાર આવ્યો. ક્યાંય જોયા વગર ઉતાવળે પગલે એ એક ટેકરી પર જઈને બેઠો. પીટર ગડમથલમાં હતો કે આટલી તોતિંગ રકમ મૅનેજ કરવી કેમ? એ મગજ પર જોર આપતો રહ્યો. કંઈક સૂઝ્યું એટલે ફરી ઊભો થયો.

*

સરફરાઝ અલી ગુસ્સામાં હતો. આખી રાતનો ઉજાગરોય હતો. રાતે ગમે ત્યારે ગાડી અને ડ્રાઇવર આવશે, એમ કહીને પોતાને ટીંગાડી રખાયાનો એને રોષ હતો. તેણે મનોમન ગાંઠ વાળી લીધી કે બહાર નીકળ્યા બાદ આ મામલો બરાબર ચગાવવો પડશે.

સવારે લગભગ સાડાનવ વાગ્યે એ.ટી.એસ.ના ઇન્સ્પેક્ટર પ્રદીપ બંદોપાધ્યાય આવ્યા. એમના એક હાથમાં ધુમાડો છોડતો કૉફીનો કપ હતો. બીજા હાથમાં કંઈક પેપર્સ હતાં, જે મેજર મેજિશિયને આપ્યા હતા. માત્ર ૨૫ મિનિટમાં મેજરે પોતાની પૂરેપૂરી વાત બંદોપાધ્યાયને ગળે ઉતારી દીધી હતી. પ્રદીપ અંદર ગયા ત્યારે બીજા રૂમમાં એક ખૂણામાં બેસીને મેજર સીસીટીવીના મૉનિટર પર તમાશો જોવા બેસી ગયા હતા. કૅમેરાના ઍંગલની ખાસ ગોઠવણ મુજબ તેમને માત્ર સરફરાઝ જ દેખાતો હતો.

પ્રદીપ અંદર આવ્યા એ પહેલાં એક માણસ આવીને સરફરાઝની બેસવાની ખુરશી લઈ ગયો. હવે રૂમમાં માત્ર એક ખુરશી હતી, જેના પર પ્રદીપ

બંદોપાધ્યાય બેઠા. કૉફીના કપમાંથી ઘૂંટ મારીને તેમણે સરફરાઝ સામે જોયું.

"મને ખબર છે કે એકલા કૉફી પીવું યોગ્ય ન કહેવાય. પણ તું અમારી મહેમાનગતિ માણવાની તક ગુમાવી બેઠો છો!"

"વ્હોટ ડુ યુ મીન? હવે હું ચૂપ નહીં બેસું. મેં પૂરેપૂરી સચ્ચાઈ કહી દીધી."

પ્રદીપે ખુરશીમાંથી ઊભા થઈને ગુસ્સામાં કપ પછાડ્યો. આ ઓચિંતા પ્રતિભાવથી સરફરાઝ બે ડગલાં પાછળ હટી ગયો.

"પૂરેપૂરી સચ્ચાઈ, એમ?"

"૧૮૬૭ના કોયના ભૂકંપના મૃતકોની યાદી મેં જોઈ. ૧૯૯૧ના ઉત્તરાખંડ અર્થક્વેકના વિક્ટિમનું લિસ્ટ તું ખુદ જોઈ લે. ૧૯૯૩ના લાતુરના મૃતકોના નામ કહું?" આટલું બોલીને પ્રદીપે ગુસ્સામાં યાદીના કેટલાક કાગળિયાં એના હાથમાં મૂકી દીધા.

ડઘાઈ ગયેલો સરફરાઝ કાગળ ખોલીને જોવા જાય એ અગાઉ ચીલઝડપ મારીને પ્રદીપે એ આંચકી લીધા. "આ મૃતકોની યાદીઓમાં ક્યાંય તારા મા-બાપ, પત્નીના કે દીકરા-દીકરીના નામ નથી. અને તું એક જ માણસ દરેક ભૂકંપમાં બચી જાય એવો અમરપટ્ટો છે તારી પાસે?'"

સરફરાઝના ચહેરા પર થોડી પળ ફિકર આવી ગઈ, જે બહાર બેઠેલા ડિટેક્ટિવ મેજરના ધ્યાનમાં આવી. જોકે તરત સ્વસ્થ થતાં સરફરાઝે મગજ અને જીભને કામે લગાડ્યા.

"હવે સમજાઈ ગયું કે તમે મને ફસાવવા માંગો છો. ગાડી આવવાના નામે રાતભર ગોંધી રાખવાનો પેંતરો હતો તમારો. હવે તો મારા વકીલ આવે પછી જ હું વાત કરીશ."

પ્રદીપ ખડખડાટ હસી પડ્યા. "વકીલ જોઈએ છે તારે? આ દેશની કાનૂની પ્રક્રિયાનો ગેરલાભ લેવો છે તારે? તને અદાલતમાં લઈ જઈએ તો વકીલની જરૂર પડશેને?"

"એટલે એટલે...તમે કહેવા શું માગો છો?"

"અમારા કે તારા કહેવાનો સમય ગયો હવે. તારા આધારકાર્ડની ચકાસણી ચાલી રહી છે. એ પણ બનાવટી હોવા વિશે શંકા નથી."

"પણ માનવતા..."

"એ તમે લોકો સમજો છો? જો તારી વાત માની લઈએ તો મા-બાપ, વાઇફ કે દીકરા-દીકરી તો નથી બચ્યાં. એટલે તારી પાછળ કોઈ રડવાવાળું નથી. અમને કામનો લાગીશ ત્યાં સુધી ખાવા-પીવાનું આપીશું ને પછી કાયમ માટે છુટકારો."

"કંઈક ગેરસમજણ થાય છે તમારી?"

હવે સરફરાઝના અવાજમાં નરમાશ હતી. અચાનક સિંહમાંથી નરમઘેંશ ગાય બની ગયો સરફરાઝ. પરંતુ એવી જાળમાં પ્રદીપ બંદોપાધ્યાય થોડા ફસાવાના હતા?

"ગેરસમજણ તો ગેરસમજણ. એમાંય સમજણ છે કે તું નકામો છો, જોખમી છો! બચવું હોય તો સમજી લે. ઓકે? તને એક કલાક આપું છું. વિચારી લે. મોઢું ખોલવું હોય તો કદાચ જીવ બચી જાય."

આટલું બોલીને સરફરાઝને એક અડબોથ ઝીંકીને પ્રદીપ કાગળિયાં લઈને બહાર નીકળી ગયા. પછી તેણે મેજર સાથે સીસીટીવીનું ફૂટેજ વારંવાર જોયું એમાં દેખાયેલા સરફરાઝના ચહેરાના ભાવ પરથી બન્નેને ખાતરી થઈ ગઈ કે અંધારામાં છોડેલું તીર નિશાન પર લાગ્યું જ છે.

જોવાનું એ રહ્યું કે સરફરાઝ ક્યારે બોલે છે? અને શું બોલે છે? શું મુંબઈ કે દેશમાં ક્યાંય ભયંકર ખૂનામરકીનું ષડ્યંત્ર રચાયું છે? અને રોકી શકાશે ખરું?

*

માજી એન્કાઉન્ટર સ્પેશ્યાલિસ્ટ મયંક ગુપ્તાની છઠ્ઠી ઇન્દ્રિય કહેતી હતી કે મનિયાનો ફોન આવ્યા વગર નહી રહે. તેઓ આતુરતાથી રાહ જોતા હતા. ત્રણ કલાકની પ્રતીક્ષા બાદ ગુપ્તાના ફોનની ઘંટડી વાગી. જોયું તો અજાણ્યા નંબર પરથી ફોન હતો અને એ પણ લેન્ડલાઇન નંબર પરથી. મલકાતા ચહેરે મયંક ગુપ્તાએ ફુલ બેલ વાગવા દીધી પણ ફોન રીસિવ ન કર્યો. ગુપ્તાની ધારણા મુજબ એક મિનિટમાં ફરી બેલ રણકી. પહેલી બેલે ફોન રીસિવ કરીને મયંક ગુપ્તા પ્રેમથી બોલ્યા, "બોલ મનિયા..."

સામે છેડે મનિયો એકદમ થીજી ગયો. કાપો તો લોહી ન નીકળે એવી હાલત.' "ત...ત... તમે કોણ છો?"

"અરે અરે ડરવાનું નહીં હો...આપણા કામમાં ઘણી સમાનતા છે. તું લાલ ટમેટામાં ઇન્જેક્શનમાં મારીને વ્હિસ્કી અંદર ઘુસાડે છે. હું તારા જેવાના શરીરમાં ગોળી ધરબીને લાલ પ્રવાહી બહાર કાઢી નાખું છું."

"પ... પ... પણ તમે છો કોણ?"

"સમજ્યો નહીં તું. આવું કામ કૉન્ટ્રેક્ટ કિલર કરે છે કાં એન્કાઉન્ટર સ્પેશ્યાલિસ્ટ. બોલ, તને શું લાગું છું હું?"

"મ... મ... મારું શું કામ છે તમારે?"

"જો, મારે તારી સાથે કોઈ દુશ્મની નથી, બસ, તને મળવું છે. ગિમ્મિ ગિમ્મિ જેવા ઝેર આપનારા અને ટમાટરમાં વ્હિસ્કી વેચવાના કીમિયાગરને મળવું છે."

120 / દાદલો

“પણ હું તમને મળવા માગતો નથી. મેં જે કર્યુ એ મારી સલામતી માટે કર્યુ, મારા ધંધા માટે કર્યુ. તમેય હવે ભૂલી જાઓ મને...”

“ઓ કે. હું તો ભૂલી જઈશ, પણ મારી રિવૉલ્વર કોઈને ભૂલતી નથી કે છોડતી નથી. સાચું કહું તો એ તારા ગળાડૂબ પ્રેમમાં પડેલી છે. એ તને ક્યારેય ભૂલી નહીં શકે.”

“જોઈએ આપણે... હું તમારા હાથમાં ક્યારેય નહીં આવું,” કહીને મનિયાએ ફોન કટ કરી નાખ્યો.

દસેક મિનિટમાં મયંક ગુપ્તાને ખબર પડી કે ફોન નંદુરબારથી આવ્યો હતો. પરંતુ એટલી વારમાં મનિયો નંદુરબારની ભૌગોલિક વિશિષ્ટતાનો લાભ લઈને પલાયન થવાની વેતરણમાં હતો. મહારાષ્ટ્રના આ જિલ્લાને બે રાજ્યની સીમા સ્પર્શે છે: ગુજરાત અને મધ્ય પ્રદેશ. મયંક ગુપ્તાને થયું કે એ ગુજરાત કે મહારાષ્ટ્રથી સ્વાભાવિક કારણોસર દૂર રહેશે અને મધ્ય પ્રદેશ ભાગી જશે. પોતાના મોબાઇલ ફોનમાં તેઓ મધ્ય પ્રદેશના કૉન્ટેક્ટ શોધતા હતા, ત્યારે મનિયો એક ટ્રકમાં બેસીને મહારાષ્ટ્રમાં જઈ રહ્યો હતો.

તળાવમાં ડૂબકી અને ટેકરી પર તપ્યા બાદ હવે પીટર ફર્નાન્ડિઝે ઠંડા કલેજે વિચારવાનું શરૂ કરી દીધું. અકસ્માતે પોતાને ખૂબ મોટી રકમ હાથ લાગી ગઈ છે. એ જાણતો હતો કે સામાન્ય માણસ તો એકદમ ખુશખુશાલ થઈ જાય. પરંતુ આ આનંદ નથી, આફત છે, મોટી આફત. લૂંટનું પરફેક્ટ પ્લાનિંગ બનાવી શકાય, કારણ કે એમાં મર્યાદિત સમયમાં અમુક લોકોથી સાવચેતી રાખવાની હોય છે. ખરું પ્લાનિંગ તો લૂંટના માલની વહેંચણીમાં જોઈએ. બધા ક્રાઇમ પાર્ટનર્સ પોતાનો હિસ્સો ક્યાં, કેવી રીતે અને કેવી સ્ટાઇલમાં વાપરે છે એ મહત્ત્વનું છે. આ તબક્કો જ જેલ સુધી પહોંચાડતો હોય છે. આ બધા છૂટા પડી ગયા પછી એમના પર અંકુશ શક્ય નથી. આ રીતે આખા આયોજનને કકડભૂસ થતાં વાર ન લાગે.

પીટર સમજી ગયો કે આ મબલક રકમ પોતાના ગળામાં અજગરની જીવલેણ નાગચુડ બની શકે છે. આટલી મોટી રકમ ગઈ એટલે પોલીસ કે એના માલિક ચૂપ બેસી રહેવાના નથી...પણ, પણ...એના મગજમાં ચમકારો થયો. રાહબર રોબરી કેસના ન્યૂઝ પેપર રિપોર્ટ્સમાં અંદાજે ૮-૧૦ કરોડની લૂંટની વાતો જ આવે છે. આવું શા માટે? પોલીસે રમત આદરીને પોતાના માટે જાળ બિછાવી છે? કે પછી આ રકમ બે નંબરની છે એટલે એના વિશે મૌન સેવાય છે? આ કારણસર બસો કરોડ લૂંટાયાની ફરિયાદ નહીં થઈ હોય? ખરેખર આ બ્લેક મની હોય તો શા માટે મોકલાતા હતા? કોને મોકલાતા હતા? કોણ મોકલતું હતું? કોઈ મોટી રિયલ એસ્ટેટ ડીલ હશે કે ડ્રગ્સ મની હશે? ક્યાંક ટેરરિસ્ટ ફંડ હોય તો? જે હોય એ આટલી મોટી રકમ મોકલનારો હાથ પર હાથ બાંધીને બેસી નહીં જ રહે.

પોતાની પાછળ પોલીસ ઉપરાંત બીજા ઘણાં પડી જાય તો નવાઈ નહીં. પોલીસ કદાચ પકડી પાડે તો જેલમાં જવાનું થાય, થોડાં વર્ષ. પણ બીજાના હાથમાં તો ઠીક નજરમાં ય આવ્યો તો જવાનું થાય દુનિયામાંથી કાયમ માટે.

પીટર વિચારમાં પડી ગયો. તળાવમાં પડ્યા રહેવાથી કપડાં ભીનાં હતાં છતાં એને પરસેવો વળવા માંડ્યો. ભયંકર અટ્ટહાસ્ય સાથે તેણે પોતાના એક

હાથથી બીજા હાથને તાળી મારી, પોતાના બન્ને હાથથી પોતાની પીઠ થાબડી. "પીટર ફર્નાન્ડિઝ, તું અસલી નહીં, સૌથી મોટો દાદલો છે. ગ્રેટેસ્ટ દાદલો છો. તું તો કરોડોમાં એક છો. રોબરી સફળ બનાવી એમ આ રકમ પણ પોતાની કરીને બતાવી દે... અસલી મર્દાનગી દાઢી-મૂછ, બાવડા કે બે પગની વચ્ચે નહીં, દિમાગમાં હોય છે. બુદ્ધિબળમાં હોય છે બુદ્ધિબળમાં."

*

મનિયાએ ચાના કપ સાથે લીધેલા વડાપાંઉનો કાગળ હાથ લૂછવા ઉપાડ્યો. મહારાષ્ટ્રના આંતરિયાળ ગામમાં ગુજરાતી છાપાની પસ્તી જોઈને એને આનંદ થયો. તેણે ડૂચો વાળી દીધેલું છાપાનું પાનું ખોલ્યું. એક ખૂણામાં સુવાક્યો હતાં. ચોળાયેલા કાગળ બે હાથથી વ્યવસ્થિત કરીને મનિયો વાંચવા માંડ્યો: 'સુખી જીવન એટલે? તમે ડૉક્ટર કે વકીલને ન શોધો, ને લેણિયાત કે પોલીસ તમને ન શોધે!'

એક પળ મનિયો ચૂપ થઈ ગયો. ચહેરો ભાવશૂન્ય. અચાનક એ હસી પડ્યો. "સૌથી સુખી હું. મને વકીલ, પોલીસ, ઑન્કાઉન્ટર સ્પેશયલિસ્ટ, લેણિયાત અને અંડરવર્લ્ડવાળા ય શોધે છે હો." પછી ધીમે અવાજે કોઈ ન સાંભળે એમ બોલ્યો, "મનિયા, આમ ને આમ ચાલ્યું તો તારે ડૉક્ટર પાસે જવાની ય જરૂર નહીં પડે. સીધેસીધી શબઘરમાં ઍન્ટ્રી."

મનિયાએ નક્કી કર્યું કે કંઈ પણ કરવા કે ક્યાંય પણ જવા પૈસાની જરૂર પડશે, બહુ બધા પૈસાની. એટલે રાહબર રોબરી કેસમાં મને કામે લગાડી દેનારાને શોધી કાઢવો પડશે, જલદી.

*

અપ્પાસાહેબ રાવ ભૂતકાળમાં એક નાનકડા ટ્રસ્ટમાં અધ્યક્ષ હતા એના ભૂતકાળના એક નાના-અમથા ગોટાળાનો કાગનો વાઘ કરીને કેટલીક ટીવી ચેનલવાળા ગજવવા માંડ્યા. અપ્પાસાહેબને થયું કે આની પાછળ કમલકાંત સિવાય બીજું કોઈ ન હોય. તો કમલકાંતને થયું કે ગોપાલ રાવ બરાબરના પોતાના જૂના માલિક અપ્પાસાહેબની બદબોઈમાં લાગી ગયા છે. જ્યારે ગોપાલ રાવને ખાતરી હતી કે આપણા ચીફ મિનિસ્ટર આ રીતે જ અપ્પાસાહેબની ઊંઘ હરામ કરતા રહેવાના.

આ બધાની જાણ બહાર બહુ દૂર દૂર એક વ્યક્તિએ દાંત ભીંસીને આંખમાં આંસુ સાથે ટેબલ પર હાથ પછાડ્યો: "હજી તો શરૂઆત થઈ છે અપ્પાસાહેબ. આગે આગે દેખિયે હોતા હૈ ક્યા?"

*

દાદલો / 123

કમલકાંતના ચહેરા પર ભલે શાંતિ હતી, પણ તેઓ અસ્વસ્થ હતા, વ્યગ્ર હતા. થોડી થોડી વારે ઘડિયાળમાં જોતા હતા. "આ આગમનાં એંધાણ તો નહીં હોય ને? રિટાયર્ડ ઑફિસર માટે રાહ જોવી પડે મારે?

ત્યાં જ ફ્લૅટની ડોરબેલ વાગી. ખાસ મિત્ર એવા લંડનના એન.આર.આઇ.ના કફ પરેડના એકવીસમા માળના ભવ્ય ટેરેસ ફ્લૅટમાં કમલકાંત ટેન્શનમાં હોય ત્યારે જ આવતા. પોતાને દસ દિવસની મુદત મળી છે. ૨૦૦ કરોડ પાછા લાવી આપવાની. કમલકાંતને ગુસ્સો આવ્યો કે પોતે પૂર્વ પ્રદેશમાં ૩૪ હજાર કરોડના પ્રોજેક્ટની ગાડી તો પાટે ચડાવી દીધી, પણ તેઓ જાણતા નહોતા કે વિધાનસભ્યોને મનાવવા માટે બીજી મોટી રકમની વ્યવસ્થા કઈ રીતે કરાઈ હતી? આ એરેન્જમેન્ટ તેમને સદંતર અંધારામાં રાખીને થઈ હતી. જો કે, કમલકાંત ભ્રમમાં જીવતા હતા કે પૂર્વપ્રદેશના મુખ્ય પ્રધાન રાજાને પોતે પટાવી લીધો હતો. આ રાજાને અલગથી લગાન ચૂકવી દેવી પડી હતી. સાથોસાથ તાકીદ કરાઈ હતી કે કમલકાંત સમક્ષ મોઢું ન ખોલવું.

નોકરે દરવાજો ખોલ્યો અને માજી ઑન્કાઉન્ટર સ્પેશ્યાલિસ્ટ મયંક ગુપ્તા અંદર આવ્યા. કમલકાંત એમના ચહેરા સામે જોઈ જ રહ્યા, ન આવકાર કે ન બેસવાનો વિવેક. આંખનાં ભવાં ઊંચકીને તેમણે સવાલ કર્યો કે શું થયું સોંપાયેલા કામનું? ગુપ્તાએ લેશમાત્ર ખચકાટ વગર રુઆબદાર જવાબ આપ્યો, "કામની વિગતો છુપાવાય તો એ થઈ કેવી રીતે શકે?"

કમલકાંતે માંડમાંડ ગુસ્સા પર નિયંત્રણ રાખ્યું, 'એટલે મેં ખોટી માહિતી આપી?'

"ના, સાચી કે ખોટી માહિતી જ ક્યાં મળી છે મને?"

"કમ ટુ ધ પૉઇન્ટ..."

"મારે ઉંદર પકડવાનો છે, બિલાડી, ઘોડો કે હાથી? આનો જવાબ નથી મારી પાસે. એટલે મારે પિંજરું બનાવવું કેટલું મોટું? આને લીધે હું ગમે તે દિશામાં દોડું હાથ શું લાગે?"

"સ્પષ્ટ શબ્દોમાં વાત કરતા ફાવશે તમને ગુપ્તાજી?"

"અફ્કોર્સ. જો હીરા ચોરાયા હોય તો ડાયમંડ થીફ અને ઝવેરીબજાર પર નજર રખાય. રૂ ચોરાયું હોય તો કાપડ બજાર અને મિલ તરફ આંખ કરાય. ને પ્રાચીન ચીજવસ્તુઓ ચોરાઈ હોય તો ઍન્ટિક માર્કેટમાં ખાંખાંખોળા કરાય..."

"જુઓ રાહબર કુરિયરમાં તો..."

"ત્યાંથી માત્ર ગ્રાહકોના રોકડ અને હીરાના પડીકા મળીને પાંચ-દસ કરોડની માલમતા ચોરાઈ છે એવું તો તમારે નહીં જ કહેવાનું હોય ને?"

“એવું ન હોઈ શકે?”

“તો પછી કમલકાંત સહિતના મોટા માણસો એમાં રસ ન લે. શહેરભરમાં એવી તો કેટકેટલીય લૂંટ થતી રહે છે...”

કમલકાંત એકી નજરે મયંક ગુપ્તા સામે જોઈ રહ્યા. કમલકાંત એમની નજીકની ખુરશી પર બેસી ગયા. “જુઓ સર, મારા કૉન્ટેક્ટ અને મારી કાબેલિયત વિશે શંકા હોય તો તમે મને આ કામ સોંપ્યું ન હોત. ડૉક્ટર સાચો-સારો હોય પણ પેશન્ટ એનામાં વિશ્વાસ ન મૂકે તો ઇલાજ થાય ક્યાંથી?”

કમલકાંત હસી પડ્યા, સાવ કૃત્રિમ રીતે. એ હકીકત બન્ને જાણતા હતા. કમલકાંતે મયંક ગુપ્તાના ખભા પર હાથ મૂક્યો. “તમે મારી ધારણાથી ઘણું વધુ સ્માર્ટ છો. અફકોર્સ, આઇ એમ વેરી હેપી. ગુપ્તાજી એક કાનેથી સાંભળો અને વાતને પેટમાં ઉતારી દેજો. રાહબર કુરિયરની રોબરીમાં લૂંટાયેલા હીરાના પડીકા કે પરચૂરણ રકમમાં કોઈને દિલચસ્પી નથી. ત્યાંથી મોટી રોકડ રકમ પણ લૂંટાઈ છે...”

“બહુ મોટી રકમ એટલે?”

“તમે કલ્પના કરી શકો એનાથી ઘણી વધુ.”

“આ રકમ કોણે મોકલી, કોના માટે અને શા માટે મોકલાઈ એ તો તમે કહેવાના નથી, પરંતુ રાહબર કુરિયર કંપનીનો મૅનેજર ઘણો ભેદી છે. એ કદાચ આતંકવાદી હોય. જો આ રકમને એની પ્રવૃતિ સાથે કંઈ નિસ્બત હોય તો હું આપની સાથે નહીં રહું...”

“એટલે?”

“એ જ કે તો હું આપની સામે હોઈશ.”

સવારે જાગ્યો ત્યારે પીટર ફર્નાન્ડિઝને માથું ભારે ભારે લાગ્યું. લાગે જ ને? રાતે બેસીને ઇન્ડિયન વ્હિસ્કીની આખી બોટલ ઢીંચી ગયો હતો. પીતી વખતે એકાગ્ર ચિત્તે વિચારતો હતો. એક પેડમાં કંઈક ટપકાવતો હતો, પોતે અત્યાર સુધી વાંચેલી વિશ્વની શ્રેષ્ઠ અપરાધકથાઓ અને અસંખ્ય ક્રિમિનલ સ્ટોરીઝમાં તારવેલું માખણ કાગળ પર ટપકાવ્યું. રાહબર કુરિયર કંપનીમાં લૂંટ ચલાવી લેવાઈ. સારી વાત છે પણ બહુ મોટી નહીં. એવું અગાઉ ઘણાં કરી ચૂક્યા જ છે, ભવિષ્યમાંય થતું રહેશે.

પણ નાનાં-નાનાં માછલાં પકડવા નાખેલી જાળમાં તોતિંગ મગરમચ્છ ફસાઈ ગયો. આવું ઘણા ઓછા કેસમાં બને. ન ખરીદેલી લૉટરીનું ઇનામ કુદરતે પોતાની ઝોળીમાં નાખી દીધું પણ હવે એ સાચવવામાં-વાપરવામાં મારી કાબેલિયત-કુશાગ્રતાની ખરી કસોટી થશે. આ ઘણું જોખમી હતું. મોકાણ એ હતી કે કામ એકલાથી થઈ શકે એટલું નાનું નહોતું અને બેવકૂફોને સાથે રાખી શકાય એટલું આસાન નહોતું.

રાહબર કુરિયર રોબરી માટે પોતે પસંદ કરેલી ટીમ સારી હતી, પર્ફેક્ટ હતી, પણ એ માત્ર લૂંટના કામ પૂરતી. આ રકમ સગેવગે કરવામાં એમની ઉપયોગિતાની ખબર નથી. હું તો ઠીક, એ લોકોય આનાથી અજાણ છે, પણ વિશ્વાસ મૂક્યા વગર છૂટકો નથી. આ બધાને હું ઓળખું છું. નવાને શોધવા અને ચકાસવાનો સમય નથી. આ બધા પર વધુ ચાંપ રાખવી પડશે, સંપૂર્ણ સાવચેતીથી વર્તવું પડશે. પીટરે બનાવેલી યાદીમાં પહેલા બે પૉઇન્ટ હતા: એક, બધાને પાછા આવવા માટે મનાવવા. બે, નવા કામમાં જોતરાવા માટે તૈયાર કરવા. આ કરવા માટેની માસ્ટર કી પીટર પાસે હતી. તે, વ્હિસ્કીના ઘૂંટ પીતો રહ્યો અને પેડ પર પૉઇન્ટ ટપકાવતો રહ્યો, ઊંઘ ન આવી ત્યાં સુધી.

*

અને ખરેખર ઊંડાણપૂર્વકની તપાસમાં બહાર આવ્યું કે, સરફરાઝ અલીના મોટા ભાગના દસ્તાવેજો બનાવટી હતા. આ સાથે ઍન્ટી ટેરરિસ્ટ સ્કવૉડના ઇન્સ્પેક્ટર પ્રદીપ બંદોપાધ્યાયે સરફરાઝ અલીનો ફોટો અનેક જગ્યાએ મોકલી આપ્યો.

આ માહિતી તેમણે માઝ એન્કાઉન્ટર સ્પેશ્યાલિસ્ટ દોસ્ત મયંક ગુપ્તાનેય આપી.

ગુપ્તા વિચારમાં પડી ગયા. પેલો હેમાંગ પટેલ અને એની પત્ની અચાનક અમેરિકાથી સ્વદેશ પાછા ફરે. ડૉલરમાં ધીકતી કમાણી છોડીને અહીં કુરિયરનો ધંધો કરે. એની કંપનીમાં લૂંટ થાય. પટેલ પરિવારના ત્રણ જણના અપહરણ થાય, પણ કોઈનો વાળ વાંકો ન થાય. કુરિયર કંપનીના વૉચમેનનું ભેદી મોત થાય. વણનોંધેલો માલ મોકલવાની વ્યવસ્થા કરનારા જયંત ટેમ્પોની હત્યા થાય. છેલ્લે જયંત અપ્પાસાહેબ રાવના જમણા હાથ સમા પક્યા સાથે દેખાયો હોય. હવે આ પક્યો ક્યાં જતો રહ્યો? અને કુરિયર કંપનીના મૅનેજર સરફરાઝ અલી ઇન્ટરનેટ પર સતત અણુશસ્ત્રો વિશેની શોધખોળ કરે છે, એ બનાવટી ઓળખ ધરાવે છે અને પોલીસથી ઘણું છુપાવ્યું. આ બધાની સમાંતરે જ અપ્પાસાહેબ રાવનું રાજકીય કદ વેતરાઈ ગયું. એના પક્ષના બધા વિધાનસભ્યો છોડી ગયા, રાહબર રોબરી કેસમાં કેટકેટલા મોટા માથાને રસ છે.

મયંક ગુપ્તા જ નહીં, ડિટેક્ટિવ મેજર મેજિશિયન અને આસિસ્ટન્ટ પોલીસ કમિશનર સૂર્યવંશીના કેટલાક ખબરી કૉમન હતા. તો અમુક એકબીજાને ઓળખતા હતા. ત્રણેય સમજદાર હતા. એકમેક પ્રત્યે માન હતું. સૌ રાષ્ટ્રહિતમાં જ કામ કરતા હતા. લશ્કરની વ્યૂહરચનાના અભ્યાસી અને ડિટેક્ટિવ સેવામાં ખૂંપી ગયેલા મેજર મેજિશિયનને થયું કે ત્રણેય અલગ જહેમત કરીને થોડી થોડી સફળતા મેળવે એના કરતાં એકબીજાની મદદ કેમ ન કરવી? તેમણે પહેલ કરી મયંક ગુપ્તા અને સૂર્યવંશીને મળવાની. આ ત્રિદેવની મિટિંગ કંઈક અલગ જ કરવાની હતી.

*

દેશભરમાં અને દેશબહાર પણ મોકલાયેલા સરફરાઝ અલીના ફોટાને પગલે માહિતી આવવા માંડી એ અલગ-અલગ નામે કરાચી, પેશાવર, ઢાકા, કાઠમંડુ, દોહા, મીરપુર, જલાલાબાદ અને ખોસ્તમાં દેખાયો હતો. દરેક વખતે ગેટઅપમાં નાના-મોટા ફેરફાર હતા. એ મૂળ ક્યાંનો એ મહત્ત્વનું નહોતું રહ્યું હવે. એ અત્યંત જોખમી જણસ હતો. એ કયા મિશન પર, કોની માટે અને કોની સાથે કામ કરતો હતો એ માહિતી ઓકાવવાની હતી. એની અવરજવરનું ભોગૌલિક ફલક જોઈને એ.ટી.એસ.માં આશ્ચર્યનું મોજું ફરી વળ્યું કે આવો ખેપાની શેતાન હજી રડારની બહાર રહ્યો કેવી રીતે? અને રાહબર કુરિયરના રોબરી કેસ, એને સંબંધી મોત સાથે સરફરાઝ અલી કઈ રીતે સંડોવાયેલો છે? રાહબર કુરિયર કંપનીનો એ જોખમી દુરુપયોગ કરતો હતો કે માત્ર મુખવટા પૂરતી આ નોકરી રાખી હતી. આ બધી શક્યતાની વિચારણા વચ્ચે રાતોરાત સરફરાઝને અજાણ્યા

દાદલો / 127

અને વધુ સલામત સ્થળે ખસેડી દેવાયો. ત્રણ ઑફિસરને એની પૂછપરછ અને આગતાસ્વાગતામાં જોતરાઈ જવાની કામગીરી સોંપાઈ ગઈ.

*

પીટર ફર્નાન્ડિઝે અલગ-અલગ મોબાઈલ નંબરથી છ વ્યક્તિને એસ.એમ.એસ. કર્યા. અરજણ પંખી ઉર્ફે અરજણ વસનજી સોંદરવા, રઘલા ઘુવડ ઉર્ફે રઘુ રામજી રિસાલદાર, બિન્દાસ્ત ભાઉ ઉર્ફે કિશન પાટિલ, રાજુ રોમિયો ઉર્ફે રાજેશ મિટબાંવકર, મનિયા ઉર્ફે મનોજ કપૂરચંદ મિશ્રા અને રસીલી રાની ઉર્ફે રંજન ડિકોસ્ટાને અજાણ્યા નંબર પરથી મૅસેજ મળ્યો: "બે દિવસ પછી એટલે બુધવારે સાંજે સાત વાગ્યે, પેણ હાઈવે, હોટેલ નશા. હવે મહેનતાણું બમણું. મિશન દાદલો!"

જરાય વિચાર્યા વગર બધા સમજી ગયા કે આ પોતાને કામે લગાડી દેનારા અજ્ઞાત માણસનો એટલે કે પીટર ફર્નાન્ડિઝનો મૅસેજ હતો, પરંતુ સૌના પ્રતિભાવ અલગ હતા, જે એમના કૅરેક્ટરની ચાડી ખાતા હતા.

અરજણ પંખી બબડ્યો: 'વધુ વાયદો થયો તો હોટેલમાં જ જીવથી જવાનો નપાવટ.' રઘલા ઘુવડને થયું કે, 'ડબલ પૈસા મળે છે એટલે જવાનું પૈણ.' બિન્દાસ્ત ભાઉ ગુસ્સાથી લાલચોળ થઈ ગયા: 'પોતાને સમજે છે શું? એના બાપનો નોકર છું? મળે એટલે ખેર નથી એની'. રાજુ રોમિયાના મોઢામાંથી સિટીનો અવાજ નીકળી ગયો: 'ડબલ રકમ. વાહ, એક-બે મસ્ત આઇટમને લઈને ઉપડી જઈશ ગોવા.' મનિયાએ ત્રિરાશિ માંડી: 'બમણી રકમ આપે છે એટલે ગરજ હશે, પણ થોડું જોર કરીને વધુ ન પડાવી શકાય?' રસીલી રાનીનો ચહેરો ખુશીથી ગુલાબી થઈ ગયો: 'આ મિ. ઇન્ડિયાને મોટો દલ્લો હાથ લાગ્યો હશે. એને જ પટાવી લઉં તો? કદાચ બેના ચાર ફ્લેટ થઈ જાય તો મરતા સુધી કાયમની નિરાંત.'

પીટર જાણતો નહોતો કે પોતે શાંત પડેલા મધપૂડાને છંછેડવા જઈ રહ્યો છે. એને મધ, મલાઈ અને મનીની અપેક્ષા હતી પણ ડંખ, ઘા અને વહેતું લોહી પણ મળી શકે એવી ધારણા નહોતી રાખી.

*

માંડ માંડ મેટ્રિક સુધી ભણ્યા બાદ જાતભાતના નાના-મોટા ને સાચા-ખોટા ધંધા કરી જોયા પણ કમલકાંતને ક્યાંય જશ ન મળ્યો. ઘરવાળા લગ્ન માટે દબાણ કરતા હતા. સગાઈ થઈ ચૂકી હતી પણ સાસરિયાં માનતાં નહોતાં. એમનો એક જ સવાલ હતો ને તે સાવ વાજબી: કમાણી નથી તો અમારી દીકરીને ખવડાવશો શું? એ લોકો બોલતા નહોતા પણ ગામના નાનકડા ઘરમાં

કમલકાંતના પિતા અને એના ભાઈના પરિવાર પણ રહેતા હતા. આ ઘર પાછું મજિયારી મિલકત. એમાંય નાના-મોટા છ રૂમમાં કમલકાંતના ચાર ભાઈ અને ત્રણ બહેન, કાકા-કાકીની ચાર દીકરી અને સૌથી નાના કાકા હજી કુંવારા. એટલે દીકરીને રહેવાની સમસ્યા થઈ શકે એવી ફિકર ખરી પિયરિયાને.

આ ટેન્શન વચ્ચે કમલકાંતને મેરઠની બાજુના આલમગીર પુરમાં એક ઊંટવૈદ્ય મળી ગયો. એ હરકત બાબા પાસે દરેક લાઇલાજ દર્દની દવા હતી. એવો એનો દાવો હતો. મેરઠથી બસમાં જતી વખતે એક મવાલી કમલકાંતની આગળની બેઠક પર પોતાના દોસ્ત સાથે બેઠો હતો. દોસ્ત તો ઠીક, પણ એની ઉંમર ઘણી વધુ હતી. સાવ કૃષકાય લાગતો હતો. એ કૃષકાય કુમારનાં લગ્ન થવાનાં હતાં અને એ ગભરાતો હતો. એને પોતાની શારીરિક ક્ષમતા પર વિશ્વાસ નહોતો. મવાલી ખૂબ મનાવતો હતો પણ પેલો માને જ નહીં. કમલકાંતે ધીમેથી હસ્તક્ષેપ કર્યો કે મારી સાથે આલમગીરપુર આવો તો આ સમસ્યાનો ઉકેલ મળી જશે. પેલા મવાલીએ કૃષ્ણકાંતનો કૉલર પકડી લીધો. 'આવીએ તો ખરા. પણ જો રિઝલ્ટ ન મળ્યું તો આવી બનશે તારું. આ રસ્તે મોઢું બતાડી નહીં શકે તું'.

પણ એવું ન થયું. કૃષકાય વરરાજા તો ઠીક મવાલીને પણ હરકતબાબાના પડીકાથી મોજ પડી ગઈ. હકીકતમાં આ બસ પ્રવાસમાં થયેલી મુલાકાત અને બાબાના પડીકાએ કમલકાંતના નસીબ આડેનું પાંદડું હટાવી દીધા બાદ ક્યારેય પાછા વળીને જોવાની જરૂર પડી નહોતી. ત્યાં આ રાહબરની ઘટના બની. મોબાઇલ ફોનની ઘંટીએ કમલકાંતની વિચારશ્રેણીમાં વિક્ષેપ પાડ્યો. ફોન પર કોઈ રિપોર્ટર પૂછી રહ્યો હતો કે "શું તમે એક જમાનામાં શારીરિક શક્તિ વધારવાની ભળતીસળતી દવા વેચતા હતા એ વાત સાચી? "

વી ચૅનલ ચીસાચીસ કરતી હતી: 'અપ્પાસાહેબ કા બેટે હોને કા દાવા. સચમુચ હૈ અનૌરસ સંતાન?' આ સમાચાર સાથે મહારાષ્ટ્રના જાલના જિલ્લાના બદનાપુર તાલુકાના ભાતખેડા ગામનો ૪૨ વર્ષનો કિશોર નામનો યુવાન દાવો કરતો હતો, 'અપ્પાસાહેબે મારી માતા સાથે મંદિરમાં લગ્ન કર્યા બાદ છેહ આપ્યો હતો. મારી મરતી માતાને મેં વચન આપ્યું છે કે તને સામાજિક સ્વીકૃતિ અપાવીને જ હું મરીશ. મારે અપ્પાસાહેબનો એક નવો પૈસોય ખપતો નથી. બસ, ખુલ્લેઆમ મારી માતાનો અને મારો સ્વીકાર કરે.'

આ ભાતખેડાનો કિશોર ફોટો આલબમમાં પોતાની માતા અને અપ્પાસાહેબનો યુવાનીનો ફોટો બતાવતો હતો. બીજા ફોટામાં અપ્પાસાહેબના હાથમાં એક ભૂલકો દેખાતો હતો, જે પોતે હોવાનો કિશોરનો દાવો હતો.

આમ તો કિશોરને અપ્પાસાહેબના નામથી જ નફરત હતી. એમનો ચહેરો દેખાય તો છાપું ફાડી નાખે કાં ટીવીની ચૅનલ બદલી નાખે. કોઈ એના પિતાની વાત ઉખેળે તો એ ક્રોધે ભરાઈને ત્યાંથી જતો રહેતો. પરંતુ આ સનસનાટી ફેલાવવામાં એને ડબલ ફાયદો દેખાયો: અપ્પાસાહેબની બદનામી અને રોકડ રકમની લાલચ. સાથોસાથ પંચાયતની ચૂંટણીમાં ઊભા રાખવા માટે કોણીએ લગાડાયેલો ગોળ.

કિશોરને જ્યારે જે મળે તે ખરું, પણ અત્યારે તો અપ્પાસાહેબે ચાનો કપ ટેલિવિઝન પર ફેંક્યો અને સ્ક્રીન તોડી નાખી. વરસોની આદતવશ એમનાથી બૂમ પડાઈ ગઈ, "પક્યા ઓ પક્યા."

*

બરાબર એ જ સમયે એમનો પક્યો ઉર્ફે પ્રકાશ શેષાદ્રિ અને બંડુ નાગપુરના દેશી દારૂના અડ્ડામાં ગ્લાસ ટકરાવીને ચિયર્સ કરતા હતા. કદાચ આ દુનિયાનો પહેલો સુપારીનો કેસ હતો કે જેમાં સુપારી લેનારો મજા માણતો હતો, જેની સુપારી અપાઈ એ કૉન્ટ્રૅક્ટર કિલર સાથે જ જીવતો-હસતો હતો, પણ સુપારી આપનારો રૂપિયા ચૂકવીનેય મોતથી બદતર જિંદગી જીવી રહ્યો હતો.

બંડુએ ખુશ થઈને પક્યાનો ખભો થપથપાવ્યો, "વાહ પક્યા વાહ, મજા આવી ગઈ."

ગુસ્સામાં પક્યાએ ઝાટકો મારીને એનો હાથ પોતાના ખભા પરથી હટાવી લીધો. "હવે મને કોઈ પક્યો કહીને નહીં બોલાવે. આ નામ અપ્પાએ આપ્યું છે. એ ભૂંડી ગાળ જેવું લાગે છે, મને દઝાડે છે." એનો અવાજ મોટો થતો ગયો, "આજથી હું પ્રકાશ શેષાદ્રી છું. શું છું?"

વરસો જૂની દોસ્તી હોવા છતાં બંડુ ગભરાઈ ગયો. ધીમેથી બોલ્યો, "તું... તું... પ્રકાશ શેષાદ્રી છો, બરાબર?"

પક્યો જરા ઠંડો પડ્યો, "હવે અપ્પાનું કંઈ ન ખપે, મેં એને સગા બાપથી વિશેષ માન્યો, ને તેણે મારી જ સુપારી આપી.

"હા, જો સુપારી તારા આ ખાસ દોસ્તને ન આપી હોત તો આરે કોલોનીના જંગલી જાનવરો તારી લાશને અત્યાર સુધી પચાવી ચૂક્યાં હોત."

"હવે મારી જિંદગીનો એક જ મકસદ છે, અપ્પાની બરબાદી."

"જરા શાંત થા પ્રકાશ, એકદમ રિલેક્સ યાર. ચાલ મસ્તી કરવા જઈએ."

અપ્પાસાહેબની ગેરહાજરીમાં પક્યો કાયમ બંડુ સાથે છોકરીઓની સુંવાળી સંગત માણવા પહોંચી જતો. આ વાત બંડુ સિવાય કોઈ જાણતું નહોતું. બંડુ હમ નિવાલા, હમ પિયાલા અને હમ બિસ્તર હતો પક્યાનો. મોટે ભાગે રૂપિયા પક્યો જ ખર્ચતો. આજેય ક્યાંક જવાનો બંડુએ બહુ આગ્રહ કર્યો પણ પક્યો ધરાર તૈયાર ન થયો.

*

કમલકાંત કંટાળી ગયા. અપ્પાસાહેબનો સોળમો ફોન આવ્યો પણ એમને વાત કરવાની ઇચ્છા જ ન થઈ. આથી અપ્પાસાહેબને લાગ્યું કે મારી વિરુદ્ધ આ બધું કમલકાંત જ કરાવતા લાગે છે. સત્તરમાં ફોનની રિંગે કમલકાંતે ફોન ઉપાડ્યો, "અપ્પાસાહેબ, મેં બહુત બીઝી હું, ટેન્શન મેં હું, મગર..."

"અરે સુનિયે તો સહી..."

"મગર મૈં આપ સે બાત નહીં કરના ચાહતા..."

"કુછ ગલતફહમી હૈ આપ કો કમલકાંતજી... મૈંને કોઈ ગલતી નહીં કી હૈ"

"હા, આપ કો ઇતની બડી જિમ્મેદારી દેના મેરી ગલતી થી, બેવકૂફી થી. ઉસ કી બહુત બડી કિંમત મુઝે ચુકાની પડેગી, સમજે?"

"એક બાર મુઝે મિલિયે, પ્લીઝ. સિર્ફ દસ મિનિટ કે લિયે," અપ્પાસાહેબ જિંદગીમાં પહેલી વાર કરગર્યા.

"દેખતા હું મૈં કૈસે પોસિબલ હોતા હૈ..." કમલકાંત ટસના મસ થવાના મૂડમાં નહોતા.

"મગર તબ તક મેરે ખિલાફ જ્યાદા કુછ ટીવી મેં મત આને દીજિએ, પ્લીઝ."

દાદલો / 131

"વ્હોટ નૉનસેન્સ? ગુસ્સામાં કમલકાંતે ફોન કટ કરી નાખ્યો. અપ્પાસાહેબે એક મોટા મરાઠી અખબારના તંત્રી અને જૂના મિત્ર રામદાસ જગદાળેનો નંબર લગાવ્યો. એને વિનંતી કરી કે આપની વગ વાપરીને મને કમલકાંતજી સાથે મિટિંગ ગોઠવી આપો, પ્લીઝ.

*

આસિસ્ટન્ટ પોલીસ કમિશનર સૂર્યવંશી, પ્રાઇવેટ ડિટેક્ટિવ મેજર મેજિશિયન અને માઝી ઑન્કાઉન્ટર સ્પેશ્યાલિસ્ટ મયંક ગુપ્તાની ચર્ચા સાચા માર્ગે ધસમસી રહી હતી. ઘણા મુદ્દા સ્પષ્ટ થઈ રહ્યા હતા. જેમ કે રાહબર રોબરી કેસ સામાન્ય લૂંટનો મામલો નથી. એના છેડા સીધેસીધા ક્રાઇમ અને પૉલિટિક્સ ઉપરાંત આતંકવાદ સાથેય જોડાયેલા નીકળી શકે છે, કદાચ આનાથી વધુ પણ કંઈક હોઈ શકે. કંઈક ખાસ બાબત જરૂર હશે એટલે જ અપ્પાસાહેબ રાવ, ગોપાલ રાવ અને કમલકાંત જેવા મોટા માથા આ રોબરી કેસ ઉકેલવા તલપાપડ છે. માઝી હોમ મિનિસ્ટર ગોપાલ રાવે તો ખુદ કમિશનર આનંદ રૉયને બદલીની ધમકી સુધ્ધાં આપ્યાનું સૂર્યવંશીએ જણાવ્યું.

મોટા રાજકીય માથાની સંડોવણી, મર્ડર અને ત્રાસવાદ જેવા ગંભીર મુદ્દાની વચ્ચે એકમેકની દાનત-દેશપ્રેમ પર પૂરેપૂરો વિશ્વાસ હોવાથી ત્રણેય એકમેક સાથે લગભગ બધી માહિતીની આપ-લે કરી. કંઈ પણ વધુ જાણકારી મળે તો તરત જ સાવચેત કરવાની સહમતી સધાઈ. ત્રણેયે એક વ્યૂહરચના અપનાવી કે પોતાને આ કેસમાં જોતરનારી વ્યક્તિને વધુ ને વધુ મળતા રહેવું ને એની પાસેથી અગત્યની કડી મેળવવી.

*

પીટર ફર્નાન્ડીસને બાળપણનો નાટકનો શોખ ખૂબ કામ આવતો હતો. સ્કૂલમાં કાયમ એને છોકરી કે સ્ત્રીના રોલ અપાતા હતા. રોલ સારી રીતે ભજવવા છતાં ઉપહાસને પાત્ર બનવું પડતું હતું. ત્યારે ગુસ્સો આવતો હતો, રડવું આવતું હતું. રોલ કરવા સાથે એ મેકઅપની કામગીરીમાંય ખૂબ રસ લેતો હતો. આજે એ બધું એના માટે અસ્તિત્વ ટકાવી રાખવાની સંજીવની જડીબુટ્ટી બની રહ્યું હતું.

ડર્ટી હાફ ડઝનને મળવા અને એમના થકી કામ કરાવવા અગાઉ પીટરને ખૂબ મહત્ત્વની કામગીરી આટોપવી પડે એમ હતી. આ વિઝિટની કામિયાબી જ પોતાના મિશનને સફળ બનાવશે અને સપનું સાકાર કરશે, નહીંતર પોતાનું અસ્તિત્વ પૃથ્વી પરથી ઓગળી જતાં વાર નહીં લાગે. પીટર પુણેના સ્વારગેટ બસસ્ટોપ પર આ વિચારતો હતો, ત્યાં જ સાતારા જતી એસ.ટી. બસ આવી. બસ એટલી ભરચક હતી કે અંદર જવું જ મુશ્કેલ હતું, પણ જીવન-મરણનો

132 / દાદલો

સવાલ હોય એમ પીટર અંદર ઘૂસી ગયો. મરાઠા મજૂર જેવા ગેટઅપમાં ભાગ્યે જ કોઈ એને ઓળખી શકે. છેક સાતારા સુધીની ટિકિટ કઢાવીને એ એક ખૂણામાં ઊભો રહી ગયો. આ રીતે ત્રુટક-ત્રુટક અને અલગ વેશભૂષામાં સફર કરીને પીટરને પહોંચવું હતું ગોવા. પોતાના ગોવામાં. ધરતીનો છેડો ઘર. પણ આ ઘરના ખયાલ સાથે જ એના મોઢામાં કડવાશ આવી ગઈ.

હાલના અણધાર્યા સંજોગોમાં લાચારી ન હોત તો પીટરે ક્યારેય ગોવામાં ફરી પગ મૂક્યો ન હોત. ગોવામાં અનિવાર્ય કામ પતાવવા ઉપરાંત પણ એક ધ્યેય હતો. એક વ્યક્તિ જેના માટે પોતાને ખૂબ માન છે, કહો કે પ્રેમ છે એને મળવું હતું. પીટર પોતાને હાથ આવેલા મોટામસ દલ્લાનો ઉકેલ શોધવા ગોવા જઈ રહ્યો હતો ત્યારે નિયતિ એને નવી મુશ્કેલીની જાળમાં ફસાવવા બોલાવી રહી હતી. અસાધારણ બુદ્ધિબળ પર મુસ્તાક પીટર પોતાને દાદલા અર્થાત્ પુરુષ, સાચો પુરુષ, સર્વોત્તમ પુરુષ સાબિત કરવા માગતો હતો, પણ ગોવામાં પગ મૂકીને એ મહામૂરખ સાબિત થાય એવી અનેક શક્યતાઓ હતી.

અચાનક બસમાં ચહલપહલ મચી ગઈ. 'વાઈ આલા, વાઈ આલા'. દસ-બાર જણ સાથે પીટર પણ ઉતરી ગયો બસમાંથી.

પૂણેથી સાતારા જતી બસમાં વાઇ ઊતર્યો પીટર. ત્યાંથી ત્રુટક-ત્રુટક મુસાફરી કરીને એ ગોવા પહોંચ્યો. પોતીકી ધરતી, પોતાના મૂળ અને ઓળખીતી હવાને લીધે પીટર ફર્નાન્ડિઝ થોડો મૂડમાં આવી ગયો. રાહબર કુરિયરમાં રોબરી સફળ તો થઈ હતી પણ એની ધારણાથી અનેક ગણી રકમ હાથ લાગી હતી. એને થયું કે આ બધું પોતાના બુદ્ધિ-કૌશલનું પરિણામ છે. પોતાની જાતને સાબિત કરીને દુનિયાને વેંત નીચી નમાવી દીધી હોય અને એનો હરખ વ્યક્ત કરવો હોય અને સૌને જતાવવું હોય, એમ પીટરના પગ આપોઆપ બાગા બીચ તરફ વળી ગયા. એને યાદ આવ્યું કે પોતે ટીટો હેનરી ડિસોઝાના સ્ટેચ્યૂ સમક્ષ કેવી શપથ લીધી હતી : ટીટો અંકલ આખી લાઇફમાં કમાયા એનાથી વધુ પોતે થોડા દિવસમાં જ મેળવી લેશે. હિંમતે મર્દા તો મદદે ખુદા.

પીટરને જાત પર ગર્વ નહીં, અભિમાન થયું. આ સિકંદરી અદાને લીધે એ થોડો ગાફેલ હતો. ઝાઝું વેશ-પરિવર્તન પણ કર્યું નહોતું. એને પોતાની ફ્રેન્ડ રોઝી યાદ આવી ગઈ. એ બ્રાઝિલિયન હતી, હેકર હતી. એને પોતાના પર પ્રેમ હતો. પીટર ભૂલ્યો નહોતો કે રોઝીને માત્ર બે જ વાતમાં દિલચસ્પી હતી રોકડા અને સેક્સ. રોકડાનો ક્યાં પ્રૉબ્લેમ જ હતો કોઈ. તેણે રોઝીના ઇન્ટરનેશનલ મોબાઇલ નંબર પર મૅસેજ છોડ્યો, તેને ઈ-મેલ પણ કર્યો.

દસ મિનિટમાં જ રોઝીનો ફોન આવ્યો. ગુડ ન્યૂઝ એ હતા કે રોઝી ગોવામાં જ હતી. અડધો કલાક બાદ બન્ને દરિયા કિનારા પરની એ જ કામચલાઉ રેસ્ટોરાં 'ફન ટાઇમ'માં બિયર પી રહ્યાં હતાં. કોઈ ત્રીજું સાંભળી ન શકે એમ બન્ને અંગ્રેજી ભાષામાં ધીમા અવાજે વાતચીત કરતાં હતાં. રોઝીના ચહેરા પર આશ્ચર્ય, આનંદ અને માની ન શકવાના ભાવ અવરજવર કરતા હતા. પીટરે એને પૂરેપૂરી કે બધી વાત ન કરી, પરંતુ બ્રાઝિલમાં બ્યૂટી પાર્લર ખોલવાનું સપનું સાકાર કરવા માટે રોઝીને ૫૦ લાખ આપવાનું પ્રોમિસ આપ્યું.

રોઝી ચોક્કસપણે પીટરને પ્રેમ કરતી હતી, પણ એમના સંબંધ એકદમ અલગ, અકલ્પ્ય હતા. એમના પ્રેમ-સંબંધમાં લગ્ન કે બંધન માટે સ્થાન તો ઠીક ચર્ચા સુધ્ધાં નહોતાં. બન્ને વચ્ચે કિસની આપ-લેથી વાત આગળ વધી નહોતી.

રોઝીના મનમાં થોડી ઘણી શંકા હતી. એ વાત છેડીને પીટરની દુઃખતી રગ, જો હોય તો, છંછેડવા માગતી નહોતી. મન થશે તો અને ત્યારે ભલેને કહેતો. આમેય પીટર મને કંઈ કરતા ક્યારેય ક્યાં રોકે છે?

પીટરે રોઝીને થોડાં કામ સોંપ્યાં. ખૂબ મહત્ત્વનાં. રોઝી જવા માટે ઊભી થઈ ત્યારે પીટરે તેને એક ચોળાયેલું કવર આપ્યું. હસીને બોલ્યો, "ફિફ્ટી થાઉઝંડ રુપિસ ફોર રુટિન ઍક્સપેન્સીસ." રોઝીએ 'થૅન્ક્સ' ન કીધું પણ હસીને તેને ગળે વળગીને જતી રહી. પીટરે વધુ એક બિયરનો ઑર્ડર આપ્યો.

સામેથી બે-ત્રણ એકદમ કસાયેલા શરીરવાળા ત્રણ યુવાનોને દરિયામાંથી આવતા જોઈને પીટરની નજર થીજી ગઈ. એ બિયરની બૉટલ લઈને ઈંટ મૂકીને બનાવેલા દાદરા ઉતરવા ગયો, ત્યાં કોઈક એની સાથે ભટકાયું. પીટરે ન એની સામે જોયું ન ગુસ્સો કર્યો. એ પેલા ત્રણ યુવાનો ભણી આગળ વધ્યો, પરંતુ પીટર સાથે ભટકાયેલો યુવાન થોડે દૂર જઈને ઊભો રહી ગયો.

એ પીટરને જોતો જ રહી ગયો. આશ્ચર્યથી એનું મોઢું ખુલ્લું રહી ગયું. જાણે જે જોયું એના પર વિશ્વાસ ન બેસતો હોય એમ એ આંખ ચોળવા માંડ્યો. એ જ સમયે મોબાઈલ ફોનની ઘંટડી વાગી. તેણે યંત્રવત્ ફોન ઉપાડ્યો. "યસ રોની... ઓકે.... ઓકે... આવ્યો પાંચ મિનિટમાં."

ગોવા ઍરપૉર્ટ પર પીટરને મોબાઈલ આપનારા રોનીને દૂર જવાનું મન થતું નહોતું પણ ઈમિટેશન સ્ટોરમાં કંઈક પ્રૉબ્લેમ થવાથી વાઈફ અર્જન્ટ બોલાવતી હતી. પીટરને બિયરની બૉટલ લઈને રેતીમાં બેસી ગયેલો જોઈને તેને હાશકારો થયો, "ચપટી વગાડતાં જાઉં અને પાછો આવું."

રોનીના ગયા બાદ પીટરે ઘડિયાળમાં જોયું. સાંજના ચાર વાગ્યા હતા. તેણે રોનીથી ઊંધી દિશામાં ઉતાવળે પગલે પગ ઉપાડ્યા અને ટોળામાં અસ્તિત્વ અને ઓળખ ઓગાળી દીધાં. રોની પાછો આવ્યો, ત્યારે પીટર ન દેખાયો. આ માણસની હજી જરૂર હશે ખરી સલોની મૅડમને? તેણે ફોન કર્યો પણ સલોનીનો મોબાઈલ સ્વીચ ઑફ મળ્યો.

*

ઍડિટર-ફ્રેન્ડ રામદાસ જગદાળેની ઑફિસમાં અપ્પાસાહેબ રાવ અને કમલકાંત મળ્યા. જગદાળેને લીધે કમલકાંત પરાણે આવ્યા પણ એમને જરાય રસ નહોતો આ મિટિંગમાં. કમલકાંતના મનમાં એક વિચાર ફરી ફરીને ઘૂમરાતો હતો કે પોતાના ભૂતકાળ વિશે રિપોર્ટર દ્વારા થયેલા સવાલ પાછળ કોણ હશે? અપ્પાસાહેબ હોવાની થોડીઘણી શક્યતા લાગતી હતી એમને.

જગદાળે અને અપ્પાસાહેબ ચાને ન્યાય આપતા હતા ત્યારે ૧૮મા માળે

આવેલી એડિટર્સ કેબિનમાં કમલકાંતે એન્ટ્રી મારી. જગદાળેએ ગણતરીપૂર્વકના શબ્દોથી કમલકાંતને આવકાર્યા. અપ્પાસાહેબે બિનજરૂરી અને વધુ પડતા ઉમળકાથી કમલકાંતનું અભિવાદન કર્યું. કમલકાંતે આછા સ્મિતથી પરાણે પ્રતિભાવ આપ્યો.

અપ્પાસાહેબની હાજરીની અવગણના કરીને કમલકાંત તો જગદાળે સાથે વર્લ્ડ ઇકૉનોમીની ચર્ચાએ ચડી ગયા. અપ્પાસાહેબના ચહેરા પરના ભાવ જોઈને જગદાળે ઊભા થતાં બોલ્યા કે આપ બન્ને વાત કરો, હું આવ્યો થોડી વારમાં. પણ કમલકાંતે એમના હાથ પકડીને બેસાડી દીધા. "હું તમારે લીધે જ આવ્યો છું. તમારાથી કંઈ છુપાવવાનું નથી. ને હકીકતમાં તો મારે કંઈ કહેવાનુંય નથી."

જગદાળેએ અપ્પાસાહેબ સામે જોયું. તેમણે બે હાથ જોડ્યા. "હા, મારા પક્ષે એક ભૂલ થઈ, પણ જરાય બેદરકારી કે ઇરાદાપૂર્વક થઈ નહોતી."

કમલકાંત કંઈ ન બોલ્યા એટલે જગદાળેએ એમની સામે જોયું. નાછૂટકે કમલકાંતે મોઢું ખોલ્યું. "ભૂલ એ ભૂલ. મને ભયંકર નુકસાન થયું એનું શું?"

"મેં ભૂલ સુધારવા પ્રયાસ શરૂ કરી દીધા છે. થોડો સમય માગ્યો હતો. એને બદલે..."

કમલકાંતે વેધક નજર સાથે પૂછ્યું. "એને બદલે શું?"

"મારી પાર્ટી ખતમ કરી નખાઈ. સરકારમાંથી ગડગડિયું મળી ગયું. મારો સાચોખોટો ભૂતકાળ જગબત્રીસીએ ચડાવાઈ રહ્યો છે. પ્લીઝ, આ બંધ કરાવો કમલકાંતજી.

"હું કેવી રીતે બંધ કરાવું? મીડિયાવાળા પોતાનું કામ કરે છે."

પછી અપ્પાસાહેબ ગળગળા થઈને ક્યાંય સુધી બોલતા રહ્યા. ટીવી બ્રેકિંગ ન્યૂઝ સહિતની ઘટનાઓ પરથી કમલકાંતે એક વાત ગ્રહણ કરી કે કોઈક આના ભૂતકાળનો ઉપયોગ કરી રહ્યો છે. શા માટે એ સવાલ મહત્ત્વનો નહોતો. પણ એ કોણ હતું એ જાણવામાં એમને દિલચસ્પી હતી.

રામદાસ જગદાળેએ નવેસરથી ચાનો ઑર્ડર આપ્યો, ને પોતાની આપવડાઈ શરૂ કરી. "તમે બન્ને જાહેર જીવનમાં છો. મારા સારા મિત્રો છો. ગેરસમજણ હોય તો દૂર કરવામાં હું મદદ કરું. એમ કરવામાં મને આનંદ થશે. અપ્પાસાહેબને હું વરસોથી ઓળખું છું. એ રાજકીય દૃષ્ટિએ કંઈ ખોટું કરે એવું હું માનતો નથી."

કમલકાંતને આ ન ગમ્યું. 'એક્સક્યુઝ મી', કહીને તેમણે ફોન ઉપાડ્યો. એક નંબર લગાવ્યો. "વસંતબાબુ કૈસે હૈ? અરે આપ મહારાષ્ટ્ર મેં પ્રોડક્ટ લૉંચ કી

બાત કર રહે થે ના? મૈં બહુત બડે મરાઠી અખબાર કે એડિટર કે સાથ બૈઠા હું. અપને ખાસ હૈ. ઉન કા આદમી ફોન કરેગા. વિજ્ઞાપન કેમ્પેઈન યહીં સે શરૂ કરતે હૈ... હા જી, હા જી... વો તો હો જાયેગા. શુક્રિયા.”

જગદાળેના ચહેરા પર ચમક આવી ગઈ. “અરે કમલકાંતજી, ઇસ કી ક્યા ઝરૂરત થી. વો સબ તો ચલતા રહેતા હૈ.” જગદાળેને ઢીલો પડેલો જોઈને કમલકાંત છેલ્લી ચાલ ચાલ્યા. “અરે મુઝે ભી કહાં અપ્પાસાહેબ સે કોઈ નીજી શિકાયત હૈ. એક કામ કરતે હૈ, જબ અપ્પાસાહેબ કહે તબ ઉન કે આદમી કે પાસ સે સૂનતે હૈ કિ હકીકત મેં હુઆ ક્યા? ક્યા નામ હૈ ઉસ કા અપ્પાસાહેબ?”

અપ્પાસાહેબની હાલત કાપો તો લોહી ન નીકળે એવી થઈ ગઈ. એ માંડમાંડ બોલી શક્યા, “પક્યા. વો કુછ દિન કે લિયે ગાંવ ગયા હૈ.”

જયંત ટેમ્પો સાથે પક્યાના સંબંધની કડી જાણતા હોવાથી કમલકાંતે જગદાળે સામે જોઈને કહ્યું, “હું બધું સાંભળવા-સ્વીકારવા તૈયાર છું. બસ, મેં શી સૂચના આપી હતી અને એના અમલમાં ક્યાં કચાશ આવી એ સાંભળવું છે મારે ખુદ પક્યા પાસેથી.”

મદિરા, મસ્તી, મ્યુઝિક, મની, માનુની અને મિસચીફની બોલબાલા હતી 'વિનિંગ મૅન્સ કેસિનો'માં. ન જાણે ગોવાના આવા કેસિનોમાં જીતવાનાં સપનાં સાથે કેટકેટલા લોકો આવતા હશે અને હારીને પાછા જતા હશે. છતાં બીજા દિવસે બમણા જોર સાથે ફરી રમવા આવતા હશે. પરંતુ પીટર અહીં કમાવાના નહીં, રૂપિયા તોડવાના આશય સાથે આવ્યો હતો. એક જૂના ઓળખીતા વેઈટર થકી પીટર ફર્નાન્ડિઝ ગોવાના આ નવાસવા કેસિનોના માલિક સુધી પહોંચ્યો હતો, ચોક્કસ ઇરાદા સાથે. એના માલિક આલ્ફ્રેડ ગોન્સાલવિઝનો દેખાવ હિન્દી ફિલ્મના ખલનાયક પ્રાણ અને પ્રેમનાથના સમન્વય જેવો હતો. જાગ્રત અવસ્થામાં એના મોઢામાં ચાર ચીજ હોય ને હોય જ: વ્હિસ્કી, સિગાર, ગાળ અને એક તકિયાકલામ. 'માય મની માય મની'. પોતે ખૂબ ધનવાન હોવાનો દેખાવ કરતો હતો પણ હકીકત અલગ હતી. એ પગના નખથી માથાના વાળ સુધી દેવામાં ડૂબેલો હતો. કેસિનો બનાવવામાં બધી મૂડી, બચત લાગી જવા સાથે વધારે ગજા બહારની ઉધારીય થઈ ગઈ હતી.

ગોવાના બાગા બીચના બીજા છેડેથી ટૅક્સી કરીને પીટર 'વિનિંગ મૅન્સ કેસિનો' સુધી પહોંચ્યો. એને કૅબિનમાં લઈ જવાયો ત્યારે આલ્ફ્રેડ વેઈટરને ચોપડાવી. "આવા ઘરાકીના ટાઈમે કોઈને લઈને અવાય? માય ટાઈમ ઈઝ મની ઍન્ડ માય મની ઈઝ માય મની."

વેઈટર કંઈ કહેવા જાય એ પહેલા આલ્ફ્રેડ તાડુક્યો, "ગેટ લૉસ્ટ યુ બાસ્ટર્ડ." વેઈટર ભાવહીન ચહેરે જતો રહ્યો. આ તો રોજનું હતું. અને એની સાથે થોડી રકઝક કરાય. બૉસ ઈઝ બૉસ.

આલ્ફ્રેડે પોતાના પૅગમાંથી એક ઘૂંટડો લીધો. સિગારનો ઊંડો કસ ખેંચ્યો. "યસ મૅન બોલો. મારી પાસે ટાઈમ નથી."

એના કહેવાની રાહ જોયા વગર પીટર ફર્નાન્ડિઝ સામેની ખુરશીમાં બેસી ગયો. "મારુંય તમારા જેવું છે. બહુ ઓછો ટાઈમ છે બગાડવા માટે. પણ રૂપિયા બહુ છે ઑફર કરવા માટે."

"યુ... ઓકે, ઓકે. કમ ટુ ધ પૉઇન્ટ", પોતે ગાળ ગળી જવી પડી એ ન

ગમ્યું. જાણે એને ગળામાં ઉતારવી હોય એમ આલ્ફ્રેડે મોટો ઘૂંટડો ભર્યો પેગમાંથી.

"ફાયદાની વાત છે. એકદમ ફાસ્ટ ઑન્ડ લૉટ ઑફ કેશ."

"મને ડ્રગ્સ કે છોકરીબાજીમાં રસ નથી હો."

"મારું પણ એવું જ છે. ધ્યાનથી મારી વાત સાંભળો અને તરત જ જવાબ આપવો પડશે..."

અત્યાર સુધી ન ગમતા પીટરનો આ અંદાજ આલ્ફ્રેડને ગમ્યો. તેણે પેગ થોડો આઘો હડસેલી દીધો. સિગાર નીચે મૂકી દીધી. આંખ, કાન અને ધ્યાન પૂર્ણપણે પીટર ફર્નાન્ડિઝને હવાલે કરી દીધા. એની આ સાંભળવાની સંપૂર્ણ ધ્યાનસ્થ અવસ્થાના કેન્દ્રમાં હતા; મની, માય મની.

*

એ.ટી.એસ.માં પ્રદીપ બંદોપાધ્યાયને સરફરાઝ અલી કેસમાં કો-ઓર્ડિનેટર બનાવાયા હતા. ચોમેરથી આવતી માહિતીના ધોધથી સરફરાઝ અલીનો ગેમ-પ્લાન થોડો ઘણો સ્પષ્ટ થઈ રહ્યો હતો. અથવા એવું લાગતું હતું. શું આતંકવાદી સંગઠનમાં સામેલ થતા યુવાનોને લેટેસ્ટ ટેક્નિક અને શસ્ત્રોથી માહિતગાર કરવાની જવાબદારી સરફરાઝને સોંપાઈ હતી? આ બધાં ભૂંડા ફરી કંઈક નવાજૂની કરીને શહેરમાં મોતના માતમનું સામ્રાજ્ય ફેલાવે એ અગાઉ એમના ઢીમ ઢાળી નાખવાના ગુસ્સાથી પ્રદીપ બંદોપાધ્યાયનો ચહેરો લાલચોળ થઈ ગયો.. સરફરાઝ અલીના ઘરમાં બાથરૂમ ઉપર આવેલી પાણીની ટાંકી પાછળથી દુનિયાના અનેક આતંકવાદી સંગઠનોની સાહિત્ય-સામગ્રી મળી. સાથોસાથ શહેર, રાજ્ય અને દેશના અમુક મોબાઈલ નંબર હતા. એની સામે કોઈ નામ નહોતા. પણ હજી બે બાબત સ્પષ્ટ થતી નહોતી. એક, સરફરાઝ અલી અને એના સાથીઓ કરવા શું માગે છે, ક્યાં અને ક્યારે? બે, સરફરાઝ અલીએ રાહબર કુરિયર કંપનીને મહોરા તરીકે રાખી હતી કે ત્યાં પણ કંઈક ખોટું થઈ રહ્યું હતું?

*

ગોવાની બ્યુટિફૂલ સી.આઈ.ડી. ઇન્સ્પેક્ટર સલોની માપસેકરે પોતાની ફ્રેન્ડના આલીશાન બંગલોના બેડરૂમમાં એક્સ-બૉયફ્રેન્ડ સાથે ચાર કલાકનું પેચ-અપ સેશન પતાવ્યા બાદ મોબાઈલ ફોન ઑન કર્યો કે તરત રોનીનો મિસકૉલ એલર્ટ એસ.એમ.એસ. મળ્યો. તેણે રોનીને ફોન કર્યો, તો જાણવા મળ્યું કે પીટર ફર્નાન્ડિઝ ગોવા પાછો આવ્યો લાગે છે. ઘણા સમય બાદ એકદમ ફ્રેશ થઈને રિલેક્સ થવાનો મૂડ આ માહિતીએ ખતમ કરી નાખ્યો.

સલોની માપસેકરને નવાઈ લાગી. આ માણસ ચાલાક જ નહીં, ખૂબ હિંમતબાજ છે કે સાવ ભેજાગેપ છે. એક વાત નક્કી કે એ હવાઈ માર્ગે

દાદલો / 139

નહીં જ આવ્યો હોય. કેવી રીતે આવ્યો એના કરતા શા માટે પાછો આવ્યો એ જાણવું વધુ મહત્ત્વનું છે. સલોનીએ ગોવાના બધા ખબરીને પીટરનો જૂનો ફોટો મોકલીને કામે લગાડી દીધા: 'આ માણસ વિશે બને એટલી વધુ માહિતી જલદીમાં જલદી આપો.'

*

મરાઠી અખબારના તંત્રી રામદાસ જગદાળેએ ઑર્ડર આપેલું લંચ આવવામાં ખાસ્સીવાર લાગી. અપ્પાસાહેબ હવે વધુ બોલવા માગતા નહોતા પણ કમલકાંત ફટકાબાજી કરી લેવાના મૂડમાં આવી ગયા. સ્પેશયલ પુણેરી મિસળમાં લીંબુનું ફડિયું નીચોવતા તેમણે નાટક શરૂ કર્યું. "હું સમજું છું અપ્પાસાહેબ હોવાનું મહત્ત્વ. આપ પોલિટિકલ જાયન્ટ છો. રાજ્યમાં કાયમ આપની બોલબાલા રહી છે. આપના જેવા મહાનુભાવના આશીર્વાદ મારા પર રહે એ મારા જ હિતમાં છે."

અપ્પાસાહેબના હાથમાંથી પાઉંનો ટુકડો પડતાં-પડતાં રહી ગયો. એમને પોતાના કાન પર વિશ્વાસ ન બેઠો. જગદાળેએ તળેલા લવિંગિયા મરચાનો ટુકડો દાંતથી તોડતા હળવું સ્મિત કર્યું, જાણે પોતાની જીત થઈ હોય. અપ્પાસાહેબને થયું કે હાશ, બચી ગયા. તેમણે નીચેના હોઠ પરથી મિસળનો રસો લૂછીને હાથ જોડ્યા. "અરે કમલકાંતજી અબ મૈં તો બુઢા હો ગયા હૂં..."

"મગર અભી ભી આપ શેર હૈ શેર. સર, આપ અભી ફોન કરકે ઉસ આદમી કો... ક્યા નામ બોલા આપને... હા. પક્યા કો બુલા લીજિએ. મામલા આજ હી નિપટા દેતે હૈ. બરાબર કહાં ન જગદાળેજી?"

જગદાળેએ હકારમાં માથું હલાવ્યું. અપ્પાસાહેબ એકદમ ડિફેન્સિવ બની ગયા "વો... વો તો ગાંવ ગયા હૈ..."

"અરે ગાંવ કા નામ દિજિયે... અભી હેલિકૉપ્ટર સે ઉઠવા લેતા હૂં..."

"વહ ગાંવ મેં ઘર બંધવા રહાં હૈ ઇસલિયે..."

"સચમુચ અપ્પાસાહબ, આપ બહુત અચ્છે ઔર નેકદિલ ઇન્સાન હૈ. એકદમ ભોલે ભી હૈ. અરે દો દિન મેં ઉસ કે ગાંવ મેં બેસ્ટ એન્જિનિયર યા કૉન્ટ્રેક્ટર બીઠવા દેતા હૂં... ફોન કિજિયે ઉસે..."

અપ્પાસાહેબે પરાણે ફોન કર્યો. જાણતા હતા કે મારા ઘરે જ ફોનની ઘંટડી વાગી રહી હતી. "ફોન નહીં ઉઠા રહા હૈ. બાત હોતે હી મૈં બુલા લેતા હૂં..."

"હા જી, ઉસ કે આતે હી સબ પ્રોબ્લમ ખતમ. મેરી ઔર આપ કી ભી. ઠીક હૈ ના જગદાળેજી?"

જગદાળેએ હકારમાં માથું હલાવ્યું. અપ્પાસાહેબને પક્યાના કેસથી બરાબર સમજાયું. જીવતો હાથી લાખનો ને મરેલો સવા લાખનો. જગદાળેની ઑફિસેથી

રવાના થતી વખતે કારમાંથી કમલકાંતે માझ એન્કાઉન્ટર સ્પેશિયાલિસ્ટ મયંક ગુપ્તાને ફોન કર્યો, “આ અપ્પાસાહેબના માણસ પક્યાની ખબર કાઢો. ચેક કરો કે એ પોતાના ગામમાં ઘર બંધાવવા ગયો છે ખરો?”

*

અખબારો અને ટીવી ચેન્લસના રિપોર્ટર્સની સતત પૂછપરછ અને ખણખોદ છતાં રોબરી કેસમાં કોઈ કંઈ બોલવા માંગતું નહોતું. રાહબર કુરિયરના મેનેજર સરફરાझ અલીના ઘરે છુપાવીને રાખેલી સામગ્રીના વ્યવસ્થિત અભ્યાસમાં એ.ટી. એસ. ઇન્સ્પેક્ટર પ્રદીપ બંદોપાધ્યાયને અઢી પાનાનું એક લિસ્ટ મળ્યું. આમાં વિશ્વભરમાં સક્રિય આતંકવાદી જૂથોનાં નામ હતાં. આફ્રિકાના જૂથ ‘શબાબ’થી લઈને નાઈજિરિયાના ‘બોકો હરામ’ સહિતના ૧૪૪ ટેરરિસ્ટ ગ્રૂપના નામ દેખાતા હતા. આ યાદીમાં કેટલાક ગ્રૂપના નામના અમુક શબ્દો નીચે પેન્સિલથી લાઇન દોરાઈ હતી. આનો અર્થ શું સમજવો? કોઈક સાંકેતિક સંદેશો હશે? ભૂંસી નખાયો એટલે મામલો એકદમ ડેન્જરસ હોઈ શકે છે.

બહુ બારીકાઈપૂર્વક નિરીક્ષણથી બંદોપાધ્યાયના ધ્યાનમાં આવ્યું કે ત્રણ પાનામાંથી અઢીમાં છપાયેલી યાદી નીચે પેન્સિલથી કંઈક લખાયા બાદ ભૂંસી નખાયું હતું. એવું તે શું લખાયું હતું કે જે ભૂંસી નાખવું પડ્યું? બંદોપાધ્યાયે એ ભૂંસી નખાયેલા પાનાને સ્કેનરમાં મૂક્યું. લાઇટ વધારી-ઓછી કરી અને ક્લોઝઅપમાં વધારો-ઘટાડો કર્યો પણ કંઈ સ્પષ્ટ થતું નહોતું. ખૂબ માથાકૂટ કરવા છતાં કંઈ હાથ ન લાગતા પ્રદીપ બંદોપાધ્યાય મૂંઝાઈ ગયા. એ જાણતા હતા કે વધુ આધુનિક ટેક્નિકલ લેબોરેટરીમાં આ પાનું મોકલવું પડશે. એ જ સમયે પ્રદીપ બંદોપાધ્યાય જૂના ફ્રેન્ડ્સને મળવાનું વિચારતા હતા, ત્યાં તેમના મોબાઇલ ફોનની રિંગ વાગી. સામેથી સાથી ઑફિસરે માહિતી આપી: ‘સરફરાझ અલીના ફોનમાં એસ.એમ.એસ. આવ્યો છે. એમાં લખ્યું છે કે પ્લેન ઊડને કો તૈયાર હૈ, અબ આપ પાઇલોટ કા ઇન્તેજામ કરો.’

ડાબા હાથના નંગવાળી વીંટીને જમણા હાથની આંગળીથી પંપાળતી વખતે કમલકાંત વિચારે ચડી ગયા. આ રાહબરવાળો સોદો બરાબર પાર પડ્યો હોત તો જોરદાર બખ્ખા થઈ ગયા હોત, પણ આ અપ્પાસાહેબ રાવે આખી રમત બગાડી નાખી. એ નામ યાદ આવતા જ તેમણે રિટાયર્ડ ઍન્કાઉન્ટર સ્પેશ્યાલિસ્ટ મયંક ગુપ્તાને ફોન લગાવ્યો. ક્યાંય સુધી રિંગ વાગતી રહી. કમલકાંત ફોન સામે મોઢું વકાસીને જોઈ રહ્યા: 'ગરજે ગધેડાને ય બાપ કહેવો પડે છે. મોકો મળ્યો તો આ ગુપ્તાને ય ખોખરો કરવો પડશે.'

ત્યાં જ મયંક ગુપ્તાનો ફોન આવ્યો. કમલકાંતે રોષ કાઢતાં પૂછ્યું, "આપ ફોન નહીં ઉઠાતે હૈ. ગુપ્તાજી...:

"ફરગેટ ઈટ. કામ કી બાત સુનિયે સર. પક્યા યાની પ્રકાશ શેષાદ્રી કા મોબાઇલ ફોન અભી ભી અપ્પાસાહેબ કે ઘર પર હી હૈ."

"ક્યાં? શાયદ જલ્દબાઝીમેં ભૂલ ગયા હો..."

"પક્યા ન અપને ગાંવમેં હૈ ના હી વહાં કોઈ ઘર બંધવા રહા હૈ."

"તો ફિર વહ હૈ કહાં?"

"વહ પતા ચલતે હી બતાતા હૂં આપ કો."

"મગર વો મુઝે કબ પતા ચલેગા?"

"જબ મુઝે પતા ચલેગા... બાય." આ સાંભળીને કમલકાંતે પિત્તો ગુમાવ્યો. તેમણે કોઈકને ફોન કરીને પૂછ્યું, "આ મયંક ગુપ્તાની કુંડળી જોઈએ તો ક્યારે મળે?"

*

'પ્લેન ઉડને કો તૈયાર હૈ અબ આપ પાઇલોટ કા ઇન્તેજામ કરો'. આ એસએમએસ વિશે ઍન્ટિટેરરિસ્ટ સ્કવૉડના ઇન્સ્પેકટર પ્રદીપ બંદોપાધ્યાય અને એની ટીમ ક્યારની ભેજાનું દહીં કરી રહી હતી પણ કંઈ ગળે ઉતરે એવું સૂઝતું નહોતું. એ જ સમયે બંદોપાધ્યાયને ફોન આવ્યો, એમાં મળેલી માહિતીએ વધુ ગૂંચવી નાખ્યો: "તમે મોકલેલા પેપર્સમાં અમુક આતંકવાદી સંગઠનોના નામના કેટલાક શબ્દો નીચે પેન્સિલથી લાઇન દોરાઈ છે. ત્રીજા પાનાના અડધા

142 / દાદલો

ભાગ પછી નામના અંડરલાઇન કરાયેલા શબ્દો જ પેન્સિલથી સાથે લખાયા છે અને પછી ભૂંસી નખાયા છે, પરંતુ એ ભૂંસેલું ઉકેલ્યા બાદ કંઈ અર્થસભર જાણવા મળતું નથી. છતાં આપની જાણ ખાતર એ પેન્સિલના ભૂંસી નખાયેલા લખાણવાળા ફોટા ઈ-મેલથી મોકલું છું.'

પ્રદીપ બંદોપાધ્યાયે બે હાથેથી પોતાનું માથું પકડી લીધું. ત્યાં જ ડિટેક્ટિવ મેજર મેજિશિયનનો ફોન આવ્યો, "એક આછી પાતળી હિન્ટ મળી છે. સરફરાઝ અલી કાશ્મીરના કેટલાક મોસ્ટ વૉન્ટેડ ટેરરિસ્ટ્સ સાથેના ફોટામાં નજરે પડે છે."

"વ્હૉટ? આર યુ સ્યોર?"

"હા, મારા આર્મીવાળા અમુક ખબરી ક્યારેય ખોટા પડતા નથી. આ પણ એવો જ સોર્સ છે. પણ થોડી વારમાં ફોટા મળે એ પછી જ ખાતરીપૂર્વક કહી શકાય."

"મૉસ્ટ વૉન્ટેડમાં કોણ કોણ એ નામ મળ્યાં ખરાં?"

"મોહમ્મદ બીન મલિક, અર્શદ શેખ અને ઝાહિદ કાસિમ..."

"ઓહ માય ગૉડ... પણ સરફરાઝ અલી મુંબઈમાં શું કરે છે? ને રાહબર કુરિયરમાં કેમ બેઠો હતો?"

"હા, સવાલો ઘણા છે. આઈ હોપ કે આપણી પાસે સમય પણ વધુ હોય..."

"એટલે? વ્હૉટ ડુ યુ મીન?"

"અરે આ બધાએ વિશ્વ-શાંતિ સ્થાપવા માટે તો એકમેક સાથે હાથ ન જ મિલાવ્યા હોય ને?"

*

બિકિનીભેર ગોવાના દરિયાકિનારે તડકો માણતી રોઝી વિચારતી હતી કે પીટર ફર્નાન્ડિઝ માણસ તરીકે તો સારો લાગે છે. સાચો લાગે છે પણ કંઈક હદે વિચિત્ર છે. એ પ્રેમી ન બની શકે પણ વિશ્વાસપાત્ર મિત્ર બની શકે ખરો?

ગોવાના દરિયાકિનારે કામચલાઉ ઊભી કરાયેલી રેસ્ટોરાં 'ફન ટાઈમ'માં પીટરે સોંપેલા કામ સાથે રોઝી તૈયાર હતી. યોગ્ય પાસપોર્ટ વગર એટલે કે ગેરકાયદે ક્યા-ક્યા દેશમાં સરળતા-સલામતીથી ઘૂસી શકાય? દેશમાં અને દેશ બહાર નાની-મોટી રકમ કેવી રીતે ટ્રાન્સફર કરી શકાય? ઓળખ બદલીને આસાનીથી ક્યા દેશની નાગરિકતા મેળવી શકાય? આ બધામાં ક્યાંય પૈસાની ફિકર કરવાની જરૂર નથી એવી તાકીદ પીટરે ખાસ કરી હતી. રોઝીએ મોકલેલા અભ્યાસપૂર્વ જવાબો પર પીટર વિચારવા માંડ્યો. રોઝીએ કહેલા દેશમાં પોતાનું સપનું સાકાર કરવાની શક્યતા ચકાસવાની બાકી હતી. આ સપનાની વાત તો ઠીક, કલ્પના સુધ્ધાં તેણે કોઈને જણાવી નહોતી. પોતાનું સપનું યાદ

દાદલો / 143

આવતાં જ પીટરના દિલમાં એક કસક ઊપડી. તેણે હુડીના ગજવામાંથી એક મોબાઇલ કાઢ્યો. એ શરૂ કરીને ગૅલેરીમાં ગયો. સ્પેશિયલ લેબલવાળું ફોલ્ડર ખોલ્યું. એમાં હૃતિક રોશન, ટાઈગર શ્રોફ અને જહોન અબ્રાહમના સેંકડો ફોટા એ ક્યાંય સુધી જોતો રહ્યો.

"મારી પાસે હવે કરોડો રૂપિયા છે. સલામતપણે ભાગી જવાના વિકલ્પો છે. પછી હું છું ને મારું સપનું છે. "આટલું વિચારવા સાથે એની આંખમાં ખુશીનાં આંસુ ધસી આવ્યાં, પણ ઝાકળની જેમ તરત જ નીચે ધસી ગયાં.

*

અપ્પાસાહેબ રાવને માથું દુઃખવા માંડ્યું હતું. માંડમાંડ રામદાસ જગદાળેની દરમિયાનગીરીથી કમલકાંતને મળવાનું થયું. સદ્‌ભાગ્યે કમલકાંત કંઈક નરમ પડ્યા લાગે છે. પણ આ પક્યાને મળવાનું ખરું ડીંડવાણું કાઢ્યું એમણે. આ પક્યાને હાજર કરવો ક્યાંથી મારે? તેમણે પક્યાનો મોબાઇલ ફોન હાથમાં લીધો. બૅટરી બહુ થોડી બચી હતી. ન જાણે શું વિચારીને તેમણે બંડુનો નંબર રિડાયલ કર્યો. એક, બે, ત્રણ અને ચાર વાર... પણ સામે છેડેથી એક રેકોર્ડેડ મૅસેજ સંભળાતો હતો કે તમે નંબર ડાયલ કર્યો છે એ ફોન સ્વીચ ઑફ છે.

*

માજી એન્કાઉન્ટર સ્પેશ્યાલિસ્ટ મયંક ગુપ્તાને મૅસેજ મળ્યો કે પક્યા ઉર્ફે પ્રકાશ શેષાદ્રીનો ફોન ઉપયોગમાં લેવાયો હતો દસેક મિનિટ અગાઉ. મોબાઇલ ફોનનું લોકેશન એ જ જૂનું છે. અપ્પાસાહેબ રાવનું ઘર. જે નંબર પર ફોન કરાયો એ બંધ છે. અગાઉ આ નંબર પર પક્યાના નંબર પરથી ફોન થયો હતો. એ નંબરની વિગતો મેળવવા સૂચના આપી દેવાઈ છે પણ જરૂર કરતા વધુ વાર લાગી એટલે બીજાને પણ કામે લગાડ્યા છે. ગુપ્તાએ તરત આસિસ્ટન્ટ પોલીસ કમિશનર સૂર્યવંશી અને પ્રાઇવેટ ડિટેક્ટિવ મેજર મેજિશિયનને કૉન્ફરન્સ કૉલ પર લઈને બધી વાત કરી. એ પતાવ્યા બાદ ગુપ્તાએ વાતને આગળ વધારી, "આ પક્યો કદાચ અપ્પાસાહેબના ઘરમાં જ સંતાયો હોય. એમ ન હોય તો પણ કોઈ એના ફોનનો ઉપયોગ કરે છે. એ કોણ છે? શા માટે પક્યાના ફોનનો ઉપયોગ કરે છે? અને સૌથી મોટા સવાલ તો ઊભો જ છે કે પક્યો છે ક્યાં?"

સૂર્યવંશી તરત બોલ્યા, "આ દિશામાં આગળ વધ્યા વગર કંઈ મળવાનું નથી. હું કંઈક કરું છું જલદી."

*

ગોવાની સી.આઈ.ડી. ઇન્સ્પેક્ટર સલોની માપસેકરને કંટાળો આવતો હતો. લાઇફ એકદમ રુટિન થઈ ગઈ હતી. બૉય-ફ્રેન્ડ માંડ પાંચ-છ દિવસે એકવાર

144 / દાદલો

મળે. એની સાથે ગાળેલા ચાર-પાંચ કલાકનું ચાર્જિંગ ક્યાં સુધી ટકી શકે? કંઈક થ્રિલ કે એક્સાઇટમેન્ટ તો જોઈએ જ ને લાઇફમાં?

ત્યાં જ ફોનની ઘંટડી વાગી. સલોનીએ બગાસું ખાતાં-ખાતાં પૂછ્યું, "ક્યા હૈ બૉબી?"

બૉબી એટલે ગોવાનો નંબર વન પોલીસ ખબરી. એટલો જ મોટો બદમાશ પણ ખરો. બૉબીના અવાજમાં ઉત્સાહનો રણકો હતો. "મૅડમ, આપને જે ફોટો ભેજા થા. ઉસકે જૈસા આદમી મેરે છ આદમી કો દિખા."

પીટર ફર્નાન્ડિઝની માહિતી આવતા સલોની એકદમ ટટ્ટાર બેસી ગઈ. "વેરી ગુડ બૉબી. કૌન કૌન સે એરિયા મેં દિખા? કિસ કો મિલા? ક્યા કર રહા હૈ?"

"મૅડમ આઈ ડોન્ટ નો મોર. મગર મેરે છ આદમીને ઉસે અપને એરિયા કે કેસિનો મેં આતે-જાતે દેખા હૈ. હર જગહ ગેટઅપ થોડા બદલતા હૈ. મગર હમલોગ ભી કચ્ચે ખિલાડી થોડે હૈ? વહ બહુત બડા જુગારી હૈ ક્યા યે? મૈં અંદર કી બાત નિકાલને કો બોલા હૈ. કુછ ભી મિલા તો બતાયેગા."

સલોની માપસેકરને થયું કે આ પીટર તો બહુ ભેદી આઇટમ લાગે છે. એ કેસિનોમાં વળી કેમ જાય છે? ને એ પણ અલગ અલગ કેસિનો, અલગ અલગ સમયે અને અલગ અલગ ગેટઅપમાં!

૩૫

કાશ્મીરના મૉસ્ટ વૉન્ટેડ ટેરરિસ્ટ્સ સાથે ફોટા. વિશ્વભરનાં આતંકવાદી સંગઠનોની યાદી... ઈન્ટરનેટ પર ન્યુક્લીયર આર્મ્સ વિશે ખાંખાંખોળા... અને ભેદી એસ.એમ.એસ. કે પ્લેન ઊડને કો તૈયાર હૈ, અબ આપ પાઇલોટ કા ઇન્તેજામ કરો.

એન્ટી ટેરરિસ્ટ સ્કવૉડવાળા બરાબરના મુંઝાઈ ગયા હતા. પોતાની લમણાઝીંકથી કોઈ કડી ન મળતા એક જ વિકલ્પ બચ્યો હતો કે હવે સરફરાઝ અલીને પૂછવાનું, પણ એના વિશે અમે આટલું બધું જાણી લીધું છે કે એ જણાવી દેવું યોગ્ય ગણાશે? પ્રશ્ન મહત્ત્વનો હતો પણ બીજો વિકલ્પ નહોતો.

અંતે એ.ટી.એસ. ઇન્સ્પેક્ટર પ્રદીપ બંદોપાધ્યાય ગયા સરફરાઝ અલી પાસે. પહેલા બંદોપાધ્યાયનો આક્રમક મૂડ, પછી મળેલી માહિતીની કરેલી વાત અને સવાલો બાદ સરફરાઝ અલીએ એક જ કામ કર્યું: હોઠ સીવી લીધા. સમજાવટ, ધોલધપાટ, લાલચ કે ધમકી કંઈ કામ ન આવ્યા. ફળસ્વરૂપે બંદોપાધ્યાય અને એમની ટીમ એક નિષ્કર્ષ પર આવી કે આ એકદમ રીઢો ગુનેગાર છે. આતંકવાદ માટેની પૂરેપૂરી તાલીમ લઈને આવ્યો છે.

આ બધામાં મલ્ટી મિલિયન ડૉલર સવાલ એ હતો કે જો સરફરાઝ અલી એન્ડ કંપનીનો કોઈ પ્લાન હોય તો એ ક્યા તબક્કાએ પહોંચ્યો હશે? બંદોપાધ્યાયે સરફરાઝ અલી સંબંધી બધી માહિતીઓ ફંફોળવા માંડી, ફરી-ફરી વાંચી અને અચાનક મગજમાં એક ચમકારો થયો. પ્રદીપ બંદોપાધ્યાયે જોશમાં આવીને મોબાઇલ ફોન ઉપાડીને એક નંબર ડાયલ કર્યો.

*

ગોવાની સી.આઈ.ડી. ઇન્સ્પેક્ટર સલોની માપસેકરે પર્સમાંથી મિરર કાઢ્યો, લિપસ્ટિક વ્યવસ્થિત કરી. પોર્ટેબલ સ્પ્રે પૉકેટ કાઢીને કપડાં પર છાંટ્યું. ત્યાં જ મોબાઇલ ફોનની રિંગ વાગી. ઍક્ટ્રેસની જેમ ઓવર ઍક્ટિંગ કરતા સલોનીએ ગ્લેર કાઢી નાખ્યા. આંખમાં જાણે ઝળઝળિયાં આવી ગયાં હોય એમ એકદમ ઇમોશનલ બનીને બબડી, "આ બેરહમ સમાજ એક ખૂબસૂરત છોકરીને મેકઅપ પણ કરવા નહીં દે હો."

એ જ ઍક્ટ ચાલુ રાખીને સલોનીએ નજાકત સાથે ફોન રિસિવ કર્યો, "હલ્લો ડાર્લિંગ... ક્યા હુઆ?... કંઈ બોલ્યા વગર એ સાંભળી રહી. છેલ્લે એટલું જ બોલી, "બધા કેસિનોના અને એના માલિકના નામ મને વૉટ્સએપ પર મોકલી આપ, એકદમ ફાસ્ટ."

પછી પર્સમાંથી મિની-મિરર કાઢીને પોતાને જોવા માંડી. એના મોઢામાંથી સીટી નીકળી ગઈ, "યુ આર લુકિંગ વેરી હૉટ. વેપન્સ ઑફ માસ ડિસ્ટ્રકશન્સ ઑફ મેન્સ માઇન્ડ ઍન્ડ પીસ." એ ખડખડાટ હસી પડી. ત્યાં જ વૉટ્સએપ મૅસેજ આવ્યાના નોટિફિકેશનનો અવાજ સાંભળીને તેણે મોબાઇલ ઉંચક્યો. છ કેસિનો અને એના માલિકોના નામ મળી ગયા. આ મૅસેજ ફોરવર્ડ કરીને તેણે એક નંબર લગાવ્યો. "અરે રાણે ધ્યાન સે સૂન. મૈને એક મૅસેજ ભેજા હૈ. ઉસ મેં સે કૌન કૌન સબસે જ્યાદા હરામી, સબસે જ્યાદા કરપ્ટ, સબસે જ્યાદા સીધા ઔર સબસે નયા હૈ વહ મુઝે બતા ફટાફટ... અરે દૂસરે મોબાઇલ મેં ભેજા હૈ... અભી હી બતા... પીએચ.ડી. કી થિસિસ નહીં લિખની હૈ... ઓકે, ઓકે... જરૂરત પડી તો મૈં તેરે નામ કા યૂઝ કરુંગી... બાય સ્વીટહાર્ટ." તરત રાણેએ એક નામ મોકલ્યું. એ જોયા બાદ ફરી મિરરમાં જોઈને સલોનીએ માદક સ્મિત સાથે પૂછ્યું, "મૈં કૈસી લગ રહી હૂં મિસ્ટર આલ્ફ્રેડ ગોન્સાલવીઝ?"

*

અપ્પાસાહેબ રાવે પક્યાના ફોન પરથી બંડુનો સંપર્ક કરવાનો પ્રયાસ કર્યો એ લીડ પરથી પોલીસ અને મેજર મેજિશિયન કામે લાગી ગયા. જેવો બંડુનો મોબાઇલ ફોન સ્વીચ ઑન થયો એવું તરત જ પોલીસને એનું લોકેશન મળી ગયું: નાગપુર. એમાંય ચોક્કસ જગ્યા હતી ઇતવારી. મુંબઇથી સૂર્યવંશીએ તરત નાગપુર પોલીસને સૂચના આપી, "અમે એક મોબાઇલ નંબર મોકલીએ છીએ. એનું લોકેશન ઇતવારી છે. એ મોબાઇલવાળાને પકડી લો અને અમને જણાવો જલદી."

એકાદ કલાકમાં નાગપુર પોલીસ તરફથી જવાબ મળ્યો, "એ ફોન ફરી બંધ થઈ ગયો છે. એટલે માણસ હાથ ન લાગ્યો."

"અરે પણ ઇતવારીમાં પૂછપરછ તો કરો..."

"અહીં કોઈ મુલાકાતીના નામ, પતા ન આપે. કોઈ સાચા નામ થોડા આપે."

"કેમ?"

"સાહેબ, આ નાગપુરનો સૌથી બદનામ વિસ્તાર છે, રેડલાઇટ એરિયા."

*

મનિયો પનવેલ, તુર્ભે, ઉરણ અને એની આસપાસના વિસ્તારમાં ભટકતો

દાદલો / 147

હતો. જે જે જગ્યાએ લૂંટના માલ સાથેના ટેમ્પો અને ગાડી સંતાડાયા હતા ત્યાં ફરી વળ્યો. ક્યાંય કંઈ જ નહોતું. પેલો ડામીચ પૂરો દલ્લો લઈને ગાયબ તો નર્ઈ થઈ ગયો હોય ને? એક સસ્તા બારમાં વ્હિસ્કીની અડધી બૉટલ ગટગટાવી ગયા બાદ એ થોડો ઘણો સ્વસ્થ થયો. તેણે એક પી.સી.ઓ.માંથી વડોદરામાં બે-ત્રણ ફોન કર્યા. બધા સાથીઓએ એક જ વાત કરી, "હમણાં આયાથી આઘો જ રહેજે. કમિશનરના ઑર્ડર બાદ પોલીસવાળા તને સતત શોધે રાખે છે. જોતાંવેંત ઠાર પણ કરી દે તને. તારે લીધે અમારી ય મારપીટ થતી રહે છે."

મનિયો હસી પડ્યો ખડખડાટ. "મારા ટમેટાએ તો કમિશનર ગેહલોતનો ચહેરો કાયમ માટે લાલ કરી દીધો લાગે છે." હવે મનિયાએ મુંબઈ ફોન લગાવ્યો આસિફને. એના ચહેરા પર સ્માઇલ આવી ગયું. કારણ કે રિંગ વાગતી હતી. સામેથી ફોન ઉપાડાયો એટલે મનિયો ખુશખુશાલ અવાજે બોલ્યો, "અરે કિધર હય રે આસિફ તું?"

"અરે તુમ કિધર ગાયબ હો ગયા એકદમ?"

"થોડા ટેન્શન થા. અબ સબ ઠીક હય."

"કિધર હય તું?"

"શામ કો સાત બજે થાણેમેં મિલ મેરેકુ. વો તલાબ કે સામને બસ સ્ટૉપ કે પાસ. આયેગા ન?"

"હા, હા, જરૂર આતા હું."

પોલીસની મારપીટથી તૂટી ગયેલા અને મનિયાથી ડરી ગયેલા આસિફે પોલીસને ફોન કર્યો કે મનિયો મને થાણે મળવા માગે છે. પોલીસે ય સલાહ આપી કે તું ચોક્કસ મળવા જા, પણ તારો ફોન ચાલુ રાખજે.

આ જાણકારી મળતાં આસિસ્ટન્ટ પોલીસ કમિશનર સૂર્યવંશીએ પોતાના ચાર વિશ્વાસુ પોલીસ ઇન્સ્પેક્ટરને થાણેના તળાવ પાસેના બસ સ્ટૉપની આસપાસ ગોઠવાઈ જવાનો ઑર્ડર આપી દીધો. હવે મનિયો આવી જ રહ્યો છે તો એને પકડવાનું મુશ્કેલ નર્હી બને એવું પોલીસવાળાને લાગતું હતું.

*

આલ્ફ્રેડ ગોન્સાલ્વીઝની સિગરની જ્વાળા મરણપથારીએ હોય એમ ઠરી રહી હતી. બાજુમાં પડેલા સ્કૉચના પેગમાં નાખેલા ચારેય આઇસક્યુબ ક્યારના પાણી પાણી થઈ ગયા હતા. આલ્ફ્રેડ એકદમ ચોકસાઈથી હિસાબ કરતો હતો. ત્યાર બાદ તેણે બૅંકના ખાતામાં જમા કરાવવા માટે દસ હજાર રૂપિયા કાઢ્યા. એની પે સ્લીપ બનાવી. રોજરોજ અથવા અઠવાડિયામાં કમસે કમ એકાદ વખત તો

148 / દાદલો

અચૂકપણે રૂ. દસ હજાર જમા કરાવવાનો આલ્ફ્રેડે નિયમ બનાવ્યો હતો. આને એ પોતાના વૃદ્ધાવસ્થા માટેની બચત ગણતો હતો.

દરવાજા પર ત્રણવાર ટકોરા થયા. ધડધડધડ. એનું મગજ ગયું. કેટલીયવાર ઑર્ડર આપ્યો છે કે રોજ બપોરે ત્રણથી ચાર વાગ્યા વચ્ચે મને ડિસ્ટર્બ ન કરવો, પણ સાંભળે કોણ? મોઢામાં સિગાર મૂકીને એ ગુસ્સાભેર ધસી ગયો. અંદરથી સ્ટોપર ખોલવા સાથે જ તેના મોઢામાંથી અપશબ્દો નીકળી ગયા. સામે ખૂબસૂરત લલના ઊભી હતી. એ ગાળ સાંભળીને સીટી વગાડવા માંડી.

"વેલકમ કરવાની તોફાની રીત ગમી મને."

"જો મને છોકરીઓમાં રસ નથી. જા અહીંથી..."

"જાણ્યા વગર રસ નથી?" પરાણે અંદર ઘૂસીને એ બોલી, "મને ઓળખ્યા બાદ કદાચ તું જવા ન દે."

આલ્ફ્રેડને જરાય ન ગમ્યું એનું આવવું, અંદર ઘૂસી જવું. એ દરવાજાને જોઈ રહ્યો. પાછા વળીને જોયું તો આભો જ થઈ ગયો. એ છોકરી એના મિની-બારમાંથી બેસ્ટ સ્કૉચની બૉટલ ઉપાડીને પેગ બનાવતી હતી. પેગ લઈને એ આલ્ફ્રેડની ખુરશીમાં જ બેસી ગઈ. આલ્ફ્રેડ લગભગ ધસી ગયો. એ છોકરીએ પેગ ઊંચકીને ઘૂંટડો ભર્યો, "અરે યાર, આમાં આઈસ જોઈશે હો... ચાર ક્યુબ નાખ આમાં..."

આલ્ફ્રેડને એ છોકરી કરતાં વધુ ગુસ્સો પોતાના પર આવતો હતો. શા માટે હું આને સહન કરું છું? આલ્ફ્રેડે આઈસ બકેટ ઊંચક્યું, પછી ફરી નીચે મૂકી દીધું.

"તું પોતે અહીંથી રવાના થાય છે કે મારા માણસોને બોલાવું?"

"હા, બોલાવ. મોટેથી બૂમ પાડીને કહી દે કે સી.આઈ.ડી. ઇન્સ્પેક્ટર સલોની માપસેકર આવી છે. એને ઊંચકીને બહાર ફેંકી દો અહીંથી."

નામ સાંભળતાં જ આલ્ફ્રેડ ઊભો થઈ ગયો. "અરે મૅડમ, આપ? ખરેખર?"

સલોનીએ પર્સમાંથી આઈ કાર્ડ કાઢીને ટેબલ પર મૂક્યું, "તને વિશ્વાસ બેઠો હોય કે હું સાચી વ્યક્તિ છું તો વાત કરીએ. નહીંતર પોલીસ સ્ટેશનેથી સ્ટાફને બોલાવી લઉં? પણ ત્યાં માત્ર ચા જ ઑફર કરી શકીશ હો," ગ્લાસમાંથી સીપ ભરતા સલોની બોલી.

ઓગળી જતા માંડ-માંડ બચી રહી ગયેલો આલ્ફ્રેડ એટલું જ બોલી શક્યો, "ઑર્ડર કરીએ મૅડમ, પ્લીઝ."

"તારું મેન્યુ કાર્ડ મંગાવ..."

"અરે આપ બોલો એ હાજર થઈ જશે. મેન્યુ કાર્ડની શી જરૂર છે?"

સલોનીએ ટેબલ પર હાથ પછાડ્યો. આલ્ફ્રેડે ઇન્ટરકૉમ પર ફોન કરીને

મેન્યુ મંગાવ્યું. સલોની પોતાનો પેગ ગટગટાવી ગઈ. હવે બે પેગ બનાવ્યા. એક પેગને ધીમેથી આલ્ફ્રેડ તરફ હડસેલ્યો. "આઈસ?" કંઈ જવાબ મળે એ અગાઉ સલોનીએ ત્રણ ક્યુબ એના ગ્લાસમાં ને બે ક્યુબ પોતાના ગ્લાસમાં નાખ્યા. પહેલો ઘૂંટ મારીને સલોની ટટ્ટાર થઈ. "જો આ વિનિંગ મેન્સ કેસિનોમાં કેવા ગોરખધંધા ચાલે છે એની પળોજણમાં પડવા હું નથી આવી. તને એક ચાન્સ આપવા આવી છું. દોસ્તીનો ચાન્સ. ઇન્ટરેસ્ટેડ?"

"યસ, યસ મેંડમ. માય પ્રીવિલેજ..."

સલોનીએ પોતાના પર્સમાંથી એક ફોટો કાઢીને મૂક્યો. "આ માણસ સાથે શું સોદો થયો એ કહી દે, નહીંતર તારો વારસદાર કેસિનો સંભાળી લેશે." ફોટો સીધો કર્યો ને પીટર ફર્નાન્ડિઝનો ચહેરો જોઈને આલ્ફ્રેડ ગોન્સાલવીઝના મોતિયા મરી ગયા.

૩૬

આલ્ફ્રેડ ગોન્સાલ્વિઝ છેલ્લા એકાદ કલાકથી 'માય મની માય મની'નો તકિયા કલામ બોલવાનું ભૂલી ગયો હતો. નવોનવો કેસિનો, સામે સી.આઈ.ડી. ઇન્સ્પેક્ટર એ પણ હૉટ-યંગ અને ડૅશિંગ છોકરી, પોતે અંદરથી ગભરુ, પીટર ફર્નાન્ડિઝની ઑફર અને સલોની માપસેકરની છવાઈ જવાની-ખાઈ જવાની સ્ટાઇલ. આટલું પૂરતું હતું આલ્ફ્રેડને પ્રાણ અને પ્રેમનાથમાંથી અમોલ પાલેકર અને એ. કે. હંગલ બનાવી દેવા માટે.

આલ્ફ્રેડ ગોન્સાલ્વિઝ બોલવા માંડ્યો: "નો, મેંડમ કોઈ ડીલ નહીં હુઆ ઉસકે સાથ?"

"કિસ કે સાથ? ક્યા નામ હૈ? કહાં રહેતા હૈ? ક્યા કરતા હૈ?"

"ફ્રેન્કલી, આઈ ડોન્ટ નો મચ. તીસ સાલ કા હોગા. લંબા, પતલા, ગોરા. મૈં યાદ કરનેકા કોશિશ..."

"ટ્રાય છોડ દે. વહ આયા ઔર જો બાત હુયી વહ સબ બતા પૂરા કા પૂરા. કુછ છુપાયા તો તું ગાયબ હો જાયેગા ગોવાકી જેલ મેં... બોલ જલદી..."

"ઉસને મુઝે દો-દો હજાર કે દસ નોટ દિયા. ચેક કરને કો બોલા. અસલી થે એકદમ. મૈંને પૂછા અસલી હૈ, તો ક્યા હુઆ?"

પછીના સંવાદો એને ફ્લેશ બૅકની જેમ યાદ આવવા માંડ્યા. પીટર બોલ્યો, "મેરે પાસ ઐસે બહુત નોટ હૈ..."

"તું ક્યા કેસિનો ખરીદને આયા હૈ?"

"નહીં, તેરે કો જિતવાને આયા હૂં. દાવ પે કુછ મત લગા ફિર ભી હો જા માલામાલ..."

"જ્યાદા પી લી હૈ ક્યા, મૅન?"

"મૅન... આઈ એમ દાદલો... યુ નો દાદલો ના?"

"હો મૅન, મતલબ કી મર્દ ચ હુઆ ન કોંકણી મેં... વૈસે કુછ એરિયા મેં દાદલો કા મતલબ હસબંડ ભી હોય હય ન... મગર કામ કી બાત કર... વો માલામાલ..."

"જો હું તને બે-બે હજારની સાચી નોટની મોટી રકમ આપીશ..."

"અચ્છા? શા માટે ભાઈ?"

"હવે ધ્યાનથી સાંભળ. ધારી લે કે હું તને દસ લાખની રકમ આપું. બરાબર?"

"હા, પછી?"

"તારે મને સાડા ત્રણ લાખ ૫૦૦, ૨૦૦, ૧૦૦ અને ૫૦ની નોટમાં આપવાના જૂની નોટમાં..."

"સમજ્યો, આગળ બોલ", કહીને આલ્ફ્રેડે સુરીલા લાઇટરથી સિગાર પેટાવી.

"બાકીના ૬૫ ટકા એટલે કે સાડા ત્રણ લાખ મને ડૉલર, પાઉન્ડ કે યુરોમાં જોઈએ છે..."

"હું તારી નોકરી શું કામ કરું?"

"નોકરી નથી, સોદો છે સોદો. બહુ મોટો ફાયદો છે તારો..."

"એ કઈ રીતે?"

"દસ લાખમાંથી સાડા ત્રણ લાખ ઇન્ડિયન કરન્સીમાં અને સાડા ત્રણ લાખ ફૉરેન કરન્સીનાં આપી દીધા પછી ત્રણ લાખ તારા..."

"વ્હૉટ?"

"હા, બાકીના ત્રણ લાખ તારા. કંઈ પણ ઇન્વેસ્ટમેન્ટ વગર ત્રીસ ટકા તારા. રોકડા. કોઈ જોખમ વગર કમાણી..."

"રિસ્ક તો લાગે છે... તું પૈસા ક્યાંથી લાવે છે? કોઈ રોબરી, મર્ડર, ડ્રગ્સ મની કે પછી બીજા આડાઅવળા ધંધા..."

"જો આલ્ફ્રેડ ગોન્સાલ્વિઝ... આવક મોટી છે, પણ રિસ્ક બધું મારું છે. એટલી ગૅરન્ટી આપું કે મર્ડર, ડ્રગ્સ કે ટેરરિઝમનો મામલો નથી. બોલ છે ઇન્ટરેસ્ટ?"

"કેટલી રકમ?"

"તારામાં તાકાત હોય એટલી... પણ દસ કરોડથી ઓછી નહીં જ!"

"દસ કરોડ...?"

"હા, પરચૂરણ કામ કરવાનો ટાઇમ નથી મારી પાસે."

"ઓ.કે. આગળ શું કરવાનું?"

"તને ફોન આવશે કોઈકનો..."

"હું ઓળખીશ કઈ રીતે એને?"

"એક કોડવર્ડ બોલશે-મિશન દાદલો. તારે એને રકમ કહી દેવાની. ત્રીજા દિવસે તારી પાસે પૈસા પહોંચી જશે. મારો માણસ એક કલાક બેસે ત્યાં સુધીમાં તારા કેસિનોના મશિનથી કરન્સી ચેક કરી લેવાની, ગણી લેવાની. પણ એ અગાઉ અમારા બંડલ તૈયાર રાખવાના, ૩૫-૩૫ ટકાના... ઓ.કે.?"

આલ્ફ્રેડે લાંબો કસ ખેંચ્યો સિગારનો. આંખ બંધ કરી દીધી, થોડી પળમાં આંખ ખોલીને પીટર સામે જોયું.

“નો, ઈટ્સ નોટ ઓકે. મારી શરતે જ હું કામ કરું છું...”

“શું છે તારી શરત?”

“ચાલીસ ટકા મારા. બાકી બન્ને પૅકેટ ૩૦-૩૦ ટકાના હશે. મંજૂર હોય તો બોલ. મારે બીજા ઘણાં કામ છે હજી...”

“આલ્ફ્રેડ તારા કામ હું જાણુંને. સિગાર પીવાની, સ્કોચ પીવાની, ગાળો બોલવાની અને...”

“અને શું?”

“માય મની માય મની... આવી માળા જપવાની... બરાબર?”

“તને ક્યારેય જોયો નથી. પણ ઘણું હોમવર્ક કરીને આવ્યો છે તું. જવા દે એ બધું. તારું ડિસીઝન બોલ...”

“મને ખબર છે કે તું ૨૦-૨૫ ટકામાં ય માની જાય, પણ એ માથાકૂટમાં બગાડવા માટે ટાઈમ નથી મારી પાસે... ચાલીસ ટકા તારા...”

આલ્ફ્રેડ ખુશખુશાલ થઈ ગયો.

“પણ... મારીય એક શરત છે હો...!”

“કેવી શરત?”

“ઓછામાં ઓછા ૨૫ કરોડનો માલ લેવો પડશે!”

“પચ્ચીસ કરોડ... આલ્ફ્રેડ બોલ્યો અને મનોમન પોતાનો નફો ગણવા માંડ્યો. “બટ, આ બહુ મોટી રકમ છે. વ્યવસ્થા કરવામાં ટાઈમ લાગે...”

“મોટો લાડવો ખાવો હોય તો મોઢું મોટું ફાડવું પડે. તારા આ કેસિનોની માર્કેટ પ્રાઈસ મિનિમમ ૪૦ કરોડની છે. બે દિવસ પૂરતું ગીરવે મૂકીને લઈ લે... બે ટકા વ્યાજ આપી દે તો પણ ફાયદો જ ફાયદો છે કે નહીં?”

આલ્ફ્રેડે સિગાર નીચે મૂકી. ઊભા થઈને પીટર સાથે હાથ મેળવ્યો. “ઓ કે. હું તૈયાર છું. આ વાત પર ચિયર્સ કરવું જ પડશે હો...”

“થૅન્ક્સ. આ વખતે નહીં. કામ પતી જાય પછી ક્યારેક નિરાંતે બેસીને ખૂબ સ્કોચ પીઈએ. ઓકે ડિયર?”

“આગળ શું?”

“ચાર-પાંચ દિવસનો ટાઈમ છે તારી પાસે વ્યવસ્થા કરવા માટે...” આટલું બોલીને પીટર જતો રહ્યો અને આલ્ફ્રેડ વિચારમાં પડી ગયો.

અચાનક સલોની માપસેકરે ગ્લાસ જોરથી ટેબલ પર પછાડ્યો અને આલ્ફ્રેડની તંદ્રા તૂટી. “પછી તેં શું કર્યું?”

આલ્ફ્રેડે જુઠ્ઠાણું ચલાવ્યું, "મેંડમ, એવા તો કેટલાંય પાગલ આવે. હું તો ભૂલી ગયો... હકીકતમાં તેણે ૪૦ ટકા માગ્યાની અને પીટર સંમત થયાની વાત પણ છુપાવી હતી. એની સામે સલોનીએ સવાયું જુઠ્ઠાણું ચલાવ્યું: "પણ મને જાણવા મળ્યું કે તેં તો કેસિનો વેચવાની વાતો શરૂ કરી દીધી છે?"

"ના રે ના. એ તો જરા જાણવા કે કેટલી પ્રાઈસ બોલાય છે માર્કેટમાં. એટલે જસ્ટ..."

"સીસીટીવી હશે જ કેસિનોમાં."

"હા, છે ને. રાખવા જ પડે ને?"

"એ માણસનું ફુટેજ બતાવ મને..."

"સોરી. એ આવ્યો ત્યારે સીસીટીવી બંધ હતા. સાંજે પાંચ વાગ્યે કસ્ટમર આવે પછી જ ચાલુ કરીએ છીએ..."

"ઓહ... અને તારી કેબિનમાં?"

"ના, ના. અહીં નથી સીસીટીવી. અહીં શું જરૂર?"

"બરાબર છે. નહીંતર તારા આવા કાળા ધંધાના પુરાવા ઊભા થઈ જાય ને? ધ્યાનથી સાંભળ... હવે એના મેસેજ કે ફોન આવે તો તરત જ મને જણાવજે નહીંતર..." સલોની ઊભી થઈ. ગજવામાંથી બે-બે હજારની બે નોટ કાઢી. "જો મેનુ મુજબ ૧૨૦૦ રૂપિયાનો એક પેગ. આપણે ત્રણ પીધા. થયા ૩૬૦૦. બાકીની તારી ટિપ."

આલ્ફ્રેડ રોકે કે કંઈ બોલે એ અગાઉ સલોની તોફાનની જેમ જતી રહી. બ્લેઝરના બટન ખોલી, ટાઈ ઢીલી કરીને આલ્ફ્રેડે ગજવામાંથી રૂમાલ કાઢ્યો. એ બબડ્યો, "આ વાઘણથી સાવચેત રહેવું પડશે પરંતુ જો પેલો માણસ સાચો હોય તો કંઈક કરવું પડે. આટલી મોટી રકમ જવા ન દેવાય... માય મની, માય મની."

*

મુંબઈના આસિસ્ટન્ટ પોલીસ કમિશનર સૂર્યવંશીના આદેશ મુજબ થાણેના તળાવ વિસ્તારમાં દસેક પોલીસવાળા બપોરે ત્રણ વાગે જ પહોંચી ગયા હતા. મનિયાએ કહેલા બસ સ્ટોપની આસપાસનો એરિયા, સામેના અને બસ-સ્ટોપની પાછળના મકાન ચેક કરી લીધા. લગભગ સાડા છ વાગ્યે આસિફ રિક્ષામાંથી ઊતર્યો. એની પાછળ બે પોલીસવાળા સ્કૂટર પર હતા. આસિફને બરાબર સમજાવાયું હતું કે મનિયો દેખાય એટલે તારે સિગારેટ પેટાવવાની અને એ પાસે આવે એટલે સિગારેટ ફેંકી દેવાની. બસ-સ્ટોપ પરની ભીડમાં બે પોલીસવાળા મુફ્તીમાં ગોઠવાઈ ગયા હતા. બધાની મોંઘવારી, પ્રદૂષણની વાતો સાંભળતા

154 / દાદલો

હતા. એક યંગ કપલ રોમેન્ટિક મૂડમાં હતું એ જોઈને એક પોલીસવાળાને વાઇફ અને બીજાને મેરિડ ગર્લફ્રેન્ડ યાદ આવી ગઈ.

સમય વીતવા સાથે આસિફ કંટાળતો હતો. એની સિગારેટ પીવાની તલબ વધતી જતી હતી. એને થયું કે ખરો ફસાયો છું હું આ પળોજણમાં. એક માણસે આસિફની નજીક આવીને કંઈક પૂછ્યું કે તરત જ બે પોલીસવાળાએ એને પકડી લીધો. આસપાસથી બીજા પોલીસવાળા ધસી આવ્યા, પણ આસિફ એકદમ આશ્ચર્યચકિત થઈ ગયો.

સૂર્યવંશીએ બંદુનો મોબાઇલ નંબર ટ્રેકિંગ પર મુકાવી દીધો હતો. છેલ્લે આ નંબર મુંબઈમાં ગોરેગાંવની આરે કોલોની એરિયાની ન્યૂઝીલૅન્ડ હૉસ્ટેલ પાસે ઍક્ટિવ દેખાયો હતો. એના પર મુંબઈમાં છેલ્લો ફોન પક્યાના નંબર પરથી જ આવ્યો હતો. એ વખતે પક્યાના ફોનનું લોકેશન અપ્પાસાહેબનું ઘર હતું. નાગપુરમાં ટ્રેક થયા બાદ આ નંબર ફરી બંધ થઈ ગયો હતો. છતાં પક્યાના ફોનથી કૉન્ટેક કરવાનો પ્રયાસ થયો હતો અને ત્યારેય પક્યાના ફોનનું લોકેશન અપ્પાસાહેબનું ઘર જ હતું. આનો અર્થ સ્પષ્ટ હતો કે પક્યા જરૂર અપ્પાસાહેબના ઘરમાં હોઈ શકે. કાં પછી એનો મોબાઇલ ફોન ત્યાં છે.

આવા વિચારો સાથે સૂર્યવંશી અપ્પાસાહેબને મળવા ગયા. એનું આગમન અપ્પાસાહેબને બહુ ગમ્યું નહીં. તેઓ જાણતા હતા કે ગૃહપ્રધાનપદ છોડ્યા બાદ પણ ગોપાલ રાવ આ માણસના સંપર્કમાં હતો. અપ્પાસાહેબે માત્ર ઔપચારિકતા નિભાવવા ચા-કૉફીનું પૂછ્યું, જેનો સૂર્યવંશીએ ઇનકાર કરી દીધો. સૂર્યવંશી ઝડપભેર પૉઇન્ટ પર આવી ગયા. "અપ્પાસાહેબ, આપના ખાસ માણસ પક્યાની મદદની જરૂર છે. એને થોડી પૂછપરછ કરવી છે."

"અરે એ તો ગામ ગયો છે..."

"આ જુઠ્ઠાણું છે..."

"ગામમાં ઘર બંધાવે છે એ..."

"નથી ગામ ગયો કે નથી ઘર બંધાવતો..."

"મને તો એવું કહીને ગયો છે..."

"એવું હોય તો એ જૂઠ્ઠું બોલ્યો. એની પાસે એનું કારણ પણ હશે..."

"એ તો એ જ કહી શકે. આવે એટલે મોકલું આપની પાસે..."

"અપ્પાસાહેબ, તમે કહો છો એમ એ નથી ગામ ગયો કે નથી ઘર બંધાવતો અને આ બધા ભેદભરમ વચ્ચે એનો મોબાઇલ ફોન તમારા ઘરમાં જ પડ્યો છે..."

"મારા ઘરમાં? તમે ક્યાં જોયો?"

"જોવાની જરૂર નથી. અમે એનો નંબર ટ્રેકિંગ પર રાખ્યો છે. એના પરથી કાલે એક નંબર પર ત્રણ વાર ફોન થયો હતો, એ પણ આપના ઘરમાંથી..."

અપ્પાસાહેબને આંચકો લાગ્યો પણ રીઢ્ઢ રાજકારણી હોવાથી હાવભાવ કળાવા ન લીધા. "અચ્છા, નોકર કે માળીને ફોન આપીને ગયો હોય તો પૂછી રાખીશ હું."

"ભલે પૂછી રાખજો. આમેય એ જ્યારે પાછો આવશે એટલે સૌથી પહેલા આપને જ મળશે. એકદમ વિશ્વાસુ જો હતો આપનો. ભલે, તો રજા લઉં છું." સૂર્યવંશી ઊભા થયા, ચાલવા માંડ્યા અને અચાનક પાછા વળીને પૂછ્યું, "આપનું માર્ગદર્શન જોઈતું હતું અપ્પાસાહેબ એક બાબતમાં..."

"અરે હું તો હવે ઘરડો થયો ભાઈ. છતાં બોલો કઈ બાબત છે?"

"અપ્પાસાહેબ, ગોપાલ રાવે આપની પાર્ટી છોડી એના બે દિવસ અગાઉ બી.કે.સી.ની રાહબર કુરિયર કંપનીમાં એક લૂંટ થઈ હતી. એના વિશે ખૂબ ચર્ચા થાય છે. મોટા મોટા માથા એમાં રસ લે છે. એવું તે શું હશે એ કેસમાં?"

"ભાઈ, મારો તો પોલિટિક્સનો વિષય. આ રોબરી અને ક્રાઈમમાં મને ન ખબર પડે."

"અરે અપ્પાસાહેબ, આ કેસમાં રોબરી, પોલિટિક્સ, મર્ડર અને ન જાણે કેટકેટલું છે. બહુ જલદી મોટા ધડાકાભડાકા ન થાય તો મને યાદ કરજો તમે. થેન્ક યુ ઓન્ડ ગુડબાય સર." આટલું બોલીને સૂર્યવંશી તો જતા રહ્યા. પણ અપ્પાસાહેબ એને જોતા જ રહી ગયા. દસ મિનિટ બાદ તેમણે પક્યાના મોબાઇલમાંથી બંડુનો નંબર ડાયરીમાં ટપકાવ્યો અને બંગલોના કમ્પાઉન્ડમાં જઈને કૂવામાં પક્યાનો મોબાઈલ ફોન ફગાવી દીધો, 'ગઈ ઉપાધિ કાયમ માટે.'

*

થાણેના તળાવ પાસેના બસ સ્ટૉપ પર આસિફ પાસે આવેલા માણસને પોલીસે ઝડપી લેતા ધમાચકડી મચી ગઈ. એ માણસ બૂમાબૂમ કરવા માંડ્યો. લોકો ભેગા થઈ ગયા. આસિફે દોડીને પોલીસવાળાના કાનમાં કીધું કે આ મનિયો નથી, મને બસનો રૂટ પૂછવા નજીક આવ્યો હતો. પોલીસે તરત એ માણસને છોડી દીધો પણ ઇશારામાં પોતાના બે સાથીને એની પાછળ લગાવી દીધા. છેક નવ વાગ્યા સુધી રાહ જોઈ પણ મનિયો ન આવ્યો તે ન જ આવ્યો.

*

ગોવાની સીઆઇડી ઇન્સ્પેક્ટર સલોની માપસેકરને આલ્ફ્રેડ ગોન્સાલ્વીઝ ઉપરાંતના પાંચ કેસિનો માલિક પાસેથી એની એ જ વાત સાંભળવા મળી. પીટરને બે-બે હજારની નોટના બંડલ આપીને જૂની ભારતીય નોટ અને ફોરેન કરન્સી જોઈતી હતી. એના માટે તેણે ૨૫થી ૩૦ ટકા ડિસ્કાઉન્ટ ઑફર કર્યું હતું. એ માણસ ફરી દેખાય કે સંપર્ક કરે તો તાત્કાલિક પોતાને જણાવવાની

દાદલો / 157

સૂચના સાથે સલોનીએ પાંચેયને જવા દીધા. એ જ સમયે આ પાંચેય કેસિનો આસપાસના પોતાના ખબરીઓને ખડેપગે નજર રાખવા જણાવી દીધું.

સલોની વિચારમાં પડી ગઈ. આ પીટરે બધાને ૨૫-૨૫ કરોડ વટાવવાની વાત કરી. એની પાસે ૧૫૦ કરોડ હશે? કે ખાલી ૨૫ કરોડ? આટલી મોટી રકમ લાવ્યો ક્યાંથી? હમણાં દેશમાં ક્યાંય બેન્ક લૂંટાયાના ન્યૂઝ તો આવ્યા નથી. ડુપ્લિકેટ નોટ છાપતો હશે? પણ છ એ છ કેસિનો માલિકને આપેલી બબ્બે હજારની દસ નોટ તો અસલી સાબિત થઈ. વળી તેણે કોઈ પાસેથી એ નોટ પાછીય ન લીધી. આમાંનો એક સેટ તો સલોની પાસે આવી ગયો હતો. એ નોટ અસલી હતી. કાં સલોનીને એવું લાગતું હતું.

બધાની વાતચીત પરથી સલોનીને એનું વર્ણન યાદ આવ્યું. પાતળો, રૂપાળો અને ઉંમર ત્રીસ વર્ષની નાની. પોતાના મોબાઇલ ફોનમાં એનો ફોટો જોયો. ગોવા ઍરપોર્ટના સીસીટીવી ફૂટેજમાંથી બનાવેલા ફોટામાંય પીટર ખરાબ નહોતો લાગતો. યંગમેન વીથ સો મચ મની ઍન્ડ ફૅન્ટાસ્ટિક બ્રેઇન. સલોનીને થયું કે આવા માલદાર માણસની મદદથી પૉરિસમાં મસ્ત જલસા થાય. આવો શું કામ, એ જ કેમ નહીં? સલોનીએ માથું ઝાટક્યું. એ તો ક્રિમિનલ લાગે છે. એનો કેટલો ભરોસો કરાય?"

સલોની હસી પડી, "ભરોસો એનો નહીં એની કરન્સી નોટના થપ્પાનો કરવો છે. ભરોસો કરીને મારે ક્યાં મેરેજ કરવા છે એની સાથે?"

સલોનીએ સિગારેટ પેટાવી. એના ધુમાડામાં જાણે પોતાના વિચારોને ફૂંકી મારવા માંડી. તેણે ફરી પીટરનો ફોટો મૅસેજ સાથે પોતાના ખબરીઓને મોકલ્યો: 'આ ગોવામાં જ છે. ગમેતેમ કરીને અને જલદી શોધો કાઢો.'

*

ઍન્ટિટૅરરિસ્ટ સ્ક્વૉડના ઇન્સ્પેક્ટર પ્રદીપ બંદોપાધ્યાયે સરફરાઝ અલીના ઘરેથી મળેલા પેપર્સમાંથી મળેલા આઠ મોબાઇલ નંબરની તપાસ કરાવી હતી. એનું રિઝલ્ટ આવી ગયું હતું. આ બધા નંબર પરચૂરણ ગુનેગારોના હતા. એમના નામે ઘણા ગુના બોલતા હતા. આ સૌ એક લઘુમતી તરફી પ્રાદેશિક પક્ષના કાર્યકર્તા હતા. બંદોપાધ્યાયે આ બધાની વધુ વિગતવાર કુંડળી કાઢવાના આદેશ આપ્યા હતા. એમાં વધુ ચોંકાવનારી વિગતો બહાર આવી કે બધા નિયમિતપણે દુબઈ, અબુધાબી કે બહેરીન જતા હતા. નાની-મોટી નિયમિત આવક નહોતી તો પછી અખાતના દેશોની મુસાફરી શા માટે? આ સૌ સરફરાઝ અલીના નિયમિત સંપર્કમાં હતા. બંદોપાધ્યાયને થયું કે હવે આ આઠેયને ઉપાડી લીધા હોય તો?

*

સાઉથ ગોવાના માછીમારોનું એક નાનકડું ગામ બેતુલ. એના આકર્ષણમાં નયનરમ્ય સૂર્યાસ્ત, સત્તરમી સદીનો કિલ્લો અને આહ્લાદક હવામાન. પણ પીટર પાસે અત્યારે આમાંથી કંઈ પણ માણવાનો સમય નહોતો. ઇચ્છાય નહોતી. એ કાવેલોસીમ-આસોલની ફેરી સર્વિસ જોઈ રહ્યો હતો. ખબર નહીં પણ કેમ પીટરને બહુ જામ્યું નહીં અહીં. ઇન્ટરનેટ પર સર્ચ કરતા એની નજર એક નામ પર ઠરી.

બેતાલબાટીમ. કોલવાથી બે કિલોમીટરના અંતરે આવેલું આ ઈન્ડો-પોર્ટુગીઝ ગામ એકદમ શાંત હતું. આત્માને શાંતિ મળે એવું લાગ્યું એને. કિનારાની ગોલ્ડન રેતી પર જોતી વખતે એની નજર દૂર-દૂર ડૉલ્ફિન દર્શન પર લઈ જતા મછવારા પર હતી. પીટરે જોયું કે કેટલાક પર્યટકો ઑફર કરતા હતા કે ડૉલ્ફિન ન દેખાય ત્યાં સુધી અમે પાછા નહીં આવીએ. થોડી વધુ રકમ આપીને દૂર જવાની અને લાંબો સમય દરિયામાં જવાની સગવડ મળી રહેતી હતી.

પીટરે ઉપર ચાંદની, નીચે સોનેરી રેતી અને આસપાસ પામ વૃક્ષો વચ્ચે ગોવાની લોકલ બીયર પીતા-પીતા રાતને આવકારી. રાતે ૮-૩૦ સુધી છ બૉટલ ખાલી થઈ ગઈ. ચહલપહલ એકદમ ઓછી થઈ ગઈ. દરિયો નાના બાળકની જેમ એકલો રમતો હતો. એક ખૂણામાં પામ વૃક્ષ નીચે ત્રણેક નાવિક દેશી દારૂ ફેણી પીતા હતા. પીટર ત્યાં જઈને બેસી ગયો. રિમલેસ ચશ્માં, મોંઘા જીન્સ, ટી-શર્ટ અને શૂઝ સાથેનો આગંતુક ગમ્યો નહીં કોઈને, પણ એની વાત ગમી ગઈ, 'એક રાતમાં તમારે ત્રણેએ દસ-દસ હજાર રૂપિયા કમાવા છે?'

ઍન્ટિટેરરિસ્ટ સ્કવૉડના ઇન્સ્પેક્ટર પ્રદીપ બંદોપાધ્યાય ઉતાવળે પગલે રાહબર કુરિયરના મૅનેજર સરફરાઝ અલી પાસે ગયા. સરફરાઝ હવે કંટાળી ગયો હતો. એ દેખાડતો નહોતો, પણ અંદરથી એના તૂટવાની શરુઆત થઈ ચૂકી હતી.

બંદોપાધ્યાય કૉફીનો કપ લઈને ગયા, ઇરાદાપૂર્વક. એકદમ ખુશખુશાલ મિજાજમાં તેમણે સરફરાઝ સાથે હાથ મિલાવ્યા.

"કૉંગ્રેચ્યુલેશન્સ મિ. સરફરાઝ અલી."

"ક...કેમ? હું છૂટી જઈશ?"

"હા, હવે નો ટેન્શન."

"હું પહેલેથી જ કહેતો હતો કે મેં કંઈ ખોટું કર્યું નથી. ક્યારથી છુટ્ટો હું?"

"આજે. અત્યારથી જ..."

"રિઅલી?"

"હા, અમારા કોઈ પણ સવાલના જવાબ આપવામાંથી તું છુટ્ટો હવે."

"એટલે?"

"અરે હા... તને ક્યાંથી ખબર હોય? તારા ઘરે મળેલા પેપર્સમાં આઠ મોબાઇલ નંબર હતા. એ બધા નંબરવાળા તારા આઠેઆઠ સાગરીતને અમે ઝડપી લીધા, પણ એ લોકો બહુ ઢીલા-પોચા નીકળ્યા હો. તારી જેટલા મજબૂત નથી કોઈ."

"મારા સાગરીત? ખોટું બોલો છો તમે."

"અચ્છા. ભલે હમણાં ખાતરી કરી લઈએ... બંદોપાધ્યાયે બૂમ પાડી, "એક પછી એકને મોકલો... એક માણસ બુરખો પહેરીને અંદર આવ્યો. બંદોપાધ્યાયે ઑર્ડર આપ્યો, "વીડિયો રેકોર્ડિંગ ચાલુ કરો..." પછી બુરખાધારી સામે જોઈને બોલ્યા, "ધ્યાનથી જો સામે ઊભેલા માણસને. એ જ સરફરાઝ અલી છે જેની તું વાત કરતો હતો?"

બુરખાધારીએ માથું હલાવીને હા પાડી. બંદોપાધ્યાયે બુરખાધારીને ખચકાવ્યો, "જરાય ખોટું બોલ્યો તો ચામડું ઉતરડી નાખીશ હો." બુરખાધારીએ માથું હલાવ્યું અને હાથ જોડ્યા. પ્રદીપ બંદોપાધ્યાયે હાથથી ઇશારો કર્યો એટલે બુરખાધારી જતો રહ્યો.

સરફરાઝને સમજાતું નહોતું કે શું થઈ રહ્યું છે. એની સામે જોઈને હસીને બંદોપાધ્યાયે મેણું માર્યું. "આવા નબળાને સાથે રાખે છે તું? ગુંડા છે ને રાજકીય પક્ષમાં છે, પણ જરાય ચાલાક કે મજબૂત નથી હો."

સરફરાઝને સમજાતું નહોતું કે શું કહેવું. તે ચૂપ જ રહ્યો. બંદોપાધ્યાય મોટા અવાજે બોલ્યા, "બાકીના ત્રણેયને સાથે અંદર મોકલી દો... વીડિયો રેકોર્ડિંગ બરાબર થાય છે ને?"

બહારથી અવાજ આવ્યો, "યસ સર." થોડી વારમાં ત્રણ જણ અંદર આવ્યા. એક લંગડાતો હતો. બીજાના હાથમાં પ્લાસ્ટર હતું. ત્રીજો ધ્રૂજતો હતો. ત્રણેય આવીને ઊભા રહ્યા એટલે બંદોપાધ્યાયે ઑર્ડર કર્યો, "સામે ઊભેલા માણસને બરાબર ઓળખો. તમે જેની વાત કરતા હતા એ સરફરાઝ અલી છે?"

ત્રણેયે માથું હલાવીને હા પાડી. બંદોપાધ્યાયે સરફરાઝ સામે સ્માઇલ કર્યું. પછી હાથથી ઇશારો કર્યો, એટલે ત્રણેય ચાલવા માંડ્યા. જે બુરખાધારી ધ્રૂજતો હતો એ એકદમ ઢળી પડતા રહી ગયો. બંદોપાધ્યાયે એને પૂંઠ પર લાત ફટકારી. ત્રણેય રૂમની બહાર નીકળી ગયા.

"આ થયા ચાર. બાકીના ચાર વધુ વાયડા થતા હતા એટલે મલમપટ્ટી માટે હૉસ્પિટલમાં છે. તને એક ઇન્ટરેસ્ટિંગ વાત કરું?"

"આ બધા દુબઈ, અબુધાબી અને બહેરીન ગયા છે, એવું એમના ફોન પરથી ઘરે કહેવડાવી દીધું. એટલે અહીં કોઈ હોબાળો થવાનો નથી. બે જણાં તો તાજના સાક્ષી બનીને પોતાની જાત બચાવવા તૈયાર થઈ ગયા છે."

"પણ સર, મેં કંઈ કર્યું નથી..."

"ઍક્ઝૅટલી આવું જ કહે છે આ આઠેય જણા. બધા તારો વાંક કાઢે છે. મારો અનુભવ કહે છે કે હવે ૨૦-૨૫ વર્ષ તો તું જેલમાં જ સડવાનો, જો એટલું જીવી ગયા તો. મારી સાથે કો-ઓપરેટ કર્યું હોત તો મેં કદાચ મદદ કરવાનું વિચાર્યું હોત. ખેર, તારા નસીબ અને અક્કડ બન્ને મુબારક હો તને...", આટલું બોલીને ઍક્ટર અક્ષયકુમાર જેવી વિજેતા સ્ટાઇલમાં પ્રદીપ બંદોપાધ્યાય બહાર નીકળી ગયા.

*

રાતે નાનકડી બોટ દરિયામાં આગળ વધી રહી છે. બોટને અંધારામાં ઉતારવાનું જોખમ લેનારા ગોવાના નાવિકો રવિ, મેક અને ચાર્લી ખુશ હતા. એમની સાથે મુસાફરી કરતો પીટર ફર્નાન્ડિઝ બાયનોક્યુલરથી અંધારામાં ક્યારેક દરિયામાં દૂર-દૂર તો ક્યારેક આકાશમાં જોતો હતો.

મજાકિયો ચાર્લી ધીરેથી મેકના કાનમાં ગણગણ્યો, "યે રાઇટર લોગ અંધેરે

માં દેખ લેતે હૈ ક્યા મૅન?" મેકે નાક પર આંગળી મૂકીને એને ચૂપ કરાવ્યો. ત્રણેય ખુશ હતા, કારણ કે દસ-દસ હજાર રોકડા મળી ગયા હતા. પીટરે ઑફર કરી હતી, "રાતે દરિયાના માહોલને મારે જોવો છે, અનુભવવો છે એ પણ શાંતિથી, એકાંતમાં. તમે લઈ જાઓ તો ત્રણેયને દસ-દસ હજાર મળશે."

ત્રિપુટી માટે આ પહેલો અવસર નહોતો. તેમને પરસેવા પાડીને થોડું થોડું કમાવાને બદલે જોખમ લઈ વધુ કમાણી કરવાનું ગમતું હતું. ત્રણેય જોખમને બોનસ સમજતા હતા. રવિને ઠેકું ખાતા જોઈને પીટરે ત્રણેયને પાનો ચડાવ્યો. "મને સારું કોકણી ગીત, ગોવાનીઝ જોકસ સંભળાવો. જે બેસ્ટ હશે એને બે હજારનું ઈનામ."

પછી પીટરે ગણતરીપૂર્વક ત્રણેયને છ-છ હજાર મળે એ રીતે ઈનામ આપ્યા. આ રીતે એ સ્પીડ પકડવા માટે ત્રણેય પાનો ચડાવતો રહ્યો. એના મેપમાં અલીબાગ દેખાયું, ત્યારે પીટરે ત્રણેયનો આભાર માન્યો. રવિ હસી પડ્યો, "સર, અભી બંબઈ કહાં આયા?"

પીટરે એની પીઠ પર હાથ મૂક્યો. "મૅન, લાઈફ મેં સબ ઍક્સપિરિયન્સ લેનેકા. અભી મૈં અકેલા જાયેગા." આટલું બોલીને પીટર ફર્નાન્ડિઝ સવારના ચાર વાગ્યાના સુમારે અલીબાગ પાસે કૂદી પડ્યો. ત્રણેય જોઈ રહ્યા બે ઘડી, પછી ચાર્લીએ રિવર્સ લઈને બોટનું માથું ગોવા ભણી કર્યું.

*

ગોવાની સી.આઈ.ડી. ઈન્સ્પેક્ટર સલોની માપસેકર એક પછી એક ખબરીને ફોન કરતી હતી. એમને રીતસર તતડાવતી હતી, "એક માણસને શોધી શકતા નથી તમે? બધા આળસુ ને નક્કામા છો નક્કામા."

બે કલાક રાહ જોયા બાદ ક્યાંયથી કંઈ પરિણામ ન મળ્યું તો સલોનીએ ટ્રાવેલ એજન્ટને ફોન કરીને મુંબઈની ટિકિટ બુક કરવા કહ્યું. એ પણ ફર્સ્ટ ફ્લાઈટની. પછી તેણે પોતાના સિનિયરને ફોન કર્યો, "સર, થોડી પર્સનલ ઈમર્જન્સી છે એટલે ત્રણ-ચાર દિવસની રજા લેવી પડે એમ છે."

સલોનીને પોતાને ન સમજાયું કે ક્યારેય નહોતું લીધું એવું પગલું કેમ ભર્યું? પીટર ફર્નાન્ડિઝ ગાયબ થવાથી પોતાનો અહમ્ ઘવાયો છે? એની પાસેથી સંભવિત દોલતમાં રસ પડ્યો છે કે પછી એ માણસમાં... સલોનીએ હસીને માથું ઝાટકીને વિચારો રોકવાનો પ્રયાસ કર્યો, પણ અજાણતા જ મોબાઈલ ફોનની ગેલેરીમાં એ પીટર ફર્નાન્ડિઝનો ફોટો જોવા માંડી. મનોમન બોલી જવાયું, "નોટ બેડ ઍટ ઑલ. એમાંય આટલા કરોડો રૂપિયા હોય તો તો એના જેવો શ્રેષ્ઠ બીજો પુરુષ કોણ?"

*

પક્યાનો જરાય મૂડ નહોતો, પણ બંડુના આગ્રહને લીધે નાગપુરના ઈતવારી બાદ બન્ને પુણેના બુધવાર પેઠમાં ગયા. બન્ને દિલ ખોલીને પૈસા ખર્ચતા હતા, સારી ટીપ આપતા હતા. પુણેમાં પોતાના જેવા લોકો પાસેથી ખબર પડી કે આ બાબતમાં કોલકાતાના સોનાગાચી વિસ્તારના તોલે કોઈ ન આવે. પક્યાએ અપ્પાસાહેબ રાવના વધુ એક લોચાની વિગતો હાથેથી લખીને એક ચેનલવાળાને મોકલવા તૈયાર કરી.. પુણેથી આઝાદ હિંદ એક્સપ્રેસમાં બેસીને મુસાફરી શરૂ કર્યા બાદ તુમ સર રોડ સ્ટેશને ઊતરીને સામેની ટપાલપેટીમાં આ કવર મોકલ્યું કે જેથી કવર કોણે અને ક્યાંથી મોકલ્યું એ ખબર ન પડે. બન્ને કોલકાતા આગળ વધી રહ્યાં હતા. અપ્પાસાહેબના આઘાતમાંથી પક્યો થોડો ઘણો બહાર આવ્યો હતો. એને હવે બંડુની વાતોમાં રસ પડવા માંડ્યો હતો. એ વિચારવા માંડ્યો કે મન લાગી જાય તો કોલકાતા થોડા દિવસ વધુ રોકાઈ જઈશું, પણ ત્યાં શું થવાનું છે એની ક્યાં કોઈને ખબર હતી?

*

અલીબાગના કિનારે પહોંચીને પીટર ફર્નાન્ડિઝે એવો દેખાવ કર્યો કે જાણે પોતે ટૂરિસ્ટ છે. ને રાતે બહુ બધુ ઢીંચીને કિનારે પડી રહ્યો હતો. એક સાવ ખાનગી મકાનમાં રૂમ ભાડે રાખી. પોતાની બેકપેકમાંથી શર્ટ અને ટી-શર્ટ કાઢીને પહેરી લીધા અને ઘસઘસાટ ઊંઘી ગયો. બે કલાક પછી અલાર્મ વાગ્યું. એટલે પીટરે જૂનાં કપડાં પ્લાસ્ટિક થેલીમાં ભર્યાં. ધ્યાનથી ઘડિયાળમાં જોયું અને એ બબડ્યો, "પેણ પહોંચવામાં વધુમાં વધુ સવા-દોઢ કલાક થશે."

હોટેલમાં નાસ્તો કરીને એ નીકળી પડ્યો પેણ જવા. પેણના હાઈવે પર ઊતરીને એક હોટેલના વેઇટરને સો રૂપિયાની પત્તી આપીને સવાલ પૂછ્યો, "અહીં સાવ ન ચાલતી હોય કે નવી બનીને ખૂલવાની રાહ જોવાતી હોય એવી હોટેલ કઈ?"

ઍન્ટિટૅરરિસ્ટ સ્કવૉડના ઇન્સ્પેક્ટર પ્રદીપ બંદોપાધ્યાય અને એમના સાથીઓ ખડખડાટ હસી રહ્યા હતા. સામે ખુરશી પર ચાર કાળા બુરખા પડ્યા હતા. એના સાથી પકડાઈ ગયા એવો દેખાવ સરફરાઝ અલી સમક્ષ કરાયો હતો. આની ધારી અસર થઈ પણ ખરી એના પર. બુરખામાં આવેલા બધા કૉન્સ્ટેબલ જ હતા. આ કીમિયો સફળ થયો એટલે પ્રદીપ બંદોપાધ્યાયે આદેશ આપ્યો કે, "સરફરાઝના આઠેય સાથીઓને પકડીને ધોઈ નાખો. કંઈક ને કંઈક નવું મળશે જ. સરફરાઝના રિઍક્શન પરથી લાગે છે કે આ બધાને ઊંચકી લેવામાં વાંધો નથી. એક વાતની ખાસ ચોકસાઈ રાખજો કે કામકાજ બને એટલું ચૂપચાપ થાય."

પછી પ્રદીપ બંદોપાધ્યાયે ત્રણ-ચાર ફોન કર્યા ને એક વાત નક્કી થઈ ગઈ કે સરફરાઝ અલીનું મૂળ પાકિસ્તાનના કબજા હેઠળનું કાશ્મીર છે.

એટલું જ નહીં આ બદમાશના તો અલગ-અલગ નામ, ઓળખ, સરનામા અને પાસપોર્ટ હતા. હવે સવાલ એ હતો કે એ કોની સાથે કામ કરતો હતો? ક્યા મિશન માટે મુંબઈ આવ્યો હતો? પ્રદીપ બંદોપાધ્યાયે ભીવંડી, ગોવંડી, મીરા રોડ, ભાયંદર, જોગેશ્વરી, કુર્લા, ભીંડીબજાર, મસ્જિદ બંદર સહિતના કેટલાક વિસ્તારોના ખબરીઓને સરફરાઝ અલીના ફોટા મોકલાવીને તાકીદ કરી કે બને એટલી વધુ માહિતી મોકલી આપો. નાનામાં નાની જાણકારી પણ રહી ન જવી જોઈએ એવી સૂચના પણ આપી.

જોકે પ્રદીપ બંદોપાધ્યાય જાણતા નહોતા કે આ બધા વિસ્તારને બદલે કોઈક ભળતી જ જગ્યાએથી સરફરાઝ અલીના છેડા નીકળવાના હતા.

*

સાવ નવરા પડી ગયેલા અને હતાશામાં ગરકાવ થઈ ગયેલા અપ્પાસાહેબ રાવ સવારની ચા પી રહ્યા હતા. કમલકાંતને મળ્યા બાદ થોડી નિરાંત અનુભવતા હતા પણ કંઈ સારું લાગતું નહોતું. એમને ઘરને ખૂણેખાંચરે પક્યો જ દેખાતો હતો. અપ્પાસાહેબ કોઈ પગલું ભર્યા બાદ ક્યારેય ઝાઝું વિચારતા નહીં પણ પક્યો એમાં અપવાદ નીકળ્યો. એમને ફરી ફરીને એક જ વિચાર સતાવતો હતો કે પક્યાની સુપારી આપીને પોતે ભૂલ તો નથી કરીને? કદાચ આટલી

મોટી રકમ જવાથી, સરકારમાંથી હકાલપટ્ટી થવાથી, બધા વિધાનસભ્યોના પક્ષ છોડી જવાથી અને કમલકાંતના દબાણને લીધે પોતે ઘાંઘા થઈ ગયા અને ન ભરવાનું પગલું ભરી બેઠા. પક્યો આ એક જ કામ ક્યાં, પોતાનાં બધાં પાપ જાણતો હતો પક્યો. તેણે ક્યારેય મોઢું ખોલ્યું નહોતું આજ સુધી.

પોતાને રાજકીય અરણ્યવાસમાં ધકેલી દેવાયો છે ત્યારે માત્ર પક્યો જ પોતાને સંભાળી શકે એમ હતો. પણ એ તો બિચારો? આ તુમુલ માનસિક તાણમાંથી હળવાશ અનુભવવા માટે અપ્પાસાહેબે ટીવી ચાલુ કર્યું, ને તેઓ થીજી ગયા.

એક મરાઠી ચેનલમાં બ્રેકિંગ ન્યૂઝ આવતા હતા: અપ્પાસાહેબનો અનૌરસ દીકરો હોવાનો દાવો કરનારો યુવાન કિશોર ભૂખ હડતાળ પર. અપ્પાસાહેબ ખુલ્લેઆમ મમ્મી અને મારો સ્વીકાર ન કરે તો હું જીવ આપી દઈશ... જોઈએ જાલના જિલ્લાના બદનાપુર તાલુકાના ભાતખેડા ગામમાં શું ચાલી રહ્યું છે... અપ્પાસાહેબે માથા પર હાથ મૂકીને રિમોટ કંટ્રોલથી ટીવી સ્વીચ ઑફ કરી દીધું.

*

ભરબપોરે હાઈવે પર જાણે ટ્રાફિક એકદમ થંભી ગયો હતો. ઉતાવળે જવા માગતા મોટરિસ્ટ હૉર્ન પર હૉર્ન વગાડીને અક્કલનું પ્રદર્શન કરતા હતા. ત્યારે બાર વાગ્યાના સુમારે પેણની હોટેલ નશા પાસે એક સરદારજી પહોંચ્યો. હાથમાં પ્લાસ્ટિકની બૅગ હતી. તેણે વૉચમેન સાથે હસીને વાત કરી. મોબાઇલ ફોનમાં છ ફોટા બતાવ્યા. આ ફોટા એની સાથે શેર કર્યા. જતી વખતે એને એક હજારની ટીપ આપી. જલદી પાછા આવવાનું કહીને ચાલતો થયો અને પાછો આવ્યો, “અરે જી, યહ સ્વીટ તો આપ કો દેના રહ હી ગયા.” કેવો મીઠો અને પ્રૅક્ટિકલ માણસ! પ્લાસ્ટિકની બૅગ આપીને સરદારજી ઉતાવળે પગલે હાઈવે પરના એ.સી. ફ્રેશરૂમમાં ગયા. બહાર બેઠેલા છોકરાને ૫૦ રૂપિયાની નોટ આપી. “સ્નાન કર કે આને મેં થોડી દેર લગેગી. ચલેગા ના?” છોકરાએ હસીને હા પાડી. પછી એ મોબાઇલ ફોનમાં પોતાના ફેવરિટ રણવીરસિંહની ફિલ્મ જોવામાં અને બીજા ગ્રાહકો પાસેથી બે-પાંચ રૂપિયામાં વ્યસ્ત થઈ ગયો. પંદરેક મિનિટમાં અંદર ગયેલો સરદારજી બહાર આવ્યો પીટર ફર્નાન્ડિઝ બનીને. એ બહાર નીકળ્યો ત્યારે પેલો છોકરો મોબાઇલ ફોનમાં ગીત “ખલી વલી ખલી વલી...” માણતો હતો.

*

રાહબર કુરિયરના માલિક સમાન હેમાંગ પટેલ અસ્વસ્થ હતો. બે દિવસથી પ્રાઇવેટ ડિટેક્ટિવ મેજર મેજિશિયન ફોન ઉપાડતા નહોતા. તપાસ ક્યાં પહોંચી એ અંગે પોલીસવાળા ફોડ પાડતા નહોતા. ક્યારેક પોતાને પોલીસ સ્ટેશને બોલાવીને

કે ઘરે આવીને વિચિત્ર સવાલો પુછાતા હતા: 'મુંબઈ કેમ પાછા ફર્યા? સ્ટાફમાં કેટલાં માણસોને પર્સનલી ઓળખો છો? સરફરાઝ અલી વિશે શું જાણો છો? જયંત ટેમ્પો વિશે માહિતી આપી શકશો? તમારી પત્ની કલ્પના અને તમારા ખાસ મિત્રોના નામ-ફોન નંબર આપો. કોઈ સાથે દુશ્મની ખરી?'

હેમાંગ અને કલ્પના કંટાળી ગયાં હતાં. હેમાંગને થતું હતું કે જેમ પોલીસ ગમે ત્યારે ઘરે આવે છે એમ પાછા ગુંડા આવી ગયા તો?

મેજર મેજિશિયનને મળ્યા બાદ એ જાણે ખોવાઈ જ ગયા. એમણે માંગ્યું એટલું પેમેન્ટ આપી દેવા છતાં આવો વ્યવહાર?

હેમાંગ પટેલ ફરી મેજરનો નંબર ડાયલ કરવા જાય ત્યાં જ ડોરબેલ વાગી. કલ્પના ઊભી થઈ પણ હેમાંગે તેને આલિયાને લઈને અંદરની રૂમમાં જતા રહેવાનો ઇશારો કર્યો. હેમાંગને લાગતું હતું કે પોલીસ હશે દરવાજા પર અથવા તો... પણ દરવાજો ખોલ્યો તો સામે પ્રાઇવેટ ડિટેક્ટિવ મેજર મેજિશિયન દેખાયા.

તેમણે સ્વસ્થતાપૂર્વક હેમાંગ પટેલની ફરિયાદ સાંભળી લીધી. એનો ગુસ્સો શાંત થયો એટલે પોતાના ગાલ પરનો મસો પંપાળતા મેજરે મોઢું ખોલ્યું, "તમારી વાત સાચી છે ને ખોટી પણ. હું તમને નહોતો મળતો પણ તમારી સલામતીની પોલીસે વ્યવસ્થા કરી છે. તમારા ઘર પર ચોવીસ કલાક સાદા વેશમાં ત્રણ પોલીસવાળા નજર રાખે છે. તમે સલામત છો."

"પણ રાહબર કુરિયરમાં લૂંટાયેલા અમારા માલ વિશેની તપાસને બદલે અંગત સવાલો પુછાય છે."

"જુઓ મિસ્ટર હેમાંગ પટેલ, હું વધુ કહી શકું તેમ નથી. પહેલી નજરે માત્ર લૂંટનો કેસ લાગે પણ એમાં ધારણા બહારની બાબતો સંકળાયેલી છે."

"એટલે? મારી ઑફિસમાં થયેલી લૂંટની સામાન્ય ઘટના બાદ હું અને મારો પરિવાર ગુનેગાર બની ગયા? મારે જાણવું છે કે થયું છે શું?"

"એ બધું હમણાં જવા દો. મને સરફરાઝ અલી, જયંત ટેમ્પો અને રામુલુ પરચુરી વિશે વધુમાં વધુ માહિતી આપો. જે કંઈ યાદ આવે એ, નાનામાં નાની વાત પણ ભૂલતા નહીં. તમે કોઈ બંદુ કે પક્યાનું નામ સાંભળ્યું છે?"

હેમાંગના ચહેરા પર કંટાળાના ભાવ આવી ગયા. "જુઓ, પોલીસને કહી ચૂક્યો છું. સરફરાઝ અલીએ અમારી જાહેરખબરના પ્રતિસાદમાં અરજી કરી હતી. જયંત ટેમ્પો જૂનો માણસ છે. રામુલુ વિશે હું કંઈ જાણતો નથી. એ બધી એપોઇન્ટમેન્ટ તો સરફરાઝ જ કરે. બાકીના બે નામ મેં સાંભળ્યા નથી... અને હા, સરફરાઝ નથી ઑફિસ આવતો કે નથી ફોન ઉપાડતો. તમે જાણો છો કંઈ?"

"ના, ખાસ નહીં. પણ સરફરાઝનો પોતાનો ફોન આવે કે એના વિશે કંઈ

પૂછવા કે કહેવા કોઈનો ફોન આવે તો તાત્કાલિક જણાવજો. બાય ધ વે, મારી એક સલાહ માનશો તમે?”

“સલાહ? બોલો તો ખરા.”

“હેમાંગ, તમે ફેમિલી સાથે ચાર-પાંચ દિવસ આણંદ જતા રહો. વાંધો ન હોય તો એકાદ કલાકમાં નીકળો. આપને છેક સુધી મૂકવા પોલીસવાળા હશે પણ આણંદમાં સતત ફોન ચાલુ રાખજો...”

હેમાંગ એકદમ ગભરાઈ ગયો. “અમારા પર વધુ જોખમ તો નથી ને?”

“તમારા પર પહેલાય જોખમ નહોતું. એટલે તો અપહરણ છતાં જરાય તકલીફ ન પડી. છતાં ચેતતા નર સદા સુખી...”

આટલું બોલીને મેજર ઊભા થયા. પાછું વળીને ફરી બોલ્યા, “સરફરાઝ અલી વિશેની નાનામાં નાની વિગત ભુલાય નહીં હો. વિશ યુ હેપી ઍન્ડ સેફ જર્ની.”

આટલું કહીને મેજર તો જતા રહ્યા. હેમાંગે કલ્પનાને બોલાવીને વિગતવાર બધી વાત કરી. કલ્પના આલિયાને વળગીને એકદમ રડવા માંડી. હેમાંગ ચૂપચાપ તેને જોતો રહ્યો. થોડી વારે કલ્પના સ્વસ્થ થઈ. તે હેમાંગ સામે જોઈ જ રહી. થોડું આગળ વધીને હેમાંગની આંખમાં આંખ મિલાવીને તે બોલી, “મને સમજાતું નથી કે થઈ શું રહ્યું છે? પ્લીઝ, તારા કોન્ટેકટનો ઉપયોગ કર અને આમાંથી બહાર નીકળીએ. આપણે ગોળીબારથી ડરીને ભારત આવ્યા. હવે અહીંથી આણંદ જવાનું ને ત્યાં કંઈક થયું તો? ક્યાં જઈશું? તું જા હેમાંગ. હું નથી આવતી. ભલે જે થવું હોય એ થાય. હું મુંબઈમાંથી હટવાની નથી.”

એ.ટી.એસ.ની ટીમને સાંજે છ વાગ્યે ખૂબ મહત્ત્વની માહિતી મળી. સરફરાઝ અલી નામનું અલીપુરી બંધ તાળું ખૂલવાની એક શક્યતા ઊભી થઈ હતી. એકાદ વરસ અગાઉ સરફરાઝ અલીની કારે અકસ્માત કર્યો હતો. એક્સિડન્ટ બાદ કાર ભાગી ગઈ અને હાઈવે પરના પોલીસવાળાએ કારને પકડી પાડી હતી. કારમાં બેઠેલા ત્રણ જણમાંથી કોઈ નશામાં નહોતું. અકસ્માતમાં કોઈ મર્યુ નહોતું. આ ત્રણ જણમાં એક સરફરાઝ અલી હતો. અકસ્માતમાં કોઈ મર્યુ નહોતું તો કાર ભગાવી શા માટે જવાઈ? એ સ્પષ્ટ થયું નહોતું. ઈજાગ્રસ્તને મબલક વળતર આપ્યું અને પોલીસવાળાનેય સાચવી લેવાયાનું સ્પષ્ટ થયું હતું.

પ્રદીપ બંદોપાધ્યાયે ફરી ફરીને આ એક્સિડન્ટની માહિતી વાંચી. કારના નંબર આગળ એન.એચ.-૦૪ હતું, કારનું રજિસ્ટ્રેશન થાણેનું હતું. અકસ્માત પણ નેશનલ હાઈવે નંબર ત્રણ પર થયો હતો. એમાં બેઠેલા સરફરાઝ અલી સહિતના ત્રણ જણ ક્યાંથી આવતા હતા, ક્યાં જતા હતા અને અકસ્માત બાદ ભાગ્યા કેમ? અચાનક બંદોપાધ્યાયને કંઈક સૂઝ્યું અને તેમણે એક ફોન લગાવ્યો. કોઈકને અકસ્માતની તારીખ, વાહનનો નંબર આપ્યો. જાણકારી માગી કે આ વાહનની મળે એટલી વિગતો આપો. મહારાષ્ટ્રના બધા આર.ટી.ઓ. અને ટોલ પ્લાઝા પાસે એ નંબરની કારની અવરજવરની શક્ય એટલી વિગતો મગાવી.

પ્રદીપ બંદોપાધ્યાયના મનમાં કંઈક ખટકતું હતું, પણ શું ખૂંચતું હતું એ સ્પષ્ટ નહોતું. તેમણે મહારાષ્ટ્રનો મોટો નકશો ખોલ્યો. નેશનલ હાઈવે નંબર ત્રણ અને કારનું થાણેનું રજિસ્ટ્રેશન નંબર જોઈને એમને ખબર હતી કે ક્યાં નજર નાખવી. એમની નજર થાણે જિલ્લાના ભીવંડી તાલુકાના વિસ્તાર પર પડી અને આંખમાં ચમક આવી.

*

બુધવારની સાંજ. પેણ હાઈવે પરની 'હોટેલ નશા' બહાર વૉચમેન રામબહાદુર પત્ની દુલારીને રાતે ઘરે આવવા માટે નીકળવાની વાત કરતો હતો, ત્યાં સામેથી આવતા એક માણસને જોઈને તેણે જિંદગીમાં પહેલી વાર દુલારીનો ફોન કાપી

નાખ્યો. રામબહાદુરે ઘડિયાળમાં જોયું. સમય સાંજના ૬.૫૦ કલાક. એને થયું કે આ થોડો વહેલો આવ્યો. તેણે આગંતુકને રોક્યો. ગજવામાંથી કાપલી કાઢીને આપી. "ઈસ એડ્રેસ પે જાના હય સા'બ."

કાપલી જોઈને અરજણ પંખી એકદમ તમતમી ગયો. હાથ અને જીભમાં સળવળાટ થયો પણ ગુસ્સાને કાબૂમાં રાખીને તેણે દસ રૂપિયાની નોટ કાઢીને વૉચમેનને આપી. અરજણ પંખીના રવાના થયા બાદ રઘલો ઘુવડ, બિન્દાસ ભાઉ, રાજુ રોમિયો અને રસીલી રાની આવ્યા. રામબહાદુરે બધાને મૅસેજ અને કાપલી આપ્યા. લગભગ સાંજના ૭.૨૦ વાગવા આવ્યા. રામબહાદુરને થયું કે આ છઠ્ઠી પાર્ટી જલદી અહીંથી જાય તો સારું. નહીંતર હું ઉન્નાવ જવાની ટ્રેન ચૂકી જઈશ. ૭.૩૦ વાગ્યા સુધી રાહ જોઈને રામબહાદુર બીજા વૉચમેન સાથે વાત કરીને નીકળી ગયો, પણ જતી વખતે એ વિચારમાં પડી ગયો કે છઠ્ઠો માણસ કેમ નહીં આવ્યો હોય? એને બિચારાને ખબર નહોતી કે રસ્તાના સામા છેડે ઊભો રહીને છઠ્ઠો માણસ એટલે કે મનિયો ઉર્ફે મનોજ કપૂરચંદ મિશ્રા બધું જોઈ રહ્યો હતો. મનિયો હવે એ જાણવા અને સમજવા તલપાપડ હતો કે આ ખેલ છે શું? અમને રમાડે છે કોણ? અને શા માટે?

*

મુંબઈ આવીને ગોવાની સી.આઈ.ડી. ઇન્સ્પેક્ટર સલોની માપસેકરે આસિસ્ટન્ટ પોલીસ કમિશનર સૂર્યવંશીને ફોન કરીને મળવાની ઇચ્છા વ્યક્ત કરી. સૂર્યવંશીને આશ્ચર્ય થયું કે આને ગોવા પોલીસે ઉતાવળે મોકલી હશે? કે પછી મુંબઈ પોલીસને ઇરાદાપૂર્વક જાણ કરાઈ નથી? તેમણે કમિશનર આનંદ રૉયને ફોન કરીને ગોળગોળ વાતોમાં જાણવાનો પ્રયત્ન કર્યો. આનંદ રૉયે હસીને જવાબ આપ્યો, "સૂર્યવંશી, ગોવાથી કોઈને ઑફિશયલી મોકલાયા નથી. એટલિસ્ટ, મને તો જાણ કરાઈ નથી. આટલું સીધું પૂછવા જેટલા સારા સંબંધ નથી આપણી વચ્ચે? બાય ધ વે, હું નહીં પૂછું કે શા માટે તમે આ જાણવા માગો છો. બાય." આનંદ રૉયે ફોન કટ કરી નાખ્યો. સૂર્યવંશીને લાગ્યું કે પોતાનાથી ખોટું કામ થઈ ગયું, પણ તો આ સલોની માપસેકર આવી શા માટે હશે? જો પર્સનલ વિઝિટ કે વૅકેશન પર હોય તો મને મળવું પડે એવા સંબંધ તો અમારા નથી જ. એને મળીને કમિશનરસાહેબને હકીકત જણાવવા સાથે સૉરી કહી દઈશ.

*

પેણ હાઈવેથી દસ મિનિટના અંતરે ત્રણ માળની નવી હૉટેલ બંધાતી હતી. ગ્રાઉન્ડફ્લોર પર બધું તૈયાર હતું, ત્રણ દિવસ બાદ સત્તાવારપણે ઉદ્ઘાટન થવાનું હતું એ અગાઉ પીટર ફર્નાન્ડિઝે મૅનેજરને એકાવન હજાર આપીને ખાસ

દાદલો / 169

વ્યવસ્થા કરી લીધી. "મારા થોડા જૂના મિત્રોને સરપ્રાઇઝ આપવી છે. બધાના ટેબલ પર માત્ર બિયરની બે-બે બૉટલ, તળેલા કાજુ અને વેજિટેબલ સેન્ડવિચ મુકાવી રાખજો. મારું કામ માત્ર અડધા કલાકનું છે, પછી અમે બધા બીજી કોઈ જગ્યાએ જતા રહીશું."

મૅનેજરને ઑફરમાં કંઈ વાંધાજનક ન લાગ્યું. ઊલટાનું એ તો પોતાની હોટેલના માલિક સામે એકાવન હજાર મૂકીને એમની ગુડબુકમાં આવી જવા તલપાપડ હતો. જોકે પીટર ફર્નાન્ડિઝના મુફલિસ જેવા દેખાવ, વ્યવસ્થિત સેટ ન કરાયેલી દાઢી-મૂછ, ધૂળવાળા વાળ અને લઘરવઘર વસ્ત્રોથી એને શંકા ગઈ ખરી કે આ એકાવન હજાર આપશે ખરો? વધુ વિચારે એ અગાઉ પીટરે એની સામે બે-બે હજારની ૨૬ નોટ મૂકી દીધી. મૅનેજરની આંખમાં ચમક અને ચહેરા પર સ્માઇલ આવી ગયું. એ એકદમ ઊભો થઈ ગયો. પીટર સાથે હાથ મિલાવ્યા. "સર, આપ આરામ સે બૈઠીએ. મૈં કુછ ઠંડા મંગાતા હૂં."

મૅનેજરની એ વાહિયાત સ્માર્ટનેસ પર પીટર અત્યારે હસી રહ્યો હતો. આ હોટેલના બીજા માળે બેસીને એ પોતાના મિત્ર-કમ-સાથી-કમ-મહેમાનોની રાહ સીસીટીવી પર નજર રાખીને જોઈ રહ્યો હતો. બહાર માત્ર પોતે ઊભો રાખેલો એક કામચલાઉ વૉચમેન હતો. કોને-કોને અંદર આવવા દેવા એની બધી જાણકારી એને અપાઈ હતી.

એક પછી એક કરીને અરજણ વસનજી સોંદરવા ઉર્ફે અરજણ પંખી, રઘુ રામજીભા રિસાલદાર ઉર્ફે રઘલો ઘુવડ, કિશન પાટિલ ઉર્ફે બિન્દાસ્ત ભાઉ, રાજેશ મિટગાંવકર ઉર્ફે રાજુ રોમિયો અને રંજન ડિકોસ્ટ ઉર્ફે રસીલી રાની અંદર આવી ગયાં. અંદર માત્ર પાંચ ટેબલ હતા. બિયર, કાજુ અને સેન્ડવિચની બાજુમાં એક ખાખી કાગળમાં બાંધેલું પૅકેટ હતું.

પાંચેય જણ આવીને બેસી ગયા. રૂમમાં પ્રમાણમાં અંધારું હતું. થોડી વારમાં ખૂણામાં મુકાયેલા સ્પીકરમાંથી અવાજ આવ્યો, "ગુડ ઇવનિંગ ફ્રેન્ડ્સ, ચિયર્સ. બિયરની બૉટલ ખોલો એટલે આપણે વાતની શરૂઆત કરીએ."

માત્ર રઘલા અને રસીલીએ જ બિયરની બૉટલ ખોલી. ઘૂંટડા ભરવા માંડ્યા ને વધુ દસ મિનિટ વીતી ઘઈ. ફરી સ્પીકર બોલ્યું, "આપના ટેબલ પર મૂકેલા ખાખી રંગના પૅકેટમાં રોકડા છે પૂરા ત્રણ લાખ રૂપિયા. પહેલું કામ સરસ રીતે પતી ગયું એનું આ મૂળ પેમેન્ટ છે બોનસ સાથે."

બધા ખુશ થઈ ગયા. ત્યાં ફરી પીટર ફર્નાન્ડિસનો અવાજ સંભળાયો, "વધુ એક કામ છે. કદાચ બે-ચાર દિવસ લાગશે. એના માટે મળશે વીસ લાખ રૂપિયા. હા, વીસ લાખ. ફરી નથી કોઈની હત્યા કરવાની કે નથી કોઈની મારપીટ

કરવાની. મને તમારા સાથની, ચપળતાની અને સ્માર્ટનેસની જરૂર છે જેને રસ હોય એ હાથ ઊંચો કરે.”

અરજણ પંખી સિવાય બધાએ હાથ ઊંચો કર્યો. અરજણ રોષમાં બોલ્યો, “તું સામે આવે પછી બધી વાત.”

“હું ટપટપમાં નહીં, મમમાં માનું છું.”

અરજણ ઊભો થઈ ગયો. “તો પછી મને રસ નથી”, એટલું બોલીને એ ચાલવા માંડ્યો.

“હું કોણ છું એ કોઈને ખબર નથી, પણ તમે શું કર્યુ એની મને જાણ છે. કહી શકું કે પુરાવાય છે મારી પાસે. હા, બીજુ કામ પતી ગયા પછી વીસ લાખ મળશે. ઈટ ઈઝ માય પ્રોમિસ. મળીને મારી સાથે કામ કરો તો માલામાલ અને આડા ફાટો તો જેલ જ જેલ .”

પીટર ફર્નાન્ડિઝની સાફસાફ ધમકી અને વીસ લાખ રૂપિયાની ઑફર. પહેલા જોબમાંય બે લાખની ઑફર સામે વધુ આપ્યા. એટલે એની વાત માનવામાં ખોટું નથી. છતાં અરજણ પંખીએ ઊંચા અવાજમાં પૂછ્યું, "નવા કામમાં જોખમ કેટલું?"

"પહેલા કામમાં કેટલું જોખમ હતું?"

"મારા માટે તો જરાય નહીં હો."

"તો બીજા કામમાં એનાથીય ઓછું જોખમ હશે."

"તો આટલું બધું વળતર શા માટે?"

"કારણ કે મને વધુ મોટી રકમ મળવાની હોય તો સાથીઓને શા માટે ન આપું?"

હવે રસીલી રાનીએ નવો મમરો મૂક્યો, "તું સામે આવે તો દસ લાખમાં કામ કરું, નહીંતર મને રસ નથી."

"નો પ્રૉબ્લેમ, આવ્યા હતા એ રસ્તેથી પાછા પણ જઈ શકાશે."

"પણ ચહેરો બતાવવામાં પ્રૉબ્લેમ શું છે?"

"મારું મોઢું જોયા બાદ કામ કરવાની શરત જ નહોતી. હું અંગત બાબતોની જાહેરમાં ચર્ચા કરતો નથી. એક વાત બધાને કહી દઉં કે તમે મને ક્યારેક જોઈ ચૂક્યા છો પણ ક્યાં અને ક્યારે એ તમે વિચારો."

રસીલી ઢીલીઢફ થઈ ગઈ. "અચ્છા એવું છે? તો હું આ કામમાં સામેલ છું. પણ આ કામ પત્યા પછી તો મળીશું ને?"

"લેટ્સ હોપ સો. આપ બધા નીકળો. જલદી આપનો સંપર્ક કરીશ હું."

રાજુ રોમિયો ઊભો થઈને બોલ્યો, "વીસ લાખ મળશે જ એની ગૅરન્ટી શું?"

"જેમ બે લાખના ત્રણ લાખથી વધુ મળ્યા એમ એ પણ મળી જશે."

"એ તો મોટા ઑર્ડર અગાઉ નાના ઑર્ડરનું પેમેન્ટ કરી દેવાની બિઝનેસ સ્ટ્રેટેજિ થઈ. અને મને પુરાવાનો ડર ન બતાવતો હો."

"તમારા સૌ પાસે બે વિકલ્પ છે. મારી વાતમાં વિશ્વાસ મૂકીને વીસ લાખ લઈ લો અથવા..."

"અથવા શું?"

“અહીંથી ચાલતા થઈ જાઓ... પણ યાદ રાખજો કે તમારા સાથીઓ તમારા કામ જાણે છે ને તમે એમનાં જાણો છો. એટલે એ તમને જવા દેશે? તમે પોલીસને વહાલા થવા પહોંચી જાઓ એવું ન બને?”

બધા ખુન્નસભેર રાજુ રોમિયો સામે જોઈ રહ્યા. રસીલી રાનીએ ખુશ થઈને તાળીઓ પાડી, “યાર મિસ્ટર ઇન્ડિયા, તું સામે હોત તો તારા હાથ ચૂમી લેત. આવું વિચારનારી તારી બુદ્ધિ પર હું ફિદા થઈ ગઈ છું. બરાબરને દોસ્તો?”

સૌ રસીલી સાથે સહમત થયા કે ગુનાખોરીની લાંબી કરિયરમાં ક્યારેય આવો માણસ કે પ્લાન જોયો નથી. આ સાંભળીને પીટર ફર્નાન્ડિઝની આંખમાં ખુશીનાં આંસુ આવી ગયાં. એ માંડ માંડ બોલી શક્યો, “થૅન્ક યુ વેરી મચ ઍન્ડ ગુડબાય.”

*

કોલકાતાના સોનાગાચીમાં જવા માટે બંડુ ઉતાવળો થતો હતો, પણ પક્યાએ એને બળજબરીથી રોકી રાખ્યો, “સાંજના સાત તો વાગવા દે.” છતાં ઝાલ્યો રહે એ બંડુ શાનો? બન્ને ચિત્તરંજન એવન્યૂ અને શોભા બજાર રખડ્યા. પક્યાએ બંડુને આમંત્રણ આપ્યું; “ચાલ, તને અહીંના ખાસ પુચકા ચખાડું.” પહેલી વાર કોલકાતાના પુચકા પક્યાને અપ્પાસાહેબે ચખાડ્યા હતા. કેવો ગજબનાક સ્વાદ!

પણ બંડુને પુચકામાં રસ નહોતો. પરાણે એક-બે ખાઈને એ બોલ્યો, “આ તો આપણી પાણી-પૂરી જેવી છે. પણ મુંબઈની ચોપાટી જેવો સ્વાદ નથી હો” સામે મોબાઇલ રિચાર્જનું બોર્ડ દેખાતા બંડુ જતો રહ્યો અને પક્યો પુચકા પર પુચકા મોઢામાં પધરાવવા માંડ્યો. રિચાર્જ કરાવવા માટે બંડુનો ફોન સ્વીચ ઑન થયો, એ સાથે જ ધડાધડ એસ.એમ.એસ. આવવા માંડ્યા. પુચકા ખાતા ધરાયેલા પક્યાએ પૈસા ચૂકવીને આસપાસ જોયું તો સામે બંડુ મોબાઇલ ફોનમાં ખૂંપેલો હતો. પક્યો ઉતાવળા પગલે ગયો. તેણે બંડુને રોક્યો “પાછો મોબાઇલ ફોન ઑન કર્યો? બંધ કરી દે તરત જ.”

બંડુ એક મિનિટ-એક મિનિટ કરતો રહ્યો અને પક્યો એના હાથમાંથી મોબાઇલ આંચકવા ગયો-બંડુ બે-ચાર પગલાં પાછો હટ્યો એ સાથે જ પાછળથી આવતા એક માણસ સાથે અથડાયો. એ માણસ પડી ગયો. એનું માથું ફૂટપાથની રેલિંગ સાથે ભટકાયું અને માથામાંથી લોહી નીકળવા માંડ્યું. માણસોની ભીડ જામવા માંડી. પક્યો સમજી ગયો કે મુશ્કેલી વધી શકે છે. એ બંડુનો હાથ પકડીને રસ્તા પર આવ્યો. સામેથી આવતી ટ્રામથી બચીને બીજી બાજુ આવીને બન્ને ટોળામાં ભળી ગયા. પરંતુ એ બન્ને જાણતા નહોતા કે પડી ગયેલો

માણસ સોનાગાચીના માજી કૉર્પોરેટર અને વગદાર ગુંડા મોહમ્મદ બંગાલીનો નાનો ભાઈ સલીમ હતો. સલીમ સોનાગાચીમાં હપ્તા ઉઘરાવતો હતો. એનો હરીફ સોમેન દાદા લાંબા સમયથી ટાંપીને બેઠો હતો કે જો સલીમને ભરી પીવાય તો મોહમ્મદ બંગાલી પાંગળો થઈ જાય. સલીમના માણસોને થયું કે ભાઈને ધક્કો મારનારા ચોક્કસ સોમેન દાદાના માણસો હશે. એમને તો સબક ભણાવવો જ પડેને?

*

ગોવાની સી.આઈ.ડી. ઇન્સ્પેક્ટર સલોની માપસેકરને જોઈને મુંબઈના આસિસ્ટન્ટ પોલીસ કમિશનર સૂર્યવંશીને આશ્ચર્ય થયું. "આટલી યંગ અને બ્યુટિફુલ છોકરી પોલીસમાં?"

સલોનીએ પૂરેપૂરો વિવેક દાખવવાનો ડોળ કરવા સાથે એકદમ ગણતરીપૂર્વક સૂર્યવંશી સાથે હાથ મિલાવ્યા, મોટા ભાગના પુરુષને ગમે એ રીતે. સલોનીએ સૂર્યવંશીના સાચાખોટા વખાણ કરવાના શરૂ કરી દીધા, "સર, મુંબઈમાં જુલિયો રિબેરો બાદ હું આપનાથી સૌથી વધુ ઇમ્પ્રેસ થઈ." આ સરખામણીથી ખુદ સૂર્યવંશીને નવાઈ લાગી. મનોમન હસવુંય આવ્યું.

સલોનીએ પીટરનો ઉલ્લેખ કરીને સૂર્યવંશી પાસેથી વધુ વાતો કઢાવવાના પ્રયાસ કર્યા. પરંતુ પીટરે ગોવામાં કેસિનોના માલિકોને કરેલી ઑફરની વિગતો છુપાવી રાખી. સૂર્યવંશી વાત કહેતી કે સાંભળતી વખતે સતત સલોનીને જોઈ રહ્યા હતા. આ સલોનીને ગમ્યું, ઇનફેક્ટ એ ઇચ્છતી જ હતી અટેન્શન.

કૉલેજમાં પહેલી નજરના પણ એકતરફી પ્રેમમાં નિષ્ફળતા બાદ સૂર્યવંશીએ લગ્નમાં રસ નહોતો લીધો. એક-બે અલ્પકાલીન રિલેશનશિપ થઈ પણ એવા સંબંધ બંધાવા-તૂટવાની ખુશી કે રંજ નહોતા. પણ ન જાણે કેમ સલોની એમને એકદમ અલગ જ લાગી. સૂર્યવંશીને થયું કે હું ૪૪ વર્ષનો છું ને આ તો માંડ ૨૬-૨૮ વર્ષની હશે. ખેર, મારે શું એનાથી?

કૉફી પતાવ્યા બાદ સલોનીએ પહેલી નજરે નિર્દોષ લાગતો સવાલ કર્યો, "કોઈ સારી-સલામત હોટેલ હશે આપના ધ્યાનમાં સર?"

સલોનીના વિચારોમાં ખોવાયેલા સૂર્યવંશીએ કંઈ સાંભળ્યું નહોતું. એટલે અચાનક ઝબકીને પૂછ્યું; "કંઈ પૂછ્યું તમે?"

"યસ સર, હું ચાર દિવસ મુંબઈ રિલેક્સ થવા આવી છું. કોઈ સારી હોટેલ છે આપના ધ્યાનમાં?"

"મળી જશે. હું ફોન કરી દઈશ..."

"નો, નો સર. હું પેમેન્ટ કરી દઈશ. તમે માત્ર ઍડ્રેસ આપો."

સૂર્યવંશીએ સરનામું આપ્યું. બન્ને ઊભાં થયાં. ફરી હેન્ડશેક. ગમ્યું બેઉને. સલોનીને થયું કે હું ક્યાં છું એ સૂર્યવંશી જાણે એ જરૂરી છે. પોતાના દિમાગ પર એ આફરીન થઈ ગઈ.

*

એ.ટી.એસ.ના ઇન્સ્પેક્ટર પ્રદીપ બંદોપાધ્યાયને સરફરાઝ અલીની એક્સિડન્ટવાળી કારની કોઈ માહિતી ન મળી. એ અકસ્માત બાદ સાવ ગાયબ થઈ. શા માટે? કેવી રીતે? અને ક્યાં? અકસ્માતવાળા એરિયા પર બંદોપાધ્યાયે ફરી દૃષ્ટિપાત કર્યો. ત્યાં સૌથી પહેલા નજરે ચડતું નામ એટલે બોરીવલી-પડધા, ભિવંડી તાલુકાના જોડિયા ગામ. છાપાં અને ચેનલે ચડેલા ગામ. મુંબઈ કે અન્ય ક્યાંય આતંકવાદી ધડાકાભડાકા થાય એટલે પડધા-બોરીવલીના નામ આવે જ. એક સમયે અહીં પ્રતિબંધિત 'સિમિ' એટલે 'સ્ટુડન્ટ્સ ઇસ્લામિક મૂવમેન્ટ ઑફ ઇન્ડિયા'ની ઑફિસ હતી. મુંબઈના પરા મુલુંડમાં થયેલા વિસ્ફોટ બદલ અહીંથી જ સાકિબ નાચનની ધરપકડ થઈ હતી. ૨૦૦૩માં સાકિબ સહિત પાંચ પકડાયા બાદ બોરીવલી-પડધા સતત મીડિયા અને પોલીસના રડારમાં આવતા હતા. મોટેભાગે લાકડાની વખાર ધરાવતા આ બન્ને ગામની વસતિ પંદરેક હજારની આસપાસ. એમાંથી બોરીવલી ગામમાં ૯૦ ટકા કોંકણી મુસલમાન અને બાકીના બૌદ્ધ અને આદિવાસી, જ્યારે પડધામાં ૮૦ ટકા હિન્દુ અને બાકીના બૌદ્ધ-મુસ્લિમ.

પ્રદીપ બંદોપાધ્યાયે લાંબા સમય અગાઉ ઊંડાણથી કરેલા અભ્યાસમાં બહાર આવ્યું હતું કે સ્વાતંત્ર્ય સંગ્રામમાં આખા થાણે જિલ્લામાં અસહકાર આંદોલન માટે સરોજિની નાયડુની સભાનું આયોજન કરનારું એકમાત્ર ગામ આ બોરીવલી હતું. બંદોપાધ્યાયને ગળા સુધી ખાતરી હતી કે સરફરાઝ અલી જેવો ચાલાક માણસ બોરીવલી-પડધા સાથે સંબંધ ન જ રાખે. પણ એની આસપાસના કુરુંડ, દેવલી, રાહુર, દોહલે તાલોલી કે સાપે પર નજર રાખવી જોઈએ.

બંદોપાધ્યાય હવામાં તીર મારવા જઈ રહ્યા હતા, પણ દિશા સાચી પકડી હતી તેમણે.

કલકત્તાનો એક સમયે સોનાગાચી એટલે 'સોનાના વૃક્ષ' તરીકે ઓળખાતો સોનાગાચી વિસ્તાર સમય જતા એશિયાનો સૌથી મોટો રેડ-લાઇટ એરિયા બની ગયો. ત્યાંની બહુમાળી ઇમારતોમાં હજારો રૂપજીવિની રહેતી હતી. આ વિસ્તારની રોનક અને ચહલપહલ જોઈને બંદુ તો પાગલ જેવો થઈ ગયો. પક્યો પણ એકદમ ચકિત થઈ ગયો છતાં ચહેરા પર દેખાવા ન દીધું.

રાતનું અંધારું વધવા સાથે સોનાગાચીમાં જાણે સવાર પડતી હતી. બંદુએ ખુશ થઈને પક્યાનો હાથ પકડી લીધો, "યાર, તારે લીધે અહીં આવી શક્યો. મરતા પહેલાં અવાયું ન હોત તો ઉપર જઈને પસ્તાવાનો વાર આવ્યો હોત."

"શું આવી ગાંડીઘેલી વાતો કરે છે. બધું થોડું શાંત પડવા દે, આપણે બન્ને બૅંગકોક પણ જઈશું." પક્યો હસતો હસતો બોલ્યો. બંદુએ મીઠી જીદ કરી. "ના પહેલા તો ભારતની આવી બધી મજેદાર જગ્યાઓ, પછી તારું બૅંગકોક હો."

પછી બન્નેએ બે-ત્રણ વાર મસ્તી કરી. ઘણો દારૂ પીધો. સ્થાનિક હોટેલમાંથી સ્પેશ્યલ બેંગાલી ફિશ અને રાઇસનું ડિનર પતાવીને બહાર નીકળ્યા, ત્યારે રાતના ૧૧ વાગી ચૂક્યા હતા. બન્ને મદહોશીમાં ધીમે-ધીમે આગળ વધતા હતા ત્યાં પક્યો બોલ્યો, "આજ સિગારેટ પીવી છે. હું આવું પેકેટ-માચીસ લઈને." એ પાછો વળ્યો અને સામે પાનવાળાની દુકાને ગયો. સોનાગાચીમાં ય પક્યાને અપ્પાસાહેબ સામે પહેલી વખત બીડી પીતા પકડાઈ ગયાની વાત યાદ આવી ગઈ.

નશા અને મશ્તીમાં બંદુ આગળ વધી રહ્યો હતો. એ ગણગણતો હતો ગીત 'જિંદગી એક સફર હૈ સુહાના...' અચાનક એક અંધારી ગલીમાંથી ત્રણ જણ ધસી આવ્યા. એક જણે બંદુના માથા પર દંડો માર્યો. એ પડી જાય એ અગાઉ બીજા બે છરી લઈને એના પર તૂટી પડ્યા. બંદુના મોઢામાંથી મરણતોલ ચીસ નીકળવા માંડી.

પાનની દુકાન પર સિગારેટ પેટાવતા પક્યાના હાથમાં દીવાસળી સળગતી રહી ગઈ. આંગળી દાઝી જતા તેણે દીવાસળી ફગવી દીધી પણ એના પગ આગળ ન વધી શક્યા. ત્રણેય હુમલાખોર કામ પૂરું થયાના સંતોષ સાથે ભાગી

છૂટ્યા. નીચે પડેલો બંદુ જરાક હલતો હતો, કણસતો હતો અને આસપાસ ભીડ વધી રહી હતી. કોઈકે બંગાલીમાં બૂમ પાડી, "પોલીસને ફોન કરો કોઈક જલદી." પક્યાએ પરાણે પગ ઉપાડ્યા. થોડાં ડગલાં ચાલ્યો તો નીચે કંઈક-દેખાયું એ બંદુનો ફોન હતો.

*

પીટર ફર્નાન્ડિઝ એકદમ નિરાંત અનુભવતો હતો. બધું એના પ્લાનિંગથી સવાયું કે દોઢું નહીં, બસો-પાંચસો ગણું સફળ થઈ રહ્યું હતું. બસ, હવે માત્ર બે-ત્રણ સ્ટેપ અને પછી નો ટેન્શન અને નો... તેણે થોડી વાર પહેલા જ ખરીદેલો વર્લ્ડ એટલાસ કાઢ્યો. પાનાં ફેરવતો ગયો, કંઈક વાંચતો ગયો અને કેટલાંક લખાણ નીચે લાઇન દોરી. આખો એટલાસ પૂરો થયો એટલે તેણે રિવિઝન શરૂ કર્યું. હાયર સેકંડરી બોર્ડની પરીક્ષામાં બેસવાનું હોય એટલી બધી ગંભીરતા સાથે ફરી અંડરલાઇન કરેલી એક-એક લાઇનનો અભ્યાસ કર્યો. લાંબું વિચારીને એક કાગળ પર તેણે લખ્યું: અબખાજિયા.

*

મહારાષ્ટ્રના જાલનામાં આવેલા ભાતખેડાની સવાર રોજ જેવી સુસ્ત નહોતી. મહારાષ્ટ્રના કદાવર નેતા અપ્પાસાહેબ રાવનો અનૌરસ દીકરો હોવાનો દાવો કરીને આંદોલન પર ઊતરેલો યુવાન કિશોર મૃતાવસ્થામાં મળી આવ્યો હતો. પોતાના ઝૂંપડાં જેવા ઘરની બહાર બાંધેલા શમિયાણામાં એ ખુરશી પર બેઠો હતો અને ટેબલ પર માથું ઢળેલું હતું. પહેલી નજરે એવું લાગે કે થાકી-કંટાળીને એ ઊંઘી રહ્યો છે. એવું જ માનનારા એક પડોશીએ હલબલાવ્યો તો કિશોર પડી ગયો અને...

એકાદ કલાકમાં તો સ્થાનિક અને રાષ્ટ્રીય ચેનલો બ્રેકિંગ ન્યૂઝની બૂમાબૂમ કરવા માંડ્યા: 'અપ્પાસાહેબ રાવ કે તથાકથિત અનૌરસ બેટેકી સંદિગ્ધ મોત.' સવારના પહોરમાં વિઠોબાની પૂજા કરતા અપ્પાસાહેબે મોબાઇલ ફોનની ત્રીજી રિંગ વાગતા પૂજા આટોપી. ચોથી રિંગે તરત ફોન ઉપાડીને તેમણે ટીવી ચાલુ કર્યું અને આંખ ફાટી ને ફાટી રહી ગઈ. અપ્પાસાહેબે દાંત ભીંસ્યા, "મેં આટઆટલી વિનંતી કરી છતાં કમલકાંત તલવાર મ્યાન કરવા તૈયાર થયા લાગતા નથી. શું કરવું મારે?" એમને પક્યાની ગેરહાજરી સાલી, "એ મને બાપ માનતો હતો અને મેં એને જ? એ પણ માત્ર શક્યતાને આધારે?" અને એમને ગળે ડૂમો ભરાઈ ગયો. થોડી વારમાં અપ્પાસાહેબ ખરેખર રડવા માંડ્યા. "જે દીકરાને મેં સ્વીકાર્યો નહીં, એને ઉપરવાળાએ અપનાવી લીધો."

*

ગોવાની સી.આઇ.ડી. ઇન્સ્પેકટર સલોની માપસેકરને થયું કે પોતે રાષ્ટ્રપતિની દીકરી, કેન્દ્રીય પ્રધાનની બહેન, સાંસદની સાળી કે વિધાનસભ્યની પત્ની હોત તો પણ આવી સરભરા ન થઈ હોત. હોટેલનો મૅનેજર તો ઠીક, માલિક પણ આવીને મળી ગયો. સલોનીને કોઈ વાતની કમી ન લાગે એ માટે બાલા ઇન્ટરનેશનલ હોટેલનો સ્ટાફ ખડેપગે હતો. એક-બે વખત સૂર્યવંશીના ય ફોન આવી ગયા, કંઈ તકલીફ તો નથી ને?

જોકે સૂર્યવંશીના અવાજની મીઠાશમાં ભીંજાવાને બદલે સલોની સતત પીટર ફર્નાન્ડિઝના વિચારોમાં ખોવાયેલી હતી. "એ માણસ બધા કેસિનો માલિકને આવી ઑફર કરે છે, તો હકીકત શું હશે? એની પાસે કરોડો રૂપિયા હશે ખરા? ક્યાંથી લાવ્યો?"

સલોની માપસેકરને થયું કે આ પીટર સાથે ડેટ પર જવા મળે તો મજા આવી જાય. એકદમ રોમૅન્ટિક ડિનર. અને ડિનરનું ઇન્વિટેશન આવ્યું ય ખરું પણ સૂર્યવંશી તરફથી. "આજે હું વહેલો ફ્રી થઈ ગયો. અનુકૂળ હોય તો ડિનર પર મળીએ. મુંબઇમાં મહેમાનગતિ કરવાની મારી ફરજ ખરીને?"

એક પળ વિચારીને સલોની મનોમન ખુશ થઈ. પછી હસીને બોલી, "સ્યૉર સર. પણ એક ફેવર થઈ શકે?"

"હા, બોલો પ્લીઝ."

"થોડી સુસ્તી લાગે છે. તો મારી રૂમમાં જ ડિનર ફાવશે આપને?"

સૂર્યવંશીને લાગ્યું કે આ સલોની ભોળી છે કે વધુ ફાસ્ટ. પણ તેણે જવાબ આપ્યો, "ચોક્કસ વ્હાયનોટ?"

*

ઍન્ટિટેરરિસ્ટસ સ્કવૉડના ઇન્સ્પેકટર પ્રદીપ બંદોપાધ્યાયની રાતની ઊંઘ હરામ થઈ ગઈ હતી. સરફરાઝ અલી કબજામાં છે અને તેના આતંકવાદી હોવા વિશે બેમત નથી. છતાં પોતે કે કોઈ કંઈ કરી શકતું નથી. પ્રદીપને પોતાની જાત પર નફરત થઈ. "આ હરામી ત્રાસવાદીઓ મનફાવે ત્યાં સુધી આપણને નિશાન બનાવે? આપણાં નિર્દોષ ભાઈ, બહેન, મા, દીકરીની હત્યા કરી નાખે? આપણી માતૃભૂમિને લોહિયાળ કરી નાખે? ક્યાં સુધી આટલી ભયંકર લાચારી? એક-બે સર્જિકલ સ્ટ્રાઇકને બદલે કાયમી નિવેડો લાવી દેવો જોઇએ આ દર્દનો. હવે ભાઈચારા, ધાર્મિક એકતા કે બિન-સાંપ્રદાયિકતાની બાળાગોળી કે મલમપટ્ટી કામ નહીં આવે. હવે જરૂર છે નસ્તર મૂકી દેવાની. આમેય સરહદ પર અકારણ આપણા જવાનો શહીદ થતા જ હોય છે, તો આખરી લડાઈ કેમ ન કરી લેવી? જ્યારે-જ્યારે દેશમાં કે પરદેશમાં આતંકવાદી હુમલા થતા, ત્યારે પ્રદીપનો

આત્મા કકળી ઊઠતો એને થતું કે મારા જેવા ૨૫-૫૦ જવાનોએ માનવ-બૉમ્બ થઈને પાકિસ્તાનના કબજા હેઠળના કાશ્મીરમાં પેરેશૂટથી ઊતરીને બધું કામ તમામ કરી દેવું જોઈએ.

પ્રદીપ બંદોપાધ્યાયનો પ્રૉબ્લેમ એ હતો કે એને ગાંધીજીના વિચારો ય ગમતા, ને સુભાષચંદ્ર બૉઝની વાતો ય જરૂરી લાગતી. દાદા સ્વાતંત્ર્ય સૈનિક હતા, પિતા ત્રાસવાદી સામે લડતા શહીદ થયા હતા. પ્રદીપ બંદોપાધ્યાયે શપથ લીધા હતા કે દેશમાં સતત દસ વર્ષ આતંકવાદી હુમલા ન થાય પછી જ લગ્ન કરીશ.

ફરી એક ફાઇલ ખોલીને તેમણે સરફરાઝ અલીનો ફોટો જોયો. એને પૂછપરછ પરથી ટપકાવેલી નોંધ વાંચવા માંડ્યો, કદાચ પાંત્રીસમી વાર. કંઈક સૂઝતા પ્રદીપ બંદોપાધ્યાયે મોબાઇલ ફોન ઉપાડ્યો ત્યાં જ બેલ વાગી. કૉલરનો નંબર જોઈને તેમણે તરત જ ફોન ઉપાડ્યો, “સર, બોરીવલી-પડઘા પાસેના એક ગામમાં કંઈક શંકાસ્પદ પ્રવૃત્તિ થતી હોવાના અણસાર મળ્યા છે.”

“કયું ગામ?”

“રાહુર.”

પીટર ફર્નાન્ડિઝ પોરસાતો હતો કે પોતે કેવો ગજબનો પરફેક્ટ પ્લાન બનાવ્યો. રાહબર ફુરિયરમાંથી લૂંટાયેલા માલનો વીમો હશે એટલે વીમા કંપની વળતર ચૂકવી દેશે. વીમા કંપનીને હું, આપણે કે જનતા જ ચલાવીએ છીએને? અને થોડા બે નંબરિયા લૂંટાયા હોય તો સારું. એ લોકો સરકારને એટલે કે દેશ અને જનતાને છેતરે છે. એટલે વાંધો નહીં. ન કોઈને નુકસાન થયું, ન કોઈનાં આંસુ વહ્યાં, ન કોઈના નિસાસા લીધા, ન કોઈની મારપીટ, ન લોહીનું એક ટીપું વહ્યું કે ન કોઈનો જીવ ગયો. વાહ, પીટર વાહ.

માત્ર બે બાબત ધારણા બહારની બની. ધારણા કરતાં રૂ. ૨૦૦ કરોડ એક્સ્ટ્રા મળ્યા. બે, મનિયાનું વર્તન. મનિયાને તો સમય આવ્યે જોઈ લેવાશે. પણ હવે ૨૦૦ કરોડને સલામતીથી વ્યવસ્થિત રીતે થાળે પાડવા પડશે. અચાનક પીટરને વિચાર આવ્યો કે આ કાગળનો બનેલો રૂપિયો ક્યારેય સુખ-શાંતિની ગૅરન્ટી નથી આપતો, છતાં એને પામવા પાછળ કેટકેટલીય જિંદગી ખર્ચાઈ જાય છે. પણ હવે પોતે રૂપિયા માટે ક્યારેય જીવન દાવ પર નહીં લગાવે. પોતે જીવન જીવશે, માણશે અને ઉજાળશે પોતાની રીતે, મનગમતી રીતે.

પીટરે ૨૦૦ કરોડની બસો બસો રૂપિયાની નોટની નોંધ પર એક નજર નાખી. એને થયું કે આમાં ૨૦ કરોડ એકદમ જોખમી છે. નવી નક્કોર નોટના બંડલ છે. સૌથી પહેલા આ દસ ટકા રકમથી છુટકારો મેળવવાનું વિચારવું પડશે.

*

આસિસ્ટન્ટ પોલીસ કમિશનર સૂર્યવંશી હજી સલોની માપસેકર સાથેના ડિનરના વિચારોમાં હતા. ત્યાં જ પ્રાઇવેટ ડિટેક્ટિવ મેજર મેજિશિયન, માજી ઍન્કાઉન્ટર સ્પેશિયાલિસ્ટ મયંક ગુપ્તા અને એ.ટી.એસ. ઇન્સ્પેક્ટર પ્રદીપ બંદોપાધ્યાયની પધરામણી થઈ. મીઠા વિચારોને કોરાણે મૂકીને સૂર્યવંશીએ શરૂઆત કરી. "આપણને લાગે છે એવો સામાન્ય રોબરીનો કેસ નથી રાહબરનો. ત્યાંથી રુટિન રકમ અને હીરા-ઘરેણાં સાથે બહુ મોટી કલ્પના બહારની રકમ પણ ગઈ છે."

બંદોપાધ્યાયે પૂછ્યું, "સર. એવી કોઈ ફરિયાદ કે રિપોર્ટ તો નથી."

"હા, કારણ કે કોઈક ખોટા કામ માટે આ રકમ મોકલાતી હોવી જોઈએ?"

બંદોપાધ્યાય ચોંકી ગયો, “આતંકવાદ ફેલાવવા માટે?”

“એવું હોઈ શકે અને ન પણ હોય.”

મેજરે મેજિશિયને આશ્ચર્ય વ્યક્ત કર્યું, “આતંકવાદ માટે ન હોય તો પછી કયા કારણસર?”

સૂર્યવંશી ધીમા અવાજે બોલ્યા, “આ દેશમાં સૌથી વધુ વેચાઉ કોણ?”

બધા વિચારમાં પડી ગયા. મયંક ગુપ્તાએ ડરતા-ડરતા મમરો મૂક્યો, “પોલિટિશિયન, નેતા લોગ?

“ધેર યુ આર, થોડો ઘટનાક્રમ જોઈએ. રાહબર ફુરિયરમાં લૂંટ થઈ, ત્યારે પૂર્વ પ્રદેશમાં રાજકીય રસ્સીખેંચ ચાલતી હતી. કોઈ પક્ષને બહુમતી મળી નહોતી. એક સરકારના જવા અને બીજી સરકારના આવવામાં માત્ર પક્ષના નામ, ઝંડા કે વ્યક્તિ નથી બદલાતા પણ કેટલાંકના કરોડો-અબજોનાં સપનાં ચકનાચુર થઈ જાય છે. એટલે આવું ન થવા દેવા માટે કોઈકે પૂર્વ પ્રદેશના વિધાનસભ્યોની વફાદારી પોતાના મનગમતા પક્ષે કરી લેવા માટે તોતિંગ રોકડ રકમ મોકલી હોઈ શકે.”

“પણ રાહબર ફુરિયર જ શા માટે?”

“ફ્લાઇટમાં મોકલાય નહીં. પ્રાઇવેટ કારમાં પકડાઈ જાય તો? એટલે બુક પબ્લિશરના લેબલ સાથેના પાર્સલમાં મોકલી દેવાઈ. આ બધી શક્યતા અને શંકા છે, જેના ગૂંચળામાંથી માર્ગ કાઢીને સત્ય સુધી પહોંચવાનું છે.”

“તો શું રામુલુ પરચુરી અને જયંત ટેમ્પોના મર્ડર આ અસાધારણ લૂંટના પ્લાનનો ભાગ હતા?”

“કદાચ હા, કદાચ ના.”

મયંક ગુપ્તાએ રીમલેસ ચશ્માંની ફ્રેમના ગ્લાસને ફૂંક મારીને સાફ કરતા સવાલ પૂછ્યો, “તો પક્યાનું ગાયબ થવું આખો અલગ મામલો હશે?”

ક્યારના જમણા ગાલ પરના મસાને પંપાળતા મેજર ખોંખારો ખાઈને બોલ્યા, “હવે મને યાદ આવે છે. રાહબર ફુરિયરમાં લૂંટ પછીના દિવસોમાં અપ્પાસાહેબ રાવના પક્ષના પ્રધાનને એટલે કે ગૃહ પ્રધાન ગોપાલ રાવને સરકારમાંથી અચાનક ગડગડિયું મળ્યું. પછી એમનો પક્ષ સ્થાનિક વિકાસ મંચ ખતમ થઈ ગયો. એમના જમણા હાથ સમાન પક્યો ભેદી રીતે ગાયબ થઈ ગયો. એમના એક પછી એક કાંડ મીડિયામાં ચમકવા માંડ્યા. આ બધું માત્ર યોગાનુયોગ કે એ રાહબર ફુરિયરમાંથી લૂંટાયેલી મોટી રકમના રિએક્શન્સ હશે?”

સૂર્યવંશીએ રાજીપો વ્યક્ત કર્યો. “વેલ ડન મેજર. આ જિગ્સો પઝલ જેવું છે. તર્ક અને સત્યની તાપણીમાંથી હેમખેમ બહાર આવે એ ટુકડા લગાડવાના,

બાકીના બાજુ પર મૂકી દેવાના. પણ આ જિગ્સો પઝલ ઉકેલ્યા વગર છૂટકો નથી.”

માત્ર પોલિટિકલ લાઇન પર થતી ચર્ચામાં પ્રદીપ બંદોપાધ્યાયને રસ ન પડ્યો. એને થયું કે આ લોકો આતંકવાદને ગંભીરતાથી લેતા નથી. પસ્તાવાનો વારો ન આવે તો સારું. ન રહેવાયું એટલે તેઓ બોલ્યા, “જ્યાં લૂંટ થઈ, બે નંબરના કરોડો લૂંટાયા, બે મર્ડર થયા ત્યાં બેસેલા સરફરાઝ અલીના આતંકવાદી હોવા વિશે શક નથી. છતાં આપણે રાજકારણને વધુ પડતું મહત્ત્વ આપતા હોઈએ એવું લાગતું નથી?” પછી વધુ પડતું બોલાઈ ગયું હોય એમ લાગ્યું. એટલે સૂર્યવંશી તરફ જોઈને કહ્યું, “સૉરી સર. આપ ખોટા છો એવું કહેવાનો મારો મતલબ નહોતો પણ...”

એમની વાત કાપીને હળવા સ્મિત સાથે સૂર્યવંશીએ કહ્યું, “કમ ઑન. નો નીડ ટુ સે સૉરી. આતંકવાદના ઍંગલની આપણે સાવ બાદબાકી કરી નથી. એનું ત્યાં હોવું યોગાનુયોગ હોઈ શકે, કદાચ. તમે એ લાઇન પર તપાસ આગળ વધારો. આ રાજકારણીઓ કરતાં એમનો મામલો વધુ નહીં, સૌથી વધારે ઇમ્પોર્ટન્ટ છે.”

આ સાંભળવું પ્રદીપ બંદોપાધ્યાયને ગમ્યું. મેજરે સવાલ કર્યો, “આપણે બધા એક જ ટાર્ગેટ કે વ્યક્તિની પાછળ પડી જઈએ તો?”

મયંક ગુપ્તા બોલ્યા, “ગુડ. કોની પાછળ પડી જઈએ? દેખાય તો હમણાં જ ઍન્કાઉન્ટર કરી નાખું, પણ કોનું?”

સૂર્યવંશીએ વાતનો દોર સંભાળ્યો, “પ્રૉબ્લેમ એ છે કે આપણો હીરો કહો કે વિલન, એને કોઈએ જોયો નથી. એટલે એને કેમ, કેવી રીતે પકડવો એનો ઍક્શન પ્લાન બનાવવો મુશ્કેલ છે. હા, પણ એના સંભવિત પગલાંની આપણે કલ્પના કરી શકીએ.”

મયંક ગુપ્તાએ પૂછ્યું, “દાખલા તરીકે?”

“જુઓ, સો-બસો કરોડ સાચવવા, આપવા કે ખર્ચવા આસાન કામ નથી. આપણે આ રુપિયાની પાછળ પડીએ તો કદાચ એ વ્યક્તિ સુધી પહોંચી શકીએ.”

મેજર મેજિશિયને ટાપસી પુરાવી, “યસ. પણ મોટામાં મોટી ઑફિશિયલ મશીનરી તમારી પાસે છે. પોલીસ અને ખબરીઓની ફોજ.”

સૂર્યવંશીએ હકારમાં ડોકું ધૂણાવ્યું. “સાચી વાત. પણ તમારા સૌની પાસે પોતાની ખબરી સેના છે. આ બધાને કામે લગાડી દો. કોઈ માણસ રોકડેથી મોટી ખરીદી કરે, બેફામ પૈસા ઉડાવે કે અય્યાશી કરે તો તુરંત જાણ કરે. આ એક માત્ર રસ્તો છે. એ અદૃશ્ય મિસ્ટર ઇન્ડિયા અને એના રુપિયા સુધી પહોંચવાનો. જમીન, સોના-ઘરેણાં, મોટી હોટલ, લકઝુરિયસ ફ્લૅટ, મોંઘી કાર

અને ફાઇવસ્ટાર કૉલગર્લમાંથી કોઈ પણ આપણને દિશા સુઝાડશે અને પછી આપણે છીએ અને એ છે.”

*

આ મહાનુભાવો સાથેની મિટિંગમાંથી પાછા જતી વખતે એ.ટી.એસ. ઇન્સ્પેક્ટર પ્રદીપ બંદોપાધ્યાયે જોયું તો મોબાઇલ ફોનમાં આઠ-આઠ મિસ્ડકૉલ હતા. તેમણે મેજર મેજિશિયનને રિક્વેસ્ટ કરી કે બે મિનિટ ગાડી સાઈડમાં પાર્ક કરો. પછી નંબર પર નજર કરી. પાંચ ફોન ખબરી શકીલના હતા. બંદોપાધ્યાયે ફોન લગાવ્યો, તરત જ સામેથી રિસિવ કરાયો. “બોલ ગણપત... ક્યા?... ફટાફટ ડિટેઈલ્સ બતા... ઓકે... તું જલદી આ... ઓકે... ગુડ જૉબ.” ફોન મૂકીને પ્રદીપે રૂમાલથી ચહેરા પરનો પરસેવો લૂછ્યો. “મેજર, પ્લીઝ મને એ.ટી.એસ. હેડક્વાર્ટર ડ્રોપ કરીશ?”

“અફકોર્સ યાર, કંઈ ખાસ મળ્યું?”

“હું કહેતો હતો ને કે પોલિટિકલ ઍંગલ નકામો છે પણ માને તો ને? આમાં એક જ મામલો છે આતંકવાદ. દેશને બદનામ કરવાનું, બરબાદ કરવાનું કાવતરું...”

“અરે પણ છે શું? ઑફિશિયલી વાંધો ન હોય તો જણાવ મને.”

“આ સરફરાઝ ટેરરિસ્ટ ગ્રૂપ માટે માણસો રિક્રૂટ કરે છે. એના ૧૯ માણસો તૈયાર છે. એમને ક્યાંક રવાના કરવાના છે. હવે સમજાયો મને પેલા એસએમએસનો અર્થ કે પ્લેન ઉડનેકો તૈયાર હૈ, આપ પાઇલોટ કા ઇન્તજામ કરો.”

બંડુને કોલકાતાની સરકારી હૉસ્પિટલમાં લઈ જવાયો. લઈ જવામાં ય ઘણી વાર લાગી. રાબેતા મુજબ પોલીસ મોડી આવી. પહેલા પૂછપરછ પછી ઑમ્બ્યુલન્સ બોલાવાઈ અને એને નડ્યો ટ્રાફિક. માણસ દ્વારા ચલાવાતી ઘોડાગાડી જેવી હાથગાડીમાં બેસીને પક્યો ઑમ્બ્યુલન્સની પાછળ પાછળ ગયો. હૉસ્પિટલમાં પહોંચ્યાના અડધા કલાકમાં બંડુને મૃત જાહેર કરી દેવાયો. પક્યાને થયું કે એ ઘટનાસ્થળે મરી ગયો હશે કે પછી રસ્તામાં? કે સારવાર દરમિયાન?

એને થયું કે પોતે બંડુના મૃતદેહને વળગી પડે. મોટેમોટે રડે. પોતાને લીધે એનો જીવ ગયો. બંડુને વચન આપે કે પોતે એને ક્યારેય નહીં ભૂલે. પણ અત્યારે નજીક ગયો ને પકડાઈ ગયો તો? ના, બંડુનું ઘણું મહત્ત્વનું કામ કરવાનું છે. એના મોત માટે અપ્પાસાહેબ જ જવાબદાર છે. આની સજા એમને મળશે, ભલે ને ગમે તેટલો મોટો નેતા હોય.

થોડી વારમાં બંડુની લાશને શબઘર ભણી લઈ જવાતી હતી. એના પગના બે અંગૂઠાને બાંધીને એક કાપલી લગાવાઈ હતી, જેના પર લખાયેલું હતું: 'અજ્ઞાત ઈસમ, મર્ડર, સોનાગાચી, એફ.આઇ.આર. નં..., પક્યો બંગાળી વાંચી શકતો નહોતો પણ પોતાના દોસ્તની આ હાલત જોઈને એ બેસી પડ્યો. એક પોલીસ એને જોઈ રહ્યો. નજીક આવીને પક્યાના ખભા પર હાથ મૂક્યો. આંસુ લૂછતા પક્યાએ ઊંચું જોયું તો એના શરીરમાંથી ધ્રુજારી છૂટી ગઈ. "એ ભૈયા, જાનતા હય મરનેવાલે કો?" પક્યાએ માંડ સ્વસ્થ થતા જવાબ આપ્યો, "નહીં, મેરા ચાચા સિરિયસ હય સાબ", આટલું બોલીને એ હીબકે હીબકે રડવા માંડ્યો.

*

સલોની માપસેકર ભૂલી ગઈ કે પોતે ગોવાની છે, સી.આઇ.ડી. પોલીસમાં છે અને પ્રમાણમાં નવા શહેર મુંબઈમાં છે. એ સ્ત્રી બની ગઈ. માત્ર સ્ત્રી, પૂરેપૂરી. પીટર પાસે બહુ મોટી રકમની આશાભરી શક્યતાને લીધે લોહચુંબક પાછળ ખેંચાઈ આવતા લોખંડના ટુકડાની જેમ ગોવાથી મુંબઈ દોડી આવી હતી. પોતાનું એ મિશન પણ ભૂલી ગઈ.

એક મુગ્ધા, પ્રગલ્ભાએ એના તન, મન અને મગજ પર કબજો જમાવી લીધો. એનું બાળપણ બહુ સુખી નહોતું. કાકાના દીકરાએ, ટ્યૂશન ટીચરે અને મહોલ્લાના એક મવાલીએ એનું જાતીય શોષણ કર્યું હતું. એને પુરુષ માટે ઝાઝું માન નહોતું. આ બધાએ એને એકદમ સ્વકેન્દ્રી બનાવી દીધી હતી. એને પોતાના માટે જીવવું હતું, પોતાની રીતે અને પોતાની શર્તે. એની અંદરની કચડાયેલી સ્ત્રી પોલીસના પહેરવેશમાં પાવર અનુભવતી હતી. સત્તાના નશામાં પુરુષોને હડધૂત કરવામાં, ઠમઠોરવામાં અને રમાડવામાં એને આનંદ આવતો હતો.

અત્યાર સુધી એના માટે પુરુષ માત્ર ઉપભોગ અને ઉપયોગનું સાધન હતો પણ હવે... ગઈ કાલે સાંજે ન જાણે શું જાદુ કર્યું કે એ સાવ બદલાવા માંડી. આ પરિવર્તન લાવનારો જાદુગર એટલે સૂર્યવંશી. એનું શહેર, એનો હોદ્દો, એના ઓળખીતાની હોટેલ અને પોતે હોટેલ પર આવવાનું આપેલું આમંત્રણ. એક પુરુષ માટે પૂરતું હતું, પરંતુ આ માણસ તદ્દન અલગ જ નીકળ્યો.

ફ્લાવરના સરસ બુકે સાથે આવ્યા. એકદમ હળવાશ હતી ચહેરા પર અને સંપૂર્ણ વ્યક્તિત્વમાં. સફેદ શર્ટ અને જીન્સમાં સોહામણા લાગતા હતા. એમની પાછળ એક વેઇટર આવ્યો, સલોનીએ હસીને એને જવા માટે કહ્યું, તો સૂર્યવંશીએ રોકી લીધો. "મારા મહેમાનને કંઈક જરૂર પડે તો વિલંબ ન થવો જોઈએ." થોડી વારમાં રૂમની વચ્ચોવચ એક ટેબલ ને સામસામે બે ખુરશી ગોઠવી ગઈ.

સૂર્યવંશીએ વિવેક અને સ્મિત મિશ્રિત અવાજમાં પૂછ્યું, "શેમ્પેઇન ચાલશે? કે બીજું કંઈ?"

મોટે ભાગે વ્હિસ્કી કે બિયર પીતી સલોનીથી બોલાઈ ગયું, "વ્હોટએવર યુ લાઇક."

સૂર્યવંશીનો ઇશારો થતાં વેઇટર જઈને શેમ્પેઇનની બૉટલ લઈ આવ્યો. બહુ સારી ક્વૉલિટીની શેમ્પેઇન. આવી હોટેલમાં ન મળે એ સલોની સમજી ગઈ. પોતાને સ્પેશિયલ ટ્રીટમેન્ટ મળી રહી છે. વેઇટરે ખોલવા માટે શેમ્પેઇનની બૉટલ આઇસ બકેટમાંથી ઉંચકી તો સૂર્યવંશીએ એને રોક્યો "નો થેંક્સ. આઇ વિલ મૅનેજ." પછી સલોની સામે જોયું. સલોનીએ માથું ધુણાવીને હા પાડી. સૂર્યવંશીએ પોતે એકદમ નજાકતથી શેમ્પેઇનની બૉટલ ખોલી. પહેલા એકદમ નજીકથી સલોનીનો પેગ ભર્યો, એની સામે મૂક્યો. પછી પોતાનો પેગ ભર્યો.

સલોની મંત્રમુગ્ધ થઈને જોઈ રહી હતી. સૂર્યવંશીએ પેગ ઉંચક્યો અને સલોની સામે ઉંચો કર્યો. સલોની વિચારોમાં ખોવાયેલી હતી એટલે તેણે ધીમેથી ચપટી વગાડી "આર યુ ઓકે?" ઝબકીને સલોની હસીને બોલી, "યસ યસ આઇ એમ ઓકે... રાધર આઇ એમ ફાઇન" સલોનીએ પણ પેગ ઉંચક્યો. બન્નેએ ટોસ

કર્યું. સૂર્યવંશી બોલ્યા, "ફોર યોર હેપ્પી ફ્યુચર." એમના અવાજમાંથી પડઘાતી પ્રામાણિકતાએ સલોનીને અવાચક કરી દીધી. એ માત્ર હસી અને પેગ હોઠે લગાડીને સહેજ ઘૂંટડો લીધો. અફલાતૂન હતો સ્વાદ.

ત્યાર બાદ સૂર્યવંશીએ એક આદર્શ, સાચા પુરુષની જેમ સલોનીની મહેમાનગતિ માણી. કોઈ આછકલાઈ નહીં, ડર્ટી કે ચીપ જોક્સ નહીં. પોલીસ કે પોલિટિશિયનની બદબોઈ નહીં. સલોની વિશે પૂછ્યું ઘણું બધું. સલોનીએ જે પૂછ્યું એના જવાબ આપ્યા. હોટેલની સ્પેશ્યલ આઇટમ મગાવી, પોતે પ્યોર વેજિટેરિયન છે, એવું કહીને સૂર્યવંશીએ સલોનીને ચોંકાવી દીધી. સાથોસાથ તરત ઉમેર્યું કે "આપ કંઈ પણ મગાવી શકો છો, ખાઈ શકો છો."

સલોનીએ કારણ પૂછ્યું વેજિટેરિયન હોવાનું. "નાનપણમાં મા એક દિવસ ખૂબ મોડી આવી. ને હું રડી રડીને ભૂખ્યો ઊંઘી ગયો. બીજા દિવસે પડોશીની મરઘીનાં બચ્ચાં ચીસાચીસ કરતાં હતાં. માને પૂછ્યું તો જવાબ મળ્યો કે પડોશીના ઘરે પાર્ટી હતી. એટલે એની મા ચિકન તરીકે ઘણાંના પેટમાં ખવાઈ ગઈ હશે. હું ફરી રડવા માંડ્યો. માને કહી દીધું કે હવે ક્યારેય નોન-વેજ નહીં બનાવતી, પ્લીઝ. ત્યારથી મેં અને મારી સાથે માએ પણ નોન-વેજ કાયમ માટે છોડી દીધું."

સલોનીને જિંદગીમાં પહેલી વાર લાગ્યું કે એક પુરુષમાં, પડછંદ પુરુષમાં હૃદય હોઈ શકે અને એ પણ અત્યંત નાજુક. બાકી, તેણે તો મારપીટ કરતા, ગાળો બોલતા, સ્ત્રીના અંગને સ્પર્શવા લાળ પાડતા અને બિસ્તરમાં માત્ર સ્ત્રી પર સિંહ બનતા પુરુષને જ જોયા-સાંભળ્યા હતા. આ સૂર્યવંશી કાંઈક પરગ્રહનો માણસ લાગે છે. એ સાંજના ડિનરે સલોનીને સાવ બદલી નાખી, તો સૂર્યવંશીને ય થોડા ઘણાં.

*

એ.ટી.એસ. ઇન્સ્પેક્ટર પ્રદીપ બંદોપાધ્યાયને થયું, કે આભાર ઈશ્વરનો પોતે બોરીવલી-પડઘાને બદલે આસપાસના ગામ પર ધ્યાન આપવાનો વિચાર કર્યો. આમેય ખોટી રીતે બોરીવલી-પડઘા એટલા બધા નજરે ચડી ગયા હતા કે સરફરાઝ જેવો ત્યાં ફરકવાનો વિચારેય ન કરે, પરંતુ રાહુરમાં શું થયું? ખબરીના આવવાની જ રાહ હતી. લગભગ અડધા કલાકમાં ગણપત આવ્યો. ચારેક વર્ષથી એ પ્રદીપ માટે કામ કરતો હતો. જો કે એ પૈસા નહોતો લેતો ક્યારેય. ગણપતનું માનવું હતું કે કાન, આંખ ખુલ્લા રાખવા એ માણસની પોતાની સલામતી માટે અનિવાર્ય છે. અને કંઈક ખોટું થવાની માહિતી પોલીસને આપવી એ એક નાગરિકની ફરજ છે. પોતાની નાનકડી ખેતી અને પિતાજની

186 / દાદલો

લાકડાની વખારમાંથી ઘરનું ગુજરાન કરતો ગણપત કાયમ પ્રદીપના કહેવા પર કામ કરતો કે કોઈને કામે લગાડી દેતો.

બે ચાનો ઑર્ડર આપ્યા બાદ પ્રદીપ બંદોપાધ્યાય ગણપત સામે જોઈ રહ્યો. ગણપતે ગજવામાંથી નાનકડું પડીકું કાઢ્યું, “કાલે ઘરે સત્ય નારાયણની કથા હતી, આઇએ આપના માટે પ્રસાદ મોકલાવ્યો છે.”

પ્રદીપે પ્રેમ-આદરથી પ્રસાદ મોઢામાં મૂક્યો. ખાતા-ખાતા ગણપત સામે જોઈ રહ્યા પછી પાણી પી ને બોલ્યા, “આઇને મારા પ્રણામ કહેજે, હવે બોલ. તેં શું જોયું?”

“સાહેબ, રાહુરમાં બે મહિના પહેલા દર રવિવારે ચાર-પાંચ છોકરડા આવતા. ગંદકી સાફ કરે, બાળકોને બિસ્કીટ, ચોપડી, ચોકલેટ આપે. એક શનિવારે સાંજે ડૉક્ટરને લઈને આવ્યા. ગામમાં બધા ખુશ થઈ ગયા. આ બધામાં રમેશ સૌનો લીડર. એની સાથે મનીષ, વિનોદ, રાજારામ અને પ્રવીણ હોય. પહેલા માત્ર રવિવારે, ક્યારેક શનિવારે ય અને હવે તો નિયમિત આવવા માંડ્યા. કહો કે ત્યાં રહેવા માંડ્યા. એ લોકોને દૂરથી આવવું જવું જવું પડે. એટલે ગામવાળાએ એક ખાલી રૂમ આપી દીધી. રમેશે પોતાના પૈસે રિપેર કરાવી લીધી. બારી ખૂલતી નહોતી એ બરાબર કરાવી. દરવાજા પર તાળું લગાવડાવ્યું ડિશ ટીવી લગાવ્યું. સરસ સેવા કરે. બધા સાથે હળી મળી ગયા. ખૂબ ઝડપથી, પરંતુ પંદર દિવસ અગાઉ જે જોવા મળ્યું એ માની ન શકાય એવું હતું.”

અપ્પાસાહેબ રાવને જાત પર ચીડ ચડી હતી. એક દીકરા જેવા પક્યાને પોતે મરાવી નાખ્યો, નહીંતર અત્યારે એના ખભા પર માથું મૂકીને રડી શકાયું હોત. કિશોર સગો દીકરો હતો પણ ન એને સ્વીકારી શક્યો, ન મળી શક્યો કે ન એના અંતિમ દર્શન કરી શક્યો. એની ચિરવિદાય પર બે આંસુ સારતાય ડર લાગે છે કે ક્યાંક કોઈક જોઈ ન જાય. ઉલ્ટાનું પોતે હસતું મોઢું રાખવું પડે છે અને ખોટું બોલવું પડે છે કે એ તો મને બદનામ કરવા માગતો હતો.

અપ્પાસાહેબની પાર્ટી સ્થાનિક વિકાસ મંચના એક જૂના અને વફાદાર કાર્યકર્તા રવીન્દ્ર માનેનો ફોન આવ્યો, "અપ્પાસાહેબ ટીવી જુઓ છો કે નહીં? આ બધા હદ વટાવી રહ્યાં છે. કંઈક કરો તમે..." અપ્પાસાહેબ રાવે ટીવી ચાલુ કર્યું તો બ્રેકિંગ ન્યૂઝ આવતા હતા: 'અપ્પાસાહેબ કે બેટે હોને કા દાવા કરનેવાલે કિશોર કી હુઈથી હત્યા.' તેમને આંચકો લાગ્યો. આંખમાં આંસુ આવી ગયાં. ગુસ્સાનો પાર ન રહ્યો. ટીવી ચેનલ વિગત આપી રહી હતી, 'સવારે ખુરશી પર બેઠેલી અવસ્થામાં મળેલા કિશોરનો જીવ ગળું દાબીને લેવાયો હતો. પોલીસ વધુ તપાસ કરી રહી છે. બે શકમંદની અટક.' પક્યા બાદ કિશોરની પણ હત્યા. અપ્પાસાહેબને સમજાતું નહોતું કે કરવું શું?

એ જ સમયે રાજ્યના માજી ગૃહપ્રધાન ગોપાલ રાવ ક્યારેક અપ્પાસાહેબના વિશ્વાસુ મનાતા રવીન્દ્ર માને સાથે પોતાના બેડરૂમમાં બિયર પી રહ્યા હતા. ગોપાલ રાવ ભ્રમમાં હતો કે હવે તો પોતે સરકાર ચલાવે છે. દીકરો અશોક રાવ ધારણાથી વધુ જલદી પ્રધાન બની ગયો. આ સરકારમાં પોતાની બધી વાતો સંભળાતી હતી, કામ કરાતા હતા. પોતે કિંગમેકર હોવાનો ભ્રમ એને ગમતો હતો.

રવીન્દ્ર માનેએ નવી બૉટલ ખોલીને ગોપાલ રાવનો ગ્લાસ ભર્યો. "તમે તો આ અપ્પાસાહેબની હાલત બદતર કરી નાખી. એમને થતું હશે કે આના કરતાં તો મોત સારું." "માને હજી તો શરૂઆત છે. આ અપ્પા કે એની પાર્ટી ક્યારેય ઊભી ન થાય એવી હાલત બગાડી નાખીશ હું." "તમારી વાત જ ન્યારી હો. પણ આ કિશોરનો ખરો કાંટો કાઢી નાખ્યો તમે."

ગોપાલ રાવે ગુસ્સામાં રવીન્દ્ર માનેને ચૂપ કરાવ્યો. "ચૂપ મર એકદમ. મેં કંઈ નથી કરાવ્યું. લાગે છે કે અપ્પાસાહેબે જ મર્ડર કરાવ્યું હશે કે જેથી બદનામી થતી બંધ થાય અથવા એમના દુશ્મને કરાવ્યું હોય, પણ કોણ હશે આ દુશ્મન?"

*

મનિયો ભયંકર ગુસ્સામાં હતો. પીટરે પેણ હાઈવે પર હોટેલ નશા પર બધાને બોલાવ્યા બાદ જગ્યા બદલી. પોતાનું કામ પતી ગયા બાદ કોઈની જરૂર ન હોવાથી બધાને પતાવવા કે ફસાવવા માટે જાળ બિછાવાઈ હોય એવી શક્યતાને લીધે મનિયો નવી જગ્યામાં અંદર ન ગયો. એ પોતાની તાકાત પર મુશ્તાક હતો કે હું આ રમત કરનારાને પકડી લઈશ. પણ એ અજાણ્યો માણસ હાથ લાગવાનું તો જવા દો, નજરે સુધ્ધાં ન પડ્યો. એક પછી એક કરતાં પાંચ જણા કલાક બાદ બહાર નીકળ્યા, હેમખેમ અને હસતા-હસતા. આનો અર્થ શું સમજવો? છેવટે કંઈ ન સમજાતા તે રંજન ડિકોસ્ટા પાસે પહોંચી ગયો. જો કે મનિયાને રસીલી રાનાં નામ વધુ પસંદ હતું. રસીલીને મળવામાં મનિયાના બે સ્વાર્થ હતા. એક તો પાંચેયને શું કહેવાયું એ જાણવું. બીજું, એને રસીલીની સુંવાળી સંગત ગમતી હતી. મનિયાનો વિશ્વાસ જીતવા રસીલીએ બધી સાચી વાત કરી દીધી. એને થયું કે પોતાના ૨૦ લાખ સાથે મનિયાના ૨૦ લાખ પણ મળી જાય તો ટેસડો પડી જાય. કદાચ એના ત્રણ લાખ પણ ઘરભેગા કરી શકાય. રસીલીએ મનિયાને સમજાવ્યો અને ઉશ્કેર્યો પણ ખરો કે જે કંઈ થાય અને મળે એમાં મારા ભાગ અને હક હોય જ. એ તો પેણ ન આવવા બદલ તારે તબિયત કે પોલીસ પીછો કરતી હોવાનું બહાનું કાઢવાનું. આ દલીલ મનિયાને ગળે ઉતરી ગઈ. આમેય વડોદરા જવામાં જીવનું જોખમ હતું અને મુંબઈમાં ય ઓછી ઉપાધિ નહોતી. રસીલી સાથે રહેવાય ત્યાં સુધી રહેવાનું અને પછી એના રોકડા લઈને સાથે છૂ થઈ જવાનું. આ વિચાર ખૂબ ગમ્યો એને અને તેણે એકદમ પ્રેમપૂર્વક રસીલીને પોતાની નજીક ખેંચી લીધી.

*

સેવાભાવી ખબરી ગણપત સાથેની એકદમ રસપ્રદ વાતચીત વચ્ચે સિનિયર ઑફિસરે પોતાને મળવા બોલાવ્યો એ પ્રદીપ બંદોપાધ્યાયને જરાય ન ગમ્યું. સાવ રુટિન વાતો ક્યારે પૂરી થાય એની તાલાવેલી થતી હતી પ્રદીપને. પછી ઑફિસ ગોસિપ ચાલુ થઈ તો બંદોપાધ્યાય એક અર્જન્ટ ફોન યાદ આવ્યાનું કહીને કેબિનની બહાર નીકળી ગયો.

ગણપતને લઈને તેઓ કેન્ટિનમાં જતા રહ્યા. "સૉરી ગણપત, બોલ પંદર દિવસ અગાઉ શું જોવા મળ્યું?" "સર, આ બધાનાં નામ હિન્દુ હતાં. પણ એક

દાદલો / 189

સાંજે ગામની પાસેની ટેકરી પર કોઈક વિનોદને નમાઝ પડતા જોઈ ગયું. કંઈક ખોટું હોવાની શંકા ગઈ. હવે એક-એક પર નજર રાખવા માંડ્યા. આમાંથી એકેય હિન્દુ નથી. સર, અમારા ગામમાં હિન્દુ-મુસ્લિમ વરસોથી સંપથી રહે છે. કોઈના મુસલમાન હોવા સામે વાંધો ન હોય પણ કોઈ આવું શા માટે કરે? મેં ચાર જણાની ટીમ બનાવી. ૨૪ કલાક એમના પર નજર રાખવા માંડ્યા. ક્યાં જાય છે? કોને મળે છે? શું કરે છે? રમેશ આજુબાજુના ગામમાં મસ્જિદમાં જાય, મદરેસામાં જાય. બાકીના ગામના યુવાનોને દુબઈ, અબુધાબી જેવા દેશોમાં નોકરી અપાવવાની લાલચ આપવા માંડ્યા. જે છોકરા બહારથી આવીને અમારા ગામમાં સેવા કરવા રહે એ બીજાને વિદેશ મોકલવાની વાત કરે એ ગળે ન ઊતર્યું. આમાંથી વિનોદ નામના છોકરાનો મોબાઈલ ફોન બસમાં રહી ગયો. એ મારા હાથમાં આવ્યો. ફોન સાવ સાદો હતો. ન ફોટા, ન કેમેરો છતાં મેં ખાંખાંખોળા કર્યા તો એક એસ.એમ.એસ. વાંચીને આપને મળવા દોડી આવ્યો.”

“શું હતું એ મૅસેજમાં?” “પ્લેન ઊડને કો તૈયાર હૈ, અબ આપ પાઇલોટ કા ઇન્તેજામ કરો.” “વ્હૉટ?! ક્યા નંબર પર આ મૅસેજ મોકલાયો હતો એ ખબર છે?” ગણપતે ગજવામાંથી એક ડાયરી કાઢીને નંબર બતાવ્યો, જે સરફરાઝ અલીનો હતો. પ્રદીપ બંદોપાધ્યાયે ગણપતનાં વખાણ કર્યાં, “ખૂબ મોટું કામ કર્યું છે તમે લોકોએ. આ બધા પર નજર રાખો, પણ શંકા ન આવે એવી રીતે.”

રાહુર ગામની આંચકાજનક વિગતો જાણ્યા બાદ ગણપતને વળાવીને ઇન્સ્પેક્ટર પ્રદીપ બંદોપાધ્યાય તરત પોતાના સિનિયરને મળવા દોડ્યા.

*

પીટર ફર્નાન્ડિસે દસ અલગ-અલગ અને ભાગ્યે જ કોઈની નજર પડે કે ધ્યાન જાય એવી જગ્યાએ રૂા. ૨૦૦ કરોડની રકમ છુપાવી હતી. આ માટે કેવા-કેવા ખેલ-કારસા કરવા પડ્યા એ તો એ જ જાણતો હતો.

વરસોથી કાનૂની ખટલાને લીધે બંધ પડેલું બોરીવલીનું એક મકાન ભૂતિયું ગણાતું હતું. એની આસપાસ રાતે કોઈ ફરકતું નહોતું અને દિવસે ય બધા દૂર રહેતા હતા. અહીં એક બે કડિયા-મિસ્ત્રીને લઈને એ કોર્ટના બનાવટી ક્લાર્ક તરીકે ગયો. બધા ફ્લોર ચેક કરીને એક રૂમનાં બારી-દરવાજા રિપેર કરાવ્યાં અને તાળાં લગાવી લીધાં. બન્નેને મજૂરી આપીને કોર્ટની બનાવટી રસીદ પર હાથના અંગૂઠાની છાપ લઈ લીધી. બીજા દિવસે રાતે પીટરે આ બંધ મકાનમાં જૂના જમાનાની કાટ ખાધેલી બેગમાં રૂા. ૨૦ કરોડ મૂકી દીધા. રૂમની બહાર તોડેલું નાળિયેર, થોડા સુકાયેલા ફૂલ, કંકુ અને પ્લાસ્ટિકની ખોપરી મૂકી દીધી. ગગનલાલ ડ્રેસવાલા નામના એક જૂના જમાનાના ડ્રામાવાળાનું બાપદાદાનું

190 / દાદલો

ગોદામ હતું. એનો એક ભાગ ભાડે લીધો, લગભગ બમણું ભાડું આપીને. ગગનલાલ સામે આંસુ સારતાં પીટરે કહ્યું, “મોટાભાઈએ પપ્પાનો ફ્લેટ વેચી દીધો. પપ્પાની યાદગીરી સાચવી રાખવી છે મારે. થોડા સમય બાદ લઈ જઈશ. આ બે મહિનાનું એડવાન્સ ભાડું.” આટલું કહીને દસ હજાર આપીને પૂછ્યું, “બરાબર છે કે વધુ થશે? પપ્પાના સંભારણા માટે કોઈ રકમ મોટી નથી.”

વયોવૃદ્ધ ગગનલાલ ખુશ થઈ ગયા. અમસ્તા અમસ્તા આટલી મોટી રકમ મળતા અને પિતા માટે આટલી લાગણી ધરાવતા પુત્રને જોઈને તેમને યાદ આવ્યું કે પોતાનો એકનો એક દીકરો મને છોડીને વહુ સાથે એકલો રહે છે અને આ માણસ? ગગનલાલે પીટરના ખભે હાથ મૂક્યો, “પપ્પાની યાદગીરી જ્યાં સુધી રાખવી હોય ત્યાં સુધી રાખજે. તને જ્યારે મન થાય ત્યારે જે રકમ આપવી હોય એ મને આપજે. ગૉડ બ્લેસ યુ બેટા.”

આ બધું કરી લીધા બાદ પીટરને ખાતરી થઈ ગઈ કે રકમ ક્યાં મૂકી છે એ ફક્ત પોતે જ જાણે છે. દરેક સ્થળે એ અલગ-અલગ ગેટઅપમાં ગયો હતો. પૂરેપૂરી રકમ સલામત છે પણ વીસ કરોડના એક જોખમી લૉટને ઠેકાણે પાડવો પડશે. બધી એકદમ ફ્રેશ નોટ છે. બૅંકમાંથી આવેલા બંડલ છે. કદાચ પોલીસ પાસે એના નંબર હોય. હું કે મારી ટીમમાંથી કોઈ આ વાપરવા જઈએ અને પકડાઈ જઈએ તો ખેલ ખતમ.

*

કંઈક વિચારતો-વિચારતો એ પીટર રસ્તા પર ભટકતો હતો. પોતે ક્યાં જવું છે એની ખબર નહોતી એટલે ઑટો-રિક્ષાવાળાને કહી શકતો નહોતો. રિક્ષાવાળો બબડાટ કરવા માંડ્યો એટલે પીટરે એને ૫૦૦-૫૦૦ની બે નોટ આપી દીધી, “જ્યાદા લગે તો બોલ દેના. ધીરે ધીરે ચલાતે રહો.” સાયનથી કુર્લા, વિદ્યાવિહાર, ઘાટકોપર, વિકોલી અને કાંજુરમાર્ગ સુધી પહોંચવામાં એ આસપાસ બધું જોતો રહેતો હતો. કાંજુરમાર્ગ આવતા તેણે રિક્ષાવાળાને સૂચના આપી, “ડમ્પિંગ ગ્રાઉન્ડ કે પાસ લે લો.”

રિક્ષાવાળો બબડ્યો, “એકદમ પાગલ આદમી લગતા હૈ.”

અપ્પાસાહેબને પૂરેપૂરા ખતમ કરવા માટે એ ઉતાવળો થયો હતો. નવોસવો સત્તાનો સ્વાદ ચાખ્યો હતો અશોક ગોપાલ રાવે. એકેય ચૂંટણી લડ્યા વગર પ્રધાનપદું મળી ગયા બાદ એની મહત્ત્વાકાંક્ષાની દાઢ ફૂટી હતી. એ સ્થાનિક વિકાસ મંચ પાર્ટીનો સર્વેસર્વા બની જવા તલપાપડ હતો. પોતાના બાપાએ બનાવેલી સ્થાનિક વિકાસ મંચ (રિઅલ) પાર્ટીમાં એ કોઈ જૂના કે અણગમતા માથા ઇચ્છતો નહોતો. એની સાથોસાથ અપ્પાસાહેબ રાવને પૂરેપૂરા ખતમ કરી નાખવાય એ તત્પર અને ઉતાવળો હતો. આ સમજદારી નહોતી, નાદાની હતી. પણ સિંહને કહે કોણ કે તારું મોઢું ગંધાય છે. આ અશોક રાવે જ ભાતખેડાના કિશોરને લાલચ આપી આંદોલન માટે ઉશ્કેર્યો અને પછી મોકો મળતાં એનું કાસળ કઢાવી નાખ્યું. અપ્પાસાહેબ વિરુદ્ધ ટી.વી. ચેનલોને નાના-મોટા અને જૂના કૌભાંડની માહિતી પણ અશોક રાવ જ મોકલાવતો હતો. એને થતું હતું કે મારા બાપાએ વરસો અપ્પાસાહેબની ગુલામી કરી એ મૂર્ખાઈ હતી. પણ અશોકરાવે તો અપ્પાસાહેબનો સાવ એકડો કાઢી નાખવા કમર કસી લીધી હતી. અશોક રાવે મહારાષ્ટ્રના અંતરિયાળ ભાગોમાં ઘણા માણસોને એક જ સૂચના સાથે કામે લગાડ્યા હતા કે અપ્પાસાહેબ રાવ વિરુદ્ધની નાનામાં નાની માહિતી પણ આપો. જોકે નવા નિશાળિયા અશોક રાવને જાણ નહોતી કે અપ્પાસાહેબ રાવ જેવા પીઢ ખેલાડીના દરમાં ખુલ્લેઆમ હાથ નાખવાથી કેવા ભૂંડા પરિણામ આવી શકે.

*

હા, એ જ સમયે અપ્પાસાહેબે પોતાના જૂના અને વયોવૃદ્ધ મિત્રો અને સાથીઓને ડિનર પર બોલાવ્યા હતા. આ બધા બહુ જૂના વફાદારો હતા. કેટલાક બાળપણના ગોઠિયા હતા, અમુક સંઘર્ષના સાથી હતા અને થોડાક આજીવન ઓશિંગણ હતા. આ બધા માટે અપ્પાસાહેબ ભગવાન હતા. તેમણે કોઈકને બીમારી, લગ્ન, બાળકોના એડમિશન અને રાજકીય કિન્નાખોરીમાં અડધી રાતે મદદ કરી હતી. આ સૌને ગળા સુધી ખાતરી હતી કે અપ્પાસાહેબ રાવને ખોટા હેરાન કરાય છે, એમની સાથે જૂની અદાવતના હિસાબ ચૂકતે કરાય છે. ડિનર અગાઉ બધાના ટેબલ પર સારી વ્હિસ્કીના પેગ મૂક્યા બાદ

અપ્પાસાહેબે માઇક હાથમાં લીધું, ઘણા સમયે એમના બંગલોના કૉન્ફરન્સ રુમનો ઉપયોગ થઈ રહ્યો હતો.

અપ્પાસાહેબે આંખના બે ખૂણા આંગળીથી સાફ કર્યા પછી રુમાલથી લૂછ્યા. "દોસ્તો, આ કદાચ તમને મારું અંતિમ સંબોધન હોય. તમે મને ખૂબ સાથ આપ્યો, પ્રેમ આપ્યો એટલે સૌનો આભાર માનવા માગું છું. રાજકીય રીતે ખતમ થઈ રહ્યો છું. શારીરિક રીતે ય ગમે ત્યારે કંઈ પણ થઈ શકે. મારો જૂનો માણસ પક્યો ગાયબ છે, ક્યાં છે એ રામ જાણે. તમારામાંથી ઘણાંને ખબર છે કે કિશોર મારો દીકરો હતો. એની માતા સાથે લગ્ન ન કરવાના મૂળમાં પણ તમારા જેવા લાખોની સેવા કરવા માટે રાજકારણમાં જવાની જીદ હતી. પહેલા એ કિશોરનો મારા વિરુદ્ધ ઉપયોગ કરાયો અને પછી એને મારી નખાયો. રાજ્ય માટે અને પ્રજા માટે મેં જે કંઈ કર્યું એનું આ ઇનામ છે? આવા રાજકારણ કે સેવાનો શો અર્થ?

અપ્પાસાહેબ એકદમ ગળગળા થઈ ગયા. "એટલે હવે રાજકારણને રામરામ કરી દેવા છે. તમને બધાને ય આજે છેલ્લી વાર મળી લીધું, કદાચ ફરી મળાય ન મળાય." અપ્પાસાહેબના ગામના માજી સરપંચ મહાદેવ સકપાળ એકદમ ઊભા થઈ ગયા. "ના, ના. એવું નહીં થવા દઈએ. ઓલ્યા રવીન્દ્ર માનેના માણસો ગામમાં ઘડી ઘડી આવે છે. આસપાસ ફરે છે. મને તો એ જ ખોટો માણસ લાગે છે. હવે દેખાયો કે એને નહીં મૂકું. અહીં આવેલા સૌએ એ જ કરવાનું હવેથી. અપ્પાસાહેબ વિશે ખણખોદ કરનારાને મૂકવાના નહીં. આંખ અને કાન ખુલ્લા રાખો. હું કસમ ખાઉં છું કે અપ્પાસાહેબને આ રીતે હતાશ થઈને રાજકારણમાંથી નિવૃત્ત નહીં થવા દઈએ. શું કહો છો દોસ્તો?" મહાદેવ સકપાળના જોશમાં સૌએ સૂર પુરાવ્યો. અપ્પાસાહેબ સામેથી ચાલીને સકપાળને ભેટી પડ્યા. આ મંડળીએ અપ્પાસાહેબની તાકાતનો પરચો બતાવવા માટે એક ઍક્શન પ્લાન પણ વિચારી લીધો.

*

એ.ટી.એસ. ઇન્સ્પેક્ટર પ્રદીપ બંદોપાધ્યાયને જાણવા મળ્યું કે સરફરાઝ અલી માટે કામ કરનારા રાહુરમાં ખોટા નામે રહીને ભોળા કિશોરો અને યુવાનોને નોકરી અને અન્ય લાલચ આપતા હતા. બધાને ભરમાવતા હતા. એમનો ઇરાદો શક્ય એટલાનો બ્રેઇનવૉશ કરીને ધર્માંતર કરાવવાનો હતો. એ શક્ય ન બને તો યુવાનોનો દેશવિરોધી પ્રવૃત્તિ માટે ઉપયોગ કરવાનો હતો. આ છોકરડાઓને આતંકવાદ, શસ્ત્રોની હેરાફેરી કે ડ્રગ્સના રવાડે ચડાવીને દેશના યુવાધનને ઊધઈની જેમ કોતરી ખાવાની લાંબા ગાળાની ભૂંડી યોજનાનો એ એક બિહામણો ભાગ

હતો. બંદોપાધ્યાયે રાહુરમાં કાળા કામ કરતા બધા છોકરડા પર નજર રાખવા માટે દસ જણની ટીમ બનાવી. આ દસે દસ જણા ખબરી ગણપત થકી જ પાંચ-છ ઘરમાં મહેમાન બનીને રહેવાના હતા અને ચાંપતી નજર રાખવાના હતા. આ લોકોને ઊડપી લઈને અંદર કરી દેવાનું આસાન હતું, પરંતુ એમના નેટવર્કના વ્યાપ અને કાવતરાની વિગતો શક્ય એટલી વધુ મેળવવાની તાતી જરૂર હતી. ત્યાં સુધી સરફરાઝ અલીની તાવણી ચાલુ રાખીને એને બોલતો કરાવવા કાંઈક તરકીબ અજમાવવાની જરૂર હતી.

*

કુર્લાની હોટેલમાં દારૂ પીધા અને મસ્તી કર્યા બાદ મનિયો ઘોરતો હતો, ત્યારે રંજન ડિકોસ્ટા ઉર્ફે રસીલી રાની એકલી રખડવા નીકળી પડી. એને થયું કે અગાઉ મનિયાના અવાજમાં એક બેફિકરાઈ હતી, રફનેસ-ટફનેસ હતી. આ અવાજે તેને આકર્ષી હતી. આમેય એના કાન એટલા સતેજ કે ન પૂછો વાત. એ ચહેરો ભૂલી જાય, નામ ભૂલી જાય પણ અવાજ કાયમ યાદ રહી જાય. એની નાની સિલ્વિયા કાયમ મેશા મારતી કે ગોંડે તારા કાન જેટલું જ મગજ સતેજ બનાવ્યું હોત તો કેટલું સારું થાત.

કુર્લાના રસ્તા પર ટહેલતી-ટહેલતી જતી હતી, ત્યાં એના કાન એકદમ ચમક્યા. પાછળ જોયું તો 'ગાલા પેપર માર્ટ' નામની પસ્તીવાળાની દુકાને એક ત્રીસેક વર્ષનો ઊંચો, પાતળો અને રૂપાળો મજૂર ઊભો હતો. હકીકતમાં ભલે મજૂર જેવો લાગતો હતો પણ લેંઘો અને પહેરણ તો બગલાની પાંખ જેવા સફેદ હતા. હા, એકદમ નવાનકોર હતા. એ પસ્તીવાળાની દુકાનની બાજુમાં આવેલા પાનના ગલ્લા પર રસીલી પીઠ ફેરવીને ઊભી રહી ગઈ. એ મજૂરે પસ્તીવાળાને પૂછ્યું. "ટીવી યા ફ્રિજકા પૂઠાં કા બૉક્સ મિલેગા?" અચાનક કંઈક શંકા જતા મજૂરે પાછળ વળીને જોયું તો રંજન ડિકોસ્ટાની પીઠ નજરે પડી. બે ઘડી જોઈ રહ્યા બાદ તેણે દુકાનદાર સવજીભાઈ ગાલાને બે હજારની નોટ આપી, "યહ એડવાન્સ રખો. બૉક્સ લા કે રખો ચાર-પાંચ. ઘર કા સામાન શિફ્ટ કરના હૈ. મૈં કલ આતા હૂં", આટલું બોલીને મજૂર જતો રહ્યો. ઉતાવળે પગલે ચાલીને એ એક જાહેર શૌચાલયમાં ઘૂસી ગયો. થોડી વાર પછી એ પીટર ફર્નાન્ડિઝ બનીને બહાર નીકળ્યો. એ સમયે રંજન ડિકોસ્ટા પસ્તીવાળા સાથે માથું ખપાવતી હતી. "અરે, હિન્દી, મરાઠી ઔર ઇંગ્લીશ સભી ન્યૂઝ પેપર્સ કા એક હી ભાવ?" "મૅડમ, સબ જગહ એક હી ભાવ મિલેગા. આપ પૂછ લો." "ઔર ટીવી-ફ્રિજ-એસી કે કાર્ટૂન ભી લે જાઓગે ક્યા?" "હા, હા, કહાં રહતે હૈ આપ? ઍડ્રેસ દીજિએ..." "મૈં કલ લેકર આતી હૂં." આટલું

બોલીને રંજન ડિકોસ્ટા ચાલવા માંડી, ત્યારે એના મગજમાં એક ગૂંચ ઉકેલાઈ ગઈ હતી. રદ્દીવાળા પાસે સાંભળેલો અવાજ અને પેણની હોટેલમાં ત્રણ લાખ આપનારાનો અવાજ માત્ર સરખો નહોતો. એ જ ભેદી અને ગેબી માણસ હતો આ. રંજન ડિકોસ્ટાએ ગાલા પેપર માર્ટ સામેની હોટેલમાં એક રૂમ રાખી લીધો, જેથી બરાબર નજર રાખી શકાય. જો એ બે લાખના ત્રણ લાખ આપનારો અને વીસ લાખની ઑફર કરનારો જ હોય તો એની પાસે કેટલી મોટી રકમ હશે? આ કબૂતરને ઊડી જવા ન જ દેવાય. પરંતુ એ ક્યાં જાણતી હતી કે આ માલદાર કબૂતરને સપડાવવા પોતે બિછાવેલી જાળમાં શું મળવાનું હતું?

એ.ટી.એસ.ના ઇન્સ્પેક્ટર પ્રદીપ બંદોપાધ્યાયનો ચહેરો ક્રોધથી લાલઘૂમ દેખાતો હતો. માથા પર પરસેવો હતો. કપડાં ચોળાયેલાં, ધૂળવાળાં હતાં. એ ડંડો લઈને સીધો સરફરાઝ અલીની કોટડીમાં ગયા. એની પાછળ-પાછળ બે કૉન્સ્ટેબલ દોડતા-હાંફતા આવ્યા. કૉન્સ્ટેબલ રઘુ દેશમુખ ડરતા-ડરતા બોલ્યો, "સર, પ્લીઝ શાંતિ સે પૂછતાછ કરના..." બંદોપાધ્યાયે સરફરાઝના ડાબા પગ પર ડંડો ફટકાર્યો. "શાંતિ સે? આ લોકો શાંતિમાં માનતા નથી, જાળવતા નથી કે સમજતા નથી. છતાં આપણે શાંતિ રાખવાની?"

બીજો કૉન્સ્ટેબલ સુધીર મ્હાત્રે બોલ્યો, "પણ સર, એનું જે થાય એ. દર વખતે તમે ખોટા મુસીબતમાં ફસાઈ જાઓ છો. એનું શું?" રઘુ દેશમુખે ટાપસી પુરાવી, "પેલો સૂતળી બૉમ્બ કેસનો આરોપી મરી ગયા પછી એની બૉડી સગેવગે કરવામાં આપણને કેટલી તકલીફ થઈ હતી?" સુધીર મ્હાત્રેએ બે ડગલા પાછળ હટીને જાહેર કરી દીધું, "હવે ભવિષ્યમાં એવું થયું તો હું આપની સાથે નથી રહેવાનો..." રઘુ દેશમુખે સુધીરના ખભા પર હાથ મૂક્યો, "એવું કંઈ નહીં થાય. એ તો સાવ અનાડી હતો એટલે માર ખાઈખાને મરી ગયો. આ સરફરાઝ અલી ભણેલોગણેલો અને સમજદાર છે. બરાબરને સરફરાઝ? જાન હૈ તો જહાન હૈ..."

બંદોપાધ્યાય ગુસ્સામાં બરાડ્યા, "શટ અપ. તમે બન્ને બહાર જાઓ. એ ય સરફરાઝ...જો તારા માણસોએ મને કચડી નાખવાનો પ્રયાસ કર્યો... હું રસ્તો ઓળંગતો હતો ને હરામીઓ, જીપ મારા પર ચડાવી દેવા માગતા હતા...હું તો માંડમાંડ બચી ગયો પણ એ લોકો નહીં બચે, તું પણ નહીં." પછી બન્ને હાથે સરફરાઝનો કૉલર પકડીને હચમચાવ્યો, "બોલ, રાહુરના તારા માણસોએ પટાવેલા ૧૯ જણાને ક્યાં મોકલવાના છે? એ લોકો પાસે શું કરાવવાનું છે? કોણ આ બધું કરાવે છે?"

સરફરાઝે હોઠ સીવી લીધા એટલે બંદોપાધ્યાય ધડાધડ એને ડંડાથી ઝૂડવા માંડ્યા. તેમણે એક ખાસ ધ્યાન રાખ્યું હતું કે સરફરાઝ અલીના ગળાના ઉપરના ભાગમાં વાગે નહીં, સરફરાઝને લગભગ અધમૂઓ કરી નાખ્યા બાદ પ્રદીપ

બંદોપાધ્યાયે ગજવામાંથી રુમાલ કાઢીને પરસેવો લૂછ્યો. પછી ફરી સરફરાઝનું ગળું પકડીને બોલ્યા, "હજી પૂરું નથી થયું હો. હું ચા પીને આવું ત્યાં સુધી રઘુ અને સુધીર તારી સેવા કરશે." સુધીરના હાથમાં ડંડો આપીને તેઓ બહાર નીકળ્યા. રઘુ દોડતો જઈને પાણીનો ગ્લાસ લઈ આવ્યો અને સરફરાઝને આપ્યો, "લે ફટાફટ પી લે." સરફરાઝ પાણી પીવા માંડ્યો એટલે સુધીરે કીધું, "જો, અમારાથી તારી મારપીટ સહન થતી નથી. મોઢું બંધ રાખવાને બદલે કંઈ પણ કહી દે, સાચું-ખોટું સમજ્યો? નહીંતર આ સાહેબ બધો ગુસ્સો તારા પર કાઢશે. મોંઘવારીનો, ભ્રષ્ટાચારનો, બૈરીનો અને હમણાં એમના પર થયેલા હુમલાનો પણ..." રઘુ ધીમેથી બોલ્યો, "કંઈક કામ હોય તો અમને કહેવાનું. પણ સાવ મફત નહીં હો..." "કંઈ જોઈતું હોય, કોઈને ફોન કરવો હોય..." સુધીરે ઉમેરો કર્યો. "સમજ્યો? ચાલ, હવે તું ચીસાચીસ પાડવા માંડ, પછી બેભાન થઈને ઢળી પડજે. એટલે થોડા કલાક નિરાંત."

સરફરાઝને વાત ગમી ગઈ. તેણે ચીસાચીસ શરૂ કરી દીધી. રઘુ જમીન પર અને ભીંત પર ડંડા ફટકારવા માંડ્યો. થોડી વારમાં સરફરાઝ પડી ગયો. સુધીર-રઘુ એકમેક સામે મૂછમાં હસ્યા અને બહાર નીકળી ગયા. બહાર નીકળતાંવેંત ખૂણામાં ઊભેલા પ્રદીપ બંદોપાધ્યાયે બન્નેને સ્માઇલ આપ્યું, "ચાલો મારી સાથે ચા પીવા."

*

ગોવાની સી.આઈ.ડી. ઇન્સ્પેક્ટર સલોની માપસેકરે અરીસામાં જોયું, ને જાતને સવાલ પૂછ્યો, "તું સલોની જ છો? ક્યાં ઇમોશનલ બેંગેજ તરત ફગાવી દેનારી અને હવે ક્યાં કલાકો સુધી સૂર્યવંશીના વિચારો કરનારી?' સલોની હળવે પગલે જઈને સોફામાં ફસડાઈ પડી. ઇન્ટરનેટ પરથી મોબાઇલ ફોનમાં ડાઉનલોડ કરેલો સૂર્યવંશીનો ફોટા જોવા માંડી. "છે શું આ માણસમાં? ઉંમરમાં મારાથી ૧૦-૧૨ વર્ષ મોટો હશે. એના વિશે ઑનલાઇન વાંચીને લાગે કે ઇમાનદાર છે. એટલે મને ગમે એટલા અધધ પૈસા ય નહીં હોય. બાપ-દાદા મૂકી મૂકીને કેટલા મૂકી ગયા હોય? કોઈની સચ્ચાઈ, પારદર્શકતા અને લાગણીની મારા પર આટલી બધી અસર? અગાઉ તો આવું ક્યારેય થયું નથી. યે હો ક્યા રહા હૈ સલોની માપસેકર?"

પોતે શું બોલી ગઈ એ ખ્યાલ આવતા સલોની શરમાઈ ગઈ. એ જ સમયે સૂર્યવંશીનો મેસેજ આવ્યો. "લેટ્સ મીટ ઇન ઇવનિંગ ઇફ યુ આર ફ્રી એન્ડ ઇન મૂડ ઑનલી." આમાં પાછું 'ઑનલી' કેપિટલ અક્ષરમાં હતું. સલોનીએ ટૂંકો જવાબ લખ્યો, "સ્યૉર. પણ બહાર ક્યાંક". સાથે એક સ્માઇલી ચીપકાવ્યું.

દાદલો / 197

સલોનીને વિશ્વાસ નહોતો બેસતો કે પોતે આટલી બધી બદલાઈ શકે? એના મગજ પર કબજો જમાવી બેઠેલી લાગણી ઇચ્છતી હતી કે આજે સૂર્યવંશી સાથે એકદમ રોમૅન્ટિક ડિનર થાય, જ્યાં માત્ર બન્ને એકલાં હોય.

*

રંજન ડિકોસ્ટા ઉર્ફે રસીલી રાની કંટાળી ગઈ હતી. તેણે ફોન કરીને મનિયાને બોલાવ્યો પણ હજી એ આવ્યો નહોતો, 'થોડી વારમાં આવું છું'ની રેકોર્ડ ત્રણ કલાકથી વગાડતો હતો. પસ્તીવાળાની દુકાનથી દૂર એક રિક્ષા ઊભી રહી. લાલ સૂટકેસ સાથે એમાંથી નીકળેલા એક માણસને જોઈને રંજનની આંખ ચમકી. એ કદ, કાઠી અને રંગમાં લગભગ પેલા માણસ એટલે પીટર જેવો જ લાગ્યો. રંજનને થયું, કદાચ મારો ભ્રમ હોય, પણ જોવા તો દે કે જાય છે ક્યાં? અને એ લાલ સૂટકેસવાળો ખરેખર રદ્દીવાળાની દુકાન તરફ ચાલવા માંડ્યો હતો. એ પોતે આગળ વધ્યો કે બે ડમ્પર વચ્ચે આવી ગયા અને એ દેખાતો બંધ થઈ ગયો. રંજને ફટાફટ નાઇટડ્રેસ બદલ્યો. બહાર નીકળીને દોડતી રદ્દીવાળાની દુકાન પાસે ગઈ તો ત્યાં કોઈ નહોતું. દુકાન ખુલ્લી હતી. બાજુવાળાને પૂછ્યું તો જવાબ મળ્યો, "સવજીભાઈ બોલે કિ દસ મિનિ ટમેં આતા હૂં. કુછ માંગતા હૈ ક્યા?" રંજને આસપાસ જોયું. ક્યાંય એ માણસ કે રદ્દીવાળો સવજીભાઈ દેખાયો નહીં, એને સમજાયું નહીં કે કરવું શું? ત્યાં જ સામેથી મનિયાને આવતો જોયો. રંજન દોડીને ગઈ અને એને બધી વાત કરી. મનિયો એકદમ ગુસ્સે થઈ ગયો, "પહેલા કહેવું જોઈએ ને કે એ માણસ હતો? તો તરત જ આવી ગયો હોત સાવ બેવકૂફ છો તું." "એ ય મોઢું સંભાળ. તારી વાઇફ નથી હું. ચાલ ભાગ અહીંથી. મારું હું ફોડી લઈશ. ગેટ લોસ્ટ." "સૉરી બાબા, હું એક્સાઇટ થઈ ગયો. આમ છુટ્ટા હાથે લાખો રુપિયા આપનારો માણસ કોણ છે? કેવો છે? કરે છે શું? આવા સવાલો ક્યારથી પજવે છે મને. જો એને જાળમાં સપડાવી લઈએ તો બન્નેને ઘણું વધુ મળે કે નહીં?"

રંજન ડિકોસ્ટા થોડી નરમ પડી પણ ચહેરા પર કળાવા ન દીધું. "એ જે હોય એ પણ મારી સાથે વાત કરવામાં ધ્યાન રાખજે. તારા જેવા છપ્પન આવ્યા ને ગયા સમજ્યો". મનિયો કંઈ ન બોલ્યો એટલે રંજને પૂછ્યું, "હવે આગળ કરવાનું શું એ બોલીશ?" "હું આસપાસ જોઉં છું. તું આ રદ્દીની દુકાનની આસપાસ જ રહેજે. હવે એકમાત્ર આશરો એ દુકાનદાર છે." આટલું બોલીને મનિયો ઉતાવળે પગલે દોડાદોડી કરવા માંડ્યો. બે-ત્રણ વાર ધક્કા ખાધા પણ કંઈ મેળ ન ખાધો. રંજન ડિકોસ્ટાએ સામેની હોટેલમાં કોલ્ડ ડ્રિન્ક

પછી વડા-પાઉં અને છેલ્લે ચા પીધી પણ રદ્દીવાળો દેખાયો નહીં.

*

અપ્પાસાહેબના વતનમાં રવીન્દ્ર માને ફરી પહોંચી ગયો. યુવાન રાજકારણી અશોક રાવ ક્યારેક પાંચ હજાર, તો ક્યારેક દસ હજાર આપતો હતો. અપ્પાસાહેબની એક-એક માહિતી રવીન્દ્ર માનેને માટે સોનામહોર જેવી હતી. ઓલ્ડ ઇઝ ગોલ્ડ'નો સાચો અર્થ સમજાયો રવીન્દ્રને. ગામના વરિષ્ઠો સાથે ગોળગોળ વાતો કરી પણ કંઈ મળ્યું નહીં. ત્યાં જ મહાદેવ સકપાલ જોઈને એનાં પગલાં ધીમાં પડી ગયાં. રવીન્દ્ર જાણતો હતો કે એક સમયે આ અપ્પાસાહેબનો ખાસ માણસ હતો. એને ફરી દસ હજાર રુપિયાનું બંડલ દેખાવા માંડ્યું. રવીન્દ્રએ સામેથી જઈને મહાદેવ સકપાલને સાથે વાતચીત કરીને મમરો મૂક્યો કે બે-પાંચ હજાર કમાવા છે? ઇચ્છા હોય તો તાડી-માડી કેન્દ્રમાં બેસીએ. સકપાલે ખુશી વ્યક્ત કરી, “વાહ, શું વાત છે? જરા ઘરે વાત કરી દઉં.” દૂર જઈને તેણે મોબાઇલ ફોન પર કોઈકને કહ્યું, “એક મહેમાનને લાવું છું. મને માત્ર દેખાડા પૂરતું પાણી અને એને સ્ટ્રોંગમાં સ્ટ્રોંગ તાડી આપજો. કામ બરાબર થયું તો તારું ઇનામ પાક્કું હો.”

ગોવાની સી.આઈ.ડી. ઇન્સ્પેકટરના ખોળિયામાંથી બહાર નીકળીને એક ઉમંગભરી યુવતીનો આત્મા લવર્સ પૉઇન્ટ બાર ઍન્ડ રેસ્ટોરાંના સ્પેશયલ રુમમાં બેઠો હતો. સલોની માપસેકરે ૧૬મે, ૧૮મે, ૨૦મે, ૨૨મે, કે ૨૪મે વર્ષેય ઠીક, જીવનમાં ક્યારેય કોઈ પુરુષની આ રીતે વિહવળતાપૂર્વક પ્રતીક્ષા નહોતી કરી. લાઇફમાં પહેલી વાર તેણે વિચાર્યું હતું કે શું પહેરું કે તૈયાર થાઉં તો સામેવાળાને ગમશે, સારું લાગશે? પોતાની અંદર આવી કોઈ વ્યક્તિ છે એ ખુદ સલોની માટે આશ્ચર્ય હતું. પાંચ-છ વાર ઘડિયાળમાં જોયું. સૂર્યવંશીની ખાસ સૂચના હોય કે રેસ્ટોરાંની સ્ટાઇલ પણ એક વેઇટર ત્રણેકવાર પૂછી ગયો, "મેંડમ કુછ લાઉં ક્યા?" પણ સલોનીને ક્યાં કંઈ ખાવા કે પીવાની ઇચ્છા હતી. એ તો ઝંખતી હતી સૂર્યવંશીને.

કાચના દરવાજામાંથી સૂર્યવંશી આવતા દેખાયા. તે સામે એકદમ હસે છે એકદમ ખડખડાટ? કે ભ્રમ થયો પોતાને? ના, દરવાજો ખોલીને ખરેખર ખડખડાટ હસતા સૂર્યવંશીએ ડોકિયું કર્યું. સલોની માની ન શકી કે આ માણસ આટલો બધો હસી શકે? ક્યાંક આ પોતાની સોબતની અસર નહીં હોય ને? સૂર્યવંશી પૂરેપૂરો દરવાજો ખોલીને અંદર આવ્યા. એમની પાછળ સફેદ-સાદાં વસ્ત્રોમાં શોભતી યુવતી આવી. બન્ને કોઈક વાત પર હસતાં હતાં. સલોનીના રોમેન્ટિક ડિનરનો મૂડ ઓગળવા માંડ્યો. સૂર્યવંશીએ ટેબલ પાસે આવીને ઓળખાણ કરાવી, "આ ગોવાની સી.આઈ.ડી. ઇન્સ્પેકટર સલોની માપસેકર. અને આ અમારા મુંબઈ પોલીસની સબ ઇન્સ્પેક્ટર દૈવી દીક્ષિત. ખૂબ ટેલેન્ટેડ, હિંમતવાન અને સૌથી અલગ વિચારનારી. આવા ઑફિસરને લીધે પોલીસમાં મારી શ્રદ્ધા ટકી રહે છે." દૈવી થોડી શરમાઈને બોલી, "પ્લીઝ સર..." પછી સલોની સાથે હાથ મિલાવીને બોલી, "નાઇસ મિટિંગ યુ મેંડમ." સલોની પરાણે બોલી, "મને પણ આનંદ થયો." સૂર્યવંશીએ જોશપૂર્વક વાત આગળ વધારી, "સલોની, હજી તો તું દૈવીના કારનામા જાણીશ તો વધુ આનંદ થશે." દૈવી શરમાઈ, "સર, જસ્ટ રુટિન કામ કરું છું હું તો... આપનું માર્ગદર્શન મળતું રહે તો બસ..."

"નો, નો દૈવી યુ મસ્ટ ગેટ ક્રેડિટ. સલોની વચ્ચે મુંબઈમાં એક કુરિયર

કંપનીના વૉચમેનનું મોત થયું. એ દારૂ પી ને જમ્યો અને પાન ખાઈને કૂદી પડ્યો. સિનિયર ઇન્સ્પેક્ટર...શું નામ હતું એનું દૈવી?"

"રાજેશ માપસેકર સર..." "હા, એને લાગ્યું કે ઓપન એન્ડ શટ કેસ છે, સ્યુસાઇડનો. એવા મતલબના પેપર્સ બનાવવાય કહી દીધું દૈવીને...પણ આ છોકરી સાબિત કરાવીને રહી કે એ આપઘાત નહોતો, મર્ડર હતું મર્ડર..."

"વાઉ બ્રિલિયન્ટ... કૉંગ્રેચ્યુલેશન્સ..."

"અને સલોની, તને જાણીને આનંદ થશે કે એ કુરિયર કંપનીમાંથી માત્ર રુટિન કેશ અને ડાયમંડ નહોતા લૂંટાયા પણ કરોડો રૂપિયા લૂંટાયા હતા..."

સલોનીની ઉત્સુકતા વધી, "કરોડો એટલે કેટલા?" સૂર્યવંશી ધીમેથી બોલ્યા, "૫૦, ૧૦૦, ૧૫૦ કે ૨૦૦ કરોડ... કદાચ એનાથી ય વધુ... પણ કોઈ ફરિયાદ થઈ નથી..." સલોનીને અચાનક દૈવી ગમવા માંડી. કરોડોની મોટીમસ લૂંટ વિશે એ ઘણું જાણતી હશે.

દૈવી હસતા-હસતા પૂરેપૂરા વિવેક સાથે બોલી, "સર, પહેલાં મને હતું કે કંઈક લાઇટ ખાઈશ, પણ હવે તો વખાણથી જ પેટ ભરાઈ ગયું. હું નીકળું?"

સૂર્યવંશી કંઈ બોલે એ પહેલા સલોનીએ દૈવીના હાથ પકડી લીધા. "એમ ચાલે કંઈ? મહેમાનને કંપની નહીં આપે? સૉરી, તું કહું તો ચાલશે ને?"

"સ્યૉર, મેંડમ આપ..."

"નો, આપ. તારે પણ તું કહેવાનું... ઓકે? નાઉ વી આર ફ્રેન્ડ્સ..." સલોની એ જોશપૂર્વક હાથ લંબાવ્યો જે દૈવીએ ઉમળકાભેર પકડી લીધો. સૂર્યવંશીએ મજાક કરી. "તમારી મેજોરિટી વચ્ચે મારું કંઈ નહીં ચાલે હવે. હું નીકળી જાઉં?"

બન્ને સાથે બોલી ઊઠી, "નો વે." ત્રણેય હસવા માંડ્યા. સૂર્યવંશીએ ઇશારો કરતા શેમ્પેઇનની બૉટલ આવી અને ત્રણ ગ્લાસ.

*

તબિયત ખરાબ હોય એમ ખાંસી રહેલા પીટર ફર્નાન્ડિઝે મોઢા પર મેડિકલ માસ્ક પહેર્યું હતું એની બાજુમાં લાલ બૅગ હતી. ખોળામાં ટી.વી.નું પૂઠાંનું કાર્ટૂન હતું, જેમાં તેણે ઘણાં પેકેટ ટ્રાન્સફર કરી દીધા સવજીભાઈ ગલાની મદદથી. આંખમાં આંસુ સાથે પીટર કાચાપાકા ગુજરાતીમાં બોલવા માંડ્યો, "નડિયાદમાં પર દાદાની મોટી દુકાન. હંધાયનું બઉ શોષણ કર્યું. જેને જેને પૈસા આપ્યા એ બધું આ ડાયરીમાં લખે. એમના વારસદારો ડાયરી સાચવે પણ બુંદિયાળ છે આ ડાયરીઓ. કોઈ ને કોઈ અકસ્માત થાય ને કોઈને કોઈ કમોતે મરે. ત્રણ પેઢી બરબાદ થઈ ગઈ. હવે ન આ જૂનો હિસાબ જોઈએ કે ન એની નિશાની."

*

કાંજુરમાર્ગનું ડમ્પિંગ ગ્રાઉન્ડ નજીક આવતું હતું, ત્યાં પીટરને ઉધરસ ઊપડી. એકદમ જોરદાર. એ માંડમાંડ બોલી શક્યો. "મને ધૂળ અને કચરાની ભારે એલર્જી છે. પ્લીઝ, તમે આ ફેંકી દેશો." સવજીભાઈ ના પાડી ન શક્યા. ત્રણ પૂંઠાંના બૉક્સ સામે સારી એવી રકમ જો મળી હતી. તેઓ પૂંઠાંનું કાર્ટૂન લઈને ગયા અને કચરાના ઢગલા વટાવતા-વટાવતા આગળ વધતા ગયા. ખાસ્સા દૂર જઈને તેમણે કાર્ટૂન નીચે મૂકી દીધું. આજુબાજુમાં ક્યાંક તૂટેલું ટીવી, ખુરશી, કૉમ્પ્યૂટરના મૉનિટર, સોફા અને લાલ સૂટકેસ પડેલી હતી. પરંતુ એકાંત અને પરદાદાની ડાયરીના બુંદિયાળપણાની વાતે એમને વધુ રોકાવા ન દીધા. પાછળ કોઈ પડ્યું હોય એમ એ ઝડપભેર મોટા પગલે ચાલવા માંડ્યા.

*

સલોની, સૂર્યવંશી અને દૈવીના શેમ્પેઇનના ગ્લાસ ભરાયા, ત્યારથી દૈવીનો પહેલા ગ્લાસ ચાલતો હતો. એ પણ તેણે પરાણે પી રહી હતી. 'મને આદત નથી, સર સામે કેવી રીતે લઉં અને પ્લીઝ આગ્રહ ન કરો' સહિતની કોઈ વાત સલોનીએ ન સાંભળી. સૂર્યવંશીનો બીજો અને સલોનીનો ચોથો પેગ ચાલતો હતો. શેમ્પેઇનના હળવા નશા સાથે સલોનીના વિચારો તોફાન કરતા હતા. ત્રણેયમાં દૈવી દીક્ષિતને શેમ્પેઇનની અલગ જ મજા આવતી હતી. આ નશો ન બોલાવીને કેટકેટલું કહી દેતો હતો. સલોની વાત ભલે દૈવી સાથે કરતી હોય પણ એ ત્રાંસી નજરે સૂર્યવંશી સામે જોતી રહેતી હતી. આ વાત દૈવી અને સૂર્યવંશીના ધ્યાનમાં આવ્યા વગર ન રહી. અચાનક સૂર્યવંશી ઊભા થયા, "એક્સક્યુઝ મી લેડીઝ... બે મિનિટમાં આવ્યો હું."

એમના ગયા બાદ દૈવીએ સલોનીનો હાથ પકડી લીધો. "આ સર બહુ સારા માણસ છે. ડ્યૂટી બજાવવામાં બધું ભૂલી ગયા છે. પ્લીઝ, સાચવજો મારા ભાઈને હો."

"ભાઈ? તું ભાઈ બોલીને?"

"હા, ભાઈ. માનેલા પણ સગાથી વિશેષ. પ્લીઝ..." આટલું સાંભળીને સલોની એકદમ ઊભી થઈને એની બાજુની ખુરશીમાં બેસી ગઈ. તેણે દૈવીનો હાથ પકડીને ચુમી લીધો અને રડવા માંડી. દૈવી કંઈ ન બોલી. ચૂપચાપ જોતી રહી. પાછળથી સૂર્યવંશીના ખોંખારાનો અવાજ આવ્યો. દૈવીએ પાછળ જોયું પણ સલોની ન હલી. સૂર્યવંશી જઈને સલોની ખુરશી પર બેસી ગયા. બન્ને સામે જોઈને તેમણે પૂછ્યું, "બધું બરાબર છે ને?" દૈવી ઊભાં થતાં બોલી, "હા, એકદમ પરફેક્ટ! હવે મારે નીકળવું જોઈએ. પપ્પા, રાહ જોતા હશે."

"અરે, ડિનર લઈને જા ને..."

“ફરી ક્યારેક સર... બાય સલોની મૅડમ.”

સલોની માથું ઊંચું કરીને બોલી, “બાય... થૅન્ક્સ... સી યુ અગેઇન...”

દૈવીના ગયા બાદ સૂર્યવંશીએ સલોનીને પૂછ્યું, “ડિનરનો ઑર્ડર કરીએ?”

“હા, એ પહેલા એક-એક પેગ આપણા બન્નેના મળવાના નામે.”

ન સમજાય એવી લાગણી સાથે સૂર્યવંશીએ બન્નેના ગ્લાસ ભર્યા. પણ જીવનમાં કંઈક નવુંસવું, મીઠું મીઠું થઈ રહ્યું હતું જે એને ગમતું હતું.

*

માજી સરપંચ મહાદેવ સકપાળેના પ્લાન મુજબ ક્યારનું ડ્રિન્કિંગ ચાલી રહ્યું હતું. રવીન્દ્ર માનેને આદત કે મફતનું મળે એટલે મૂકવું નહીં, જેટલું મળે એટલું. એમાંય સારી તાડી સાથે મસાલેદાર તીખું તમતમતું ખાવાનું. રવીન્દ્ર માને હવે જાત પરથી અંકુશ ગુમાવી રહ્યો હતો. પણ એ અગાઉ અપ્પાસાહેબ રાવ વિશે જે નાનું-નાનું ખોટું કે ખરાબ જાણતા હોય પોતાને કહી દેવાની ઑફર કરી. રોકડા મળશે, અશોક રાવની શાબાશી મળશે. એ નશામાં બડબડતો હતો, “અશોક રાવ ઊગતો સૂરજ છે, ને અપ્પાસાહેબ આથમી ગયો...” સકપાળને કાળ ચડ્યો માને પર. તેણે નજીક જઈને માનેના કાનમાં કીધું, “મજા કરવાની ઇચ્છા છે? નવી આઇટમ આવી છે ગામમાં...” માનેની આંખમાં ચમક આવી ગઈ. એ ઊભો થઈ ગયો, હાથમાં તાડીની બૉટલ લઈને રવીન્દ્ર માને ચાલવા માંડ્યો ને એની પાછળ પાછળ સકપાળ. ખાસ્સું ચાલ્યા બાદ ટેકરીઓ શરૂ થઈ. સાંકડી કેડી પર ચાલતી વખતે રવીન્દ્ર માનેના પગ ડગમગી ગયા. એ પોતાને સંભાળે એ અગાઉ પાછળથી સકપાળે કચકચાવીને લાત મારી ને એ ખીણમાં સરી પડ્યો. આ જોઈને મહાદેવ સકપાળે ખીણની નજીક આવ્યો અને અંદર થૂંક્યો. એના મોઢામાંથી ગંદી ગાળો નીકળવા માંડી.

રંજન ડિકોસ્ટા ઉર્ફે રસીલી રાની કંટાળી ગઈ. આઠમી ચા પીતી વખતે તેણે જોયું કે 'ગાલા પેપર માર્ટ' પાસે કંઈક ચહલપહલ છે. તે દોડીને ગઈ. માલિક સવજીભાઈ ગાલા દુકાન વધાવી લેવાની તૈયારીમાં દેખાયા. રંજને પૂછ્યું, "મારા ઘરેથી પૂઠાંના વીસ બૉક્સ નીકળ્યા એ લઈ આવું?"

"હમણાં રહેવા દો. એ ભાઈ તો ગયા!"

"પેલા લાલ સૂટકેસવાળા ભાઈ? એમને મેં તમારી દુકાને આવતા જોયા પણ હું ખરીદી કરતી હતી..."

"હા, બિચારો હેરાન થતો હતો, છૂટ્યો ભૂતકાળની પીડામાંથી!"

"એવી તે કઈ પીડા જેને લીધે લાલ સૂટકેસ લઈને દોડાદોડી કરતા હતા બિચારા?"

"અરે, બાપદાદાનું જૂનું કંઈક હતું જે પજવતું હતું. ફગાવીને આવ્યા અમે કાંજુરમાર્ગ ડમ્પિંગ ગ્રાઉન્ડમાં, ત્યાંથી જ સીધો આવ્યો. માણસ બહુ ભલો, ઉદાર અને દિલદાર. પૈસા આપવામાં જરાય કંજૂસી નહીં હો."

બસ, રંજનને વધુ સાંભળવું નહોતું. તે દોડી મનિયા પાસે જવા, એને લાગ્યું કે "મોડું થયું તો ઘણું ગુમાવી બેસીશું."

*

અશોક ગોપાલ રાવ ક્યારનો ફોન લગાવતો હતો, પણ રવીન્દ્ર માને જવાબ જ આપતો નહોતો. અશોકને ગુસ્સો આવ્યો, "જરાક હસીને વાત કરી અને માગ્યા એટલા પૈસા આપ્યા ત્યાં તો માથે ચઢી ગયો બેવકૂફ." મોબાઇલ ફોનની બેલ વાગી, પણ તેણે ફોન ન ઉપાડ્યો. અંદર આવીને પી.એ. એ માહિતી આપી કે આપના આમંત્રણને માનીને પેલી ટીવી સ્ટાર સુચેતા રાજવંશ આવી છે. "ઠીક છે એને દસ મિનિટ બાદ અંદર મોકલ." જેવો પી.એ. ગયો કે અશોક રાવ મોબાઇલ ફોનમાં સેલ્ફી ક્લિક કરવા માંડ્યો. પ્રધાન બન્યા પછી આજે એનો પહેલો જાહેર સત્કાર સમારંભ હતો એટલે થોડો વધુ પડતો તૈયાર થયો હતો એ. ધડાધડ અલગ-અલગ પોઝમાં સેલ્ફી લઈને એને સંતોષ થયો.

થોડી વારમાં સુચેતા રાજવંશ અંદર આવી. કેબિન પરફ્યુમથી મધમધી ગઈ.

સુગંધ ઉપરાંત સુચેતાના સૌંદર્યથી કેબિન ઊભરાઈ ગઈ. અશોક રાવનું મોઢું આશ્ચર્યથી ખુલ્લું રહી ગયું. સુચેતાએ આગળ વધીને હાથ પકડીને હસ્તધૂનન કર્યું ત્યારે અશોક રાવ માંડ હોશમાં આવ્યો. એ ગેંગેફેફે થઈ ગયો. "અરે આપ બૈઠિયે બૈઠિયે પ્લીઝ."

સુચેતા મીઠું મલકીને બેસી ગઈ, પણ અશોક રાવ ઊભો ને ઊભો રહ્યો. "સર, આપ ભી બૈઠિયે ન પ્લીઝ."

આ સાંભળીને અશોક બેસી ગયો ને માંડ માંડ પૂછ્યું, "ક્યા લેંગે આપ, સુચેતાજી?"

"સર પ્લીઝ, જી મત કહીએ મુઝે..."

"ઓ.કે. જી, મગર ક્યા લેંગી આપ..."

"કુછ નહીં... આપ કો મિલી તો સબ મિલ ગયા..."

"અરે ઐસે કૈસે હો સકતા હૈ?"ત્યાં જ ઇન્ટરકૉમ ફોન રણક્યો, "હા, હા... થોડી દેર મેં નિકલતે હૈ..."

"સર, આપ કો કહીં જાના હૈ?"

"હા, મેરા સન્માન સમારંભ હૈ... લોગ માનતે હી નહીં..."

"કૉંગ્રેચ્યુલેશન્સ..."

"થૅન્ક યુ. આપ ફ્રી હો તો સાથ કાર મેં ચલે... બાતચીત હો પાયેગી."

"સ્યૉર સર. મુઝે ખુશી હોગી આપ કે સાથ રહ કર." અશોક ખુશખુશાલ થઈ ગયો. તેણે પી.એ.ને સૂચના આપી; "તુમ દૂસરી ગાડી મેં આના. ઑર્ગેનાઈઝર કો બોલ દો કિ મશહૂર ટીવી સ્ટાર સુચેતા રાજવંશજી ભી મંચ પર બિરાજમાન હોગી હમારે સાથ."

*

અશોક રાવ મોબાઇલ ફોનમાં સેલ્ફી લેતો હતો, ત્યારે કાંજુરમાર્ગ ડમ્પિંગ ગ્રાઉન્ડમાં નવાજૂની થવામાં હતી. ગ્રાઉન્ડમાં ખૂબ અંદર એક કાચા છાપરા નીચે મહેમૂદ અલી ભંગાર અને ઇન્સ્પેક્ટર બબનરાવ તુપે બેઠા હતા, ત્યાં કામચલાઉ ઇલેક્ટ્રિક કનેકશન હતું, ને ડિશ ટીવી પણ. બન્ને ઇન્ડિયન વ્હિસ્કી ગટગટાવી રહ્યા હતા. મહેમૂદ ભંગાર અમુક સર્કલમાં ગાર્બેજ માફિયા તરીકે ઓળખાતો હતો, બબનરાવ તુપે વર્દીવાળો ગુંડો ગણાતો હતો. ડમ્પિંગ ગ્રાઉન્ડનો કચરો ભલે કોઈને ગંદકી લાગે, પણ એમાંથી કરોડોનો ધંધો થતો હતો. એક સમયે ઘરે ઘરે જઈને ભંગાર ખરીદનારો મહેમૂદ વીસેક વર્ષથી પોતાની ગાર્બેજ ગેંગ ચલાવતો હતો. આવક મોટી એટલે હરીફ ઊભા થયા વગર ન રહે. અહીં કચરા તરીકે ફેંકાઈ જતા બગડેલા-તૂટેલા ટીવી, કૉમ્પ્યૂટર, સોફા, ખુરશી,

ટેબલ, પલંગ અને મેડિકલ વેસ્ટ સહિતની ચીજો વેચાતી હતી, રિસાઈકલ થતી હતી, અહીં ફેંકાયેલી દવા તો કમનસીબ દર્દીઓના પેટમાં પહોંચી જતી હતી.

જોકે અત્યારે મહેમૂદ ભંગારને એ વાતનું પેટમાં દુઃખતું હતું કે, છેલ્લા છ-આઠ મહિનાથી પોતાની આવક ઘટી રહી હતી. અહીં આવતો કચરો ઘટ્યો હતો કે પછી કચરાને પગ આવી જતા હતા. રાતે સાડાઆઠ વાગ્યા ત્યાં સુધીમાં તો બન્ને અડધી-અડધી બૉટલ વ્હિસ્કી પેટમાં ઉતારી ચૂક્યા હતા. ઊંચા અવાજે બબનરાવ દલીલ કરતો હતો, "મોંઘવારી સાથે મારો હપતો વધવો જોઈએ, એને બદલે ઘટે એ કેમ ચાલે?"

મહેમૂદ ભંગાર સમજાવતો હતો, "તુપે સાહબ, ચોરી બઢ ગઈ હૈ મગર ચોર કો આપને પકડા? સામનેવાલી ગેંગ કે કિસી આદમી કો ટપકાયા? નહીં. અંદર તક નહીં કિયા હૈ, ફિર મૈં કૈસે હપતા બઢાઉં?"

"મહેમૂદભાઈ, આપસે પુરાના રિલેશન હૈ. યૂસફ બાટલી મેરે પીછે પડા હૈ વહ આપ જાનતે હૈ, ચલા જાઉં ઉસકે પાસ?"

"તુપે સાહબ, તુપે સાહબ. અબ અલગ હોને કી નહીં, જ્યાદા કમાને કી સોચતે હૈ. ઉસ બાટલી પે કાનૂન કા ઢક્કન લગા દો આપ. સબ ડમ્પિંગ ગ્રાઉન્ડ મેરે અન્દર આ જાયે તો ફિર આપ માંગો વહ મિલેગા."

"સોચતા હૂં મૈં મગર યૂસફ બાટલી કે પીછે પૉલિટિકલ પાવર હૈ."

"પૉલિટિશ્યન કો ક્યા ચાહીએ? સિર્ફ રુપિયા. વહ મૈં ભી દૂંગા. આપ બાટલી કો બૂચ મારને કા સોચો. હર ટ્રકવાલે કે લિયે સિર્ફ હમારે ગ્રાઉન્ડ્સ પર કચરા ડાલના કમ્પલસરી કર દેંગે; ઔર ગ્રાઉન્ડમેં ચોરી કરનેવાલોં કો રોકને કે લિયે આપ જ્યાદા પુલીસ લગાઓ. યા ગુંડે કા ઇન્તેજામ કરલૂં મૈં?"

બન્નેની વાતચીતમાં ખલેલ પડી કંઈક અવાજથી. મહેમૂદ ભંગાર અને બબનરાવ તુપે ચૂપ થઈ ગયા. બન્ને પોતપોતાની જગ્યાએથી ઊભા થઈ ગયા. દબાતે પગલે બન્ને અલગ-અલગ દિશામાં આગળ વધવા માંડ્યા. તુપેએ હોલ્સ્ટરમાંથી રિવૉલ્વર કાઢી અને મહેમૂદે ચાકુના હાથા પર પકડ જમાવી. આછા અજવાળામાં બબનરાવે જોયું કે દૂર કોઈક ખાંખાંખોળા કરી રહ્યું છે. નાની ટૉર્ચ કે મોબાઇલ ફોનની લાઇટનો પ્રકાશ આમતેમ થતો હતો. ચોક્કસ કોઈક ચોર હશે. અચાનક કંઈક જોરદાર હિલચાલ થઈ.

અંધારામાં બબનરાવ પર કંઈ પડ્યું. ગભરાઈને તેણે રિવૉલ્વરમાંથી ગોળી છોડી. એક મરણતોલ ચીસ સંભળાઈ. મહેમૂદ ભંગાર દોડીને આવ્યો. કોઈકના કણસવાનો અવાજ આવતો રહ્યો. બન્ને ધીરે-ધીરે આગળ વધ્યા, ત્યારે લોહીના ખાબોચિયામાં એક માણસ પડ્યો હતો. નજીક પડેલી લાલ સૂટકેસ પર એના

હાથની પકડ વધી રહી હતી. એ મનિયો હતો. એની બીડાતી આંખમાં રામુલુ પરચુરી, આસિફ, વડોદરાના પોલીસ કમિશનર કુલદીપ ગેહલોત અને વ્હિસ્કીના ઇંજેક્શનથી ભરાતા ટમેટા હતા... એને રંજન ડિકોસ્ટા યાદ આવી જે ગોળીનો અવાજ સાંભળીને રિક્ષામાં ડમ્પિંગ ગ્રાઉન્ડથી દૂર ને દૂર જઈ રહી હતી. રંજનને ગુસ્સો આવ્યો, "બેવકૂફ મનિયાએ ગોળી ચલાવવાની શું જરૂર હતી?" એના આ સવાલનો જવાબ મનિયો ક્યારેય આપી શકવાનો નહોતો, કારણ કે તે બધી મોહ-માયામાંથી મુક્ત થઈ ચૂક્યો હતો કાયમ માટે.

૫૦

નવાસવા પ્રધાન બન્યાનો નશો અને સુચેતા રાજવંશ જેવી યંગ, હૉટ અને બ્યુટિફુલ ટીવી સ્ટારની કંપનીમાં અશોક રાવ એકદમ છકી ગયો. સાવ ગાંડાની જેમ કારમાં જ સેલ્ફી પાડવા માંડ્યો. હકીકતમાં તો સેલ્ફીના નામે સુચેતાની નજીક જવાનું બહાનું શોધતો હતો. સુચેતા એના કરતાંય વધુ ઉત્સાહી નીકળી. એ અલગ-અલગ પૉઝ આપવાને બહાને એટલી નજીક જતી હતી કે અશોકના ગળા, ગાલ અને કાનને એના ઉચ્છ્વાસ સ્પર્શે. આનાથી તો અશોક વધુ ભૂરાંટો થયો. ડ્રાઇવરની હાજરી ન હોય તો કારની અંદર જ ન થવાનું થઈ ગયું હોત.

સત્કાર સમારંભમાં અશોકનું ધ્યાન કાર્યક્રમમાં ઓછું અને સુચેતામાં વધુ હતું, જે બધા જોઈ શકતા હતા. બધાએ અશોક રાવ અને એના પપ્પા ગોપાલ રાવની શાબ્દિક આરતી ઉતાર્યા બાદ અશોક રાવ બોલવા ઊભો થયો. સૌનો આભાર માનવાની ઔપચારિકતા પૂરી કર્યા બાદ તે મૂળ મુદ્દા પર આવ્યો. "રાજકારણમાં વધુ ને વધુ યુવાન અને શિક્ષિત લોકો આવે એ જોવાની આપણી સૌની ફરજ છે. મારી સાથે મંચ પર બિરાજમાન સુચેતા રાજવંશને હું વિનંતી કરીશ કે અમારી સાથે જોડાઈ જાય અને રાજ્યના વિકાસમાં યોગદાન આપે. સુચેતા સ્થાનિક વિકાસ મંચ (રિયલ)ની મહિલા પાંખનું અધ્યક્ષપદ સંભાળે એવું હું ઇચ્છું છું."

સુચેતાને પોતાના કાન પર વિશ્વાસ જ ન બેઠો. મોઢું ખોલ્યા વગર પતાસું મળી ગયું એ આનું નામ. તે ઊભી થઈ અને સૌની સામે હાથ જોડ્યા. અશોક રાવને સ્મિત આપીને કૉલ આપ્યો, "આપ અને પાર્ટી જે આદેશ આપશો તે જવાબદારી નિભાવવા હું સાચા દિલથી પ્રયત્ન કરીશ."

તાળીઓના ગડગડાટ સાથે મેદનીએ તેને વધાવી લીધી. સુચેતા રાજવંશ જલદી માઇક છોડવાના મૂડમાં નહોતી. એ કરતી રહી પોતાના સંઘર્ષના દિવસોની વાતો. સિનેમા અને સંસ્કૃતિની વાહિયાત અને વિકૃત સમજ માઇક પર ઓકતી કરી. વચ્ચે વચ્ચે ક્યારેક તાળીઓ પડતી રહી. કોઈક મૂછમાં હસતા હતા, તો કોઈ ધીમા અવાજે ગુસપુસ કરવા માંડ્યા કે મિનિસ્ટર બન્યો છે એટલે પોત પ્રકાશ્યા વગર થોડો રહેવાનો! પાંચ મિનિટમાં જ પી.એ.એ આવીને અશોક રાવના

કાનમાં ફૂંક મારી "પપ્પાએ આપને મળવા બોલાવ્યા છે તરત જ." એના શબ્દો પર ધ્યાન આપ્યા વગર અશોક રાવ તો સુચેતાને જોઈ રહ્યો.

મિટિંગ પત્યા બાદ અશોક રાવ ધીમેથી સુચેતાના કાનમાં બોલ્યો. "ખૂબ થાક્યો છું પણ એક મિટિંગ છે આરે કૉલોનીમાં. સમય હોય તો ચાલો, રસ્તામાં પાર્ટીની કામગીરી સમજાવી દઉં." કંઈ બોલવાને બદલે સુચેતાએ સ્મિત ફરકાવીને હા પાડી.

*

કલાકો રાહ જોવા છતાં અશોક ન આવ્યો, ત્યારે ગોપાલ રાવ ગુસ્સો રોકી ન શક્યા. લાલચોળ ચહેરે મનમાં સવાલ જાગ્યો કે આને જન્મ આપીને ભૂલ કરી કે પછી પ્રધાન બનાવીને? અત્યારથી આવી હાલત છે તો ભવિષ્યમાં રાજકારણમાં આગળ વધે ત્યારે શું નહીં કરે? અશોકના ફોન પર બેલ વાગતી હતી, એટલે એના પી.એ.ને ફોન કર્યો. એ બિચારો માંડ બોલી શક્યો, "સર તો મિટિંગમાં છે."

એ મિટિંગ આરે કૉલોનીની એક હૉટેલમાં લાંબી ચાલી, છેક સવાર સુધી. સવારે અશોક રાવે ટીવી ચાલુ કર્યું તો ખબર પડી કે અપ્પાસાહેબના એક જમાનાના વિશ્વાસુ રવીન્દ્ર માનેની લાશ મળી છે. ટીવી ઑન્કર સવાલ પૂછી રહ્યો હતો, "ક્યા અપ્પાસાહેબ કો બદનામ કરને કી સાઝિશ હો રહી હૈ? કૌન હૈ ઇસ કે ખૂની ખેલ કે પીછે?" અશોક રાવે જોયું તો પપ્પાના ૨૪ મિસ્ડ કૉલ હતા. તેણે ફોન કર્યો, તો ગોપાલ રાવ તાડુક્યા, "નવીસવી પાર્ટી ખતમ કરી નાખવી છે કે મારું બારમુ પતાવવું છે તારે?"

"પણ…"

"પણ ને બણ મારે કંઈ સાંભળવું નથી. દલીલ બંધ. એક છોકરી માટે બાપના ફોન ઉપાડવાનો સમય નથી તને. પેલી ઑક્ટ્રેસને છોડીને જલદી આવ. તને આરે કૉલોનીથી અહીં આવતા વધુ વાર લાગી તો મારા જેવું ભૂંડું કોઈ નથી હોં."

*

ઇન્સ્પેક્ટર બબનરાવ તુપે અને મહેમૂદ ભંગારને સવાર સુધી ઊંઘ ન આવી. અચાનક લાઇટ જતી રહેવાથી કોને ગોળી વાગી અને કોણ મર્યું એ જોવાનું શક્ય નહોતું. કદાચ કોઈ બીજું સાથે હોય તો જીવ પર જોખમ. બન્નેએ થોડું વધુ પીધું. ટૉર્ચ ટેબલ પર હાથવગી રાખી અને વહેલી સવાર સુધી ઝોકાં ખાધાં. સતત ફફડાટ અને દૂર પડેલી લાશને લીધે ખૂબ ઉચ્ચાટ હતો. ફફડાટ હતો. બબનરાવના પ્રમાણમાં મહેમૂદ સ્વસ્થ હતો. એને થોડી ઊંઘ પણ આવી. બબનરાવ મનોમન પોરસાયો કે મારા જેવો જાંબાઝ પોલીસ ઑફિસર હોય પછી એને ડર શાનો લાગે?

દાદલો / 209

સૂર્યોદય થવા સાથે બન્ને ઊભા થયા. ધીરે-ધીરે આગળ વધ્યા. સામે મનિયાના શબ પર માખી બણબણતી હતી અને એનો હાથ બાજુમાં લાલ સૂટકેસ પર હતો. બબનરાવે બળપૂર્વક પગથી મનિયાનો હાથ હટાવ્યો. મહેમૂદને ઈશારો કર્યો કે સૂટકેસ ખોલ. નવીનકોર લાગતી સૂટકેસમાં કરોડો રૂપિયા હશે એમ માનીને મનિયો અહીં રંજન ડિકોસ્ટા સાથે આવ્યો હતો, પણ એ મૃતદશામાં સૂટકેસ પાસે પડ્યો હતો. મહેમૂદે ઊભડક બેસીને બન્ને તરફથી બૅગની ચેન ખોલી અને ઉપરનો ભાગ ઊંચક્યો અને તે ફસડાઈ પડ્યો. બૅગમાં વધુ એક લાશ હતી!

*

પીટર ફર્નાન્ડિઝ બે કલાકથી વિચારી રહ્યો હતો. મનમાં એક પછી એક આગામી પગલાંની માંડણી કરી રહ્યો હતો. રોઝીનો ઈ-મેલ ફરીથી વાંચ્યો. કાયમ માટે સ્થાયી થવા કે નાગરિકત્વ મેળવવાનું અમુક દેશમાં શક્ય હતું, પણ એના માટે સારી એવી મોટી રકમ જોઈએ. પીટર વાંચવા માંડ્યો, "એન્ટીગુઆ અને બાર્બુડા માટે અઢી લાખ અમેરિકન ડૉલર, કૅનેડા માટે આઠ લાખ કેનેડિયન ડૉલર, અમેરિકા માટે પાંચ લાખ અમેરિકન ડૉલર, બ્રિટન માટે પાંચ લાખ અમેરિકન ડૉલર, સ્વિટ્ઝર્લૅન્ડ માટે અઢી લાખ સ્વીસ ફ્રૅંક, પોર્ટુગલ માટે પાંચ લાખ પાઉન્ડ, સ્પેન માટે પાંચ લાખ પાઉન્ડ, ફ્રાંસ માટે એક કરોડ પાઉન્ડ, ન્યૂઝીલૅન્ડ માટે ૧૫ લાખ ન્યૂઝીલૅન્ડ ડૉલર અને ઑસ્ટ્રેલિયા માટે પચાસ લાખ ઑસ્ટ્રેલિયન ડૉલર... સાઉન્ડ્સ ગુડ... કોઈ પણ લલચાઈ જાય... પણ..."

વાહ! રોકડવાલાને સલામ કરવામાં દુનિયાનો એકેય દેશ પાછળ નથી. આ વાતની આજે ખબર પડી. આ વિચાર સાથે પીટરે આંખ પર બન્ને હાથ મૂકી દીધા અને બબડ્યો, "આ બધા દેશ તો સત્તાવાર રૂટ છે. અહીં ખુલ્લેઆમ જ જઈ શકાય અને હું જાઉં તો પકડાઈ જતા વાર ન લાગે. વર્ષોની જેલ નક્કી કારણ કે આમાંથી મોટા ભાગના દેશ સાથે આપણી એક્સ્ટ્રાડિશન ટ્રીટી છે એટલે પોતાને ભારત ભેગો કરી દેતા વાર ન લાગે. કદાચ બેસ્ટ વિકલ્પ તો છે અબખાઝિયા જ.

હા, એક સમયે સોવિયેત સંઘના રાજ્ય જ્યોર્જિયાનો ભાગ હતો આ પ્રાંત. પરંતુ ૧૯૩૧માં સ્વતંત્ર હોવાથી જ્યોર્જિયામાં ભળી ગયા બાદ તેને ઘણી સ્વાયત્તતા મળી હતી. ૧૯૯૧માં જ્યોર્જિયાએ પોતાને સોવિયેત સંઘથી આઝાદ જાહેર કર્યું ત્યારે અબખાઝિયાના પ્રજાજનોમાં ફફડાટ વ્યાપી ગયો કે હવે આપણી સ્વાયત્તતા છીનવી લેવાશે. તંગદિલીને પગલે ૧૯૯૨માં આંતરયુદ્ધ ફાટી નીકળ્યું. શરૂઆતમાં જ્યોર્જિયાનું લશ્કર ફાવી ગયું અને બધા બળવાખોરોને મારી હટાવ્યા કે તગેડી મુકાયા, પરંતુ બળવાખોરો ફરી એક થઈને ત્રાટક્યા, હજારો માર્યા

210 / દાદલો

ગયા, જ્યોર્જિયન મૂળના લાખો લોકોએ અબખાઝિયાથી હિજરત કરી. અંતે અબખાઝિયાએ પોતાને સ્વતંત્ર રાષ્ટ્ર જાહેર કરી દીધું, પરંતુ બહુ ઓછા દેશે એને માન્યતા આપી છે.

પીટરને થયું કે, એક સમયે પર્યટકોમાં ખૂબ પ્રિય અબખાઝિયામાં હાલ ઘણી હોટેલ અને રેસ્ટોરાં ખાલી પડ્યાં છે. ત્યાં પોતાના પૈસાના જોરે નામ-ઓળખ બદલીને શાંતિથી રહી શકાય. શક્ય હોય તો ત્યાંની નાગરિકતા મેળવી લેવાય. થોડો સમય વીતે એટલે પોતાનું મોટું સપનું સાકાર કરી શકાય અને પછી દુનિયાભરમાં ભ્રમણ કરતા પોતાને કોણ રોકવાનું છે? પણ સલામતપણે એટલે કે પકડાયા વગર અબખાઝિયા પહોંચવું કેવી રીતે?

*

ઇન્સ્પેકટર બબનરાવ પુતે પર એકથી વધુ લાગણી સવાર થઈ ગઈ હતી. એક પછી એક ઘટનાથી મગજ એકદમ બહેર મારી ગયું હતું. એક તો માણસને મારી નાખવો પડ્યો, આખી રાત ઉજાગરો, ભરપૂર ઢીંચેલી વ્હીસ્કી, આ નવી લાશનું મળવું અને મહેમૂદ ભંગારનું બેહોશ થઈ જવું. કેટકેટલીવાર એનું નામ લઈને જગાડવાના પ્રયાસ કર્યા પણ હલે એ બીજો. બબનરાવનું મગજ ફાટફાટ થવા માંડ્યું. નાછૂટકે પાણીની છાંટ નાખીને બબનરાવે મહેમૂદને ઢંઢોળ્યો. એના ચહેરા પર ગભરાટ હતો. એ માંડ માંડ બોલી શક્યો, "આ... આ તો યૂસફ બાટલીની લાશ છે!"

યૂસફ બાટલી એટલે તો ગાર્બેજ માફિયાના કસદાર ધંધામાં મહેમૂદ ભંગારનો દુશ્મન નંબર વન. કંઈ રિઍક્ટ કરે એ અગાઉ મહેમૂદ ભંગારની પાછળ જે જોયું એનાથી ઇન્સ્પેકટર બબનરાવ પુતેની આંખ ફાટીને ફાટી રહી ગઈ. શું હવે ગાર્બેજ માફિયામાંથી ગેંગવૉર શરૂ થયું? બબનરાવ તૂપેને ધોળે દિવસે તારા દેખાવા માંડ્યા અને સાથોસાથ આંખે અંધારાં આવતાં હોય એવું લાગવા માંડ્યું.

કાંજુરમાર્ગ ડમ્પિંગ ગ્રાઉન્ડમાં ગોળીથી વીંધાયેલી લાશ, બીજી બૅગમાં ગૂંચળું વળીને પડેલો મૃતદેહ, પોલીસ ઇન્સ્પેક્ટર અને ગાર્બેજ માફિયાની એક સમયે એકસાથે હાજરી ઓછી હોય એમ સામેથી ઇન્સ્પેક્ટર કિરણ પાચપુતે આવ્યો, એની સાથે ઇસ્માઈલ છોટા બાટલી હતો. બે હવાલદાર પણ હતા.

આખા સિનારિયોને રસપ્રદ બનાવતી હકીકત એ હતી કે બબનરાવ તુપે અને કિરણ પાચપુતે એક જ પોલીસ સ્ટેશનમાં હતા. તુપે લાંબા સમયથી મહેમૂદ ભંગાર સાથે હતો, તો એનો સિનિયર કિરણ પાચપુતે છ મહિનાથી યૂસફ બાટલીની ગુડબુકમાં આવ્યો હતો, ને ઇસ્માઈલ છોટા બાટલી યૂસફ બાટલીનો નાનો સાવકો ભાઈ અને એનો જમણો હાથ હતો.

મનિયાની લાશનું કિરણ પાચપુતેએ નિરીક્ષણ કર્યું. આસપાસનું લોહી સુકાઈ ગયું હતું. પછી બૅગમાં પડેલા નિર્જીવ યૂસફ બાટલીવાલાને વ્યવસ્થિત રીતે જોવા માટે એ નજીક બેસી ગયો. ઇસ્માઈલ રોષમાં એકદમ મહેમૂદ ભંગારની નજીક ધસી ગયો તો પાચપુતેએ આડો હાથ ધર્યો પછી એ ધીમેથી ઊભો થયો. હળવા પગલે બબનરાવ તુપે પાસે જઈને આછા સ્મિત સાથે બોલ્યો, "કૉંગ્રેચ્યુલેશન્સ તુપેસાહેબ... તમે તો આપણી પોલીસવાળાની ઇમેજ સુધારી નાખી હો... ઘટનાસ્થળે ફરિયાદ મળ્યા અગાઉ પહોંચીને..."

"અરે પાચપુતેજી, મારા ખબરી પાસેથી માહિતી મળી હતી કે એક ખૂંખાર ગુનેગાર આવવાનો છે એટલે એની પાછળ પાછળ હું અહીં સુધી આવી ગયો..."

"ગુડ ગુડ. પોલીસ સ્ટેશન ઇન્ચાર્જને જાણ કરી જ હશે આપે. કોણ છે આ ખૂંખાર અપરાધી?"

"ચોક્કસ નામ નહોતું મળ્યું મને..."

"અચ્છા એના અપરાધની વિગતો મળી હશે. શેના માટે વૉન્ટેડ છે એ?"

જમાનાના ખાધેલા અને ભયંકર ભ્રષ્ટાચારી તુપેને થોડો શાંત અને ઢીલો પડેલો જોઈને પાચપુતે મનોમન હરખાયો: આજે બરાબરનો લાગમાં આવ્યો છે મારો બેટો. પાચપુતેએ હવાલદારને સૂચના આપી, "ફૉરેન્સિક ટીમ અને ઑમ્બ્યુલન્સને બોલાવો. પોલીસ સ્ટેશન ઇન્ચાર્જ સરનેય માહિતી આપો."

જીવ તાળવે ચોંટી ગયો. એને જીવતો જ ચાવી જવાનો હોય એવા ખુન્નસ સાથે ઇસ્માઈલ છોટા બાટલી સતત મહેમૂદ ભંગારને ઘૂરી ઘૂરીને જોતો હતો. પાચપુતેએ ઇસ્માઈલ સામે જોયું, "જરાય ઉશ્કેરાયો તો મારા જેવું ભૂંડું કોઈ નહીં હોય. તુપે સર હમણાં બધા પ્રશ્નો ઉકેલી આપશે. બરાબરને સર? તો આપને માહિતી મળી અને આપ ગુનેગારનું પગેરું દબાવતા-દબાવતા અહીં સુધી આવી ગયા. બરાબર?"

"જી, બરાબર."

"ગુંડો, શું કીધું તમે... હા ખૂંખાર ગુનેગારે ભાગવાનો પ્રયાસ કર્યો હશે કાં આપની ઉપર હુમલો કર્યો હશે એટલે સ્વબચાવમાં આપે કરેલા ગોળીબારમાં એ માર્યો ગયો. બરાબર?"

"યસ યસ, એવું જ થયું હતું..."

"આપ હજી અહીં જ છો એટલે ઍન્કાઉન્ટરને બહુ વાર નહીં થઈ હોય. બાય ધ વે, કેટલા વાગ્યે બન્યું એ?"

"સમય... ચોક્કસ સમય તો..."

"અરે સમજી ગયો હું...આપણે ક્યાં છ કલાક ૪૩ મિનિટને ૪૨ સેકંડ જેવો પરફેક્ટ ટાઇમ જોઈએ છે. બે કલાક થયા કે ત્રણ કલાક?"

'બે-બે કલાક થયા...પછી એના કોઈ બીજા સાથી હોય તો હું એની આસપાસ શોધખોળ કરતો હતો..."

"ગુડ, વેરી એફિશિયન્ટ ઍન્ડ ઇન્સપાયરિંગ તુપેજી. પણ આ ગુનેગારના લોહીની વિચિત્રતા જોઈ તમે? એટલું બધું સુકાઈ ગયું છે જાણે આઠ-દસ કલાક અગાઉ એ ન મરી ગયા હોય. આમાં તો ઇમાનદાર પોલીસવાળાય ફસાઈ જાય. ખેર, એની ચિંતા મૂકો. મરવાનો સમય તો પોસ્ટમૉર્ટમમાં મળી જશે."

"અને સર આ ખુલ્લી બૅગમાં પડેલી લાશ વિશે તમે કંઈ કહી શકશો?

બબનરાવ તુપેનું ગળું સુકાવા માંડ્યું અને પગ પાણી-પાણી થવા માંડ્યા. "એ...એ...એ ગુનેગાર આ સૂટકેસ લઈને જ આવ્યો હતો...લાશને સગેવગે કરવા."

કિરણ પાચપુતેએ પોતાના બન્ને કાન પર હાથ મૂકી દીધા. હવાલદાર પર ચિલ્લાયો, "ચુના તમાકુ દે રે બાબા... લય ભારી હાય હી મેટર. માથું ભમી ગયું મારું તો..."

તુપે પાસેથી થઈને પાચપુતે હવે મહેમૂદ ભંગાર સામે જઈને ઊભો રહ્યો. "આ તારા બાપાની પ્રોપર્ટી બરાબર? તારા કરોડોના ધંધાના એકમાત્ર દુશ્મન યૂસફ બાટલીની હત્યા થાય. એને તારા જ ડમ્પિંગ ગ્રાઉન્ડમાં કોઈ ડમ્પ કરવા

આવે. ગાર્બેજ માફિયા ખૂનામરકી પર ઉતરી આવ્યા લાગે છે. મુઝે તો હજમ નહીં હુવા બાબા. તુને હી માર ડાલા હોગા...”

કાચા છાપરા નીચેના ટેબલ પર બે ગ્લાસ, વ્હિસ્કીની ખાલી બૉટલ અને ચખનાની ડિશ જોઈને પાયપુતે મલક્યો. “પાર્ટી પણ થઈ ગઈ? શેની ઉજવણી કરી તેં? કોની સાથે? અરે હવાલદાર, આ ગ્લાસ, બૉટલ, ડિશ પરથી બરાબર ફિંગરપ્રિન્ટ લેવડાવજે ભાઈ.”

મહેમૂદ એકદમ રડમસ થઈ ગયો. “સર, મૈં બેગુનાહ હૂં સર...”

“સહી કહા. તું બેગુનાહ તો મૈં ગુનેગાર?” આટલું બોલવા સાથે પાચપુતેએ લાશવાળી બેંગથી થોડે દૂર પડેલા પૂઠાંના કાર્ટૂન પર લાત ફટકારી. તેણે હવાલદાર નામદેવ પટેલને બૂમ પાડી, “અરે યે બૉક્સ ખોલ રે બાબા...પતા નહીં યે ડમ્પિંગ ગ્રાઉન્ડમેં ઔર કોઈ લાશ હો તો...”

*

પીટર ફર્નાન્ડિઝ એક બહુમાળી ઇમારતની ટેરેસ પર એકદમ રિલેક્સ મૂડમાં હતો. તેણે માત્ર રોઝી માટે બનાવેલા ઈ-મેલ ઍકાઉન્ટમાં જરૂરી સૂચના લખી, એને મોકલવાને બદલે ડ્રાફ્ટમાં સેવ કરી લીધો. નક્કી થયા મુજબ રોજ સાંજે છ વાગ્યે રોઝી ઍકાઉન્ટ ખોલીને જોઈ લેશે. પીટર વિચારે ચડી ગયો કે પોતાનો રોઝી સાથે કેવો ગજબનાક સંબંધ છે? એ મને પ્રેમ કરે છે, હું એને પણ, પ્રેમ દુનિયા સમજે-સ્વીકારે એવો નથી. કોઈ વ્યાખ્યામાં ન બેસે એવો પ્રેમ છે. એટલે તો પીટર આખી દુનિયામાં માત્ર ને માત્ર રોઝી પર જ વિશ્વાસ મૂકે છે. છતાં એક હકીકત એટલે કે પોતાના સપનાની વાત એ હજી કહી શક્યો નથી. એ તો ક્યાં કોઈ જાણે છે? પણ આ વાત સૌથી પહેલા જાણશે રોઝી જ.

*

કોલકાતાની સરકારી હૉસ્પિટલમાં મળેલી અજાણ્યા શખસની લાશ ગોંદિયાના બંડુની હોવાની મુંબઈમાં પોલીસને જાણકારી મળી ગઈ. આનાથી સૂર્યવંશી વિચારમાં પડી ગયા. “જો બંડુ મરી ગયો તો પક્યો ક્યાં? બંડુને કોણે માર્યો? પક્યાએ માર્યો હોય તો શા માટે?” આવા વિચારો વચ્ચે તેની ગાડી થોડી ઉતાવળે અપ્પાસાહેબ રાવના ઘરે જઈને ઊભી રહી.

હકીકતમાં અપ્પાસાહેબને જરાય ગમ્યું નહીં એનું આગમન. સૂર્યવંશીએ વિવેકનું નાટક આગળ વધાર્યું. “સર, મામલો બહુ ગૂંચવાઈ ગયો છે. હવે આપના માણસ પક્યાનો ફોન બંધ કરી દેવાયો છે. એ પણ ક્યારથી એ તમને કહું? હા, યાદ આવ્યું. છેલ્લે આપણે બે મળ્યા એ પછી જ. પરંતુ પક્યાએ જેને છેલ્લે ફોન

કર્યો હતો એ ગોંદિયાનો બંડુ મરેલી હાલતમાં છેક કોલકાતામાં મળ્યો છે. એને કદાચ પક્યાએ પણ માર્યો હોય.”

“ના, ના પક્યો કેવી રીતે મારી શકે?”

“કેમ ન મારી શકે?”

“એ... અરે મારો પક્યો એવો માણસ નથી એટલે ન મારી શકે.”

“અરે સર, કોણ ક્યો મુખવટો પહેરીને શું કરતું હોય એ કહી ન શકાય. હવે તો પોતાના પડછાયાનોય વિશ્વાસ ન કરાય. એમાંય હું તો પોલીસવાળો... જુઓને તમારા એક સમયના વિશ્વાસુ રવીન્દ્ર માનેની કેવી હાલત થઈ? સાંભળ્યું હતું કે બિચારો બહુ સારો માણસ હતો. જો સારો હોય તો કોઈએ એને બીજાને સબક શીખવવા મારી નાખ્યો હશે? આપની પાસે કંઈ માહિતી આવી છે ખરી?”

“ના, ના ઑફિસર. મારું માથું દુઃખે છે. કંઈ ખાસ વાત ન હોય તો ફરી ક્યારેક મળીએ.”

“સ્યોર સર. અમારે તો માથું દુઃખે એટલે થોડો આરામ કરાય છે? આ બધું તો ઉકેલાશે જ આજે નહીં તો કાલે...આપ કરો આરામ.”

*

બંડુની છેલ્લી ઇચ્છા પક્યાને રહી રહીને યાદ આવતી હતી. એ પૂરી કરવા માટે કોલકાતાથી રવાના થતા અગાઉ તેણે પી.સી.ઓ.માંથી બંડુના ભાઈને ફોન કરીને માહિતી આપવી હતી કે બંડુ સાથે શું થયું છે. પણ કમનસીબે લાઇનમાં ડિસ્ટર્બન્સ આવતું હતું. પાછળ-બે ત્રણ જણ બૂમાબૂમ કરતા હતા એટલે પક્યો કાચની કેબિનની બહાર નીકળી ગયો. તેણે બંડુનો મોબાઇલ ફોન સ્ટાર્ટ કરીને એના ભાઈનો નંબર ડાયલ કર્યો.

એક તો ગંધાતું ડમ્પિંગ ગ્રાઉન્ડ તેમાં બે લાશ. નીચે માખીઓ બણબણતી હતી અને દૂર કાગડાઓ કાઉકાઉ કરતા હતા. ઇન્સ્પેક્ટર કિરણ પાચપુતેને પિશાચી આનંદ થયો કે પોતાના પોલીસ થાણાના ઇન્સ્પેક્ટર બાબુરાવ તુપે વિચિત્ર સંજોગોમાં સપડાયા હતા. તુપે સાથેની પાચપુતેની ઝેરીલી અદેખાઈથી હવાલદાર પૂરેપૂરો વાકેફ. તડકો વધવા સાથે ગંધ અસહ્ય બની રહી હતી. હવાલદાર નામદેવ પટેલે સાંઈબાબાને પ્રાર્થના કરી, "બાબા, આમાં લાશ નહીં હોય તો હું શીરડી દર્શન કરવા આવીશ. આવતા રવિવારે જ આપના કદમમાં રોકડા એકસો એકાવન ચડાવી દઈશ." નામદેવ ધીમા પગલે પૂહાંના બૉક્સ તરફ આગળ વધ્યો. તેણે સાવચેતી રૂપે નાક પર રૂમાલ દબાવી રાખ્યો. નજીક જઈને જોયું તો બૉક્સ પર સેલોટેપ મારી હતી. 'કચરાનું પણ પૅકિંગ કરનારા પાગલ પડ્યા છે આ દુનિયામાં હો.' તેણે આસપાસ જોયું ને નીચેથી છત્રીનો કાંટ ખાધેલો સળિયો ઉપાડીને બધી સેલો ટેપ ઉખાડી નાખી. કેટકેટલી સેલોટેપ મારી છે જાણે કોઈ ખજાનો પૅક ન કર્યો હોય? પૂહાંના ઉપરનો ભાગ ખોલતા જ એની આંખ ચકળવકળ થઈ ગઈ. પગ ધ્રૂજવા માંડ્યા. એના મોઢામાંથી ચીસ નીકળી ગઈ. "હેં સાઈબાબા…"

આ સાંભળીને કિરણ પાચપુતેને નવાઈ લાગી, આ વળી નવું શું મળ્યું? હવાલદારની નજીક જોઈને જોયું તો એ પણ આંખ પટપટાવવાનું ભૂલી ગયો. અંદર બે-બે હજારની ગુલાબી નોટના બંડલ હતાં. ઇન્સ્પેક્ટર પાચપુતે અને હવાલદાર પટેલની બોલતી એકદમ બંધ થઈ ગઈ. એમની હાલત જોઈને કુતૂહલથી ઇસ્માઈલ છોટા બાટલી, મહેમૂદ ભંગાર અને ઇન્સ્પેક્ટર બબનરાવ તુપે સ્તબ્ધ થઈ ગયા. તુપે અને મહેમૂદ ભંગારે શંકા અને ખુન્નસની નજરે એકમેક સામે જોયું. બેઉને એકમેક પર શંકા ગઈ કે તેણે જરૂર મારાથી કંઈ છુપાવ્યું? શું હશે? મને ફસાવી દેવાનો કારસો તો નહીં હોયને? આવા વિચારો સાથે બબનરાવ અને મહેમૂદ ધીમે પગલે આગળ વધવા માંડ્યા પૂહાંના કાર્ટૂન ભણી. અચાનક પાચપુતેના ધ્યાનમાં આવ્યું કે બે જણ નજીક આવી રહ્યાં છે. તેણે તરત બૉક્સ બંધ કરી દીધું, ઉપર જેમ તેમ ફરી સેલોટેપ ચીપકાવવા

માંડ્યો. તે ધીમેથી બોલ્યો, "હવાલદાર…"

પણ હવાલદારના કાને જાણે બહેરાશ ઘર કરી ગઈ હતી. પાચપુતેએ રાડ પાડી, "હવાલદાર નામદેવ પટેલ…"

નામદેવ જાણે સફાળો તંદ્રામાંથી જાગ્યો અને નજીક આવ્યો. "સાંભળ, આ બહુ મહત્ત્વનો પુરાવો છે, સાચવીને મારી જીપમાં મૂકી દે."

*

રંજન ડિકોસ્ટા ઉર્ફે રસીલી રાની ખૂબ ગુસ્સામાં હતી. એને થયું કે મનિયા પર ભરોસો કરીને મેં મોટી ભૂલ કરી. એક તો બેવકૂફે કાંજુરમાર્ગ ડમ્પિંગ ગ્રાઉન્ડમાં ગોળી છોડીને આખી ગેમ બગાડી નાખી. પોતાની પાસે રિવૉલ્વર છે એની જાણ સુધ્ધાં થવા ન દીધી મને. પાછો ગોળી છોડીને ન જાણે ક્યાં ભાગી ગયો? ડમ્પિંગ ગ્રાઉન્ડ નાનું નથી એટલે એ બદમાશ ક્યાંનો ક્યાં ભાગી ગયો હશે. હકીકતમાં મનિયાએ નહીં, ઇન્સ્પેક્ટર બબનરાવ તુપેએ ગોળી છોડી હતી અને મનિયો એનો શિકાર બની ગયો હતો એ હકીકતથી રંજન સાવ અજાણ હતી. બિયરની ત્રીજી બૉટલ પૂરી કર્યા બાદ ગુસ્સામાં તેણે મનિયાનો મોબાઇલ નંબર ડાયલ કર્યો. થોડી વાર બેલ વાગી પછી સામેથી પુરુષનો રુઆબદાર અવાજ સંભળાયો, "હલ્લો કૌન બોલ રહા હૈ?"

રંજન ભડકી, "મનિયા અવાજ બદલીને નાટક બંધ કર. શું થયું ડમ્પિંગ ગ્રાઉન્ડમાં? તું છો ક્યાં?"

"અરે મૅડમ, આપ કૌન બોલ રહે હૈ…" આટલું સાંભળીને રંજને ગુસ્સામાં ફોન કટ કરી નાખ્યો. બીજે છેડે વાત કરી રહેલા ઇન્સ્પેક્ટર કિરણ પાચપુતે એક હવાલદારને ખૂણામાં લઈ ગયા. "બબનરાવ તુપેને ગોળીનો શિકાર બનેલા માણસના મોબાઇલ પર હમણાં એક ફોન આવ્યો હતો. એ નંબરનું લોકેશન મેળવીને વાત કરનારી બાઈને હાજર કરો. આની સાચી ઓળખ મળશે, પણ જે કરે એ સાવ ચૂપચાપ. સમજી ગયો ને?"

*

સૂર્યવંશીને મૅસેજ મળ્યો કે પક્યાના નંબર પરથી જેને વારંવાર ફોન થયો હતો એ નંબર ફરી ઍક્ટિવ થયો હતો કોલકાતામાં. હા, બંડુના નંબર પર સતત પોલીસની નજર હતી. મુંબઈથી તરત કોલકાતા પોલીસનો સંપર્ક કરાયો, પણ ત્યાં સુધી એ મોબાઇલ ફોન સ્વીચ ઑફ થઈ ગયો હતો અને પંખી કદાચ ઊડી ગયું હતું.

હા, કોલકાતાથી બિહારના મુઝફ્ફરપુરની બસમાં પક્યો બેસી ગયો હતો. એના સામાનમાં હતી માત્ર બે ચીજ: બંડુને કાયમ માટે ગુમાવી દીધાની ભયંકર

દાદલો / 217

વેદના અને અપ્પાસાહેબ પ્રત્યે ભારોભાર રોષ. આ બેઉ ભારથી છુટકારો મેળવવા ફાંફાં મારવામાં તેણે ખૂબ દારૂ પીધો. એક બૉટલ પણ બગલથેલામાં મૂકી દીધી. મુસાફરી નાની સૂની નહોતી, બારેક કલાક તો નક્કી હતા. રસ્તામાં જરૂર પડે ગટગટાવી જઈશ. મુઝફ્ફરપુરમાં બે ખૂબ મહત્ત્વના કામ પતાવવાના હતા. એક, બંદુની ઇચ્છા મુજબ થોડીઘણી મસ્તી કરવાની. બે, પોતાનું આખરી કામ આટોપવા માટે જરૂરી વ્યવસ્થા કરવાની. આ બધું કરવાના વિચારોમાં જ પક્યાની આંખ મીંચાઈ ગઈ. અચાનક બસ જોરદાર બ્રેક સાથે ઊભી રહી ગઈ. પક્યાની ઊંઘ ઊડી ગઈ. તેણે જોયું કે બસમાં ત્રણ પોલીસવાળા ચઢ્યા હતા અને આસપાસ કંઈક જોઈ રહ્યા હતા, જાણે કોઈને શોધતા હોય. આ જોઈને પક્યાએ પરાણે આંખ બંધ કરી દીધી. એમાં ને એમાં એને ક્યારે ફરી ઊંઘ આવી ગઈ એ પણ ખબર ન પડી.

*

સબ-ઇન્સ્પેક્ટર દૈવી દીક્ષિત ખુશમિજાજમાં હતી. એક તો સ્ટાફનો પ્રૉબ્લેમ, સરકારી રગશિયું ગાડું અને પોતાની વ્યસ્તતા વચ્ચે ખૂબ મહત્ત્વનું કામ ભુલાઈ ગયું હતું. એ તો સવારના પહોરમાં આવેલા ફોને વાત યાદ કરાવી આસિસ્ટન્ટ કમિશનર સૂર્યવંશીની સોનેરી સલાહ. 'એક પછી એક બંધ મોબાઇલ નંબર આપણને દિશા બતાવે છે કે કઈ દિશામાં જવાનું છે.' આજે સવારે કૉલ ટ્રૅકિંગ માટે નાખેલા મનિયાના કૉલની વિગતો મળી. એના પર આવેલા નંબરો મળ્યા અને કાલે રાતે મનિયાના ફોનનું લોકેશન કાંજુરમાર્ગ હોવાની જાણકારી પણ મળી. સબ-ઇન્સ્પેક્ટર દૈવી દીક્ષિતે મનિયાનો નંબર લગાવ્યો. પહેલી જ બેલે ફોન ઉપાડાયો, "હેલ્લો. હું સબ-ઇન્સ્પેક્ટર દૈવી દીક્ષિત બોલું છું. તમે કોણ?"

"ઇન્સ્પેક્ટર કિરણ પાચપુતે. આ તો એક ક્રિમિનલનો ફોન છે."

"અમે એને શોધીએ છીએ. નામ છે મનિયો. એને શાના માટે પકડ્યો છે, સર?"

"અમે પકડ્યો નથી. એ મળી આવ્યો મરેલી હાલતમાં. પોલીસ ઑન્કાઉન્ટરમાં માર્યો ગયો... તમે શેના માટે શોધો છો?"

"સર, હું આપને મળવા આવી શકું? સામેથી હકારમાં પ્રત્યુત્તર મેળવીને દૈવી દીક્ષિત નીકળી પડી. રસ્તામાં એ મનિયાના મોબાઇલ પર ફોન કરનારા અને એસ.એમ.એસ. કરનારાના નંબરનો અભ્યાસ કરવા માંડી. અચાનક તેણે પાચપુતેને ફરી ફોન કર્યો, "સર, મૃતક મનિયાનો ફોટો વ્હૉટ્સઅપ કરશો, પ્લીઝ?

*

ક્ષેત્રફળ ૮૬૬૦ કિલોમીટર. અને વસતિ અઢી લાખ માણસોની. માત્ર

રશિયા, વેનેઝુએલા, નિકારાગુઆ, નૈરુ અને તુવાલા જેવા પાંચ જ દેશોની એને માન્યતા મળી છે. સંયુક્ત રાષ્ટ્રસંઘ અને નાટો સમૂહેય એને સ્વીકૃતિ આપવાનો વિરોધ કર્યો છે. અબખાઝિયાને ભારતે માન્યતા નથી આપી એ પીટર ફર્નાન્ડિઝ માટે સૌથી વધુ મહત્ત્વનું હતું. એનો સાફ અર્થ એ કે એની સાથે ભારતની કોઈ એક્સ્ટ્રાડીશન ટ્રીટી નથી. પોતે એક વાર ત્યાં પહોંચી જાય પછી ભલેને ભારતમાં ખબર પડે. કોઈ પોતાને અબખાઝિયા છોડીને ભારત પાછા આવવા માટે મજબૂર ન કરી શકે.

એટલું નક્કી કે હવે જવું તો અબખાઝિયા જ. ક્યા રુટથી પહોંચવું એ જાણકારી મેળવવી જરુરી છે. પોતે એકદમ તાકીદના ધોરણે એક કામ પતાવવું પડે એમ હોવાથી પીટર ફર્નાન્ડિઝે એક માત્ર ભરોસાપાત્ર વ્યક્તિ રોઝીને મૅસેજ કર્યો કે અબખાઝિયા પહોંચવું કેવી રીતે? આ માટે સત્તાવાર રુટ પસંદ કરવાનો નહોતો એ કહેવાની જરુર નહોતી.

૫૩

સલોની માપસેકરનો ત્રીજો દિવસ હતો મુંબઈમાં. એને ગોવા યાદ આવતું નહોતું કે નહોતી સાંભરતી સી.આઈ.ડી.ની નોકરી. એને ઘડિયાળ પર ચીડ ચડી, આજે સાવ ધીમે ધીમે મડદાલની જેમ ચાલતી હતી. ક્યારે સાત વાગે એની રાહ જોતી હતી એ કારણ કે સૂર્યવંશી આવવાના હતા એ સમયે. જરાય ઇચ્છા થતી નહોતી તૈયાર થવાની, પણ એમ કેમ ચાલે? પહેલી વાર એ પરાણે તૈયાર થતી હતી, એ પણ બીજાને સારું લાગે એ માટે. કાલે પોતાની ચાર દિવસની રજા પૂરી થઈ જશે પછી શું? આ સવાલ મગજમાં આવતા જ એ છળી પડી. કંઈક વિચારીને તેણે પર્સમાંથી ડાયરી ખેંચી કાઢી અને કંઈક લખવા માંડી. થોડું લખે પછી અટકે, વિચારે ને ફરી લખે. એ વ્યવસ્થિત લખવા માગતી હતી અને એ પણ જરાય છેકછાક વગર. ખબર નહીં એ ક્યાં સુધી લખતી રહી. લખતી વખતે એના ચહેરા પર પોલીસ ઑફિસર જેવા નહીં, ટીનેજર કે કૉલેજિયન જેવા ભાવ હતા.

રૂમની ડોરબેલ વાગતા તે ઉભી થઈ. અરીસામાં જોઈને વસ્ત્રો બરાબર કર્યાં, વાળ વ્યવસ્થિત કર્યા અને હસીને પોતાની સામે જ આંખ મીંચકારી. એની ધારણા મુજબ દરવાજા પર સૂર્યવંશી જ હતા. હોટેલની રૂમમાં ખાલીપો છવાઈ ગયો. કંઈક અનિચ્છનીય થવાની એંધાણીએ કબજો જમાવી લીધો. સલોનીને લાગ્યું કે આજે સૂર્યવંશી કંઈક અલગ લાગતા હતા ને એવી જ લાગણી થઈ સૂર્યવંશીને. ઔપચારિક સ્માઇલ સુધ્ધાં આપ્યા વગર એ બેસી ગયા. એકદમ ભાવવિહીન અવાજે બોલ્યો. "પ્લીઝ સીટ ડાઉન. કંઈક કહેવું છે મારે..."

એમના ચહેરાના હાવભાવ અને અવાજથી સલોનીનું હૃદય એક ધબકારો ચૂકી ગયું. "શું કહેવા માગે છે તેઓ?"

"મને ખબર નથી કે તમે મુંબઈમાં મને શા માટે મળવાનું નક્કી કર્યું... પણ એ પછી આપણે જે રીતે મળી રહ્યા છીએ એ યોગ્ય નથી..."

"એટલે?"

"આપણી બન્ને વચ્ચે ઉંમરનો મોટો તફાવત છે..."

"એમાં શું? દોસ્તી ગમે તે ઉંમરના બે જણ વચ્ચે જ હોઈ શકે!"

“દોસ્તી? હું ક્યારેય કોઈ ફ્રેન્ડ માટે આટલો.... ખેર છોડો, એ બધું... હું નથી ઇચ્છતો કે તમે બદનામ થાઓ કે ભવિષ્યમાં હેરાન થાઓ...”

“સૂર્યવંશીજી, હું પૂરતી મેચ્યોર છું. ફ્રેન્કલી કહું તો હું અહીં બીજા કોઈ માટે આવી હતી જે મેં તમને જણાવ્યું નથી...”

“મારે એ જાણવું ય નથી. મારે એટલું જ કહેવું છે કે કાલે તમે જશો... એટલે આજે ગુડબાય ફોરએવર કહેવા આવ્યો છું.”

પગ પાસે બૉમ્બ પડ્યો હોય એવી હાલત થઈ ગઈ સલોનીની. બૉમ્બની અંદરના સેંકડો છરાએ એના અસ્તિત્વના કણકણને લોહિયાળ બનાવી દીધા. કોઈ પણ ઘડીએ કડડડભૂસ થઈને પડી જવા જેવી ઢીલી પડી ગઈ એ. કંઈ બોલ્યા વગર પોતે લખેલી ડાયરી તેણે સૂર્યવંશીના હાથમાં મૂકી દીધી. સલોની દોડીને બાથરૂમમાં ગઈ. જોરદાર અવાજ સાથે દરવાજો બંધ કરી દીધો. કમોડ પર બેસીને બે હાથમાં મોઢું રાખીને હીબકે હીબકે રડવા માંડી.

*

એક તરફ પોલીસ આસિફને લઈને આવી. તેણે તરત મનિયાની લાશને ઓળખી બતાવી. સબ-ઇન્સ્પેક્ટર દૈવી દીક્ષિતને આશા જાગી કે રાહબર રોબરી કેસમાં કદાચ મોટી લીડ મળવામાં છે. થોડી વારમાં બે હવાલદાર રંજન ડિકોસ્ટાને લાવ્યા. તેને દૈવી દીક્ષિતના મોબાઇલ ફોનમાં મનિયાનો ફોટો બતાવીને પૂછ્યું. “આ માણસને ઓળખો છો?”

મનિયાએ કરેલા ગોળીબાર, એની ગુનાહિત પ્રવૃત્તિ અને પાછો પોલીસ સ્ટેશનમાં સવાલ. રંજને ભોળા ભાવે પૂછ્યું. “કોણ છે આ માણસ? અને મને અહીં શા માટે લાવ્યા છો?”

ઇન્સ્પેક્ટર કિરણ પાચપુતેએ ટેબલ પર જોરથી હાથ પછાડ્યો. “તમને એટલા માટે અહીં લાવ્યા છીએ, કારણ કે આ ફોટાવાળો માણસ મરી ચૂક્યો છે. છેલ્લે એ તમારી સાથે દેખાયો હતો. એના મોબાઇલ ફોનમાં તમારા ઘણા ફોટા છે. હજી નથી ઓળખતાં?”

રંજન રડમસ થઈને માંડ બોલી શકી. “બતાતી હૂં સબ. પૂરા કા પૂરા સચ.”

*

પીટર ફર્નાન્ડિઝ વિચારે ચડી ગયો. ન કલ્પેલી સફળતા મળી રહી છે. હવે તક મળ્યે ભારત છોડીને જતો રહું એટલે ગંગા નાહ્યો, પરંતુ કોઈ જાતની ઉતાવળ, ભૂલચૂક કે કચાશ અત્યાર સુધીના કર્યા કારવ્યા પર પાણી ફેરવી દેશે. કિનારે આવીને ડૂબવું નથી જ. હમણાં અલગ-અલગ સ્થળે મોટી-મોટી રોકડ રકમ સંતાડી રાખી છે. આમાંથી કેટલી રકમ, ક્યારે અને કેવી રીતે

દાદલો / 221

પરદેશ લઈ જઈ શકાય એ મહત્ત્વનું છે. કદાચ કટોકટી ઊભી થાય અને પોતે પોબારા ભણીને ગાયબ થઈ જવું પડે તો ભારતમાં અને ખાસ તો મુંબઈમાં ઘડીના છઠ્ઠા ભાગમાં કામ થઈ જાય, માણસો મૅનેજ થઈ જાય અને ગમે તે વ્યવસ્થા થઈ જાય એ માટે સારી એવી રકમ સાચવી રાખવી પડશે. હવાલા મારફતે ભારતીય રૂપિયા જેટલી રકમ વિદેશમાં મળે એવી વ્યવસ્થા થઈ શકે?

ડિમોનેટાઇઝેશન પછી આસાન નહોતું પણ અશક્ય ય નહોતું. જો કે પોતે નાનું માથું એટલે કોઈ પર વિશ્વાસ મુકાય ખરો? સાવ આંધળો વિશ્વાસ. ત્યાં જ ટીવી પર કમલકાંતનો ઇન્ટરવ્યૂ દેખાયો. એ જોઈને પીટરને વિચાર આવ્યો કે આના જેવા પાવર બ્રોકરને સાધી શકાય તો કામ આસાન થઈ જાય? પણ એની સુધી પહોંચવું કેવી રીતે? પીટર જાણતો નહોતો કે પોતાના ખોળામાં પાકેલા ફળની જેમ આવીને પડેલા ૨૦૦ કરોડ મોકલવાની વ્યવસ્થા કમલકાંતે જ કરી હતી. યોગાનુયોગે પોતે એ જ દિવસે રાહબર કુરિયરમાં કરેલી લૂંટથી ઘણાંની જિંદગી બદલાઈ ગઈ હતી, બરબાદ થઈ ગઈ હતી અને ખતમ થઈ ગઈ હતી. કમલકાંત સુધી પહોંચવાની શક્યતા વિચારતા-વિચારતા પીટરને ઝોકું આવી ગયું. એને સપનામાંય ગુલાબી નોટનાં બંડલ દેખાવા માંડ્યાં.

*

ગુલાબી નોટ... અધધ નોટ... બંડલ પર બંડલ... ઇન્સ્પેક્ટર કિરણ પાચપુતે પોતાની હોશિયારી પર મુશ્તાક થઈ ગયો. કાંજૂરમાર્ગ ડમ્પિંગ ગ્રાઉન્ડથી નીકળતી વખતે પોતે ઍમ્બ્યુલન્સમાં લાશ સાથે સાથે હવાલદાર નામદેવ પટેલને મોકલી દીધો. ઇન્સ્પેક્ટર બબનરાવ તુપેને થોડા સમય માટે મોટાભા બનાવી લેવાનો વિચાર કર્યો. "તુપે સર, આ કેસ મારો છે પણ આપ ક્યાં અલગ છો? આપ મહેમૂદ ભંગાર અને ઇસ્માઈલ છોટા બાટલીને લઈને પોલીસ સ્ટેશન જશો. પ્લીઝ?"

અચાનક પાચપુતેનો બદલાયેલો ટોન તુપેને સમજાયો નહીં. થોડા વળમાં તેણે સવાલ કર્યો, "કેમ તમારે શું કામ છે?"

પાચપુતેએ મોઢું બગાડીને જવાબ આપ્યો. "આ મહિલાઓને પહોંચવું કેમ? દીકરાને જરાક તાવ આવ્યો એમાં રત્ના ગભરાઈ ગઈ. કહે છે કે જલદી ઘરે આવો. ડૉક્ટર હમણાં વિઝિટ પર આવે છે. હું ઘેર જરા આંટો મારીને આવું છું."

તુપે નારાજગી સાથે બબડ્યો, "ઠીક છે, જઈ આવો."

કિરણ પાચપુતે ઘરે જઈને પોતાના બેડરૂમમાં ધસી ગયો. પત્ની રત્નાને કંઈ સમજાયું નહીં કે ટીવીના બૉક્સમાં પતિદેવ લાવ્યા છે શું? અને મને કંઈ કહ્યા કે બતાવ્યા વગર અંદર ઘૂસી ગયા? સ્ત્રી સહજ કુતૂહલ અને ફિકરથી તેણે દરવાજો ખટખટાવ્યો. "શું લાવ્યા? બધું બરાબર છે ને? હું મદદ કરું કંઈ?"

રૂપિયાના બંડલ કાઢીને કબાટમાં ગોઠવવા માટે પાચપુતે આડેધડ કપડાં બહાર ફંગોળતો હતો. કબાટમાં જગ્યા કરીને માંડ માંડ રૂપિયા ગોઠવીને એ જોઈ જ રહ્યો: 'આ હા હા... પાચપુતે હવે તો તું જલસા કર જલસા.'

ત્યાં ફરી બહારથી પત્નીનો અવાજ સંભળાયો, "દરવાજો તો ખોલો. હું તમને મદદ કરું." પૂઠાંના બૉક્સમાં રત્નાના કપડાં અને દીકરાનાં પુસ્તકો ઠાંસી ઠાંસીને ભરતી વખતે પાંચપુતે હસી પડ્યો, "આ ગમાર શું મદદ કરી શકવાની? હવે એની જરૂરે ય શી છે મને? હવે તો હું છું ને મારી આઇટમ લાલન છે..."

પાચપુતે પરભણીમાં કૉલેજમાં ભણતો હતો ત્યારે લાલન પહેલી નજરે ગમી ગઈ હતી. પણ લાલન એને ભાવ નહોતી આપતી. એને તો મુંબઈ જઈને મૉડેલ બનવું હતું. ખૂબ ધમપછાડા કર્યા, સમાધાનો કર્યા, પણ મૉડેલ તો ઠીક, કંઈક ભળતું જ બની ગઈ. કપરા સમયમાં પાચપુતેને ફરી મળવાનું થયું અને એના દિવસો પલટાઈ ગયા. હવે લાલન કોઈ સંજોગોમાં પાચપુતે નામના એકમાત્ર આશાના કિરણને અને મિની તિજોરીને છોડવા માગતી નહોતી, પણ એ સુખ પાછળ દોડતી હતી કે ભ્રમણા પાછળ?

૫૪

ઑન્ટિટેરરિઝમ સ્કવૉડની ટીમ બધા ઉપાય અજમાવી ચૂકી હતી. સરફરાઝ અલીના પેપર્સમાં જેના મોબાઇલ નંબર હતા એ બધાને પકડી લીધા. રાહુરમાં ભળતી પ્રવૃત્તિ કરનારા યુવાનોને ઊંચકી લીધા. આ બધાની આકરામાં આકરી પૂછપરછ, ધોલધપાટ, ધમકી, લાલચ અને માથા પર મૂકી દીધેલી રિવૉલ્વર છતાં કંઈ નક્કર કે ઉપયોગી હાથ લાગ્યું નહોતું. મોટા ભાગના અલગ-અલગ શબ્દોમાં એક જ રાગ આલાપતા હતા: "મુઝે કુછ નહીં પતા."

આની સામે સરફરાઝ અલી ઝડપભેર અંદરથી તૂટી રહ્યો હતો, પણ લાંબી તાલીમ અને જન્નતથી હુરના સપના એનું મોઢું બંધ રાખતા હતા. એક હકીકત સ્પષ્ટ હતી કે કદાચ સરફરાઝ સિવાય કોઈ કંઈ જાણતું નહોતું. એ મોઢું ન ખોલે અને એને લાંબો સમય ગોંધી રાખ્યો તો એના સાથીઓ ગભરાટમાં ઉતાવળે પ્લાન અમલમાં મૂકી દઈ શકે. સરફરાઝને આજીવન જેલભેગો કરી શકાય કાં કાયમ માટે અદૃશ્ય કરી શકાય પણ પહેલા એનો પ્લાન જાણવો પડે. એકદમ જલદી.

એ.ટી.એસ.ની કૅન્ટિનમાં આ બધી તણાવભરી ચર્ચા વચ્ચે ઇન્સ્પેક્ટર પ્રદીપ બંદોપાધ્યાયના મોબાઇલ ફોનની ઘંટડી વાગી. મોબાઇલ ફોન પર નજર નાખી તો કૉલ કરનારનું નામ જોઈને એના ચહેરા પર ખુશી આવી ગઈ. ફિલ્મ એડિટર-ડિરેક્ટર કરણ જોશી. બોલીવૂડનો નંબર વન ડિરેક્ટર પછી, પહેલા તો પ્રદીપનો બાળપણનો યાર. ક્યાં બાળપણમાં સતત નાક લૂછતો ગોબરો અને ક્યાં આજનો હોટ-શોટ ડિરેક્ટર? મુંબઈના પરા મલાડમાં આવેલા મકરાણી પાડાની ચાલમાં વિતાવેલા દિવસો પ્રદીપને યાદ આવ્યા. એ સંભારણા વચ્ચે અચાનક એને એક વિચાર આવ્યો. એ તરત જ હાથ ધોઈને દોડ્યો પોતાના સિનિયરને મળવા.

*

સબ-ઇન્સ્પેક્ટર દૈવી દીક્ષિતને લાગ્યું કે લાંબા સમય બાદ રાહબર રોબરી કેસના ગૂંચળા ઉકેલાવાની શરૂઆત થઈ. રહસ્યનાં પડળ ખૂલવા માંડ્યાં છે. પોતે નાહકની ફસાઈ ન જાય એટલે રંજન ડિકોસ્ટાએ ઇન્સ્પેક્ટર કિરણ પાયપુતે

સામે બોલવાની શરૂઆત કરી, ત્યારે સબ-ઇન્સ્પેક્ટર દૈવી દીક્ષિત પણ હાજર હતી. "સર, મેં ઈસકો જ્યાદા નહીં જાનતી. પાંચ-છ દિન સે સાથ રહતે થે. બસ ઈતના હી."

પાચપુતે હસી પડ્યો, 'સાથે રહેવા માટે કુર્લા અને કાંજુરમાર્ગ જેવો એરિયા જ મળ્યો? વ્હૉટ અ રોમેન્ટિક પ્લેસ! જો આ મરેલા માણસના ઘણા ગોરખધંધા અમે જાણી લીધા છે. સવાલ એટલો જ છે કે એમાંથી તું કેટલામાં સંડોવાયેલી છે? કે પછી બધા ક્રાઇમમાં બરાબરના પાર્ટનર છો?'

પાચપુતેના ફોનની બેલ વાગી. એ ઊભો થઈને દૂર ગયો. સામે ઇસ્માઈલ છોટા બાટલી હતો. "સાબ સબ બરાબર ચલ રહા હૈ ન?"

"હા, હા... મૈં હૈ રે... સબ હો જાયેગા તું ધ્યાન સે સુન..." આટલું બોલતાં પાચપુતે જઈને બારી પાસે ઊભો રહ્યો. એ જ સમયે દૈવીના ઇશારે એક મહિલા કૉન્સ્ટેબલે રંજન ડિકોસ્ટાને પાણી આપ્યું અને ધીમેથી બોલી, "જે હોય એ સાચું કહી દે... લોકઅપમાં રાત વિતાવવી પડી તો તારી જિંદગી સાવ બદલાઈ જશે... એક તો મરદ જાત ને પાછી પોલીસ... કંઈ સમજે છે તું?"

દૈવીએ રંજનના ખભા પર હાથ મૂક્યો. "મને લાગે છે કે તને મનિયાએ ફસાવી હશે. તેણે એક જણને મારી નાખ્યો, બીજાની લાઇફ બરબાદ કરી નાખી. હમણાનો જ કિસ્સો છે બી.કે.સી.નો..."

કડવાશ સાથે રંજન બોલી, "એ મનહુસ બી.કે.સી.થી તો શરૂઆત થઈ બધી."

"કેવી શરૂઆત?"

"અમે છ જણા અને એક મિસ્ટર ઇન્ડિયા."

"મિસ્ટર ઇન્ડિયા એટલે?"

"કોઈને ક્યારેય ન દેખાયેલો છતાં પોતાના ઑર્ડર મુજબ કામ કરાવતો માણસ..."

"એટલે તમારો બૉસ..."

"બૉસ? ના. સાવ એવું તો નહીં પણ..."

"જો જે ઑર્ડર આપે, કામ કરાવે અને કદાચ પૈસા આપે તો એ બૉસ જ થયો ને?"

"હા, એવું માની શકાય. પણ એને બૉસ કહેવાનું ગમતું નથી... પોતે સાવ અદૃશ્ય અને એકદમ સલામત... મરો અમારા બધાનો..."

"મને માંડીને વાત કહેવાનું શરૂ કરી દે... તારી વાતમાં સચ્ચાઈ લાગી તો લાંબી હેરાનગતિ નહીં થાય તારી. બોલ છો તૈયાર!"

રંજન ડિકોસ્ટાએ માથું હલાવ્યું. એ દૂરથી જોઈને કિરણ પાચપુતે નજીક આવવા ઉતાવળે પગલે ચાલતો થયો.

*

કમલકાંત ક્યારના ડાબા હાથની આંગળીઓ પરના નંગને હળવો મસાજ આપી રહ્યા હતા. એમને થયું કે આટઆટલા નંગ, મોતી, પોખરાજ, હીરા પહેર્યા ને કે લગભગ બધા ગ્રહની નાની-મોટી બાધા-આખડી રાખી છતાં પેલા ૨૦૦ કરોડનું જાણે બાષ્પીભવન થઈ ગયું હોય એમ કંઈ કરતા કંઈ કડી ન મળે. એ રકમના વિચાર સાથે જ અપ્પાસાહેબ રાવનો ચહેરો આંખ સામે તરી આવ્યો. કમલકાંત સમજી ગયા કે, "આ રકમ તો અપ્પાસાહેબ પાસે નથી જ. મારી સાથે દગો કરવાનું એનું ગજું નહીં અને રાહબર કુરિયરમાંથી રકમ લૂંટાયા બાદ અપ્પાસાહેબને એક પછી એક ફટકા પડ્યા એ જોઈને એની દયા આવે છે. થોડા સમયમાં કેટકેટલું બની ગયું એની સાથે?... કલ્પના ન થઈ શકે એટલું પૉલિટિકલ, સોશ્યલ અને ઈમોશનલ નુકસાન એમને થયું છે. છતાં જૂના જમાનાના મજબૂત માણસ તે હજી ટકી રહ્યા છે..."

અપ્પાસાહેબ માટે લાગી આવ્યું કમલકાંતને. આ રકમ પાછી આપવાની પોતાની મુદતના દિવસોય ઝડપભેર વીતી રહ્યા છે અને આ અલ્ટિમેટમ આપવાવાળા ગમે ત્યારે કંઈ પણ કરી બેસે. છતાં પોતાની ફિકર છોડીને કમલકાંતે નક્કી કર્યું અપ્પાસાહેબને મળવા જવાનું.

*

એ.ટી.એસ.ના હેડ રત્નાકર પાંડેએ પોતાની ટીમના એક બહાદુર જવાન ઇન્સ્પેક્ટર પ્રદીપ બંદોપાધ્યાયનું પ્રપોઝલ શાંતિથી સાંભળ્યું. પ્રદીપની વાત પૂરી થયા બાદ પાંડેએ આંખ મીંચી દીધી. બન્ને હાથ માથાની પાછળ લઈ જઈને ખુરશીમાં થોડા રિલેક્સ થઈને પાછળ ઢળ્યા. આ એમની રિલેક્સ થવાની-વિચારવાની મુદ્રા હતી. પ્રદીપની નજર પાંડેના ચહેરા પરથી ન હટી. "કેટલો કાર્યદક્ષ છે આ માણસ?! ક્યારેય રજા લેવાની નહીં. વીક્લી ઑફમાંય માનતા નથી. એમના આવ્યાને ત્રણ વર્ષ થયા અને મુંબઈમાં ખરેખર શાંતિ છે. પોલીસ પૉલિટિક્સથી પણ એકદમ દૂર. છતાં રજેરજની જાણકારી હોય જ એમની પાસે." પાંડેના ખોંખારો ખાવાના અવાજે પ્રદીપની વિચારધારામાં ભંગ પાડ્યો. "યાર પ્રદીપ, મુઝે બતા કિ મેરે જગહ તુ હોગા તો યે પ્રપોઝલ માન લિયા હોતા તુને?"

"સર, સરફરાઝ કે મામલે મેં હમ સબ આજમા ચૂકે હૈ. અબ જ્યાદા વક્ત બિગડના ભારી પડ સકતા હૈ. ઈસમેં મેરે ડિસિઝન કા મતલબ નહીં હૈ. આપ જો કહે વો મેરા ઑર્ડર."

226 / દાદલો

“અચ્છા, બોલ ભી લેતે હો... જો વિકલ્પો બચ્યા ન હોય એટલે કંઈ પણ કરી લેવું એ ઠીક રહેશે? આ વાત લીક થઈ ગઈ તો લોકોના રિઍક્શનની ખબર છે?”

“યસ સર, હું સમજું છું. એટલે જ આ સાથે લાવ્યો છું.” એક કવર ગજવામાંથી કાઢીને પ્રદીપે ટેબલ પર મૂકી દીધું. પાંડેએ કવર ઉપાડ્યું અને એમાંથી કાગળ કાઢીને વાંચવા માંડ્યો. “વ્હૉટ ઇઝ ધીસ નોન-સેન્સ?”

“સર હું ગંભીરતા સમજું છું. કદાચ નિષ્ફળતા મળી તો બધી જવાબદારી મારી. પત્રમાં તારીખ લખી નથી. માફી માંગવા સાથે રાજીનામું આપતો પત્ર છે. એ ઉપરાંત ડિપાર્ટમેન્ટ ઇચ્છે એ ડિસિપ્લીનરી ઍક્શન લેવાની તો છૂટ હોય જ...”

પાંડેએ કાગળ ફાડી નાખ્યો. “તમે આ પોતાના માટે નથી કરતા. ડિપાર્ટમેન્ટ માટે, મારા માટે અને દેશ માટે કરો છો. મારી પરમિશન છે. તમારામાં પૂરેપૂરો વિશ્વાસ છે મને. અત્યારે આપણે બે, સૉરી ત્રણ જ જાણીએ છીએ. ઑલ ધ બેસ્ટ યંગમેન.”

પ્રદીપ બંદોપાધ્યાય ખુશ થઈને ઊભા થયા, સેલ્યુટ કરીને કેબિનની બહાર નીકળતા જ કરણ જોશીને ફોન કર્યો, “ક્યાં છે તું? ફટાફટ કંઈક ગુજરાતી નાસ્તો મગાવી રાખ... હું આવું છું તારી પાસે... ”

ડિમ્પી કહેવાય એસ્ટેટ એજન્ટ. પણ ખુદ નાના-નાના બિલ્ડરને પૈસા ધીરે. એના ફ્લૅટ-મકાનના સોદાય કોલાબા, કફ પરેડ, વરલી અને બહુ બહુ તો બાંદરા-વિલેપાર્લામાં. એ સિવાયની કોઈ ઇન્ક્વાયરીમાં રસ લેવાનો જ નહીં. એને ત્રણ જ વસ્તુ પ્રિય; ૩૦૦ નંબરના પ્યૉર તમાકુ સાથે ગુટકા, ઓછામાં ઓછા બે લાખ મળે એવો સોદો અને મોટા-ખોટા માણસનાં રહસ્યો જાણવા અને પચાવી જવા. બહાર ઊજળા થઈને ફરનારા ઘણાંના મોઢા પર મેશ ચોપડી દે એટલો મસાલો એની જિન્સથી માંડ ઢંકાયેલી ફાંદમાં હતો. રાજકારણી, ઉદ્યોગપતિ, મોટા ઑફિસર, ક્રિકેટરો અને કેટલાંય એન.આર.આઈ.ના બે નંબરના પૈસાનું રોકાણ એ કરી આપતો. કાયમ બ્રાન્ડેડ એસેસરીઝ, ક્લોથ્સ, શૂઝ અને લેટેસ્ટ મૉડલની કારમાં ફરતા ડિમ્પી સાથે બહુ ઓછા બદમાશી કરતા. અનેક એન.આર.આઈ. ઇન્વેસ્ટરના મોંઘા ફ્લૅટની પાંચ-સાત ચાવી કાયમ એની પાસે રહે. આ બધા ફ્લૅટ એ રાખે એકદમ ટીપટૉપ કન્ડિશનમાં. મૂળ માલિક ગમે ઘડીએ રહેવા આવી શકે. ડિમ્પીની ટીમ આ ફ્લૅટમાં સતત સાફસફાઈ કરાવે અને એ બરાબર થાય છે કે નહીં એનું ધ્યાન રાખે.

આ ડિમ્પીની ઑફિસમાં એ.આર. ફણસે આવ્યો, ત્યારે શરૂઆતમાં કોઈએ ઝાઝો ભાવ ન આપ્યો. મોટા ભાગના માણસો બહાર કામ પર ગયા હતા. એટલે પ્યુન સીધો ડિમ્પી પાસે લઈ ગયો. એને જોઈને ડિમ્પીને લાગ્યું કે આને જલદી ભગાવવો પડશે. ફણસેએ વિઝિટિંગ કાર્ડ આપ્યું. એ વકીલ હતો, પણ ડિમ્પી જરાય ઇમ્પ્રેસ ન થયો. એને ભગાવવાના કારણ શોધે એ પહેલાં ફણસે બોલ્યો, "લિસન, મારી પાસે વધુ સમય નથી."

"મારી પાસે પણ..."

"કમિંગ ટુ ધ પૉઇન્ટ. મને એક ફ્લૅટ ભાડે જોઈએ છે. હમણાં જ. અગિયાર મહિના માટે..."

"જુઓ, નાના ફ્લૅટ કે બીજા એરિયામાં હું કામ કરતો નથી..."

"ત્રણ-ચાર બેડરૂમનો ફ્લૅટ જોઈએ છે મને. કફ પરેડમાં હોય તો સારું. હું ભાગ્યે જ રહીશ. મારી ફૉરેનર ફ્રેન્ડ આવતી-જતી રહેશે. ડિપૉઝિટ નહીં આપું.

અગિયાર મહિનાનું ભાડું સાથે મળશે રોકડામાં.”

“થ્રી બેડરૂમનો ફ્લેટ છે. ભાડું ત્રણેક લાખ રુપિયા માગે છે. માથાકૂટ કરીએ તો પોણા ત્રણ કે અઢી લાખમાં થઈ જાય.”

“ગ્રેટ. ભાવતાલ કરવાની જરૂર નથી. આ લો રોકડા. ૧૧ મહિનાના તેત્રીસ લાખ. પ્લસ તમારો બ્રોકરેજ. બાકીની રકમનો નિરાંતે હિસાબ કરીશ. ઍડ્રેસ આપશો?” પીટરે બેગમાંથી કાઢીને ચાલીસ લાખ રુપિયા આપી દીધા.

ડિમ્પી ડઘાઈને જોઈ રહ્યો. તેણે એક ડાયરીમાંથી ઍડ્રેસ લખીને આપ્યું. ફણસેએ અવાજમાં થોડી સખ્તાઈ સાથે કીધું: “મારી એક જ ડિમાન્ડ છે, ઘરની સલામતી. મારી ફ્રેન્ડ હોય કે ન હોય, એની વરસોની મહેનત બાદ તૈયાર કરેલા રિસર્ચ પેપર્સ, રેર બુક્સ અને સામાનને કંઈ ન થવું જોઈએ. નહીંતર સારું નહીં થાય. જોઈએ તો ફ્લેટ માટે અલગ વૉચમેન રાખો. આઇ વિલ પે ફૉર ઇટ.”

ડિમ્પીના અવાજમાં આપોઆપ નરમાશ આવી ગઈ. “સ્યોર સર. આપના વિશે કંઈ જાણી શકું?”

“હું એ. આર. ફણસે. આત્મારામ ફણસે. મૂળ બેલગાવનો, હવે ઇન્ટરનેશનલ ટૂરિસ્ટ.”

“ગ્રેટ સર, શું લેશો આપ?”

“રજા. બીજી મને ગમતી વસ્તુ છે વફાદારી અને મૌન. મારા વિશેની ચર્ચા મને બહુ ગમતી નથી. ફાવશે તમને મારા વિશે ચૂપ રહેવામાં? એના માટેય ઍક્સ્ટ્રા ચૂકવવા તૈયાર છું”, આટલું બોલીને ફણસે હસી પડ્યો.

“નો, નોટ એટ ઑલ. આપને ફરિયાદનો મોકો નહીં મળે.”

“થૅન્ક્સ. ધેટ ઇઝ ગુડ ફોર યુ ઍન્ડ મી. બાય મિ. ડિમ્પી.” ઊભા થઈને બહાર નીકળીને બિલ્ડિંગથી થોડે દૂર જઈને ફણસેએ ચહેરા પરની દાઢી, મૂછ અને મસો કાઢીને ડફલ બેગમાં મૂક્યા બાદ મોબાઇલ કાઢીને નંબર ડાયલ કર્યો, “પીટર બોલું છું. રોઝી કફ પરેડના ફ્લેટમાં તારા રહેવાની વ્યવસ્થા થઈ ગઈ છે. સરનામું અને કૉન્ટેક્ટ નંબર મોકલું છું. થોડો સામાન સાચવીને લાવજે. બાકીની વ્યવસ્થા હું કરું છું. ઑલ ધ બેસ્ટ. ટેક કૅર.”

*

લાંબા સમય બાદ જૂનો દોસ્ત પ્રદીપ બંદોપાધ્યાય મળવા આવતો હતો એટલે કરણ જોશીએ વ્યસ્તતા વચ્ચે ટાઇમ કાઢી રાખ્યો હતો. એક માણસને સમજાવી રાખ્યું હતું કે ખાખરા, ઢોકળા, પાતરા, ખાંડવી અને મુંબઈના ઉપનગર મલાડનું મકરાણી પાડા, મોહનથાળ ક્યાંથી લાવવા. પ્રદીપની રાહ જોવામાં કરણ

દાદલો / 229

સ્મૃતિ-વનમાં ખોવાઈ ગયો. મકરાણી પાડા, ક્વૉરી રોડ, ખદાનમાં ચાલતા પથ્થર તોડવાના મશીન, તળાવની ત્રિપુટી અને... પરીક્ષાના સમયે ડુંગર પર વાંચવા જવાનું, સાથે શેતરંજી, પાણીની વૉટરબૅગ અને સૂકો નાસ્તો રાખવો. ફિલ્મની નૅગેટિવ સંઘરી રાખવાના પાંચ ગોદામની આસપાસ ચાલતા-ચાલતા વાંચવાનું.

કરણને થયું કે આજે ઘણાં ગપ્પાં મારીશું અને મસ્તી કરીશું, પરંતુ પ્રદીપ બંદોપાધ્યાયે આવતાવૅંત કામની વાત માંડી. એ ગંભીર હતો, ને ઉતાવળમાં પણ. પહેલી વાર પ્રદીપે ગુજરાતી નાસ્તો કરવાની ના પાડી. પૂરેપૂરી નિષ્ઠા સાથે એ વિગતો આપતો હતો. આ બધું સાંભળીને કરણને થયું કે મારો પ્રદીપ તો સારો લેખક બની શકે.

પણ પ્રદીપનું બોલવાનું પૂરું થયું ત્યારે કરણ વિચારમાં પડી ગયો, "યાર, હું તો મસાલા ફિલ્મ બનાવું છું, મનોરંજન માટે. આ બધામાં મારી ક્યાં જરૂર છે? નાહક મને શું કામ આમાં ઘસડે છે?"

"જો, મને ખબર છે કે આમાં ફિલ્મની જેમ તારે કરોડો કમાવાના નથી. પણ આટલું કામ મારા માટે કરવાનું છે, દેશ માટે કરવાનું છે. તારી, મારી અને આપણા સૌની સલામતી માટે કરવાનું છે. ઍન્ડ વન થીંગ, હું તને ઓપ્શન કે ચોઈસ નથી આપવાનો. તારે આ કરવાનું જ છે."

"ઓકે બૉસ. કેટલો સમય છે મારી પાસે?"

"બાર કલાક હતા, એમાંની ૩૦ મિનિટ તને સમજાવવામાં બગડી ગઈ. આજની રાત છે તારી પાસે. વિધાઉટ ડાઉટ, તારે આ કરવાનું છે."

કરણ જોશીએ મોઢું બગાડ્યું: "સ્કૂલમાં હું મૉનિટર હતો પણ આટલી દાદાગીરી નહોતો કરતો હો..." એની વાત સાંભળ્યા વગર બંદોપાધ્યાય ચાલતો થયો. "તારી ટીમને ભેગી કરીને કેટલી મિનિટમાં પહોંચીશ."

"મિનિટ બિનિટ છોડ... બે કલાક લાગશે... અને હા, આજ પછી મને નહીં મળે તો ગમશે હો..." પણ આ શબ્દો સાંભળવા માટે પ્રદીપ બંદોપાધ્યાય હાજર નહોતા.

*

પક્યાને બસમાં ક્યાંય સુધી ઊંઘ ન આવી. એક સ્ટૉપ પર બસ ઊભી રહી ત્યારે સવારના ચારેક વાગ્યા હતા. પક્યો પોતાનો થેલો લઈને ઊતર્યો. મુતરડી પાસેના ઝાડ પાછળ જઈને દારુની બાટલી ખોલીને અડધી પી લીધી ગુસ્સામાં, બાકીની ફેંકી દીધી. પછી બસમાં આવીને ઊંઘી ગયો, વહેલી પડી સવાર. જોકે સવારેય આંખ ખૂલીને એ પાછો ઊંઘી ગયો. લાસ્ટ સ્ટૉપ આવ્યું ત્યારે બસના હેલ્પરે રીતસર હચમચાવીને જગાડ્યો.

નીચે ઉતરીને ચા પીધી. એને બંડુ યાદ આવ્યો. રંગીલો બંડુ ઇચ્છતો હતો કે એકવાર મુઝફ્ફરપુરના રેડલાઇટ એરિયા ચતુર્ભુજ સ્થાન તો જવું જ. ભારત-નેપાળ સીમા પર આવેલા આ મોગલ યુગના સ્થળને ત્યાં આવેલા ચતુર્ભુજ મંદિર પરથી આ નામ મળ્યું હતું. બંડુ અહીંની ઘણી વાર્તાઓ કહેતો હતો. ખુદ પતિ જ પત્ની માટે ગ્રાહક શોધી લાવે, ઇનામની લાલચમાં વર્જિન છોકરી... બંડુના વિચારોમાં પક્યો ફર્યો, જાણે પોતાની આંખે બંડુને આ સ્થળ બતાવતો હોય. આંસુ ધસી આવ્યાં એની આંખમાં.

ચાની દુકાનથી દૂર બેસેલો મવાલી જેવો માણસ એને કામનો લાગ્યો. એને સો રૂપિયાની નોટ હાથમાં આપીને પૂછ્યું, "કટ્ટા દિલવાયેગા?"

"મગર પાંચ હજારસે કમ મેં નહીં મિલેગા."

"ઠીક હૈ. ઉપર સે પાંચસો તેરા ઇનામ." આટલું બોલતી વખતે પક્યાની આંખમાં લોહી ધસી આવ્યું.

અશોક રાવ એકદમ ગુસ્સામાં હતો. એક તો બાપાએ બરાબરનો ખચકાવ્યો હતો. એમણે ન કહેવાના શબ્દો કીધા હતા: "યાદ રાખ કે તું મારે લીધે પ્રધાન બન્યો છે, મારે લીધે... તેં નથી જરાય સંઘર્ષ કર્યો, ગરીબી જોઈ કે કોઈ ચૂંટણી જીત્યો. મને આનંદ છે કે તું પ્રધાન બન્યો પણ જાહેર જીવનને શોભે એવી ગંભીરતા જાળવ, ગરિમા બતાવ ગરિમા."

"પણ મેં ખોટું શું કર્યું?"

"તેં સાચું શું કર્યું એ બોલ. અત્યારે કોઈ કંઈ બોલતું નથી એટલે એમ નથી કે કોઈને ખબર નથી. નાની અને નજીવી નબળાઈઓનો એવો ઉપયોગ થશે કે તારા પગ નીચેથી ધરતી નીકળી જશે."

"પપ્પા, એ તમારો જમાનો હતો... તમારી સ્ટાઇલ હતી. મારી લાઇફ સ્ટાઇલ અલગ છે, ને મારું પૉલિટિક્સ પણ જુદું છે..."

"અહીં સદીઓથી બે જ સ્ટાઇલ ચાલે છે. જે કરવું એ ગુપચુપ, જમણો હાથ કરે એ ડાબાનેય ખબર ન પડે એમ કરો. અને જાહેરમાં એકદમ ક્લીન ઈમેજ, વિવેકી વ્યક્તિત્વ."

"એ તો જૂનવાણી થઈ ગયું હવે... એ બધાથી તમે શું કમાયા? જિંદગીભર પેલા અપ્પાની કદમબોંસી જ ને?"

"હા, પણ એ સિંહ હતો સિંહ. ઘરડો થયો તોય સિંહ જ છે એ ન ભૂલતો..."

"પપ્પા, પપ્પા. ઘરડો સિંહ પાંજરામાં શોભે કાં સર્કસમાં... નહીંતર એને શિયાળવા મળીને ફાડી ખાય. હું એને મૂકવાનો નથી..."

"એ જ સમજાવું છું. મેં એમને ખતમ કરી નાખ્યા, એમની પાર્ટી આંચકી લીધી. હવે એને વતાવવાનું મૂકી દે..."

"ના, દુશ્મન અને સાપને ન પતાવીએ તો પસ્તાવાનો વારો આવે..."

"એને વધુ છંછેડવાનું રહેવા દે... એમના જમણા હાથ સમાન પકર્યો ગાયબ થઈ ગયો, એમનો કહેવાતો દીકરો કિશોર માર્યો ગયો, એમના ખાસ માણસ રવીન્દ્ર માનેનું કાસળ કાઢી નખાયું..."

"ડોસો છે જ એ લાગનો... હજી તો જુઓ કે આગળ શું થાય છે એની

સાથે...", આટલું બોલીને અશોક રાવ ખડખડાટ હસી પડ્યો. અને વિશાળ ફ્લેટમાં એ મોબાઇલ કાઢીને સેલ્ફી પાડવા માંડ્યો.

"વધુ વતાવવાનું રહેવા દે... અત્યારે એમનો ખરાબ સમય ચાલે છે..."

"ખરાબ સમય હોય ત્યારે જ સાવ પતાવી નાખવાનો દુશ્મનને એટલે કાયમની નિરાંત."

"હું ઑર્ડર આપું છું તને કે અપ્પાસાહેબને હવે જરાય નુકસાન પહોંચાડતો નહીં..."

"ઑર્ડર? હસવું આવે છે મને. તમે વરસો પોલિટિક્સની પિચ પર રહ્યા પણ અપ્પાએ તમને માન આપ્યું? એમનો ફોન આવે ત્યારે તોછડાઈથી બોલે, એય છોકરા ગોપુ ક્યાં છે?... ગોપુ ક્યાં મરી ગયો?... ગોપુને અક્કલ છે કે નહીં? ગોપુ... ગોપુ... ગોપુ મારા કાન વીંધી નાખ્યા આ શબ્દે."

આટલું બોલીને અશોક રાવે ટેબલ પર હાથ પછાડ્યો, ત્યારે જોયું કે કેટલાય મિસ્ડકોલ હતા, બધા સુચેતા રાજવંશના. તેણે તરત જ ફોન કર્યો સુચેતાને. "હલ્લો... વ્હૉટ?... આયા મૈં... હા, હા. જસ્ટ નાઉ." બાપા સામે જોયા વગર અશોક રાવ ઊભો થઈને ચાલવા માંડ્યો. બૂટમાં પગ નાખતી વખતે તેણે કોઈકને ફોન જોડ્યો, "એને બરાબર સમજાવી દે કે કોને નડી રહ્યો છે... પોલીસવાળો હોય તો એના ઘરનો... "આ સાંભળીને ચિંતાતુર ગોપાલ રાવે નિસાસો નાખ્યો. એને અપ્પાસાહેબની શિખામણ યાદ આવી: "ક્યારેય પોલીસવાળા સામે ન થવું. લાંબા ગાળે ભારે કિંમત ચૂકવવી પડે હોં ગોપુ."

ગોપાલ રાવ બબડ્યો, "મારા અશોક માટે આ લાંબો ગાળો સાવ ટૂંકો ન થઈ જાય એવું કરજે વિઠોબા."

*

ઇન્સ્પેક્ટર કિરણ પાયપુતેએ છઠ્ઠો પેગ પૂરો કર્યો અને ગ્લાસ પછાડ્યો. "એક વાત સાંભળી લે બરાબર. તું એક ટપોરી છો. નાના લેવલનો માફિયો... ગટરનો કીડો... પેલા ઇંગ્લિશ પ્રેસવાળા કહે છે એમ ગાર્બેજ માફિયા. કાલ સુધી તું કંઈ નહોતો, મોટા કઝિન ભાઈ યૂસફ બાટલીના પડછાયામાં કીડાની જેમ પડ્યો હતો. તારા ભાઈનુંય ક્યાં ઝાઝું ચાલતું હતું? મોટા ભાગની કચરાની ટ્રક મહેમૂદ ભંગારની દાદાગીરીથી ચાલતી હતી. પણ મેં કેવી બાજી પલટી નાખી, ઇસ્માઈલ... છોટા... બાટલી... બોલ?"

ઇસ્માઈલને એકદમ સોલો ચડ્યો પણ એ ગુસ્સો ગળી ગયો. "સાબ, આપકો જ્યાદા હો ગઈ હય. હમ કલ બાત કરેંગે."

"કલ? તારા ભાઈને હતું કે કાલે એનો દુશ્મન મહેમૂદ ભંગાર દુનિયા છોડી

દાદલો / 233

જશે પણ થયું શું? ખુદ તારા ભઈલા યૂસફ બાટલીની લાઈફ પર ડેથનું બૂચ લાગી ગયું... માર્યો ભલે તે... પણ આ પ્લાન મારો... એમાં મહેમૂદને ફસાવવા માટે એના એરિયામાં ડેડ બૉડી ફેંકાવી દીધી. મારા લક જો લક... તારા ભાઈ માટે બિછાવેલી જાળમાં એનો ચમચો બબનરાવ પણ ફસાઈ ગયો...”

“યસ સર, આ કામના પાંચ લાખ મળી જશે આપને બે દિવસમાં.”

“ના રે ના. મારે પાંચ લાખ નથી જોઈતા. અગાઉ તારા ભાઈનું નમક ખાતો હતો કે નહીં? એમના મોત માટે મને કંઈ ન ખપે.”

“અરે સર, મેં પ્રોમિસ આપ્યું હતું એટલે મારી ફરજ છે...”

“છોટા બાટલી... મૈં પાંચ લાખ નહીં લેગા. અબ બિઝનેસ મેં ફ઼િફ્ટી-ફ઼િફ્ટી પાર્ટનરશિપ...”

“પાર્ટનરશિપ? ફ઼િફ્ટી-ફ઼િફ્ટી?”

“હા, વર્ના તું તેરે હી કચરે કે ઢિગ મેં કિસી સડે પુરાને ફ્રિજ મેં મિલેગા મરી હુયી હાલત મેં...”

ઇસ્માઈલ છોટા બાટલીએ પરાણે હસવાનો પ્રયાસ કર્યો. “ક્યા સાબ, આપ ભી... આપ બોલેગા વૈસા કરેગા મૈં... મગર ઉસ પૂઠે કે બૉક્સ મેં ક્યા થા? ક્યા સબૂત હૈ મુઝે તો બતાઓ...”

પાચપુતે ઊભો થયો. “તેરે કો જાનના હય કિ બૉક્સ મેં ક્યા થા?” ઇસ્માઈલ જવાબ આપે એ પહેલાં પાચપુતેએ એના ગાલ પર એટલા જોરથી તમાચો ઝીંકી દીધો કે એ પડી ગયો. ઇસ્માઈલ હજી આઘાતમાંથી બહાર આવે એ અગાઉ પાચપુતેએ ઢીંકાપાટુ શરૂ કરી દીધા. “મેરે કામ મેં મુંહ ડાલેગા તું...? પુલીસ કી કારવાઈ મેં સવાલ કરેગા તું?”

ઇસ્માઈલ હાથ જોડતા માંડ માંડ બોલ્યો, “સાબ મૈં તો બસ જરા યું હી...”

“બસ... જરા... યું હી...” દાંત ભીંસીને પાચપુતેએ વધુ બે લાત ફટકારી. “યે ક્યા કચરે કા મૈદાન હૈ કિ તું કિધર ભી કુછ ભી દેખ લેગા... તેરે બાપ કા રાજ ચલતા હૈ પુલીસ મેં? અપુન કે સાથ અવકાત મેં રહને કા, વર્ના તેરે ભાઈકો ઉપર કંપની દેને ભેજ દૂંગા. ક્યા સમજા?” વધુ એક લાત ફટકારીને પાચપુતે ચાલવા માંડ્યો.

*

પી.એ.એ જવાબ આપ્યો, “કેસ મેં એફ઼.આઈ.આર. બન ગયા હૈ. અબ કુછ નહીં હો સકતા.” આ સાંભળીને અશોક રાવનો ગુસ્સો સાતમા આસમાને પહોંચી ગયો. તેણે તરત જ પોલીસ કમિશનર આનંદ રૉયને ફોન જોડ્યો. “મેરે પહચાનવાલે કી કોઈ દોસ્ત કો પુલીસ તંગ કર રહી હૈ. ઉસકો ફ઼ૈરન રિહા

કરને કે લિયે પોલીસ સ્ટેશનકો ઑર્ડર દીજિયે.”

“સર, કેસ ક્યા હૈ?”

“એક મિનિટ... મેરા પી.એ. બતાયેગા આપ કો...” અશોક રાવે પી.એ.ને ફોન આપ્યો. અને તેણે બધી વિગતો આપી. વિગતો જાણીને આનંદ રૉયના ચહેરા પર સ્માઇલ આવી ગયું. તેમણે સૂર્યવંશીને ફોન કર્યો, “અરે યાર, પેલો ગોપાલ રાવ મારી બદલી કરાવવા માગતો હતો પણ હવે એના મિનિસ્ટર દીકરાને મારી જરૂર પડી... એક ટીવી ઍક્ટ્રેસ પકડાઈ છે... એને છોડવી પડશે... જરા મેટર સંભાળી લે...”

આનંદ રૉય વિચારે ચડી ગયા. દસ મિનિટમાં જ સૂર્યવંશીનો ફોન આવ્યો. “સર, ક્લીઅર કટ પ્રોસ્ટિટ્યુશનનો કેસ છે. ખબરીઓ કહે છે કે આ છોકરી બહુ બદનામ છે. અને આ મિનિસ્ટર એના પર લટ્ટુ થયો છે.”

*

ડિમ્પી સાથે બધું નક્કી થઈ ગયા બાદ હવે એકદમ સાચવીને રોકી રહેવાની છે એ ફ્લૅટમાં બધી વ્યવસ્થા કરવાની રહી. પણ માત્ર રોકડ રકમ પહોંચાડવી કે... પીટર વિચારે ચડી ગયો. અચાનક કંઈ વિચાર સ્ફુરતાં તે બોરીવલી જવા નીકળ્યો. ત્યાંના ભૂતિયા મકાનમાંથી એક બૅગ લઈ લીધી, પરંતુ આને કફ પરેડ સુધી લઈ જવાનું જોખમી લાગ્યું એને. એ ત્યાંથી કાંદિવલીના ચારકોપમાં ગયો. ગૅરેજમાં એક મિકેનિક મળ્યો. “પુરાની ગાડી હૈ કોઈ? વર્કિંગ કન્ડિશન મેં હો તો ખરીદની હૈ.”

માલિકની ગેરહાજરીમાં મિકેનિકને કંઈ લમણાઝીક કરવી નહોતી. એમાં મારા કેટલા ટકા? તેણે ખૂણામાં ઊભેલી લાલ કલરની મારુતિ કારનું જૂનું મૉડલ બતાવ્યું. “વો હૈ એક... ૮૦ હજાર...”

પીટર જોઈ રહ્યો, “ઠીક હૈ, મગર ટેસ્ટ ડ્રાઇવ કરના પડેગા.”

“સાબ યે શોરૂમ થોડા હૈ?”

“યે દસ હજાર રખ. ગાડી સાફ કર. મૈં ચલાઉંગા. બરાબર હોગી તો બાકી કા પૈસા, વર્ના ગાડી વાપસ. ઔર યે દસ હજાર તેરા. બોલ, ચલેગા ક્યા?”

બન્ને ચૂપચાપ રહેતા હતા. નારાજ હતા પોતાની જાતથી. હેમાંગ જાણતો હતો કે કલ્પનાનો કોઈ વાંક નથી, એ જરાય ખોટી નથી. સામે પક્ષે કલ્પનાય હેમાંગનો દોષ જોતી નહોતી. બન્નેને ફિકર હતી દીકરી આયેશાની અને પોતાની સલામતીની. પ્રાઇવેટ ડિટેક્ટિવ મેજર મેજિશિયને ત્રણેયને તાત્કાલિક આણંદ જતા રહેવાની સલાહ આપી પણ કલ્પના ધરાર તૈયાર ન થઈ તે ન જ થઈ. ત્યારથી બન્ને વચ્ચે અઘોષિત અબોલા થઈ ગયા. કામ પૂરતી વાત કરવાની ને સતત ટેન્શનમાં રહેવાનું.

જોકે કલ્પનાએ હેમાંગને પોતાનો મહત્ત્વનો નિર્ણય નહોતો જણાવ્યો. એ વિચારતી હતી કે ભારતમાં એટલે કે મુંબઈમાં આમ ફફડાટ હેઠળ જ જીવવાનું હોય તો અઢળક અમેરિકન સુવિધા, આકર્ષક આવક અને ઉજ્જવળ ભવિષ્ય પર કેમ પસંદગી ન ઉતારવી? જો હેમાંગ અમેરિકા પાછો આવવા તૈયાર ન થાય તો શું કરવું?

હેમાંગ વગર જવાનો પોતાને વિચાર સુધ્ધાં કેવી રીતે આવ્યો? કલ્પનાને પોતાની જાત પર આશ્ચર્ય થયું. ના, ના જે કરીશ એ હેમાંગની સાથે ને સાથે જ. પણ, પણ, તો આયેશાની સલામતીનું શું? આયેશા માટેના વધુ પ્રેમને લીધે એ પેરેનોઈડ થઈ ગઈ હતી. આયેશા ખોવાઈ ગઈ, આયેશાનું અપહરણ થઈ ગયું, આયેશાને ગોળી વાગી એવા વિચાર-સપનાથી એની ઊંઘ અને ખાવા-પીવાનું હરામ થઈ ગયું હતું. કલ્પના વિચારવા માંડી કે આયેશા માટે પોતે મુંબઈ છોડવા સહિત કંઈ પણ કરી છૂટશે, પછી ભલે હેમાંગને છોડી દેવો પડે.

વિચારોના આતંકથી છૂટવા માટે કલ્પનાએ ટીવી ચાલુ કર્યું તો ન્યૂઝ જોયા: 'અબ તક રાહબર રોબરી કેસ મેં પુલીસ કો હાથ લગા બાબાજી કા ઘુલ્લુ.' મોઢામાં કડવાશ સાથે એ બોલી 'રાહબર... રાહબર... રાહબર'. ગુસ્સામાં તેણે રિમોટ કંટ્રોલથી ટીવી બંધ કરી દીધું. ન જાણે કઈ નબળી ઘડીએ અમે આ રાહબરની ચુંગલમાં પડ્યા? કુરિયરમાં ન મંગાવેલાં, ન ઇચ્છેલાં દુઃખ, યાતના અને આફત આવ્યાં.

*

મનિયાના ઍન્કાઉન્ટરના પેપર્સ બનાવતી વખતે હવાલદાર નામદેવ પટેલે પુરાવા તરીકે એનાં લોહીવાળાં વસ્ત્રો, મોબાઇલ, ગજવામાંના રૂપિયા-પરચૂરણ અને પર્સ ટેબલ પર મૂક્યાં. અચાનક યાદ આવ્યું એટલે ઊભા થઈને પૂઠાંનું મોટું બૉક્સ લેવા ગયો. બૉક્સ લઈને આવતી વખતે તેણે કંઈક અલગ જ રોમાંચ અનુભવ્યો. ડમ્પિંગ ગ્રાઉન્ડમાં સેલોટેપ ખોલીને આ બૉક્સ ખોલ્યું તો એમાં બબ્બે હજારની નોટનાં બંડલ જોયાં. આશ્ચર્યથી ખુલ્લું રહી ગયેલું મોઢું. નજીક જઈને બૉક્સમાં અંદર હાથ નાખ્યો તો ન જાણે કેટકેટલાં બંડલ જોયાં અંદર. નામદેવને ખાતરી થઈ ગઈ કે, આખું બૉક્સ બબ્બે હજારની નોટનાં બંડલથી ભરેલું હતું. તેને થયું કે બંડલ ગણવાં પડશે. એ વખતે કોઈની મદદ લેવી પડશે અથવા કોઈની હાજરી હોય તો સારું. "નકામી આપણી વાતો ઊડે એવું શું કરવું?" તેણે દૂર બાંકડા પર બેસીને હાથમાં તમાકુ ચોળતા હવાલદાર સુરેશ જોશીને બોલાવ્યો. ગલોફામાં તમાકુ ભરીને સુરેશ નજીક આવ્યો.

નામદેવે ચહેરા પર અનોખા ભાવ સાથે બૉક્સ ટેબલ પર મૂક્યું. "તેં જિંદગીમાં ક્યારેય જોયું ન હોય કે જોવાનો ન હોય એ તને બતાવું આજે."

સુરેશને નવાઈ લાગી કે નામદેવદાદા વળી શુંય બતાવવા માગતા હશે. નામદેવે પૂઠાંનું બૉક્સ ખોલ્યું અને આશ્ચર્યચકિત થઈ ગયો. અંદર હાથ નાખીને ફંફોસવા માંડ્યો. સંતોષ ન થતાં બહાર પહેલાં પંજાબી ડ્રેસ મૂક્યો, પછી સાડી, થોડાં બ્લાઉઝ, પેટીકોટ અને પછી સ્કૂલનાં પાઠ્યપુસ્તકો. નામદેવે હાંફળાફાંફળા થઈને બધાં કપડાં ખોલીને જોયાં. બૉક્સ ઊંધું વાળીને ઠપકાર્યું. સુરેશ જોતો રહી ગયો. "ક્યા હુઆ નામદેવદાદા?"

નામદેવ પટેલ ફસડાઈ પડ્યો ખુરશીમાં. થોડી વારે સ્વસ્થ થયા બાદ તેને વિચાર આવ્યો કે પોતાના જીવનમાં તો ઠીક, આ પોલીસ સ્ટેશનમાંય ક્યારેય આટલી મોટી રકમ આવી નથી છતાં કેમ સૌ ચૂપ રહ્યા? પાચપુતે સર જાણે કંઈ ન બન્યું હોય એમ કેમ વર્તી રહ્યા છે?

હવાલદાર નામદેવ પટેલ ઊભો થઈને પોલીસ સ્ટેશન ઇન-ચાર્જની કૅબિન તરફ ચાલતો થયો. એ જ ઘડીએ ઇન્સ્પેક્ટર બબનરાવ પાચપુતેએ દરવાજામાં દેખા દીધી. તેણે ટેબલ પર પડેલું બૉક્સ, કપડાં અને ચોપડા જોયા, ને સાથોસાથ સાહેબની કૅબિન તરફ આગળ વધતા નામદેવ પટેલને જોયો. એને પરસેવો વળવા માંડ્યો.

*

સૂર્યવંશીને આનંદ થયો કે બંડુનો ફોન ઍક્ટિવ છે. ટ્રેકિંગમાં એ મુઝફ્ફરપુરથી ગતિ કરતો દેખાતો હતો. એ દિશા પરથી સૂર્યવંશી કલ્પના કરવા માંડ્યા કે એ

ક્યાં-ક્યાં જઈ શકે. અત્યાર સુધી બંડુના મોબાઇલ ફોનના લોકેશનને આધારે જે તે શહેરની પોલીસને દોડાદોડી કરાવ્યા બાદ હવે સૂર્યવંશીએ વ્યૂહ બદલ્યો. કોઈને કહીને બંડુને આંતરવો નથી, પણ એની હિલચાલ પર સતત નજર રાખવાની. ક્યાંય વધુ રોકાઈ જાય ત્યારે વિચારીશું કે કેવાં, કેટલાં અને ક્યારે પગલાં ભરવાં? એમને એક સવાલે બહુ પજવ્યો કે, બંડુ મરી ગયો હતો તો એનો ફોન હશે કોની પાસે?

સૂર્યવંશી માટે જે બંડુનો ફોન હતો એ હકીકતમાં તો પક્યા પાસે હતો. તે નાના-નાના અંતરની સરકારી બસ-સેવાનો ઉપયોગ કરતો અને મંજિલ ભણી આગળ વધી રહ્યો હતો. પક્યાને નવાઈ લાગી કે આંતરિયાળ વિસ્તારમાં પ્રદૂષણ વધી રહ્યું છે કે શું? બસમાં ત્રણ-ચાર પ્રવાસી મોઢા પર માસ્ક પહેરીને બેઠા હતા. જ્યાં જરૂર પડે ત્યાં સામાન્ય લોજમાં રાતવાસો કરી લે. પોતાની થેલીનું જીવથી વધારે જતન કરતો હતો. એને હવે ખાવા, પીવા, ઊંઘવા કે સૂવાળા સહવાસમાં રસ રહ્યો નહોતો. એક-બે હાઈવે ઢાબા પર રાતે સૂરા સાથે સુંદરીનો મેળ શક્ય હતો પણ પક્યાને મન જ ન થયું. એની આંખ સામેથી બે ચહેરા હટતા નહોતા: જિગરજાન દોસ્ત બંડુ અને જાની દુશ્મન અપ્પાસાહેબ રાવ.

*

કાંદિવલીના ચારકોપમાંથી જૂની ઠાઠિયું ગાડીનું નક્કી કરીને આગળ વધતાં અગાઉ પીટરે માત્ર ઇન્ટરનેટ વાપરવા માટેનો મોબાઇલ ફોન ચાલુ કર્યો. પોતાના ઈ-મેલ ઍકાઉન્ટમાં ડ્રાફ્ટમાં રોઝીએ મૂકેલી વિગતો વાંચીને એની આંખમાં ચમક આવી ગઈ. એ હસીને મનોમન બબડ્યો, "મુસાફરી વધુ પડતી લાંબી છે, પણ મારી મંજિલ ક્યાં આસાન છે?"

પીટર ફર્નાન્ડિઝ વિગતો વાંચવા માંડ્યો. ચીનના શહેર ચૉંગકિંગથી થઈને જર્મનીના ડુઈસબર્ગ વચ્ચે એક માલગાડી ચાલતી હતી. એ કઝાખસ્તાનના ઝુંગરિયન ગેટ, રશિયા, બેલારુસ અને પોલૅન્ડમાંથી પણ પસાર થતી હતી. મલ્ટિનૅશનલ આઈટી કંપનીઓના માલને ૧૧,૧૭૯ કિલોમીટરના રૂટ પર આ ગુડ્સ ટ્રેન ૧૩થી ૧૬ દિવસમાં પહોંચાડતી હતી. આ ગુડ્સ ટ્રેનમાં જબરી લાંચ આપીને પોતે ક્યાંથી સંતાઈને ચડી જાય અને ક્યાં ઉતરીને અબખાઝિયા પહોંચી જાય એની શોધખોળ હવે જલદી કરવી પડશે.

આ જરાય સહેલું નથી, પણ અશક્યને શક્ય બનાવવામાં અફલાતૂન દિમાગ વાપરીને પોતે સાબિત કરી આપશે કે અસલી દાદલો એટલે મર્દ કોને કહેવાય? અચાનક કંઈક યાદ આવતાં પીટર ગાંડાની જેમ એવો હસવા માંડ્યો કે એની આંખમાં આંસુ આવી ગયાં. "મારી પાસે એટલા બધા રૂપિયા છે કે એક

એક્ઝિક્યુટિવ ક્લાસમાં તો જવા દો, ચાર્ટર્ડ પ્લેનમાં મુસાફરી કરી શકું, પણ જવું પડશે માલગાડીમાં! ખેર, એક વાર અબખાજિયા પહોંચી ગયા બાદ હું છું ને મારું સપનું છે, પણ રોઝીનો ઉપકાર ક્યારેય નહીં ભૂલી શકું. માય ગ્રેટ ફ્રેન્ડ, ગ્રેટ લવર.”

મોબાઇલ ફોનની ગેલેરીમાં જઈને પીટરે ડ્રીમ નામનું ફોલ્ડર ખોલ્યું. એક પછી એક કસાયેલા યુવાનોના ફોટા જોવામાં તલ્લીન થઈ ગયો એ.

*

મુંબઈના આસિસ્ટન્ટ પોલીસ કમિશનર સૂર્યવંશીને કંઈક વિચિત્ર લાગણી થઈ રહી હતી. સલોની માપસેકર સાથે પોતે તડ ને ફડ વાત કરી, ને એ ડાયરી આપીને વૉશરૂમમાં જતી રહી. એ જ ઘડીએ મહત્ત્વનો ફોન આવતાં સૂર્યવંશીને દોડી જવું પડ્યું. કામકાજ પતાવીને ઘરે પહોંચ્યા ત્યારે ડાયરી ખોલી. સલોનીના અક્ષર એને સારા લાગ્યા. “આણે તો લેખક કે કવિ બનવું જોઈએ...”

ફ્રિજમાંથી પાણીની બોટલ ટેબલ પર મૂકીને સૂર્યવંશીએ વાંચવાનું શરૂ કર્યું.

“ફ્રેન્કલી કહું તો તમારા માટે કેમ લખું છું એ મને સમજ પડતી નથી. સાચું કહું તો તમારા જેવા પુરુષને હું ક્યારેય મળી નથી. મળીશ એવીય કલ્પના નહોતી. મારા માટે પુરુષ એટલે ઉપયોગ અને ઉપભોગ કરવાનું પ્રાણી. સૌથી સ્વાર્થી અને લુચ્ચું પ્રાણી. સ્ત્રીને જુએ એટલે એક જ વિચાર. પણ તમે એકદમ અલગ લાગ્યા. તમારાં વર્તન, વાતચીત અને સ્ત્રી ભણી જોવાની શૈલી, સન્માન બધું મારા માટે એકદમ નવું છે, અનોખું છે. આવો પુરુષ હોઈ શકે? મને કેમ ન મળ્યો? તમારા વિશે જાણવા મળ્યું કે આટલાં વરસોથી પોલીસમાં છો, છતાં નખશિખ પ્રામાણિક છો, ફરજને પવિત્ર માનો છો. એવું લાગ્યું કે સિત્તેરના દાયકાના આદર્શ નાયકને હું મળી રહી છું. આ બધા વિચારો ને વિચારોમાં હું ક્યારે તમારા પ્રેમમાં પડી ગઈ એની ખબર ન પડી. આપણી ઉંમરના અંતરની મને પરવા નથી, તમારી સાથે રહેવા માટે ગોવા છોડવા તૈયાર છું, નોકરી છોડવા તૈયાર છું, મારો સ્વભાવ છોડવા તૈયાર છું. લગ્ન ન કરો, પણ સાથે રહો તો એ પણ ચાલશે અને તમે નહીં મળો તો જીવવાનું છોડી દેવા પણ તૈયાર છું, અજમાવવી છે મને?”

સૂર્યવંશીને સમજ ન પડી. મોડી રાત થઈ ગઈ હતી છતાં તેમણે સલોનીને ફોન લગાવ્યો. ક્યાંય સુધી બેલ વાગતી રહી. ચાર-પાંચ વાર નંબર ડાયલ કર્યો પણ... હવે સૂર્યવંશીને ફિકર થવા માંડી. તેમણે હોટેલમાં ફોન કરીને કહ્યું કે, ‘સલોનીના રૂમમાં કનેક્ટ કરો.’ ક્યાંય સુધી બેલ વાગતી રહી. થોડી વારમાં હોટેલના નાઇટ ઇનચાર્જનો ફોન આવ્યો કે ‘અમે ડોરબેલ ખૂબ વગાડી પણ

અંદરથી કોઈ રિસ્પોન્સ નથી સર, શું કરીએ?'

સૂર્યવંશીના કાનમાં સલોનીનો અવાજ પડઘાયો, "અને તમે નહીં મળો તો જીવવાનું છોડી દેવા પણ તૈયાર છું. અજમાવવી છે મને?" સૂર્યવંશીને જાત પર ગુસ્સો આવ્યો, "આ છોકરીને હું કેટલી ક્રૂરતાથી ગુડબાય ફોરએવર કહીને નીકળી પડ્યો?" માસ્ક બરાબર કરતો બિલ્ડિંગનો વૉચમેન જોઈ જ રહ્યો કે સૂર્યવંશી નાઇટ ડ્રેસમાં જ કૂદીને ગાડીની ચાવી લઈને દોડ્યા. તેમણે રસ્તામાં એક ડૉક્ટર દોસ્તને ફોન જોડ્યો.

હવાલદાર નામદેવ પટેલ સાવ સીધો અને સરળ માણસ. પોલીસદળમાં એકદમ જ મિસફીટ. દેશનું, રાજ્યનું અને પ્રજાનું પેટમાં બળે. ગામમાં બાપદાદાની જમીન હતી, જેનું ખેડાણ ભાઈઓ કરતા હતા અને નામદેવને દર વરસે અનાજ ઉપરાંત ઠીકઠીક રકમ ભાગે મળી જતી હતી. ચારેય ભાઈઓ સાથે એને સંપ સારો. વળી નામદેવ એકદમ સંતોષી અને ભગવાનથી ડરનારો જીવ.

કાંજુરમાર્ગ ડમ્પિંગ ગ્રાઉન્ડમાં જે જોયું કે બન્યું એ એના દિમાગમાં બેસતું નહોતું. એને સતત થતું હતું કે ક્યાંક કંઈક ખોટું થયું છે, ક્યાંક કંઈક કચાશ છે. નામદેવ જ નહીં, આખું પોલીસ સ્ટેશન જાણતું હતું કે બબનરાવ તુપે અને કિરણ પાચતુપે કંઈ બલા છે. પોતે જે પૂઠાંના બૉક્સમાં બે-બે હજાર રૂપિયાનાં બંડલો જોયા એમાંથી કપડાં અને ચોપડા નીકળે એ કેમ ચાલે? રૂપિયાને પગ તો આવે નહીં, તો ક્યો મોરલો કળા કરી ગયો. આનું રિપોર્ટિંગ ન કરે તો પોતે ડ્યૂટી અને જાત સાથે છેતરપિંડી કરે જે નામદેવથી સહન થતું નહોતું. તેણે પોલીસ સ્ટેશનના ઇનચાર્જ અને સિનિયર પોલીસ ઇન્સ્પેક્ટર વિશાલ સહસ્ત્રબુદ્ધેને માંડીને વાત કરી.

પૂરી વાત સાંભળીને સહસ્ત્રબુદ્ધે સ્તબ્ધ થઈ ગયા. તેમણે નામદેવને તાકીદ કરી, "હમણાં કોઈ સાથે કંઈ વાત ન કરવી. આપણે આ ભેદ ખોલીને જ રહીશું."

નામદેવના બહાર ગયા બાદ સહસ્ત્રબુદ્ધે વિવાદમાં પડી ગયા કે તુપે અને પાચપુતે બન્ને પોલીસના નામ પર કલંક છે. પણ કરવું શું હવે? તેને એક નામ યાદ આવ્યું માર્ગદર્શન માટે, સૂર્યવંશી. તેને સામેથી સ્પષ્ટ શબ્દોમાં સલાહ મળી, "યોગ્ય પગલાં તરત ભરો પણ એ અગાઉ કમિશનરસાહેબને જાણકારી આપી દો." આટલું કહીને સૂર્યવંશીએ ફોન મૂકી દીધો, કારણ કે તેઓ ટેન્શનમાં હતા, ખૂબ ટેન્શનમાં...

*

સલોનીની હોટેલમાં ખૂબ ટેન્શન હતું. એક તો આસિસ્ટન્ટ પોલીસ કમિશનરનો મામલો, એ પાછા શેઠના ખાસ મિત્ર. એમના કહેવાથી એક સી.આઈ.ડી.વાળા

મૅડમને રૂમ અપાઈ અને હવે આ તકલીફ? જો એને સામાન્ય લેડીઝ સમજીને કોઈએ છેડતી કે બળાત્કારની ચેષ્ટા કરી હશે તો એક એકનું આવી બનવાનું. મૅનેજર ખુદ દોડીને ડુપ્લિકેટ ચાવી લઈ આવ્યો. સૂર્યવંશીએ દરવાજો ખોલ્યો તો સોફા પર સલોની પડી હતી. એમનું હૃદય એક ધબકારો ચૂકી ગયું. નજીક જતા પગ ઊપડતા નહોતા. ત્યાં ડોક્ટર દોસ્તે એન્ટ્રી મારી. સૂર્યવંશીના ખભે હાથ મૂક્યો. 'ડૉન્ટ વરી નાઉં'. ડોક્ટર આગળ વધ્યા. એની પાછળ સૂર્યવંશી.

ડોક્ટરે સલોનીના હાથની નાડી પકડી. નાક પાસે આંગળી મૂકી. ટીપોય નીચે વ્હિસ્કીની બે ખાલી બોટલ જોઈ. એમના ચહેરા પર હળવું સ્મિત આવી ગયું. સૂર્યવંશીનો હાથ પકડીને ધીમેથી બોલ્યો, "વધુ પડતી પી ગઈ લાગે છે. સૂવા દો. જાગે એટલે લીંબુ પાણી કે બ્લૅક કોફી... તમે લોકો જે લેતા હોય એ આપજો. હવે હું ઊપડું. કદાચ નવી ઉપાધિ અમારી ઊંઘ હરામ કરી નાખશે." આટલું સાંભળતાવેંત સૂર્યવંશીના દિલ પરથી એક મણનો પાણો હટી ગયો. આંખમાં નિરાંતવાળા ખુશીનાં આંસુ આવી ગયાં.

*

મુખ્ય પ્રધાન આનંદ પાટિલે મોબાઇલ ફોન મૂકીને ઇન્ટરકોમ પર પી.એ.ને મૅસેજ આપ્યો, "તમારી ફુકરીને હવે મેદાનમાં ઉતારો." આના એક કલાકમાં દેશભરની ટીવી ચેનલમાં બ્રેકિંગ ન્યૂઝ ચમકવા માંડ્યા.

"ઍક્ટ્રેસ કા મિનિસ્ટર પર બળાત્કાર કા ઈલ્ઝામ.' પછીના ફુટેજમાં સુચેતા રાજવંશ રડતાં-રડતાં વર્ણવતી હતી કે રાજ્યના પ્રધાન અશોક રાવે પોતાની સાથે શું કર્યું. આ સાથે જ મહિલા સંગઠનોએ અશોક રાવના નિવાસસ્થાન સામે ધરણાં શરૂ કરી દીધાં. આ ધરણાંમાં આઠ-દસ મહિલાઓ માસ્ક પહેરીને આવી હતી. એ જોઈને કોઈકે મજાક કરી કે પોતે ધરણાંમાં જોડાયાની ઘરવાળાને ખબર ન પડે એટલે ચહેરા છુપાડી દીધા અને વિપક્ષોએ રાજીનામાની બૂમાબૂમ આદરી દીધી.

અશોક રાવને પ્રધાન બનાવ્યાના બે દિવસમાં મુખ્ય પ્રધાન આનંદ પાટિલને સમજ પડી ગઈ હતી કે ભવિષ્યમાં આ નંગને લીધે પોતાના પર પસ્તાળ પડી શકે છે. આમેય અશોક વધુ પડતો કાબો હતો, શાણો હતો જે પાટિલને પસંદ નહોતું. અપ્પાસાહેબ રાવને કદ પ્રમાણે વેતરીને ગોપાલ રાવને મોટા કરવામાં ભલાઈ નથી. એમાંય અશોકે ઇન્સ્ટન્ટ પોત પ્રકાશવા માંડ્યું. એટલે પોતાના પી.એ. થકી તેમણે સુચેતા રાજવંશને પ્યાદા તરીકે મોકલી પણ તેમને જરાય રાહ ન જોવી પડી. એ તો સાવ ઘેલો નીકળ્યો. આનંદ પાટિલે તરત જ નૈતિકતાના ધોરણે અશોક રાવને પ્રધાનમંડળમાંથી બરખાસ્ત કરવાની રાજ્યપાલને ભલામણ કરી. સાથોસાથ પોલીસને કોઈની શેહમાં તણાયા વગર તટસ્થ અને ઝડપી

તપાસ યોજવાનો આદેશ આપ્યો.

*

મુંબઈ પ્રેસ ક્લબમાં રાતે આઠ વાગ્યે કેટલાક રિપોર્ટરે બે પર એક ફ્રી વ્હિસ્કીની સ્કીમનો લાભ લેવાની શરૂઆત કરી. ત્યાં જ વધુ એક બ્રેકિંગ ન્યૂઝ આવ્યા: 'એક હી પુલીસ સ્ટેશન કે દો ઇન્સ્પેક્ટર ગિરફ્તાર.' ત્યાર બાદ બબનરાવ તુપે અને કિરણ પાયપુતેની ધરપકડની વિગતો અપાવા માંડી. બન્ને ગાર્બેજ માફિયાના મળતિયા હતા એ જાણીને ઘણા રિપોર્ટરને ય આંચકા લાગ્યા. કાંજુરમાર્ગ ડમ્પિંગ ગ્રાઉન્ડમાં થયેલું મનિયા નામના બરોડાના બુટલેગરનું ઍન્કાઉન્ટર અને ત્યાં જ મળેલી યૂસફ બાટલીની લાશ વિશે વધુ તપાસ ચાલતી હોવાની માહિતી પીરસાઈ. મોઢા પર માસ્ક બાંધેલા એક પીઢ રિપોર્ટરે સૂર્યવંશીને ફોન કરીને નારાજગી વ્યક્ત કરી, "સર હવે તમે કોઈ સ્કુપ કે લીડ આપતા નથી કે પછી કંઈ નારાજ છો?" સૂર્યવંશીએ ટૂંકો જવાબ આપ્યો. "પાયપુતે પર ધ્યાન આપો."

*

સલોનીએ આંખ ખોલી અને પોતાની સામે સૂર્યવંશીને જોયા. જાત પર વિશ્વાસ ન બેઠો. પોતે સપનું તો નથી જોતી ને? ખાતરી કરવા તેણે આંખ ચોળી, પોતાના ગાલ પર ચીટિયો ખણ્યો અને સૂર્યવંશીના હાથને સ્પર્શ કર્યો. સપનું ન હોવાની ખાતરી થતાં સલોની રડવા માંડી. સૂર્યવંશી ન જોઈ શક્યા એને રડતી. એમની આંખમાં પાણી આવી ગયાં. સલોનીને છાની રાખવા એમનો હાથ આગળ વધ્યો. એની આંખ પાસેનાં આંસુ લૂછ્યાં. બીજા હાથમાં સલોનીનો હાથ લીધો. "એકદમ પાગલ છો તું... મારા જેવા ડોસાના પ્રેમમાં પડાય? મરવાની વાત કરાય? તને કંઈ થઈ ગયું હોત તો મારું શું થાત?"

આટલું સાંભળવા સાથે ન જાણે સલોનીના શરીરમાં ક્યાંથી શક્તિનો સંચાર થયો કે તેણે વીજળીવેગે ઊભા થઈને સૂર્યવંશીને પોતાના બાહુપાશમાં લઈ લીધા. સમય જાણે થંભી ગયો. બે દિલ એક થઈ ગયા. રુમમાં માત્ર બે હૃદયના ધબકારા સંભળાઈ રહ્યા હતા, એમાં ઉમેરો કરતી હતી ભીંત ઘડિયાળની ટીક, ટીક, ટીક...

**

અશોક રાવને ગડગડિયું અપાયાના સમાચાર ગાજતા હતા, ત્યાં વધુ એક રાજકીય આંચકો અનુભવ્યો મુંબઈએ. સ્થાનિક વિકાસ મંચ (રિયલ)ના છ એ છ વિધાનસભ્યએ જઈને અપ્પાસાહેબની માફી માગી અને મૂળ પક્ષમાં પાછા ફર્યા. આ સંજોગોમાં મુખ્ય પ્રધાન માટે ય સ્થાનિક વિકાસ મંચનો ટેકો સ્વીકારવા સિવાયનો વિકલ્પ નહોતો. આ ઘટનાક્રમે બાપ-બેટા ગોપાલ રાવ અને અશોક રાવને સાવ એકલા પાડી દીધા.

મુંબઈભરના પત્રકારો થાકી ગયા પણ કોઈ વધુ વિગત મેળવવા માટે એક્ટ્રેસ સુચેતા રાજવંશ સુધી પહોંચી ન શક્યા. સુચેતાને આગળ ધરીને કોણ રાજકીય શતરંજમાં નવશિખિયા અશોક રાવને ચેકમેટ આપી ગયું એની અટકળો મંત્રાલય, પ્રેસ ક્લબથી લઈને પેજ-થ્રી પાર્ટીમાં વધતી ગઈ.

આ બધાની વચ્ચે છેલ્લા થોડા દિવસની ઘટનાઓ વિશે અપ્પાસાહેબ વિચારતા હતા, ત્યાં જ કમલકાંતનો ફોન આવ્યો, "આપને અનુકૂળ હોય તો આજે સાંજે મળીએ?"

કમલકાંત અને અપ્પાસાહેબરાવ મળ્યા. બન્ને ચા અને ભજિયાં ખાતા હતા. બન્નેને ઘણું કહેવું હતું પણ કોઈ કંઈ બોલી શકતું નહોતું. અપ્પાસાહેબને ડંખ હતો કમલકાંતનું કામ ન કરી શક્યાનો. આને લીધે પોતાને થયેલી તકલીફોનો, રોષ પણ ખરો. કમલકાંતને હવે લાગતું હતું કે કદાચ ૨૦૦ કરોડ આડાઅવળા થવામાં અપ્પાસાહેબની સીધી કે આડકતરી સંડોવણી ન હોય પણ એમને ઘણું સહન કરવાનું આવ્યું ખરું.

અકળાવતા મૌનને વિખેરવા અપ્પાસાહેબે કમલકાંતની દિશમાં મરચાના ગરમાગરમ ભજિયાં મૂક્યાં અને રિમોટથી ટીવી ચાલુ કર્યું. ટીવી ચેનલના રિપોર્ટરની બૂમાબૂમથી કમલકાંત સ્તબ્ધ થઈ ગયા. 'આ એ રકમ હશે?' ગિરફ્તાર હુએ ઇન્સ્પેક્ટર કિરણ પાચપુતે કે ઘર સે રૂપિયે ૨૦ કરોડ બરામદ'. આની સાથોસાથ આટલી મોટી રકમ ક્યાંથી આવી, કોને આપી અને શેના ઇનામરૂપે એની ચર્ચા જોશ પકડી રહી હતી. બધી નોટ સાવ નવી અને બંડલમાં હોવાથી નંબરને લીધે આ નોટ કંઈ બૅંકમાંથી કોણે કઢાવી એ જલદી જાણકારી મળવાની પોલીસને આશા હતી.

*

કમલકાંતે ખોંખારો ખાઈને ચાનો કપ ઉપાડ્યો અને અપ્પાસાહેબે તેમનું અનુકરણ કર્યું. કમલકાંતે અપ્પાસાહેબના હાથ પર પોતાનો હાથ ધીમેથી મૂક્યો. 'કદાચ આપણા બેમાંથી કોઈની ભૂલ નહોતી શરૂઆતમાં પણ પછી ટેન્શનને લીધે હું ન કરવાનું કરી બેઠો.' તેના હાથ પર પોતાનો બીજો હાથ મૂકતા અપ્પાસાહેબ હળવા અવાજે બોલ્યા, "કદાચ મેં પણ એવું જ કર્યું હોત. જવા દો એ બધું, હવે નવેસરથી શરૂઆત કરીએ."

કમલકાંત નવી શરૂઆત માટે મનોમન તૈયાર થઈ રહ્યા હતા. ત્યારે અપ્પાસાહેબ રાવના બંગલોની સામેના ઝાડ પાછળ સંતાયેલો પડ્યો મોઢા પરનું માસ્ક સરખું કરવા સાથે પોતાની પાસેની કપડાંની બેગમાં મૂકેલા દેશી કટ્ટાને પંપાળી રહ્યો હતો.

એ.ટી.એસ.ના પ્રદીપ બંદોપાધ્યાયને સમજાતું નહોતું કે પોતાને થઈ શું રહ્યું છે? મૂંઝવણ હતી કારણ કે સમજાતું નહોતું કંઈ. લાચારી હતી કારણ કે ચૂપચાપ બેસી રહેવું પડતું હતું. રાહ જોવી પડતી હતી. ગુસ્સો હતો પોતાના પર ને કરણ જોશી પર. સતત ફફડાટ હતો કે કંઈક ન થવાનું થઈ ગયું તો? થોડું ઘણું જાણવા છતાં પોતે શું જવાબ આપશે? નોકરીનું શું થશે એ તો પછીની વાત પણ સરફરાઝ અલીના સાથીઓના કરતૂતથી નિર્દોષો બિચારા કમોતે માર્યા ગયા તો?

ફરી મોબાઇલ ફોન હાથમાં લઈને તેણે એસ.એમ.એસ. અને વ્હૉટસઅપ મૅસેજ ચેક કર્યા. એ જ નંબર ત્રીજી વાર ડાયલ કર્યો પણ ફરી એનું એ નો રિસ્પૉન્સ. પ્રદીપ ગુસ્સામાં ફોન પછાડવા ગયા પણ છેલ્લી ઘડીએ વિચાર માંડી વાળ્યો. પોતાની જાત પર હસવું આવ્યું એમને.

એ સમયે જ રિંગનો અવાજ થયો અને બંદોપાધ્યાયે આશા સાથે મોબાઇલ ફોન ઉપાડ્યો. મૅસેજ જોઈને એમની આંખમાં ચમક આવી ગઈ. અડધા ઊભા થઈ ગયા. પગમાં સેંકડો અશ્વનો થનગનાટ આવી ગયો પણ...

*

સૂર્યવંશીને રહીરહીને સવાલ સતાવતો હતો કે સલોનીના મોબાઇલ ફોનની ગૅલેરીમાં સમાયેલા પીટર ફર્નાન્ડિઝ અને રાહબર રોબરી લૉટરી કેસને સંબંધ હશે? રાહબરમાં મોટી રકમ લૂંટાઈ જેનો સત્તાવાર હોબાળો ભલે ઓછો થયો. પણ એ લૂંટ બાદ પીટર ગોવાના કેટલાય કેસિનોમાં મોટી રકમ ઠેકાણે પાડવાના પ્રયાસમાં રખડ્યો એ સાવ યોગાનુયોગ કહેવાય? આવી મજાક તો કોઈ પાગલ પણ ન કરે.

કોઈ ચોક્કસ કારણ ન આપ્યું પણ સૂર્યવંશી સલોનીને લઈને નીકળ્યા બાંદરા તરફ જવા. સલોનીની ઇચ્છા હતી કે જીપમાં રોમેન્ટિક માહોલમાં વાતચીત થાય, પરંતુ સૂર્યવંશી ફેરવી-ફેરવીને પીટર અને ગોવા વિશે સવાલો કરતા હતા. સલોનીને થયું કે પોતે પીટર અને એની પાસેની સંભવિત મોટીમસ રકમ માટે મુંબઈ આવી છે. પોતે પીટર વિશે કેવા-કેવા વિચારો કર્યા હતા? ના. ના. આ

બધું સૂર્યવંશીને ન કહેવાય, કોઈ પુરુષને ન ગમે. પણ પોતે પીટરના વિચારોમાંથી મુક્ત થવા માગે છે તો સૂર્યવંશી શા માટે ફરી ફરીને એના જ સવાલો પૂછે છે?

હાઈવે પર ગાડી આગળ વધી રહી હતી, ત્યાં જ એક ફોન આવ્યો. સૂર્યવંશીએ જવાબ આપ્યો, "હા, હા. બાંદરાના કલાનગર સિગ્નલ પાસે આવો. અમે પાંચ-દસ મિનિટમાં પહોંચીશું. એ સાથે છે ને?" સલોનીએ મોઢું બગાડ્યું: "બે જણા જતા હતા, ત્યાં હવે વધુ કોણ ખલેલ પાડવા આવે છે? આના કરતા હોટેલના રૂમમાં રહ્યા હોત તો સારું હતું."

પણ સલોની માપસેકર એક વાત જાણતી નહોતી કે રાહબર રોબરી કેસ પર સમાંતર તપાસ ચલાવવા માટે ખુદ પોલીસ કમિશનર આનંદ રૉયે પોતાના વિશ્વાસુ સૂર્યવંશીને ઑર્ડર આપ્યો હતો. આ તપાસ સોંપાવા અંગેનો મૅસેજ જરૂર પડે ત્યારે સંબંધિત પોલીસ સ્ટેશનને પણ અપાતો હતો. એના ભાગરૂપે જ અત્યારે બે જણા તેમને રસ્તામાં મળવાના હતા.

*

પીટર ત્રાસી ગયો કે મુંબઈમાં આવો ભયંકર ટ્રાફિક? કાંદિવલીના ચારકોપથી કફ પરેડ પહોંચવામાં એક-દોઢ કલાક લાગવાની ગણતરી હતી. નેટ પર ચેક કરી લીધું હતું કે ૩૯ કિલોમીટર જેટલી મુસાફરી કરવાની છે. એક કલાક વીસ મિનિટ નૉર્મલ ટાઇમ બતાવાતો હતો. સિગ્નલ અને બપોરના થોડા ટ્રાફિકની ૨૦-૨૫ મિનિટ વધારાની સમજી લો, પરંતુ આ તો કંઈક ભળતો જ ટ્રાફિક હતો. આના કરતા પગપાળા વહેલા પહોંચી જવાય, એવા વિચારો આવવા માંડ્યા.

ગોકળગાયને શરમાવે એવી ગતિએ ઠાઠિયું ગાડી ઠિચુક ઠિચુક આગળ વધતી હતી. સારું હતું કે ફિક્સ ટાઇમ પર કોઈને મળવાનું ન હતું. તેણે ડિમ્પીને ફોન કર્યો કે ટ્રાફિક ખૂબ છે એટલે મોડું થશે. પીટરના પૈસાના અહોભાવમાં એકદમ લચી પડેલા ડિમ્પીએ હસીને જવાબ આપ્યો કે "ફિકર સર, તમે જ્યારે પધારો ત્યારે હું હાજર થઈ જઈશ..." આના પછી ડિમ્પી જે બોલ્યો એ પાછળથી વાગતા હૉર્નના ઘોંઘાટમાં સંભળાયું નહીં. પીટરને થયું કે હાઈવે સિવાય બે વિકલ્પ હતા: એસ. વી. રોડ અને લીંક રોડ. એમાંથી એકાદ વિકલ્પ પસંદ કર્યો હોત તો? ત્યાં આગળની ગાડી ચાલતી દેખાઈ એટલે પીટરે સ્ટિયરિંગ પર ધ્યાન આપ્યું.

*

પ્રાઇવેટ ડિટેક્ટિવ મેજર મેજિશિયનને ખબર પડી કે રાહબર રોબરી કેસમાં સંડોવાયેલો મનિયો પોલીસ એન્કાઉન્ટરમાં માર્યો ગયો છે અને એની એક મહિલા સાથી રંજન ડિકોસ્ટાને પોલીસે અટકમાં લીધી છે. આ સાથે જ મેજરે હેમાંગ

246 / દાદલો

પટેલને ફોન કરી દીધો, "ગુડ ન્યૂઝ છે. રાહબર કેસના એક આરોપીનું મોત થયું અને બીજાની ધરપકડ થઈ છે. ઝાઝું જોખમ નથી. પણ શક્ય એટલા સાવચેત રહેજો."

મોબાઇલ ફોન મૂકીને હેમાંગે કલ્પના સામે જોયું ને ખુશી-ખુશી આ ન્યૂઝ આપ્યા. આલિશાના માથા પર હાથ ફેરવતા કલ્પનાએ લગભગ વડચકું ભર્યું, "આ તો બેની વાત થઈ, બાકી બહાર ન જાણે કેટલા હશે? એ લોકો આપણને કંઈ નહીં કરે એની ખાતરી છે? પ્લીઝ હેમાંગ. મારી વાત માન. અમેરિકા પાછા જતાં રહીએ. ત્યાં ભલે જે થવું હોય તે થાય."

"તો જે થવું હોય એ ભારતમાં થાય એવું હું ઇચ્છીશ. તું સમજતી કેમ નથી કે..." વધુ સાંભળ્યા વગર કલ્પના દીકરીને લઈને બેડરૂમમાં જતી રહી. હેમાંગને ગુસ્સો આવ્યો કલ્પના પર. પણ એ પત્નીની માનસિક સ્થિતિ સમજી શકતો હતો. બન્ને હાથના આંગળા એકમેકમાં ભેરવીને દાંત ભીંસીને તે બબડ્યો. "લૂંટ પાછળનો મેઇન માણસ હાથ લાગ્યો તો એનું ગળું ઘોંટી દઈશ હું."

*

માજી એન્કાઉન્ટર સ્પેશયાલિસ્ટ મયંક ગુપ્તા જાણતા હતા, હવે કમલકાંતનું જોર ઘટી રહ્યું છે. એટલે પોતાને ચૂંટણી ટિકિટ મળવાનું હવે જોખમમાં છે. એટલે તેણે કમલકાંતના છેલ્લા ત્રણેક ફોન રિસિવ સુધ્ધાં નહોતા કર્યા. પરંતુ રાહબર કેસમાં નવા વળાંક બાદ તેણે પોતાના ઓળખીતા પોલીસ કનેક્શન અને ખબરીઓનો સંપર્ક સાધવાનું શરૂ કરી દીધું. કદાચ બે-પાંચ ટકા સફળતાની શક્યતા હોય તો કમલકાંતને પકડી રાખવા જોઈએ, ક્યારેક કામ આવી શકે. તેણે તરત કમલકાંતને એસ.એમ.એસ. કર્યો, "મહત્ત્વની લીડ મળી છે. ટૂંક સમયમાં જણાવું." સામે કમલકાંતને જવાબ મોકલ્યો, "મને વધુ મહત્ત્વની લીડ મળે છે. રસ હોય તો જલદી, આવો, ફોન કરો."

*

આખી રાત અને બીજા દિવસની સાંજ સુધી રાહ જોતો રહ્યો પક્યો. એ જાણતો હતો કે હજી બંગલોમાં નોકર હશે, માળી હશે. અપ્પાસાહેબ રાવનું રાજકીય વજન ફરી વધી જવાથી લોકોની અવરજવર પણ શરૂ થઈ ગઈ હતી. પક્યો કંટાળ્યો હતો પણ સાંજે પાંચ પછી કોઈ ન ફરક્યું. હવે અપ્પાસાહેબ અને બહુ બહુ તો એકાદ નોકર હશે. પક્યો ધીમે પગલે ચાલતો બંગલોની પાછળના ભાગમાં ગયો. કટોકટી સમયની અવરજવર માટે ભીંતમાં એક દરવાજો બનાવાયો હતો. જેનો ભાગ્યે જ ઉપયોગ થતો હતો. એ તાળાંની ચાવી ક્યાં છે એ માત્ર પક્યો જ જાણતો હતો. આ દરવાજાના કાટ ખાધેલા પણ પહોળા

હેન્ડલની અંદર સંતાડી રાખેલી ચાવી પક્યાએ કાઢી, હળવેથી તાળું ખોલ્યું અને દરવાજો ખોલીને અંદર પ્રવેશ્યો. માથે મોત ભમતું હોય એવી સાવચેતી સાથે એ આગળ વધ્યો. ન જાણે કેટલાંય કલાકોથી કંઈ ખાધું નહોતું એટલે એ સીધો રસોડા ભણી ગયો. જોયું તો અપ્પાસાહેબ ચા બનાવતા હતા. અપ્પાસાહેબને કાં પક્યાના હાથની ચા ભાવે કાં પોતાના હાથની ફાવે. પક્યાએ દેશી કટ્ટો બહાર કાઢીને થેલી ફેંકી દીધી. દેશી બનાવટની રિવૉલ્વરનું નાળચું અપ્પાસાહેબની પીઠ પર તાકીને ધીમેથી બોલ્યો, “ચા તો હું પણ પીવાનો અપ્પા.”

અપ્પાસાહેબને પોતાના કાન પર વિશ્વાસ ન બેઠો અને પાછું વળીને જોયું તો આંખ પર વિશ્વાસ ન બેઠો. પક્યો જીવતો? એ ય મારી સામે બંદૂક તાકે? ને પાછો મને... મને માત્ર અપ્પા કહીને બોલાવે?

૬૦

એ.ટી.એસ.ના ગુપ્ત સ્થળે બે હવાલદાર સરફરાઝ અલીને ચાનો કપ આપીને સમજાવી રહ્યા હતા, પણ એનું ધ્યાન ચા પીવામાં હતું ત્યાં જ બહારથી ચીસ સંભળાઈ. "સરફરાઝ..." ત્રણેય એકદમ સ્તબ્ધ થઈ ગયા. ત્રણેય કંઈ વિચારે એ અગાઉ ક્રોધથી રાતાચોળ થઈ ગયેલા ઇન્સ્પેક્ટર પ્રદીપ બંદોપાધ્યાય અંદર ધસી આવ્યા. ચહેરા પર ભયંકર ગુસ્સો, શરીર પરસેવે રેબઝેબ અને હાથમાં રિવૉલ્વર સાથે તેઓ એકદમ સરફરાઝ અલી પર ધસી ગયા. એના હાથમાંથી ચાનો કપ લઈને સામેની ભીંત પર ફેંક્યો.

"સાલા... હરામી... તારે ચા શું કામ પીવી છે?" આ સવાલ સાથે મોઢ પર અડબોથ ઝીંકી દીધી. "ચાલ તને લોહી પીવડાવું... તારું પોતાનું લોહી... પછી કહેજે કે સ્વાદ કેવો લાગ્યો?"

સરફરાઝ અલી કંઈ સમજે કે બોલે એ પહેલાં બંદોપાધ્યાયે એના બન્ને હાથ પકડી લીધા. "આ હાથને જ બધાં કરતૂત કરવાનો ચસકો છે ને? આજે આને જ નકામા કરી દઉં."

બંદોપાધ્યાયે સરફરાઝનો એક હાથ ટેબલસરસો દબાવી રાખ્યો અને બીજા હાથથી એના તરફ રિવૉલ્વર તાકી. આ રૌદ્ર સ્વરૂપ જોઈને બન્ને હવાલદાર સમજી ગયા કે સાહેબને રોકવા પડશે. તેમણે પ્રદીપને પકડી લીધો, "સર... સર પ્લીઝ... પ્રૉબ્લેમ હો જાયેગા...'

સરફરાઝેય એમની વાતમાં સૂર પુરાવ્યો "પ્રૉબ્લેમ હી નહીં, બહુત બડા પ્રૉબ્લેમ..." આ સાંભળીને બંદોપાધ્યાય વધુ ઉશ્કેરાયા... "પ્રૉબ્લેમ? એ શું છે એ અમે અનુભવીએ છીએ, ભોગવીએ છીએ તારા જેવા લોકોના પાપે... ચાલ, તનેય બતાવું..." આવું બોલીને બંદોપાધ્યાયે આંચકો મારતા સરફરાઝ ખુરશી પરથી પડી ગયો. એનો હાથ ખેંચીને પ્રદીપ પાગલની જેમ આગળ વધ્યા. ખેંચતા ખેંચતા બહારની રૂમમાં લઈ જવા માંડ્યા. ડઘાઈ ગયેલા બન્ને હવાલદાર પાછળ-પાછળ આવતા હતા. બહારની રૂમમાં સરફરાઝને ધક્કો મારીને બંદોપાધ્યાયે ચીસ પાડી, "હવાલદાર ટીવી ચાલુ કર... ફટાફટ..."

ટીવી ચાલુ થવા સાથે જ બધાના પગ નીચેની ધરતી હચમચી ગઈ. ધડાધડ

બ્રેકિંગ ન્યૂઝ આવતા હતા. "બમ્બઈ में ધમાકા... દિલ્હી મેટ્રો में બ્લાસ્ટ... કોલકાતા કા બ્રિજ ધ્વસ્ત... અમૃતસર में બસ में ધમાકા... જયપુર ઔર ગુવાહાટીસે ભી બુરી ખબર... એક આતંકી ઘાયલ, એક ગિરફ્તાર... "આ સાથે ટીવીમાં સરફરાઝે રોકેલા માણસોના ચહેરા દેખાડાયા... ફરી ટીવીમાં 'બડા ખુલાસા': "આતંકવાદીને બતાયા અપને બૉસ કા નામ... સરફરાઝ અલી... કૌન હૈ યહ આદમી? ઔર કહાં છુપા હૈ?... અબ તક ૩૦૦ સે જ્યાદા મૌત કી ખબર... વિશ્વભર કે નેતાઓને કી કડી નિંદા... એક નયી ખબર હૈ પુણેસે..."

પ્રદીપ બંદોપાધ્યાયે સરફરાઝને ઊભો કર્યો. એની આંખમાં આંખ નાખી. એકની આંખમાં ભભૂકતી આગ અને બીજાની આંખમાં ફફડાટ. બંદોપાધ્યાયે સરફરાઝનું મોઢું બે હાથે પકડ્યું. "કૉંગ્રેચ્યુલેશન્સ... પછી એના માથાને જોરદાર ટક્કર મારી, ગુસ્સામાં પ્રદીપ ક્યાંય સુધી 'કૉંગ્રેચ્યુલેશન્સ', 'અભિનંદન, બધાઈયાં' કહેતા રહ્યા અને સરફરાઝના માથા સાથે માથું ભટકાવતા રહ્યા. બન્નેનાં માથાં લોહીલુહાણ થઈ ગયાં પણ બંદોપાધ્યાય અટકવાનું નામ લેતા નહોતા. ઝનૂન સવાર હતું એમના માથા પર. મોતનું ઝનૂન. સરફરાઝને થયું કે આજે પોતે મરવાનો.

*

લગભગ કલાકથી પક્યો દેશી કટ્ટો તાકીને અપ્પાસાહેબ સામે ઊભો હતો. એ ફ્રિજમાંથી કાઢીને કંઈ ને કંઈ ખાતો હતો પણ અપ્પાસાહેબને ઊભા થવાય નહોતો દેતો. થોડા દિવસ અગાઉ આ જ પક્યો એમની ડાયાબિટીસની ગોળી, બ્લડપ્રેશરની ટેબ્લેટ, સમયસર ખાવા-પીવા માટે સતત ખડેપગે રહેતો. ચિંતિત રહેતો કે એમને કોઈ જરાય તકલીફ ન પડે. એ પક્યો સદંતર બદલાઈ ગયો હતો.

પક્યાએ ફ્રિઝમાં જોયું. મોંઘી માયલી સ્કોચની આખી બૉટલ હતી. દૂધના બે પાઉચ હતા. થોડા શાકભાજી, ચટણી હતા. તેણે અપ્પાસાહેબને કટ્ટાનું નાળચું હલાવીને ઊભા થવાનો ઈશારો કર્યો. તેઓ ઊભા થયા એટલે ઑર્ડર આપ્યો, "એક ડિશમાં સ્કોચ, ચટણી, કાકડી-ટમેટા આપ. ડ્રાયફ્રૂટ હોય તો એ પણ લાવ."

અપ્પાસાહેબને આ બધું દુઃસ્વપ્ન જેવું લાગતું હતું. નાછૂટકે ચૂપચાપ બધું કર્યું. "હવે ડ્રૉઇંગ રૂમમાં મૂકી દે બધું." આગળ ચાલતા અપ્પાસાહેબની પાછળ પક્યો ચાલ્યો. એના હાથમાં બે ગ્લાસ અને દૂધના બે પાઉચ હતા.

પક્યો સોફા પર બેઠો. "આ બધું ટિપોય પર મૂક." આટલું કરીને અપ્પાસાહેબ ક્યાં બેસવું એ વિચારતા હતા. ત્યાં પક્યાએ ઑર્ડર કર્યો, "દરવાજા પાસે પ્યુનને બેસવાનું ટેબલ છે એ લાવ." એકદમ હતપ્રભ થઈ ગયેલા અપ્પાસાહેબ પાસે

આદેશ પ્રમાણે કર્યા સિવાય છૂટકો નહોતો. એ ટેબલ લાવ્યા. એટલે ઓર્ડર છૂટ્યો, "ટેબલ પર બેસ અને કાકડી-ટમેટાનું સલાડ બનાવ."

પછી પક્યાએ એક ગ્લાસમાં સ્કોચનો પેગ બનાવ્યો, પતિયાલા પેગ. અપ્પાસાહેબે સલાડ તૈયાર કર્યું એટલે પક્યાએ પોતાની પાસે મગાવ્યું. "ડબ્બામાંથી કાજુ-બદામ-અખરોટ કાઢીને ડિશમાં મૂક." અપ્પાસાહેબ એ કરે ત્યાં પક્યાએ દૂધની એક થેલી મોઢેથી તોડી. દૂધથી ભરેલો ગ્લાસ અપ્પાસાહેબને આપ્યો. "હું એકલો પીઉં એ સારું ન લાગે... મને ખબર છે કે તને દૂધ નથી ભાવતું ને એલર્જી છે પણ પી. તારે પણ આ બે પાઉચ ખતમ કરવાના છે, મારે આ એક બાટલી. બેમાંથી એક ખતમ થાય એટલે આ કટ્ટાની ગોળી તારી છાતીમાં સમાઈ જશે. ઉપાડ ગ્લાસ... ચિયર્સ અપ્પા ચિયર્સ..." પછી ઉપર જોઈને પક્યો બોલ્યો, "ચિયર્સ બંડુ" મોટો ઘૂંટડો ભરીને કહ્યો તાકીને પક્યાએ અપ્પાને ચોપડાવી. "તેં... તેં મારા જ દોસ્તને મારી સુપારી આપી! અને તારા પાપે એ બિચારો મરી ગયો... હવે તારે ઉપર જઈને એની માફી માગવાની છે... શું કરવાનું છે?"

"મ... માફી માગવાની છે... પણ તું મને માફ કરી દે પક્યા... તું મારા દીકરા જેવો છો..."

"ચૂપ", પક્યાએ એવી ત્રાડ પાડી કે અપ્પાસાહેબ ધ્રૂજી ઉઠ્યા.

*

બરાબર હાઈવેના કલાનગર સિગ્નલ પાસે સૂર્યવંશીની જીપ સાઈડમાં ઉભી રહી. જીપ ચલાવતા સૂર્યવંશીની બાજુમાં સલોની બેઠી હતી. ત્યાં જ રંજન ડિકોસ્ટાને લઈને આવતી સબ-ઇન્સ્પેકટર દૈવી દીક્ષિત દેખાઈ. પહેલા દૈવી અંદર બેઠી. એની પાછળ આવેલી રંજન ડિકોસ્ટા બરાબર સલોનીની પાછળ બેઠી. કંઈ સમજાતું નહોતું ને થોડી ગભરામણ થતી હતી એટલે રંજન વારંવાર દુપટ્ટાથી પરસેવો લૂછતી હતી.

બન્ને બરાબર ગોઠવાઈ ગયા એટલે સૂર્યવંશી જીપને સાઈડમાં વચ્ચે લઈ આવ્યા. ત્યાં જ સિગ્નલ લાલ થઈ ગયું એટલે ગાડી રોકી દીધી. બરાબર અડીને લાલ ઠાઠિયું ગાડી ઉભી રહી. એમાં પીટર હતો. એ ટ્રાફિકથી કંટાળ્યો હતો. અચાનક એનું ધ્યાન ગયું કે જીપમાં બેઠેલી મહિલાના પંજાબીનો ટુકડો જીપના દરવાજામાં ભરાઈને બહાર લટકતો હતો.

વરસો અગાઉ ગોવાના માપુસામાં બનેલી ઘટના એની આંખ આગળ જીવતી થઈ ગઈ. બાઈક પર બેઠેલી એક યુવતીનો દુપટ્ટો ટ્રકની હડફેટે આવી જતા એ ફંગોળાઈને કચડાઈ ગઈ હતી. એ યાદ આવતા જ પીટરને કમકમા આવી

દાદલો / 251

ગયાં. તેણે ગાડીમાંથી હાથ બહાર કાઢીને બોલ્યો, "મૅડમ, આપ કા કપડા બહાર લટકતા હૈ..."

આ અવાજ સાંભળીને રંજન ડિકોસ્ટાના કાન ચમક્યા. એ અવાજ સાથે જ સલોનીએ પાછળ જોયું. રંજનને આ અવાજ પેણની હોટલમાં વાત કરનારાનો લાગ્યો, તો સલોનીને આ ચહેરો ગોવા પર દેખાયેલા પીટર જેવો લાગ્યો. પીટરને કંઈક ખોટું થયાનો અણસાર મળે એ સાથે સિગ્નલ ખોલ્યા બાદ પીટરે ગાડી મારી મૂકી. સલોનીએ સૂર્યવંશીને કીધું:

"પેલી ગાડીનો પીછો કરો. એમાં ગોવાનો પીટર લાગે છે..." રંજન પણ બોલી ઊઠી, "આ અવાજે જ અમને ઑર્ડર આપ્યા હતા. રાહબર રોબરી કરાવનારો એ જ છે."

સૂર્યવંશી કંઈ સમજે એ અગાઉ પીટરની ગાડી પૂરપાટ આગળ વધી ગઈ. લેફ્ટમાંથી રાઈટમાં જવાનું શક્ય નહોતું, કારણ કે વાહનો સડસડાટ આગળ વધતાં હતાં. લેફ્ટમાં આગળ ન વધવાથી પાછળવાળા બૂમાબૂમ કરતા હતા. નાછૂટકે સૂર્યવંશીએ લેફ્ટમાં ગાડી વાળી. થોડે દૂર જઈને ઊભી રાખી.

આ તરફ પીટરે ગાડીને બાંદરાથી લીલાવતી હૉસ્પિટલ જવાના રસ્તે લીધી. એકદમ છેવાડે આવેલી સોસાયટી સુધી ગયો. ત્યાં દૂર એક ગૅરેજ દેખાયું. તે પોતાની બૅગ લઈને ઊતરી ગયો. ગૅરેજના માલિકને કાનમાં કંઈક કીધું કે મારી પાછળ કાંઈક પડ્યું છે. આ ગાડી સંતાડી દે. પછી મગાવી લઈશ. એના ગૅરેજનું કાર્ડ લઈને બે હજાર રૂપિયા આપ્યા. સામેથી આવતી રિક્ષા રોકીને ડ્રાઇવરને બે હજારની નોટ આપી. "મેરે પીછે કુશ લોગ પડે હૈ... અંદર કે રાસ્તે સે ખાર સ્ટેશન છોડ દો, પ્લીઝ."

કલ્પનાના માથા પર ભૂત સવાર હતું. બહુ થયું હવે. ફરેલા મગજે અને ઊંચા અવાજે તે હેમાંગને એક વાત પૂછતી હતી કે 'હવે મુંબઈમાં કે ભારતમાં શા માટે રહેવું જોઈએ?'

હેમાંગ પટેલ હળવા, પ્રેમાળ અવાજે વાતે વાતે 'ડિયર', 'ડાર્લિંગ', 'કલ્પુ' અને 'પ્લીઝ' જેવા શબ્દોનું પ્રમાણ વધારીને પોતાની દલીલ કરતો હતો. પણ કલ્પના કંઈ પણ સમજવા તૈયાર નહોતી. તે હેમાંગના મોઢેથી એક જ વાત સાંભળવા ઇચ્છતી હતી: 'હા, ચાલ મુંબઈ અને ભારત છોડી દઈએ.' કલ્પનાના માથા પર દીકરીનો પ્રેમ સવાર થઈ ગયો હતો અને એની સલામતીનું ભૂત એવું સજ્જડબમ બેસી ગયું હતું કે ન પૂછો વાત. દલીલ ઉગ્ર બનવા સાથે કલ્પના બોલવામાં હદ ઓળંગી ગઈ, "હેમાંગ, તું મને કે આલીશાને પ્રેમ કરતો નથી પણ તને તારી જીદ સૌથી વહાલી છે."

હેમાંગે એનો હાથ પકડીને શાંત પાડવાની કોશિશ કરી તો એ ગુસ્સામાં ઊભી થઈને જતી રહી. "હવે હું જે કંઈ પગલું ભરું એની જવાબદારી સંપૂર્ણપણે તારી હશે." આ શબ્દો સાથે તેણે બેડરૂમનો દરવાજો અવાજ સાથે બંધ કરી દીધો. અંદરથી સ્ટોપર લગાવી દીધી.

હેમાંગ હતાશ થઈ ગયો. "અરે, કલ્પુ, દરવાજો ખોલ... મારી વાત તો સાંભળ, પ્લીઝ." ન દરવાજો ખુલ્યો કે ન જવાબ મળ્યો. અંદરથી મા-દીકરીના રડવાના અવાજ સંભળાવા માંડ્યા. હેમાંગને જાત પર નફરત થઈ આવી. એને થયું કે રાહબર રોબરી કરનારા એક એકને ગોળીએ દેવા જોઈએ ગોળીએ.

*

અપ્પાસાહેબ રાવને લાગતું હતું કે પોતે બેહા-બેહા ગુજરી જશે. એક તો દૂધની એલર્જી. એટલે ગમે ત્યારે ઊલટી થઈ જશે તેવું લાગતું હતું. એક પળ તો વિચાર આવ્યો કે ફટાફટ બન્ને કોથળીનું દૂધ પી જાઉં એટલે છૂટાય આ ત્રાસમાંથી. પણ બન્ને કોથળી ખાલી થઈ જાય તો પક્યો ગોળી મારી દે.

દેશી કટ્ટો પક્યાના હાથમાં જ હતો. એ સ્કોચ પી રહ્યો હતો. નશો વધી રહ્યો હતો. એ ખુરશી પર ઊભડક બેઠો હતો કે જેથી ઝોકું ન આવે. સતત

બડબડાટ કરતો હતો. ક્યારેક પોતે અપ્પાસાહેબ માટે શું કર્યું એ કહેતો હતો, તો અચાનક બંદુને યાદ કરીને રડવા માંડતો હતો.

અપ્પાસાહેબને થતું હતું કે પક્યાને હાથે મરવાનું થાય તો પોતાનું પ્રાયશ્ચિત થઈ જાય, પરંતુ પક્યાના મનમાં કંઈક અલગ જ ચાલતું હતું કદાચ.

*

ખૂબ ધોલધપાટ બાદ બેહોશ થઈ ગયેલો સરફરાઝ અલી હોશમાં આવ્યો ત્યારે એકદમ પાગલ જેવો થઈ ગયો હતો. એને સમજાતું નહોતું કે પોતે શું કરે, શું બોલે? આ થઈ શું ગયું? કેવી રીતે?

પોતાના બન્ને હાથેથી ચહેરા પરનો પરસેવો લૂછે એ પહેલા બિલ્લીપગે ઇન્સ્પેક્ટર પ્રદીપ બંદોપાધ્યાય અને બે હવાલદાર કોટડીની અંદર આવ્યા. સરફરાઝ ફરી ટેન્શનમાં આવી ગયો. એક હવાલદારે પ્રદીપ સામે જોયું એટલે તેમણે હોલસ્ટરમાંથી રિવોલ્વર કાઢીને આપી. "ચેક કરી લે, સાયલેન્સર બરાબર લાગ્યું છે ને?"

હવાલદારે રિવોલ્વર ચેક કરી. પછી એ સરફરાઝ પાસે ગયો. એના કપાળની બરોબર વચ્ચોવચ નાળચું મૂક્યું. "હવે લાંબી-લાંબી જેલ, સુનાવણી અને બિરયાનીને ભૂલી જા."

"અરે પણ... મેં કંઈ... કંઈ નથી કર્યું..."

"હવે જુઠ્ઠાણા બંધ... તેં પુણેમાં કરાવેલા ધડાકામાં મારી એકની એક બહેન..." આટલું બોલવામાં એનો અવાજ ગળગળો થઈ ગયો. "એ શહીદ થઈ ગઈ બિચારી... અને આ મારો સાથી... એનો નાનો દીકરો ટ્રેનમાં હતો... હવે મળતો નથી પણ મળે તોય શું..."

પ્રદીપ બંદોપાધ્યાય આગળ વધ્યા. "આની બહેન ગઈ એટલે રાખડી કોણ બાંધશે? હાથ કાયમ સૂનો રહેવાનો એનો. તો તારા હાથ શા માટે રહે? એ તારા બન્ને કાંડા પર ગોળી છોડશે... એની બહેનના હાથનું જમવા નહીં મળે એટલે પછી તારા પેટનો વારો... બીજો હવાલદાર દીકરાને નહીં જોઈ શકે ક્યારેય... એટલે પહેલા તારી એક આંખને નિશાન બનાવશે... એના વિચારો ક્યારેય બિચારાના મગજમાંથી નહીં હટે એટલે તારી ખોપરીને નિશાન બનાવશે એ... તને થશે કે આમાં હું શું કરી શકું? હું મોબાઇલ ફોનમાં આનો વીડિયો શૂટ કરીશ... એને વાયરલ કરીશું... દુનિયાભરના તારા જેવા આતંકવાદના વાયરસને ખબર પડે કે હવે ભારતનો મિજાજ બદલાઈ રહ્યો છે... ભલે નોકરી જાય પણ તારા જેવા જંતુથી કાયમનો છુટકારો તો મળે."

પહેલા તો સરફરાઝ ફાટી આંખે જોઈ રહ્યો. પછી હસી પડ્યો, "ના, તમે ભારતીય છો... આવું ન કહો... કરી જ ન શકો..."

પ્રદીપ બંદોપાધ્યાયે ઈશારો કર્યો એટલે હવાલદારે નિશાન તાકીને ટ્રિગર પર આંગળી દબાવી. ગોળી નીકળીને સરફરાઝના કાન પાસેથી ભીંતમાં ઘૂસી ગઈ. તરત જ સરફરાઝનું પાટલૂન ભીનું થઈ ગયું. હવાલદારે નજીક આવીને તેના મોઢામાં રિવૉલ્વરનું નાળચું મૂક્યું. "આ તો સાયલેન્સર કામ કરે છે કે નહીં એની ટેસ્ટ હતી... હવે તૈયાર છો ને?

એકદમ ઘાંઘો થઈને સરફરાઝ દોડ્યો... પ્રદીપ બંદોપાધ્યાયના પગ પકડી લીધા. "આ આ મેં નથી કર્યું... કોઈક મને ફસાવે છે... અમારો... મારો પ્લાન તો અલગ હતો... એકદમ અલગ."

*

ઑટોરિક્ષાવાળાને પીટરે અગાઉથી જ સો રૂપિયાની બે નોટ આપી દીધી હતી. એટલે ખાર સ્ટેશન દેખાયું એવો એ બેગ લઈને કૂદ્યો. રિક્ષામાંથી દાદરા ચડીને રઘવાટમાં એ પ્લેટફૉર્મ નંબર ચાર પર જતો રહ્યો. એ જ સમયે વિરાર-ચર્ચગેટ ફાસ્ટ ટ્રેન પસાર થઈ, જે સિગ્નલ ન હોવાથી જરા ધીમી પડી કે કૂદીને પીટર એના લગેજના ડબ્બામાં ચઢી ગયો. તરત જ ટ્રેને ગતિ પકડી. કોઈક પીટરને મનોમન ભાંડવા માંડ્યા, "ખોટી ફિશિયારીમાં ક્યાંક પડી ગયો હોત તો... મોઢું તો અમારે જ થાત ને?" કોઈક વળી એની હિંમતના, તો કોઈ નસીબના વખાણ કરવા માંડ્યું.

*

પીટરની ગાડી નીકળી ગયા બાદ સૂર્યવંશીએ જીપ બાજુમાં ઊભી રાખી. તરત જ કંટ્રોલરૂમને ફોન કરીને એક લાલ જૂની ગાડીને શોધવા માટેનો મૅસેજ પ્રસારિત કરવા જણાવ્યું. આ સાથે સલોની માપસેકરના ફોનમાંથી પીટરનો ફોટો મેળવીને કંટ્રોલરૂમને મોકલી આપ્યો. ન જાણે કેમ સૂર્યવંશીને થતું કે એ બાંદરાથી આગળ નહીં જાય. ચાલાક પીટર હવે ઊંધી દિશામાં એટલે કે બોરીવલી તરફ જવો જોઈએ. એટલે તેમણે કંટ્રોલરૂમને માહિતી આપી કે, "એક ઈસમનો ફોટો મોકલું છું. બાંદરાથી લઈને વિરાર સુધીના પોલીસ સ્ટેશનમાં મોકલો. જીવતો પકડો કાં પગમાં ગોળી મારો. જેવો દેખાય એવો મને ફોન કરો."

સૂર્યવંશીના છેલ્લા શબ્દ વખતે જ પીટરની વિરાર-ચર્ચગેટ ફાસ્ટ ટ્રેન બાંદરાનું સ્ટેશન છોડી રહી હતી.

*

પ્રદીપ બંદોપાધ્યાયનો ઈશારો થતાં બન્ને હવાલદાર પાછળ હટી ગયા. પ્રદીપે કોલરથી પકડીને સરફરાઝને ઢસડી ગયા. એક ખુરશીમાં લગભગ ધક્કો મારીને બેસાડ્યો.

દાદલો / 255

"છેલ્લી વાર કહું છું, ધ્યાનથી સાંભળ.... આટલા દિવસથી તું ચૂપ રહ્યો, એ માટે અમારે કેટકેટલું ભોગવવાનું આવ્યું. એ તેં જોયું ટીવી પર. હવે જે બોલવું હોય એ બોલવા માંડ... સાચું બોલજે... તું જૂઠું બોલે છે એવી મને રજમાત્ર શંકા પણ ગઈ તો ખોપડી વીંધી નાખીશ તારી... બોલ ફટાફટ.'"

માંડમાંડ હાંફવા પર અંકુશ મેળવીને સરફરાઝ બોલવા માંડ્યો. "મા કસમ આ બ્લાસ્ટ્સના પ્લાનિંગ સાથે મારે કંઈ લેવાદેવા નથી. મને ખબર નથી કે મારું નામ શા માટે અપાયું..."

બંદોપાધ્યાયે એક તમાચો ઝીંકી દીધો. "બેવકૂફ છે કે તું? ધડાકાભડાકા થયા અને કેટલાંયના જીવ ગયા. કોઈકનું નામ આગળ કરાય, એટલે મેઇન વિલન બચી જાય ને? કાં તે કર્યું.... કરાવ્યું છે કે તને બલિનો બકરો બનાવાયો છે. હવે જલદી બોલ કે તારો પ્લાન શું હતો?"

"મારું મિશન એકદમ અલગ હતું. કોઈને કલ્પના ય ન આવે. અમે દેશભરમાં વીસેક જેટલા મુસલમાન સંસદસભ્ય, વિધાનસભ્ય, ધાર્મિક આગેવાનોની કતલ કરવાના હતા અને મુસ્લિમોના જાણીતા સ્થળ પર બ્લાસ્ટ કરવાના હતા. ઉશ્કેરાઈને મુસલમાનો હિન્દુઓ પર તૂટી પડે. આનાથી ભારતભરમાં કોમી રમખાણ ફાટી નીકળે અને દુનિયાભરમાં બદનામી પણ થાય."

એ.ટી.એસ.ના ઇન્સ્પેક્ટર પ્રદીપ બંદોપાધ્યાય સૌથી પહેલા પોતાના વિભાગના વડા રત્નાકર પાંડે પાસે દોડી ગયા. સરફરાઝ અલીના કાવતરાના રહસ્યોદ્ઘાટનથી તો પાંડેજી પણ સ્તબ્ધ થઈ ગયા. થોડી વારમાં કળ વળતા તેઓ પોતાની ખુરશી પરથી ઊભા થયા. બંદોપાધ્યાય પાસે જઈને બોલ્યા, "ઊભા થાઓ ઇન્સ્પેક્ટર બંદોપાધ્યાય." પ્રદીપને કંઈ સમજાયું નહીં પણ એ ઊભા થયા. પાંડેજીએ 'કૉંગ્રેચ્યુલેશન્સ' કહીને હાથ લંબાવ્યો. પ્રદીપે હાથ લંબાવ્યો તો એ પકડીને પાંડેજી એમને ભેટી પડ્યા. "આઈ એમ પ્રાઉડ ઑફ યુ. આવું આઉટ ઑફ બૉક્સ કોઈ વિચારી ન શક્યું હોત." પ્રદીપ ગળગળા થઈ ગયા. "સર આપના સપોર્ટ વગર શક્ય થોડું બન્યું હોત?"

"નો, નો. ફુલ ક્રેડિટ ટુ યુ... ઍન્ડ યૉર ફ્રેન્ડ... શું નામ છે એનું?"

"કરણ જોશી..."

"હા, હા, એ જ. એક કામ કરો. હું જરૂરી ફોન કૉલ્સ કરી લઉં. તમારા ફ્રેન્ડને સાંજે બોલાવો. એમને થૅન્ક્સ સાથે ડિનર કહીએ તો?"

"વન્ડરફુલ સર..." આટલું ખુશી-ખુશીથી બોલવા સાથે પ્રદીપને વિચાર આવ્યો કે પોતાની સૂચના મુજબ કરણે ફિલ્મ અને ન્યૂઝ ચૅનલ પરથી બ્લાસ્ટનાં દૃશ્યો મેળવ્યાં, એને એડિટ કર્યાં અને એક સ્ટ્રગલર ઍક્ટ્રેસને ન્યૂઝ રીડર બનાવી. કેવું પરફેક્ટ એડિટિંગ, મિક્સિંગ અને ડબિંગ. એમાં પોતે આપેલા સરફરાઝના સાથીઓના ફોટા ઉમેર્યા અને મળ્યું અફલાતૂન રિઝલ્ટ. આને માટે કરણને કોઈ એવૉર્ડ નહીં મળે પણ એ સેંકડોના જીવ બચાવવામાં નિમિત્ત બન્યો. પ્રદીપના વિચારોને પાંડેના અવાજથી બ્રેક લાગી.

"પણ કરણ જોશીને હમણાં કંઈ કહેતા નહીં. ખાલી એટલું કહેજો કે હું મળવા માગું છું."

પ્રદીપ બંદોપાધ્યાય ખુશ થઈને કૅબિનની બહાર નીકળ્યા એટલે પાંડેજી ધડાધડ ફોન કરવા લાગ્યા. સૌ પહેલા રાજ્યના ગૃહ પ્રધાન અને પોલીસ કમિશનરને વાત કરવાને બદલે તેમણે આદેશનું પાલન કરતા રાષ્ટ્રના સલામતી સલાહકારને જાણકારી આપી. દિલ્હીથી પાંડેજીને સૂચના મળી કે કોઈને વધુ કંઈ કહેવાને

બદલે આપની લીડરશિપમાં એ જ ઑફિસર સાથે આ મામલો પતાવો. ક્યાંય વાત લીક ન થવી જોઈએ એ કહેવાની જરૂર નથી. હું પણ માત્ર પ્રાઇમ મિનિસ્ટર સર સિવાય કોઈને કંઈ કહેવાનો નથી. ઓ.કે.? ઑલ ધ બેસ્ટ.”

*

પીટર ફર્નાન્ડિઝની ટ્રેન ફાસ્ટ હતી, પણ એનાથી વધુ ઝડપે એનું મગજ દોડતું હતું. અગાઉ મુંબઈ ફરી-રખડીને બધું જોઈ રાખવાનું એને ઉપયોગી થઈ પડ્યું. અચાનક ટ્રેન ઊભી રહી જતાં વિચારોમાં ખલેલ પડી. મરીન લાઇન્સ સ્ટેશન પહોંચવા અગાઉ ટ્રેન ઊભી રહી ગઈ. ગણગણાટ ચાલુ થઈ ગયો, “ઈધર રોજ કુછના કુછ લફડા હોતા હય, રેલવેવાલા કુછ કરતે નહીં હય.” કદાચ પોલીસે ટ્રેન રોકાવી હોય એમ માનીને ભીડમાંથી આગળ વધતો પીટર સાચવીને બૅગ લઈને ટ્રેનમાંથી કૂદી પડ્યો પાટા પર.

પાટા પર થોડું ચાલીને તે મરીન ડ્રાઇવ પહોંચી ગયો. એક ફુગ્ગાવાળો બાળકો માટે ફુગ્ગા, રંગબેરંગી ટોપી વેચતો હતો. પીટરે ૨૦૦ રૂપિયા આપીને બધા ફુગ્ગા લઈને થોડા છોકરાઓને આપ્યા. બાકીના હવામાં છોડી દીધા. ચાર-પાંચ રંગની ટોપી પણ ખરીદી લીધી. એ ફુગ્ગાવાળાને પૈસા આપીને એના કપડાંનો બગલથેલો અને ઘમચો પણ લઈ લીધો. ફુગ્ગાવાળો આ વિચિત્ર માણસને જોઈ રહ્યો. પીટર હસીને બોલ્યો, “મેરે છોટે બેટે કા બર્થ ડે હૈ. વાઇફ ઉસકો લેકે આગે મિલનેવાલી હૈ. સરપ્રાઇઝ દેના હૈ ટીનુકો.”

ઘણો વકરો થઈ જવાથી ફુગ્ગાવાળાને ય પોતાના દીકરાનો વિચાર આવ્યો. તે ઝડપભેર મરીન લાઇન્સ સ્ટેશન ભણી ચાલવા માંડ્યો.

પીટર સ્માર્ટલી ટોપી બદલતો, થોડા ફુગ્ગા ફુલાવતો આગળ ચાલતો હતો. ઘડી ઘડી ગળા પર વીંટેલા ઘમચાથી પરસેવો લૂછતો હતો. એક જગ્યાએ ભીડ ઓછી દેખાતા તેણે ડિમ્પીને ફોન કર્યો, “મારે અર્જન્ટ એક મિટિંગ આવી ગઈ છે તમે નરીમાન પૉઇન્ટના એન.સી.પી.એ. પર આવી શકો, પ્લીઝ?”

ડિમ્પીએ ૧૫ મિનિટનો સમય માગ્યો. પીટરે પોતાની પાસે રાખેલી બૅગ બહાર કાઢીને એના લૉકનો કૉમ્બિનેશન નંબર બદલી નાખ્યો. નવા નંબરમાં રાખી રોઝીની બર્થ-ડેટ. પછી એક ખૂણામાં બેસી ગયો, દરિયા તરફ પીઠ રાખીને. મોબાઇલ ફોનમાં ઈ-મેલ ખોલીને રોઝી માટે મૅસેજ લખીને ડ્રાફ્ટ સેવ કરી લીધો.

વીસ મિનિટ બાદ પાસે બેઠેલા એક ફૂલવાળા છોકરાને ૧૦૦ની નોટ આપીને પીટરે સામે ઊભેલા ડિમ્પી પાસે મોકલી આપ્યો કે જેથી ડિમ્પી પોતાને આ રૂપમાં જોઈ ન શકે. છોકરાએ ડિમ્પીને બૅગ આપી એવો જ એક ઝાડ પાછળથી સંતાઈને પીટરે ડિમ્પીને ફોન કર્યો, “મારી મિટિંગ ચાલુ થવામાં છે. આ બૅગ મારા

રુમમાં મૂકીને ક્યાં રાખી છે એનો ફોટો મોકલજો. મારી ગર્લફ્રેન્ડ ફોન કરશે તમને. થેન્ક્સ અ લૉટ.” ડિમ્પી બેગ લઈને તરત જ ગાડીમાં રવાના થઈ ગયો.

હવે પીટર થોડું થોડું ચાલીને બેસવા માંડ્યો. દરિયાની પાળી પર બેસે એટલે ક્યારેક ઘમચો, ક્યારેક ટોપી અને ક્યારેક કપડાની બેગ પાણીમાં ફગાવી દે. પછી સિગ્નલ બદલાયું એટલે ઝડપભેર સામેની બાજુએ ચાલવા માંડ્યો. બંધ પડેલા ઈરોઝ થિયેટરની પાછળથી મુંબઈ યુનિવર્સિટી, એશિયાટિક લાઈબ્રેરી થઈને બોરાબજાર ગયો. એક દુકાનમાંથી ટ્રાવેલિંગ બેગ ખરીદી. બીજી દુકાનમાંથી ત્રણ પેન્ટ-ત્રણ શર્ટ, એક ટોવેલ વગેરે ખરીદી લીધાં. એક નાની હૉટેલમાં બેસીને ભરપેટ નાસ્તો કર્યા બાદ ચા પીધી.

પછી કોઈ નાના શહેરના પ્રવાસી વેપારીની જેમ માત્ર રહેવા-સૂવાની સગવડ શોધતો બેલાર્ડ એસ્ટેટમાં ફરવા માંડ્યો. એક લોજના ડોરમેટરીમાં એક રાતના ૧૫૦ રૂપિયા આપ્યા પણ ઊંઘવાને બદલે પીટર સતત જાગતો રહ્યો. એને યાદ આવ્યું કે રંજન ડિકોસ્ટા પોતાને અવાજથી ઓળખી ગઈ પણ એની આગળ બેઠેલી યુવતી કેવી રીતે બોલી પડી, “પીટર... પીટર ફર્નાન્ડિઝ. કોણ હતી એ?”

*

બીજો કોઈ પોલીસ ઑફિસર હોત તો એકદમ અપસેટ થઈ ગયો હતો. પીટર ફર્નાન્ડિઝ અને એની ગાડી જાણે એકદમ હવામાં ઓગળી ગયાં. સૂર્યવંશીએ આખી ઘટનાને પૉઝિટિવલી લીધી. પીટર દેખાયો. એ પણ મુંબઈમાં. એટલે એને ઝડપી લેવાની શક્યતા વધુ છે. આ માટે તેણે પોતાની ટીમને ખડેપગે રાખી. આની સાથે એ.ટી.એસ.ના ઈન્સ્પેક્ટર પ્રદીપ બંદોપાધ્યાય, પ્રાઈવેટ ડિટેક્ટિવ મેજર મેજિશિયન અને માજી ઑન્કાઉન્ટર સ્પેશ્યાલિસ્ટ મયંક ગુપ્તાને અણસાર આપ્યો કે પીટર ફર્નાન્ડિઝ મુંબઈમાં હોવાની બાતમી આવી છે. આ સાંભળીને બંદોપાધ્યાયના કાન ચમક્યા. સરફરાઝે જે કાવતરાની જાહેરાત કરી એમાં આ માણસ સંડોવાયેલો હોઈ શકે? વધુ બોલવાની મનાઈ હોવાથી તેઓ એટલું બોલ્યા, “આ માણસ ખૂબ જોખમી હોઈ શકે. કદાચ આતંકવાદમાં પણ સામેલ હોય તો નવાઈ નહીં.” પ્રદીપને થયું કે પોતે આને બદલે સરફરાઝના સાથીઓને ઝડપવા પર ધ્યાન ન આપવું જોઈએ?

આ બધાએ પોતપોતાના ખબરીઓને એકદમ સાબદા કરી દીધા. સલોની પાસેથી મળેલો પીટરનો ફોટો સૂર્યવંશીએ બધાને મોકલી દીધો. પીટર ઊંઘ સામે લડતો હતો ત્યારે મુંબઈભરમાં એને જેલભેગો કરવાની ક્વાયત જોશભેર ચાલતી હતી.

*

પીટરના મૅસેજ મુજબ ડિમ્પીને મળીને રોઝી કફ પરેડના ફ્લૅટ પર પહોંચી ગઈ. આલીશાન ફ્લૅટને જોઈને તે ખુશ થઈ ગઈ. એ પીટર વિશે વિચારે ચડી ગઈ. "આ માણસ ખૂબ પ્રેમાળ લાગે છે... કે પછી એકદમ ચલતોપુરઝો છે? ના, ના... કાયમ ખ્યાલ રાખ્યો છે મારો... આ ફ્લૅટ પણ કેવો સારો રાખ્યો છે."

ત્યાં જ એક એસ.એમ.એસ. આવ્યો. નંબર અજાણ્યો હતો પણ રોઝી સમજ ગઈ કે આ પીટરનો મૅસેજ છે. એ મૅસેજ પ્રમાણે તેણે ઈ-મેલ ખોલ્યો. ડ્રાફ્ટમાં મૂકેલો મૅસેજ વાંચ્યો. મૅસેજ વાંચીને એ ચિંતામાં પડી ગઈ. પીટર આવું કેમ કરાવે છે? કંઈ તકલીફમાં હશે? જો કે આવી વાતો ક્યાં મને ક્યારેય કહે છે? એ ખૂબ મોટી વેતરણમાં હોય એવું લાગે છે, પણ શું હશે એ?

પોતાને જે મોબાઇલ નંબરવાળા ઇન્સ્ટ્રૂમૅન્ટમાં ઈ-મેલ મેળવતી હતી, એમાંના બધા મેલ ડિલીટ કરી નાખ્યા. હૅન્ડસેટ તોડીને કમોડમાં ફ્લશ કરી દીધો. સીમકાર્ડ એક નાનકડી પ્લાસ્ટિકની થેલીમાં મૂક્યું. પછી એ કોથળી એક પ્લાસ્ટિકની ડબ્બીમાં મૂકીને ટૉઈલેટ ઉપરની વૉટર-ટૅન્ક નીચેની જગ્યામાં સાચવીને મૂકી દીધી.

હવે રોઝીની ઊંઘ પણ ઊડી ગઈ. મેં પીટરને સાથ આપીને ભૂલ કરી છે? પોતાના આટલા બધા સાચા સથવારા છતાં એ કરવા શું માગે છે. એ મને કેમ કહેતો નથી? એ કહે છે એવું કંઈ થયું તો ખરેખર મારે આગળ એટલે કે જાહેરમાં આવવું જોઈએ? તુમુલ વિચાર-યુદ્ધ વચ્ચે છેક સવારે ચારેક વાગ્યે એની બે આંખ મીંચાઈ.

૬૩

સાંજે સાડાસાત વાગ્યે પીટર ફર્નાન્ડિઝની આંખ મીંચાઈ ત્યારે તેણે ભેગી કરેલી હાફ ડર્ટી ડઝન ટીમના બચેલા સભ્યો એકદમ હરકતમાં આવી ગયા હતા. મનિયા ઉર્ફે મનોજ કપૂરચંદ મિશ્રાના પોલીસ ઍન્કાઉન્ટરમાં મોત અને રસીલી રાની ઉર્ફે રંજન ડિકોસ્ટાની ધરપકડથી બાકીના ચારેય એકદમ ફફડાટમાં હતા. જ્યાં ત્યાં સંતાતા ફરતા હતા. પોતે કરેલા આંધળુકિયા માટે પસ્તાતા હતા અને અદૃશ્ય બૉસની વાતમાં આવી જવા માટે જાતને ભાંડતા હતા. પણ કરવું શું?

*

અરજણ પંખી ઉર્ફે અરજણ વસનજી સોંદરવાને તો લાગતું હતું કે આ પોલીસ ઍન્કાઉન્ટર પાછળ પોતાને રાહબર લૂંટમાં સામેલ કરનારા મહાબદમાશનો હાથ હોઈ શકે. હા, આમેય એની પોતાની છેલ્લી મિટિંગમાં મનિયો આવ્યો નહોતો. બસની ટિકિટ લઈને મુંબઈ છોડી જવાનો પણ તેણે ઇનકાર કરી દીધો હતો. સબક શીખવવા માટે એની સુપારી આપી હશે તેણે?

૨૦-૨૦ લાખની લાલચમાં સૌને મુંબઈમાં રોકી રાખીને એક-એકનું કાસળ કઢાવી નાખવા માગતો હોય કાં પોલીસમાં પકડાવી દેવા માગતો હોય એવું ય બને. ચાલાક તો શૈતાનથી ય વધુ છે. કંઈ ઘડીએ કોનો વારો કાઢી નાખે એ કહેવાય નહીં. ઝાઝા હાથ રળિયામણામાં માનતા ખૂનખાર અરજણે વળતો હુમલો કરવા માટે એનો જ દાવ અજમાવ્યો.

*

અરજણે ફોન કરીને રઘલા ઘુવડ ઉર્ફે રઘુ રામજીભાઈ રિસાલદાર, બિન્દાસ ભાઉ ઉર્ફે કિશન પાટિલ અને રાજુ રોમિયો ઉર્ફે રાજેશ મિટબાવકરને મળવા બોલાવ્યા. આ સૌને મનાવવામાં ઘણી લમણાઝીંક કરવી પડી. સૌને પોતાના સલામત દરમાંથી બહાર નીકળવામાં ડર લાગતો હતો તો કોઈને આ આમંત્રણ પણ એક છટકું લાગતું હતું. કદાચ અરજણિયો એ મિસ્ટર ઇન્ડિયા તરફથી જ બોલાવતો હોય તો?

*

છેવટે મસ્જિદ બંદરના એક સસ્તા બારમાં ચારેય મળ્યા. ફટાફટ એક-એક ક્વાર્ટર વ્હિસ્કી પતાવી નાખી ચારેયે. વેઇટર ફરી ઑર્ડર લેવા આવે એની રાહ

દાદલો / 261

જોઈ પણ કોઈ ફરકતું જ નહોતું.

બે રૂમ વચ્ચેની પાતળી જગ્યામાં ગેરકાયદે બનાવાયેલા એ.સી. પેસેજમાં ચાર ટેબલ હતા. જેમાંથી બે જોડીને આ ચારેય બેઠા હતા. રાજુ રોમિયોનો પિત્તો ગયો. 'આવું જરા હળવાં થઈને અને વેઈટરને ય બરાબરની બે-ચાર સંભળાવતો આવું...' બાકીના ત્રણ વધેલી વેફર, શિંગ ભુજિયા, પનીર ચીલી અને બોઈલ્ડ એગ્સથી ટાઈમપાસ કરવા માંડ્યા. અગાઉની ચર્ચા આગળ વધી હતી કે હવે આપણે માત્ર મિસ્ટર ઇન્ડિયાથી બચવાનું જ નથી, એનેય આપણો પરચો બતાવી દેવાનો છે. આ માટે બધાએ રહેવાનું અલગ-અલગ પણ બે-બે કલાકે એકમેક સાથે વાત કરવાની કે જેથી બધા સલામત હોવાની ખાતરી થાય.

અચાનક બિન્દાસ ભાઉનું ધ્યાન ગયું કે રાજુ રોમિયોને ગયાને તો વીસેક મિનિટ થઈ ગઈ. તેણે એકાએક ઊભા થઈને અરજણ પંખીનો કોલર પકડી લીધો: 'બોલ, રાજુ ક્યાં છે? શું કર્યું એનું? મને શંકા હતી જ કે તું મિસ્ટર ઇન્ડિયા સાથે ભળેલો હોઈશ. અમને બોલાવવા માટે તે જાળ બિછાવી.'

આ સાંભળીને રઘલો ઘુવડ એકદમ હરકતમાં આવી ગયો. એક હાથ ગજવામાં પડેલી રામપુરી છરી પર ફેરવ્યો. તો બીજા હાથનો મુક્કોવાળીને હોઠ પર અડાડ્યો. ખુન્નસભરી આંખે ગજવામાંથી છરો કાઢીને ટેબલ પર મૂકીને તે બોલ્યો, "હું એકથી દસ ગણીશ. એટલી વારમાં જો રાજુ રોમિયો પાછો ન ફર્યો તો આ અરજણ નામનું પંખી દુનિયામાંથી ઊડી જશે એની ગૅરન્ટી આપણી હો. એક, બે, ત્રણ..."

આખી રાત અને પછી લગભગ આખો દિવસ અપ્પાસાહેબ પળપળ મરતા રહ્યા. વ્હિસ્કીની આખી બાટલી પેટમાં ઉતારી જવા છતાં પક્યો ન ઊંઘ્યો કે ન આઉટ થયો. તે અપ્પાસાહેબને બરાબરના તડપાવવા માગતો હતો, હડધૂત કરવા માગતો હતો. ક્યારેક ચા બનાવડાવે, ક્યારેક વાસણ ધોવડાવે, ક્યારેક પોતાને પગે લગાવડાવે, વચ્ચે વચ્ચે અપ્પાને ન ભાવતી ચીજો પણ થોડીઘણી ખવડાવે કે જેથી ડાયાબિટીસને લીધે કાયમ માટે ઢળી ન પડે. ફ્રિજમાંથી વાસી ખાવાનું આપે.

અચાનક રાતે આઠ વાગ્યે પક્યો ઊભો થયો. અપ્પાના માથા પર દેશી તમંચાની નાળ મૂકી 'તને દુનિયાની બહુ ફિકર છે ને... ચાલ જાણી લઈએ બધું... પછી તને મુક્ત કરી દઉં કાયમ માટે...'

અપ્પાને હૉલમાં લાવીને પક્યાએ ટીવી ચાલુ કરવાનો આદેશ આપ્યો 'આજે સમાચારમાં તું ક્યાંય નથી, પણ આવતી કાલે હોઈશ સમજ્યો?"

પક્યાના ઑર્ડરથી અપ્પાસાહેબે ટીવી ચાલુ કર્યું તો ન્યૂઝ ચેનલ આવી.

*

"... સાત...., આઠ...., નવ... રઘલો ઘુવડ આગળ વધે એ પહેલા દરવાજો ખૂલ્યો અને રાજુ રોમિયો અંદર આવ્યો. એ માંડમાંડ ચાલી શકતો હતો. એનો ચહેરો ધોળીપૂણી જેવો થઈ ગયો હતો. લથડતાં હતા. નજીક આવીને ખુરશી પર ફસડાઈ પડ્યો. પાણીનો ગ્લાસ ઉપાડીને ગટગટાવી ગયો. એક જ શ્વાસે રઘલા ઘુવડે અકળાઈને પૂછ્યું. "પહેલા બોલ તો ખરો કે શું થયું?"

"અ...આ...આપણે બધા લાગી ગયા."

રઘલાએ તીખી નજરે અરજણ સામે જોયું. "જલદી બોલ, આ અરજણે કર્યું શું?"

"અરે એ શું કરવાનો? આપણી હારોહાર એ ય બરાબરનો લાગી જવાનો."

"ગોળ ગોળ વાત છોડ, ને સ્પષ્ટ બોલ", અકળાઈને બિન્દાસ ભાઉ બોલ્યા. "મારે તમારી સામે જોડાવું નથી. હું કાલે સવારે જ નાશિક જવા નીકળી જઈશ."

રાજુ રોમિયો એનો હાથ પકડીને બોલ્યો. "નહીં જઈ શકે. કોઈ ક્યાંય નહીં જઈ શકે. ૨૧ દિવસ સુધી."

અરજણે તિરસ્કારથી પૂછ્યું, "આપણને કોણ રોકવાનું?"

* "તારા ને મારા બાપ... પોલીસ અને સરકાર. હમણાં પ્રાઇમ મિનિસ્ટરે જાહેર કર્યું કે દેશમાં ૨૧ દિવસ લૉકઆઉટ બધે બધું બંધ!"

"ઓ હા, સવારે કોઈક વાત કરતું હતું કે સાંજે મોદીજી આઠ વાગ્યે ટીવી પર આવવાના છે."

ત્યાં જ વેઇટર આવીને ઊભો રહ્યો. અરજણે પૂછ્યું, "પત્યું તારું ટીવી?"

"યસ, સર, ચૌદહ એપ્રિલ તક સબ બંધ. મૈં ભી ફસ જાયેગા. અપુન કો ગાંવ જાના થા. સાબ' યહ કોરોના વાઇરસ ઈતના ડેન્જર હય ક્યા?"

વધુ એક-એક ક્વાર્ટર અને સોડાનો ઑર્ડર અપાયો. બિન્દાસ ભાઉએ કોઈકને ફોન કર્યો. લાંબી વાતચીત બાદ ફોન મૂકીને બોલ્યા, "અપુન કે જૈસા વો ભી ફસ જાયેગા. તો ઉસ કો ફસાને કા સોચને કે લિયે થોડા ટાઇમ મિલેગા. સબ સોચતે હૈ. મોકા મિલતે હી મિસ્ટર ઇન્ડિયા કો દુનિયા સે ગાયબ કર દેતે હૈ, મંજૂર?" સૌ ગ્લાસ ઉપાડીને સહમતી ભેળવતા જોશભેર બોલ્યા: "ચિયર્સ."

સાગર કિનારે દિલ યે પુકારે... અદ્ભુત દરિયો... આમંત્રણ આપતા પર્વતો... માઉન્ટ અજેપસ્તા... લેઈક રિશ્ટા... વેરી ઓવનીકા ગુફા... આ જ સ્વર્ગ છે... હું અબખાઝિયામાં પહોંચી ગયો એના જેવો પરમ સંતોષ કોઈ નથી.... કૌકાસસ માઉન્ટનની ટોચ પરથી ખુશીની ચિચિયારી પાડી... આઇ એમ રિયલ દાદલો... યસ આઇ એમ ફ્રી નાઉ... પીટર ફર્નાન્ડિઝ ઇઝ ફ્રી...

આહ, ઓહ... આ બે ઉંહકારા સાથે બેલાર્ડ એસ્ટેટની ડોરમેટરીમાં ચા આપવા આવેલા છોકરાને લીધે પીટરની ઊંઘ જ ઊડી ગઈ, મસ્ત સપનું તૂટી ગયું અને મૃગ તૃષ્ણા જેવી સ્વતંત્રતા પણ છિનવાઈ ગઈ.

“સા'બ દૂસરી બાર ચાય મિલેગા નહીં હો.” આ બોલનારા છોકરાથી ગરમાગરમ ચાનાં ટીપાં પીટરના હાથ પર પડવાથી એની ઊંઘ ઊડી ગઈ, ને સપનું તૂટી ગયું.

પીટર થોડી રીસમાં બોલ્યો, “હમણાં ચા નથી જોઈતી મારે... પછી વિચારીશ...”

“અભી નહીં પિયા તો બાદ મેં કૌન દેગા?”

“ક્યોં? ક્યા હુઆ?”

પીટર કોઈ અજાણ્યા ગ્રહ પરથી આવેલું વિચિત્ર પ્રાણી હોય એમ એ છોકરો એને જોઈ રહ્યો. એને હસવું આવવા માંડ્યું. છતાં તેણે બૂમ પાડી. “ચંદીરામાણી સાબ... ઓ ચંદીરામાણી સાબ...”

ડોરમેટરીનો માલિક ચંદીરામાણી દોડીને આવ્યો “કાઈકુ ચિલ્લાતા હય રે બાબા?”

પીટર સામે આંગળી ચીંધીને બોલ્યો, “ઈસ કો અભી ચાય નય માંગતા. બોલતા હય... બાદ મેં સોચેગા.”

ચંદીરામાણીએ છોકરા સામે બે આંગળી ચીંધીને બે ચા મુકાવી. એના ગયા બાદ ચંદીરામાણીએ એક કપ પીટરને આપ્યો. “એ તો લે લો... ફિર શાયદ ન મિલે.”

“પણ કેમ?”

“અરે રાતે વડા પ્રધાને દેશમાં ૨૧ દિવસનો લૉકઆઉટ જાહેર કરી દીધો

છે. ૧૪ એપ્રિલ સુધી આખું ભારત બંધ. કોરોના વાઇરસથી બચવા માટે…"

"ઓહ માય ગૉડ…"

"હા, કેટલાંય લોકો રાતે જ પાછા જતા રહ્યા. થોડા સવારે વહેલા રવાના થઈ ગયા. બધાને ઘર વહાલું હોય ને… પણ આ મોદીજી સોલીડ માણસ હો… હવે ઘડિયાળમાં રાતે સાત પછી આઠ વાગ્યા એમ ન બોલાય. મોદી અવર કહેવાય ને? એઇટ પી.એમ! પણ હું તો કહીશ કે આ ઓનલી પી.એમ.ની કમાલ જુઓ. એક વાર રાત્રે આઠ વાગ્યે નોટબંધી, બીજીવાર ઘરબંધી અને ત્રીજી વાર દેશબંધી… ચોથી વાર દુનિયાબંધી ય કરાવી દે હો", આટલું બોલીને ચંદીરામાણી ખુદ પોતાની વાત પર હસવા માંડ્યો.

"ઓહ માય ગૉડ… ખરી થઈ ગઈ આ તો…"

"હું તો વસિયતમાં લખી જવાનો છું કે મારા પરિવારે કાયમ મોદીજીને જ સપોર્ટ આપવાનો… અચ્છા તમે ક્યારે જવાના છો?"

"મારું જવાનું નક્કી નથી… કદાચ થોડા દિવસ રહીશ."

"રહો તમતમારે… પણ એક દિવસના દોઢ હજાર રુપિયા થશે હો…"

"અરે, ૧૫૦ના સીધા દોઢ હજાર! બધા જતા રહ્યા અને હું રહું છું તો આવી લૂંટ?,"

"દેખ ભાઈ, જાનેવાલો કો મૈં પાંચ હજાર દેતા તો ભી કોઈ નહીં રુકતા, બરાબર? ઔર તું દેઢ હજાર દેકર ભી રુકનેવાલા હૈ. યે પૈસે હય ન ગરજ કે હય, જરૂરત કે હય… ઔર સુન મુઝે લૂંટેરા બોલા તો સુન લે બરાબર… રોજ એક હજાર બઢતે જાયેગે… આજ કે દેઢ હજાર નિકાલ ફિર આગેકી બાત…"

પીટરે યંત્રવત પર્સમાંથી બે હજારની નોટ કાઢીને ચંદીરામાણીના હાથમાં મૂકી. ચંદીરામાણીએ નોટ ગજવામાં મૂકીને પીટર સામે જોયું તો એ વિચારોમાં હતો. ચંદીરામાણી ચૂપચાપ જતો રહ્યો. પીટરને થયું કે પોતાના જૂના બધા પ્લાન હવે નકામા. હવે નવી રીતે વિચારવું પડશે. એકદમ આઉટ ઑફ બૉક્સ. ક્યાંક કિનારે આવીને ડૂબી જવાની નોબત ન આવે. તેણે રોઝી સાથે જ વાતચીત પૂરતો વાપરવાનો મોબાઇલ ફોન કાઢીને નંબર ડાયલ કર્યો.

*

બદલાયેલા સંજોગોમાં સૂર્યવંશીએ પોલીસ કમિશનરને નવા આદેશ માટે ફોન કર્યો. આનંદ રૉયે સલાહ આપી, "હમણાં આ જ કેસ પર કામ કરો. શહેરમાં કાયદો અને વ્યવસ્થાની કોઈ સમસ્યા નથી. આ રાહબર કેસથી એક કાંકરે ઘણાં પંખી મારી શકાશે. મર્ડર, રોબરી, ટેરરિઝમ, પોલિટિકલ અને… ન જાણે શું શું? પ્લીઝ કીપ મી અપડેટેડ."

સૂર્યવંશી વિચારમાં પડી ગયા, આ ૨૧ દિવસના લૉકડાઉનને લીધે પીટર ફર્નાન્ડિઝ કદાચ ક્યાંક પુરાઈ રહે. મોકો મળે તો બહુ દૂર નીકળી શકે પણ એવી શક્યતા નહીંવત્ લાગે છે, પરંતુ આ માણસ શિયાળ જેવો લુચ્ચો, ચિત્તા જેવો સ્ફૂર્તિવાન અને ડૉલ્ફીન જેટલો ચાલાક છે. એ કંઈ પણ અસંભવને સંભવ કરી શકે છે.

સૂર્યવંશીને થયું કે માજી ઑન્કાઉન્ટર સ્પેશ્યાલિસ્ટ મયંક ગુપ્તા, એ.ટી.એસ. ઇન્સ્પેક્ટર પ્રદીપ બંદોપાધ્યાય, પ્રાઇવેટ ડિટેક્ટિવ મેજર મેજિશિયન, સી.આઈ. ડી ઇન્સ્પેક્ટર સલોની માપસેકર અને સબ-ઇન્સ્પેક્ટર દૈવી દીક્ષિત સાથે મળીને જડબેસલાક વ્યૂહરચના ઘડી શકાય. એવા દાણા નાખીએ કે પીટર સામેથી આવીને જાળમાં ફસાઈ જાય કાં એવી રીતે પાછળ પડી જઈએ કે પકડાયા વગર ન રહે.

સૂર્યવંશીએ બધાને મેસેજ કર્યા. "બરાબર સાંજે સાત વાગે. પોલીસ હેડક્વાર્ટર મળીએ. વેરી ઇમ્પોર્ટન્ટ."

*

૨૧ દિવસના લૉકડાઉનની જાહેરાતે પક્યાને ઘાંઘો કરી મૂક્યો. 'હવે અપ્પાને મારી નાખીને ભાગી જવાનું શક્ય બનશે? અપ્પો તો મરી જાય પણ પોતાનો ઘડો લાડવો થવામાં વાર ન લાગે.' પક્યાને નવાઈ લાગી કે બંડુના મોત બાદ પોતાને જીવનમાંથી રસ ઊડી ગયો હતો. એક જ ઇચ્છા છાતીમાં સળગતી હતી કે અપ્પાને મારીને જે થવું હોય તે થાય. તો અચાનક આ જીવનનો મોહ કેમ? પક્યો મનને મનાવવા માંડ્યો. 'બંડ્યો મર્યો અપ્પાના પાપે. બંડ્યો ન હોત તો બીજા કોઈ કૉન્ટ્રેક્ટર ક્ષિરે મને મારી નાખ્યો હોત જ ને? એટલે સજા અપ્પા ભોગવે, એ મરે. હું શું કામ મરું? હું જીવીશ તો બંડુને ય ગમશે. અપ્પાના પૈસે જ બંડુની માનીતી જગ્યાએ જઈશ અને જીવીશ ત્યાં સુધી મજા કરીશ. ઉપર એના આત્માને શાંતિ મળશે. ખુશી મળશે.'

માનવીનું મન ચામાચીડિયા જેવું છે. ચામાચીડિયું જંગલમાંથી શહેરમાં આવે તો ય લટકે ઊંધું જ. એમ માનવી પણ સ્મશાન વૈરાગ્યમાંથી બહાર આવે એટલે મોહમાયામાં ઊંધો લટકે જ. પક્યો ય વિચારવા માંડ્યો, 'હવે અહીંથી જવા માટે અનુકૂળતા રહે એ માટે કરવું શું?'

સામે અર્ધ-બેહોશ અવસ્થામાં પડેલા અપ્પાને જોઈને એના મગજમાં એક ચમકારો થયો. એકદમ તોફાની, ડેન્જરસ વિચાર.

*

મસ્જિદ બંદરના બારમાંથી નીકળીને અરજણ પંખી, રઘલો ઘુવડ, બિન્દાસ

ભાઉ અને રાજુ રોમિયો ટેક્સી કરીને મુંબઈ સેન્ટ્રલ જતા રહ્યા. બિન્દાસ ભાઉએ આઇડિયા આપ્યો કે મુંબઈ સેન્ટ્રલથી ટ્રેન, બસ, ટેક્સીમાં ગમે ત્યાં જઈ શકાય. જરૂર પડે તો છત્રપતિ શિવાજી મહારાજ ટર્મિનસ પણ બહુ દૂર ન પડે.

એ ઉપરાંત એ અમુક એવી હોટેલ જાણતો હતો કે જેમાં વ્યવસ્થિત સેટિંગ હોવાથી પોતાને તકલીફ નહીં પડે. એ કોઈ હોટેલના માલિકને ઓળખતો હતો કે કોઈના મૅનેજરને. આવી એક હોટેલમાં બધું ગોઠવાઈ ગયું. રોજના રહેવાના એક જણના ત્રણ હજાર રૂપિયા, જે સામાન્ય કરતાં ડબલ રેટ હતો. ખાવાપીવાનું બધું મળશે, પણ ડબલ ભાવ આપવા પડશે, પછી કોઈ રકઝક નહીં. આ શરતે બે રૂમ મળી ગઈ. રઘુ રોમિયોએ સર્વિસ બૉયને બોલાવીને બસોની નોટ પકડાવી. "રોજ એક આવી નોટ મળશે પણ સર્વિસ બરાબર આપીશ ને?" એકદમ ખુશ થઈને એ છોકરો દોડી ગયો ને બધા માટે પાણીની બૉટલ, ગ્લાસ, ટોવેલ અને સાબુ આપી ગયો.

અડધા કલાકમાં ફ્રેશ થઈને બધા અરજણ પંખીના રૂમમાં ભેગા થયા. છાંટા-પાણીની મહેફિલ શરૂ થઈ. અરજણે વાત માંડી. "જુઓ, આ નવી હાલાકીમાં ફાયદો એ કે ઓલ્યો જલદી આપણા સુધી પોગી નહીં જાય. નુકસાન એટલું કે કદાચ એ ભાગી જાય. પણ આપણે ગુનામાં સંડોવાયાની એને જાણ છે. કદાચ આપણને ફસાવે, બ્લૅકમેલ કરે, મરાવી નાખે કાં પકડાવી દે."

"આ તો સિંહના જડબામાં માથું મૂકીને રાહ જોવાની કે ઈ ક્યારે મોઢું બંધ કરે." રાજુ રોમિયોએ ટાપસી પુરાવી.

બિન્દાસ, ભાઉએ જમણા હાથથી ગળું ખંજવાળતા-ખંજવાળતા ઉધરસ ખાધી. "અસા કસા હોઉ દેણાર. મી હાય... એક વાર દેખાય એટલે મર્યો સમજો."

રઘલો ઘુવડ ચૂપચાપ નીટ વ્હિસ્કી પીતો હતો. બધાએ એની સામે જોયું. રાજુએ એને હલાવ્યો, "ઉંઘી ગયો ભાઈ?" રઘલાએ આંખ થોડીક ખોલી. બધા સામે જોયું, ગ્લાસમાંથી એક ઘૂંટડો પીધો. મોટો ઘૂંટડો. પછી માથું જોરથી હચમચાવીને ધીમેથી બોલ્યો, "કંઈક એવું વિચારીએ કે આપણને મજા ને એને સજા."

અચાનક ગાંડાની જેમ ઊભો થઈને પક્યો અપ્પાસાહેબ ભણી ધસી ગયો. અર્ધ-બેભાન અપ્પાસાહેબના મોઢામાં જોરથી તમંચાનું નાળચું ઘૂસાડ્યું. તેમણે માંડ માંડ આંખ ખોલી "સાંભળ ધ્યાનથી. મારી ઇચ્છા તો ઇચ્છા નથી કે તું વધુ જીવે. તારે શું કરવું છે એ બોલ? જીવવું છે કે મરવું છે?"

મોઢામાં નાળચું હોવાથી અપ્પાસાહેબ કંઈ બોલી ન શક્યા પણ બે હાથ જોડ્યા. ભલભલા ધૂરંધરો જેના આશીર્વાદ મેળવીને ધન્ય-ન્યાલ થઈ જતા હતા એ માણસ આજે સાવ લાચાર હતો. પક્યાએ ધીમેથી નાળચું મોઢામાંથી કાઢ્યું, "તારા શબ્દો. તું પોતેય એ પાળતો નથી. છતાં બોલ તો ખરો કે જીવવું છે?"

"હા, હા. મને માફ કર પક્યા..."

"પક્યો મરી ગયો. પ્રકાશ શેષાદ્રી કહીને બોલાવવાનો મને. સમજ્યો? ને મેં માફ કરવાની વાત જ કરી નથી. જીવવું છે કે મરવું છે એ પૂછ્યું. તો તારે જીવવું છે બરાબરને?"

આશાભરી નજરે અપ્પાસાહેબે ડોકું હલાવ્યું. આ જોઈને પક્યો હસી પડ્યો. "તેં કેટકેટલાને મારી નાખ્યા છતાં ઘરડે ઘડપણે ય જીવવાનો મોહ છૂટતો નથી. મારું કીધું બધું માનીશ તો થોડા દિવસનું જીવનદાન આપું. બોલ મંજૂર?"

અપ્પાસાહેબે ઊભા થઈને હાથ જોડ્યા, "તું... તમે કહો એ મંજૂર છે પ્રકાશભાઉ..."

પક્યાએ અટ્ટહાસ્ય કર્યું, "પ્રકાશ ભાઉ... વાહ... જા તારી દવાઓનો ડબો લઈ આવ." અપ્પાસાહેબ ડબ્બો લઈ આવ્યા. એમને થયું કે પક્યો કદાચ ડબો ફગાવી દેશે કાં ગોળીઓ કમોડમાં નાખીને ફ્લશ કરી દેશે.

પણ પક્યો ભળતું જ બોલ્યો, "હવે સમયસર દવા લેવાની, એના માટે જરૂરી ખાવાનું અને હું કહું એ કામ કરવાનું સમજ્યો? હવે હું માલિક, તું નોકર... તને મારતા પહેલાં સાજોસમો રાખવાની મારી ઇચ્છા છે હો આદરણીય અપ્પાસાહેબ.'

*

અરજણ પંખીને આ જીદ ગમતી નહોતી પણ છૂટકો ક્યાં હતો સહન કરવા સિવાય. એ ક્યારનો પતિયાલા પેગ લગાવતો હતો પણ નશો ચડતો નહોતો એને

થયું કે જો દારૂથી દુનિયા ભૂલી ન શકું તો એ ખૂબ મોટી તકલીફ કહેવાય.

તીખા તમતમતા નડિયાદી ભૂસાનો મોટો બુકડો ભરીને મોઢામાં ઠાસ્યા બાદ રઘલો બન્ને હાથની ચપટી વગાડીને બધાનું ધ્યાન પોતાના તરફ ખેંચવા માંડ્યો. એની ગોળ ગોળ વાતો અને વાહિયાત બકવાસથી અરજણ પંખી, રાજુ રોમિયો અને બિન્દાસ ભાઉ કંટાળ્યા હતા. જો દેશબંધી, પેલા માણસને પકડવાનો કે એનાથી બચવાનો પ્રોબ્લેમ ન હોય તો રઘલાને બે-ચાર તમાચા ઝીંકીને પાડી દેવાયો હોત. બધા કંટાળા અને ગુસ્સાથી સામે જોઈ રહ્યા હતા. રઘલો જાણે સામે નાનાં બાળકો હોય એમ સમજાવવાની રીતે બોલ્યો, "એ માણસ આપણને અલગ અલગ નંબરથી ફેક્સ કરતો હતો, મેસેજ કરતો હતો, બધા પોતાના મોબાઇલ ફોનના મેસેજ બોક્સ અને કૉલ લોગમાં જોઈને એના બધા નંબર એક કાગળ પર લખીએ." બિન્દાસ ભાઉ ઊકળ્યા. "એનાથી એ થોડો પકડાઈ જવાનો?"

અરજણ પંખીએ આંખનાં ભવાં ઊંચકીને એવો જ સવાલ કર્યો. રાજુ રોમિયો તો રોષમાં ઊભો થઈને વૉશરૂમમાં જતો રહ્યો.

રઘલા ઘુવડે મહત્ત્વની જાહેરાત કરવાની હોય એમ ખોંખારો ખાધો. "જુઓ એ બધા નંબર પર આપણે વારાફરતી ફોન કરીશું, મેસેજ મોકલીશું."

"પણ અલ્યા ડફોળ ઈ બંધ હોય તો?"

"બંધ હોય બોલ્યા ને? કદાચ ચાલુ ય હોય... ચાલુ હોય તો લૉટરી લાગે, બાકી આપણે ક્યાં લૉટરીની ટિકિટ ખરીદવા ફદિયું ય આલ્યુ સે?"

અરજણ પંખી આ સાચી દલીલ સહન ન કરી શક્યો, "પણ બધા ફોન બંધ હોય તો?"

"તો ઈ હંધાય નંબર મારા એક માણસને મોકલી આપીશ. ઈ કહી દે કે આ નંબર છેલ્લો ક્યાં દેખાયો તો, ને કોની કોની હારે એટલે કયા કયા નંબર સાથે વાતચીત થઈ તી. કાય હમજ્યા કે નય?" રઘલાએ પૂછ્યું.

*

સાતે ય જણા કોઈ ઑફિશિયલ અસાઈનમેન્ટ પર નહોતા. અલગ-અલગ કારણોસર ભેગા થયા હતા. મોટા ભાગના પ્રામાણિક કાં ઓછા અપ્રામાણિક હતા. લગભગ બધાને દેશની, સમાજની અને ફરજની પરવા હતી.

પોલીસ હેડક્વૉર્ટરમાં આસિસ્ટન્ટ પોલીસ કમિશનર સૂર્યવંશીએ પહેલેથી બધાના ટેબલ પર સેન્ડવીચના પૅકેટ, મિનરલ વૉટર અને કોલ્ડડ્રીન્કની બૉટલ મુકાવી દીધી હતી. મિશન પીટરની આ અનોખી બેઠકને સંબોધવાની શરૂઆત કરી સૂર્યવંશીએ "રાહબર કેસનો સૂત્રધાર મનાતો પીટર ફર્નાન્ડિઝ શહેરમાં છે.

દાદલો / 269

ગોવાના કેસિનોમાં એ જ મોટી રકમ ભારે વટાવથી આપવાની ઑફર કરતો હતો. તો શું રાહબરમાંથી લૂટાયેલી પણ ક્યાંય ન નોંધાયેલી અધધ રકમ એની પાસે છે? આ રકમનું એ શું કરવા માગે છે? જો ભળતા જ ઇરાદા હોય તો બહુ જોખમી કહેવાય. એને રોકવો, પકડવો જ પડે. એની ચર્ચા માટે આપણે ભેગા થયા છીએ. મેજર આપનો લશ્કરનો અને ડિટેક્ટિવ તરીકેનો અનુભવ શું વિચારવા પ્રેરે છે?"

ગાલ પરના મસાને હળવેથી પંપાળતા મેજર મેજિશિયને શરૂઆત કરી, "લૂટનું પ્લાનિંગ કરવું બહુ મુશ્કેલ નથી. દૂર ક્યાંક બેસીને કોઈ સંસ્થા-વ્યક્તિની વિગતો જાણીને એ કરી શકાય. પરંતુ એના પછીના પ્લાનિંગમાં જ ઘણો ફસાઈ જાય.

સલોનીએ પૂછ્યું, "એના પછીનું પ્લાનિંગ એટલે સર?"

"મની મૅનેજમેન્ટ. લૂટ એકલાએ ચલાવી હોય તો પણ એ રૂપિયા સંયમપૂર્વક, વિવેકબુદ્ધિથી ન વપરાય તો ગુનેગાર પોલીસની નજરે ચડી જાય. એકથી વધુ ગુનેગાર હોય તો ભાગ પાડવામાં મતભેદ-ઝઘડા થાય જે ક્યારેક મર્ડર સુધી પહોંચી જાય. ધારો કે એવું ન થાય તો પણ બધેબધા હાથ આવેલી બેફામ રકમ વાપરવામાં સાવધાની-ચોકસાઈ રાખે એવું ભાગ્યે જ બને. આ કેસમાં તો એક સૂત્રધાર ઉપરાંત ઓછામાં ઓછા છ જણા છે. એમાંથી એકનું મોત થયું, ને એક હવાલાતમાં. બાકીના ચાર વિશે શું અપડેટ છે દૈવી દીક્ષિત?"

મેજર મેજિશિયનનો સવાલ સાંભળીને દૈવીએ સૂર્યવંશી સામે જોયું. સામેથી ગ્રીન સિગ્નલનો ઇશારો મળ્યો. સલોની હસીને મેજર સામે જોઈને અપડેટ આપવા માંડી. "સર, રંજન ડિકોસ્ટા પાસેથી ચાર જણાના નામ મળ્યા, જે કદાચ ખોટા હોય, વિચિત્ર નામો છે. વર્ણન મળ્યા. આ વર્ણનના આધારે સ્કેચ બનાવવાના છે પણ એક આર્ટિસ્ટ રજા પર છે, બીજો હૉસ્પિટલમાં. મેઇન પ્લેયર પીટરના અવાજને ઓળખવા સિવાય એ વધુ કંઈ જાણતી નથી. પરંતુ પીટરની મૉડસ ઓપરેન્ડીથી એ ખૂબ ચાલાક હોવાનું સાબિત થાય છે."

સૂર્યવંશીએ ખોંખારો ખાધો એટલે સલોની ચૂપ થઈ ગઈ. આગળ વાત વધારી સૂર્યવંશીએ. "મોટી રકમ લૂટાઈ પણ એના ભાગ પડ્યા? જો ડમ્પિંગ ગ્રાઉન્ડમાંથી મળેલી વીસ કરોડની રકમ લૂટનો ભાગ હોય તો એ કોનો હિસ્સો હતો? એ હિસ્સો મેળવનારો ક્યાં છે? કે પછી મારી નખાયો? આના જવાબો શોધવા પડશે આપણે."

પ્રદીપ બંદોપાધ્યાયે 'એક્સક્યુઝ મિ સર' કહીને પોતાનો અભિપ્રાય રજૂ કર્યો. "સર, આ બધી નવીનક્કોર નોટ છે, જે પકડાઈ જવાના ડરે ફેંકી દેવાઈ હોઈ. આ વીસ કરોડ પશ્ચિમ બંગાળ, આસામ અને પંજાબની કંપનીઓએ બેંકમાંથી

ઉપાડ્યા હતા. પગાર, રો મટીરિયલની ખરીદી અને અન્ય પરચૂરણ ખર્ચના નામે. આ રકમ ઉપાડાઈ હતી. આ ત્રણેય કંપનીમાં મૅનેજિંગ ડિરેક્ટર અને ડિરેક્ટર્સ કૉમન છે. આની વધુ તપાસ અમારી રીતે ચાલી રહી છે. સવાલ એ છે કે રાહબર થકી મોકલાવેલી રકમમાં એ લોકો સંડોવાયેલા હતા? કે માત્ર એમની કંપનીની નોટ ત્યાં પહોંચી? અને કેવી રીતે પહોંચી? કોણે પહોંચાડી? ખરેખર એ જ રકમ રાહબરમાં હતી? જો નહોતી તો ડમ્પિંગ ગ્રાઉન્ડ કેવી રીતે પહોંચી? કોણે પહોંચાડી? આ બધા સવાલો ઊભા છે આપણી સામે.”

સૂર્યવંશીએ સવાલ કર્યો, “આ નવી નોટના બંડલ આટલે દૂર કેવી રીતે પહોંચી ગયા?”

“સર, બૅંકમાંથી અલગ અલગ રીતે રકમ ઉપાડાઈ હતી. કંપનીના કારોબારમાં ક્યાંય વિઘ્ન આવ્યા નથી. શક્ય છે કે કોઈકે જૂની નોટ આપીને નવી નોટ લીધી હોય.”

મેજર બોલી પડ્યા, “જૂની નોટ કદાચ સો, પાંચસો, હજારની હોય... એનો અર્થ કે મોટી રકમ જગ્યા ઓછી રોકે એવી કોઈની ઇચ્છા હોઈ શકે. બરાબર?”

સલોની માપસેકર ધીમેથી બોલી, “કોઈ પુરાવા નથી, સાક્ષી નથી કે તર્ક નથી. પણ મને ઇન્ટ્યુશન થાય છે કે ગોવા અવરજવર કરનારો પીટર ફર્નાન્ડિઝ જ રાહબર કેસનો મેઇન વિલન છે. રંજન ડિકોસ્ટાએ એનો અવાજ ઓળખ્યો એ નક્કર પુરાવો નથી પણ મારી વાતને નાનકડું સમર્થન છે. મને લાગે છે કે આપણા બધા સવાલોના જવાબ માત્ર પીટર જ આપી શકશે.”

સૂર્યવંશીએ સલોનીને સ્માઇલ આપ્યું. “રાઇટ. એટલે આપણે હવે પીટરને પકડવાનો પ્લાન બનાવવો પડશે... અરે હા, દૈવી તમે રંજન અને મનિયાના મોબાઇલ ફોનમાં આવેલા-ગયેલા એક-એક ફોન અને મૅસેજ પર ધ્યાન આપજો. બન્ને પકડાયેલા ઇન્સ્પેક્ટર તુપે અને પાચપુતેની સંડોવણી ભ્રષ્ટાચાર અને લાલચથી વધુ છે કે નહીં એની તપાસ કરવી પડશે. હવે ચર્ચા કરીએ પીટરને પકડવાના પ્લાન, માસ્ટર પ્લાનની!”

સબ-ઇન્સ્પેક્ટર દૈવી દીક્ષિતે રંજન ડિકોસ્ટાને બરાબરની ગભરાવી, "તું અને તારી ગૅંગ બહુ મોટા આતંકવાદી કાવતરાના કેસમાં લાંબો સમય જેલમાં સડવાના છો. બેવકૂફ તો એટલા બધા છો કે કોઈ બૉસને ઓળખતું નથી, નામ સુધ્ધાં ખબર નથી છતાં એને માટે કામ કર્યું. તારે જો બચવું હોય તો ફટાફટ સાચું બોલવા માંડ.

"મૅડમ, મને જે કંઈ ખબર હતું એ બધું કહી દીધું. એક વાત ફરી કહીશ કે એ પીટરનું મગજ ખૂબ ચાલે છે, બેસ્ટ ચેસ પ્લેયરની જેમ."

દૈવીએ ખૂબ સવાલો કર્યા. ફેરવી ફેરવીને વાતો કરી, પણ વધુ કંઈ હાથ ન લાગ્યું. બાકીના ચાર સાથીઓની વિગત મેળવીને દૈવી સમજી ગઈ કે બધા અવ્વલ નંબરના ગુંડા હતા. અઠંગ ગુનેગારો. કોઈને કોઈ કેસમાં વૉન્ટેડ હશે જ. દૈવીએ તરત જ રંજન ઉપરાંત અરજણ પંખી, રાજુ રોમિયો, રઘલો ઘુવડ અને બિન્દાસ ભાઉના નામની વિગતો મેળવવા માટેની સૂચના બધા પાડોશી રાજ્યને મોકલાવવાની વ્યવસ્થા કરી. સાથોસાથ ખબરીઓને પણ સક્રિય કરી દીધા. જોકે, દૈવીને લાગતું હતું કે આ બધા ઘણાં દૂર નીકળી ગયા હશે. કોરોના વાઇરસ વચ્ચે લદાયેલા લૉકડાઉનમાં સ્થાનિક પોલીસ કેટલી મદદરૂપ થઈ શકશે? જો બહુ મહત્ત્વની લીડ મળી તો અહીંથી જવાનું કેવી રીતે શક્ય બનશે?

રંજન ડિકોસ્ટા જ્યાં જ્યાં પોતાના સાથીઓને મળી હતી અને પીટર પાસેથી સૂચના મેળવી હતી એ બધી જગ્યાએ અને એની આસપાસ તપાસ કરાવવી જરૂરી હતી, પરંતુ લૉકડાઉનમાં એક તો પોલીસની અછત અને કોઈક સાક્ષી હોટેલ છોડીને ઘરે જતા રહ્યા હોય તો ક્યાંથી મળવાના? દૈવીને સમજાઈ ગયું કે ઝાંખો ઝાંખો રસ્તો દેખાતો હતો પણ મુસાફરી જરાય આસાન નહોતી. કાશ, દૈવીને ખબર હોત કે પોત શોધે છે એ ચારેય જણા અને એનો બૉસ પીટર ફર્નાન્ડિઝ બહુ નજીક છે, મુંબઈમાં જ!

*

અપ્પાસાહેબને મરવા જેવું લાગતું હતું. પોતે જે અનાથને આશરો આપ્યો, વરસો ભરણપોષણ કર્યું અને પોતાનો વિશ્વાસુ માન્યો, સગા દીકરાની જેમ

રાખ્યો... એ હવે પક્યાના ઑર્ડર માનવા પડે છે. એની માટે ઘરકામ કરવા પડે છે. એ... એ માણસ સાવ નગુણો નીકળ્યો, પણ અપ્પાસાહેબને મરવું નહોતું, જીવવું હતું, એટલે ચૂપચાપ બધું કરતા રહ્યા.

પક્યો કંટાળે એટલે દિવસમાં બે-ત્રણ વાર બહાર જાય. કંઈક લઈ આવે. પછી અપ્પા પર એક પછી એક ઑર્ડર છોડે. "ચા બનાવ એકદમ સ્ટ્રૉંગ મસાલો, ઓછું દૂધ અને ચપટીક ખાંડ. ઉકાળજે બરાબર હો." અપ્પાસાહેબ ચાનો કપ લઈને આવે, એટલે પક્યો એમની સામે જુએ, હળવું હસે અને કપ નીચે ફેંકી દે. "મારો મૂડ બદલાઈ ગયો. મસ્ત બ્લેક કૉફી બનાવ. પછી આ ઢોળાયેલી ચા લૂછી લે."

અપ્પાસાહેબ લાચારીવશ ક્યારેક ઢોળાયેલી ચા સામે જુએ તો ક્યારેક પક્યા સામે. એ જ સમયે પક્યો કંઈક બોલવા ગયો અને એને ધડાધડ છીંક આવવા માંડી. પક્યાને થયું, "થોડી શરદી થઈ ગઈ લાગે છે. આ એ.સી.માં ફાવે નહીં આપણને બહુ. આજે ઉકાળેલા પાણી સાથે સ્કૉચ પીવી પડશે. એટલે ગળાની બળતરા ય ઓછી થઈ જાય." માથું ઊંચું કરીને તેણે જોયું તો અપ્પાસાહેબ ગેસ પર મૂકેલી તપેલીમાં પાણી રેડતા હતા. પક્યાને હસવું આવ્યું, પણ છીંકના નવેસરના આક્રમણે હાસ્યને રોકી લીધું. અચાનક ઉધરસ ઊપડી અને કફ કાઢવા માટે એ વૉશબેઝીન પાસે દોડ્યો.

*

સલોની સાથે હૉટેલની રૂમમાં ડિનર લેતા સૂર્યવંશીને અચાનક કંઈક સૂઝ્યું. તેમણે મોબાઇલ ફોન કાઢીને એક નંબર ડાયલ કર્યો. થોડી વારમાં સામેથી ફોન ઉપાડાયો...

"કેમ છો માવજીભાઈ?"

શહેરના એસ્ટેટ એજન્ટ ઍસોસિયેશનના પ્રમુખ માવજીભાઈ છેડાને નવાઈ લાગી કે આટલા મોટા પોલીસ ઑફિસરે કેમ ફોન કર્યો હશે, પણ આદત એવી કે બે શબ્દની જરૂર હોય ત્યાં ત્રીજો શબ્દ ન બગાડે.

"સાહેબ, આપની દયામાયા છે હો."

"કામધંધો કેવોક ચાલે છે?"

"કામધંધો... એ શું? સાહેબ એક તો મંદી અને એમાંય ય લૉકડાઉન. હમણાં તો ઘરના જ રોટલા તોડવાના, એય ઘરમાં બેઠા-બેઠા હો."

"બધું બરાબર થઈ જશે જલદી. માવજીભાઈ નાનકડું કામ હતું તમારું... રિક્વેસ્ટ..."

"હુકમ કરો હુકમ સાહેબ."

દાદલો / 273

"ક્યાંક આડાઅવળા ભાવે એટલે કે બહુ વધુ પડતી રકમ આપીને જમીન કે ઘરના સોદા થયા હોય એવી કોઈ માહિતી કે અફવા ખરી? કોઈએ બહુ મોટી રકમ પૂરેપૂરી રોકડામાં આપી હોય એવું કંઈ સાંભળવામાં આવ્યું છે?"

"સાહેબ, આપણા બોરીવલી સાઇડમાં બે-અઢી કરોડ એટલે ભયો ભયો, પણ ટાઉન સાઇડમાં આવા કામ માટે એક જ વ્યક્તિ છે."

"કોણ છે એ?"

"ડિમ્પી. ગમે એટલી મોટી રકમના ફ્લેટ ખરીદાવી-વેચાવી શકે. ભાડે ચડાવી આપે, પણ..."

"પણ શું?"

"સાહેબ, આપને કહેવાનું ન હોય, થોડું સાવધાન રહેવા જેવો નંગ છે હો... મોટા મોટા રાજકારણીઓ, ક્રિકેટર્સ, ફિલ્મ સ્ટાર્સની આડીઅવળી કમાણીનું ઇન્વેસ્ટમેન્ટ કરાવી આપે ચપટી વગાડતામાં, અને કેટલાક પોલીસ ઑફિસરનું પણ... એટલે એવું સાંભળ્યું છે હો. મારું ન લગાડતા પ્લીઝ..."

"અરે હું જાણું છું અમારા તળાવમાં ખરાબ માછલીઓ છે, મોટા મગરમચ્છ છે... આ ડિમ્પી વિશે બીજું કંઈ ખાસ?"

"એ જ કફપરેડમાં મોટા ફ્લેટમાં રહે, સારી ગાડીમાં ફરે, બધું મોંઘું જ પસંદ એને."

"સરસ, થેન્ક યુ માવજીભાઈ. મને એનો નંબર મોકલી શકશો?"

"આ ફોન મૂકું કે તરત જ સાહેબ. અમ જેવાને યાદ કર્યા એ ગમ્યું હો સાહેબ. થેન્ક યુ."

"અરે થેન્ક યુ, તો મારે કહેવાનું હોય માવજીભાઈ."

ફોન બંધ થયા બાદ સૂર્યવંશી સલોની સામે જોઈને બોલ્યા, "હવે ગોવા પાછા જવાનું શક્ય નથી, ને જોખમી ય છે. તો અહીં રહીને ટાઇમપાસ કરવો છે? મને થોડી મદદ મળશે, બોલ તૈયાર?"

"ફિલ્મી ડાયલોગ બોલવાનું મન થાય છે, પણ અહીં અને તમારી સાથે રહેવું એ મારા દિલની વાત છે હો. આપ કે લિયે જાન હાઝિર હૈ હજૂર."

*

પીટર ક્યારેક ચંદારામાણીની નજર ચૂકવીને પોતાની પાસેના અલગ-અલગ મોબાઇલ ફોન ઑન કરીને ચેક કરી લેતો હતો. આ એની જૂની આદત. તેને ઘણા એસએમએસ અને મિસ્ડકૉલના એલર્ટના મૅસેજ મળ્યા. પોતાની ટીમના છ એ છ જણાએ નંબર ડાયલ કર્યા હતા. મૅસેજ મોકલ્યા હતા. એને આશ્ચર્ય ન થયું.

અચાનક પીટરના મનમાં વિચાર ઝબક્યો, "મનિયો મરી ચૂક્યો છે. એટલે

પોલીસે ફોન કર્યો કે બીજા કોઈએ? રંજન પોલીસ કસ્ટડીમાં છે એટલે પોલીસે જ ફોન ડાયલ કર્યો હોવો જોઈએ.” તેણે તાત્કાલિક આ લોકોને આપેલા નંબરવાળા છ એ છ સીમકાર્ડ તોડીને કમોડમાં વહાવી દીધા. અડધો ડઝન સસ્તા ફોન પણ તોડી નાખ્યા. ડોરમેટરીની ગેલેરીમાં જઈને ફોનના ટુકડા અલગ દિશામાં ફગાવી દીધા.

પીટર સમજી ગયો કે જૂના મોબાઇલ ફોન્સ ઑન કરીને પોતે ભૂલ કરી, ખૂબ મોટી ભૂલ. હવે કંઈક ઉપાય કરવો પડશે.

*

ડિમ્પી વિચારોમાં હતો. કંઈક ગભરાટમાં હતો, પણ ચહેરા પર દેખાવા દેતો નહોતો. એ સતત સતર્ક રહેતો કે પોલીસના લફરાથી જોજનો દૂર રહેવું. જરૂર પડે તો બધું મેનેજ કરી શકાય, પણ એવું કરવું જ શા માટે?

સામે બેઠેલી સબ-ઇન્સ્પેક્ટર દૈવી દીક્ષિત અને એની ફ્રેન્ડ તરીકે આવેલી સલોની માપસેકર સાથે શક્ય એટલી સ્વસ્થતા, મીઠાશ અને વિવેકથી ડિમ્પીએ વાત શરૂ કરી.

“શું લેશો આપ?”

“માત્ર જવાબ.” સાચા દૈવી પોલીસવાળાની જેમ બોલી.

“એ તો મારી ફરજ છે એક નાગરિક તરીકે. પૂછો મેંડમ.”

“કોઈએ વધુ પડતી રકમ આપીને કોઈ ફ્લેટ-પ્લોટ ખરીદવાની ઑફર કે ઇન્કવાયરી કરી?”

“મેંડમ હમણાં તો ડિસ્કાઉન્ટ રેટમાં ય ફ્લેટ વેચાતા નથી તો...”

“કોઈએ ફુલ રોકડામાં મોટા ફ્લેટ માટે વાતચીત કરી?”

“સોરી મેંડમ. હું બ્લેક મનીમાં કામ જ કરતો નથી.”

“અચ્છા, છેલ્લા એક-બે મહિનામાં વેચેલા કે ભાડે આપેલા ફ્લેટ્સના એગ્રીમેન્ટની કૉપી આપો.”

ડિમ્પીએ ઇન્ટરકૉમથી કોઈકને સૂચના આપીને ફાઇલ મગાવી. દૈવી અને સલોની ફાઇલના પાનાં ઉથલાવવા માંડ્યાં. ભાગ્યે જ કંઈ કામનું મળ્યું. ફાઇલ પાછી આપતી વખતે દૈવીએ છેલ્લો સવાલ પૂછ્યો, “કોઈએ મોટી રકમનું ભાડું રોકડામાં ચૂકવ્યું હોય એવું ખરું?”

એ જ સમયે કેબિનનો દરવાજો ખોલીને રોઝી અંદર આવી. ડિમ્પીએ સ્ટાફમાં બધાને સૂચના આપી રાખી હતી કે ક્યારેય ફણસે વકીલ રોઝી મેંડમને મારી પાસે આવતા રોકવાં નહીં. ડિમ્પી રોઝી સામે જોઈ રહ્યો. દૈવી અને સલોનીએ પણ પાછળ વળીને જોયું. સલોનીની આંખમાં આશ્ચર્યના ભાવ સાથે ચહેરા પર સ્માઇલ આવી ગયું.

મગજ પર થોડું જોર લગાવતા ગોવાની સીઆઈડી ઓફિસર સલોની માપસેકરને બરાબર યાદ આવી ગયું. હા, ગયા વર્ષની જ વાત હતી. પણજીની બહુ સારી હોટેલમાં ન્યૂ યરની મસ્તી ચાલતી હતી. ડાન્સ, ડ્રિન્ક, જવાની, મદહોશી, મસ્તી... પ્રસંગને અનુરૂપ બધું હતું પૂરતા પ્રમાણમાં.

સલોની ફ્લેશબેકમાં સરી પડી... માત્ર એન્જોય કરવા આવેલા દારૂબંદીવાળા રાજ્યના ત્રણેક યુવાનો ઉતાવળે ઢીંચવાથી જલદી છકી ગયા. આમાંથી એક જણે નજીકથી જતી યુવતીના પાછળના ભાગ પર હાથ અડાડ્યો, એ પણ ઇરાદાપૂર્વક. છોકરીએ પાછા વળીને જોયું તો ત્રણેય બેવડા ખુશખુશાલ: 'આ તો ફોરેનર છે, વાત જામી જાય કદાચ.'

ત્રણેયમાં પોતાને સૌથી સ્માર્ટ સમજતો છોકરો ઊભો થયો. "હાય ડાર્લિંગ. વેલકમ ટુ ધ વર્લ્ડ ઓફ મસ્તી. જોઈન અસ.' આટલું બોલીને તેણે ફોરેનર છોકરીના ગળા પર હાથ મૂક્યો. છોકરી કંઈ ન બોલી. એને જોઈ જ રહી. છોકરો જોશમાં આવી ગયો, પણ તે વધુ કંઈ કરે એ પહેલા છોકરીએ પોતાનો પગ ઊંચકીને ઘૂંટણ એવો જોરથી માર્યો કે છોકરો 'ઓય મા, ઓય મા' કરતો બેસી ગયો. એની આંખમાં આંસુ આવી ગયાં.

આ જોઈને બાકીના બે છોકરા ઊભા થયા અને ગુસ્સામાં છોકરી તરફ આગળ વધવા માંડ્યા. તમાશો જોવા ભીડ જામવા માંડી. અચાનક આગળ વધતા બન્ને છોકરા ઊભા રહી ગયા, જાણે ત્યાં ને ત્યાં જકડાઈ ગયા. પાછળથી પેન્ટના બેલ્ટમાં હાથ નાખીને કોઈકે એમને પકડી રાખ્યા હતા. બન્ને છોકરાઓએ પાછું વળીને જોયું તો આશ્ચર્ય થયું કે એક ખૂબસૂરત યુવતીએ પોતાને પકડી રાખ્યા હતા. આ છોકરીએ બૉક્સરની સ્ટાઇલમાં મોઢા પર મુક્કો જડી દેતા બન્ને આઘાતથી દિગ્મૂઢ થઈ ગયા. ત્રણેય બરાબરના કણસતા હતા.

બે છોકરાને મારનારી છોકરી આગળ વધી. તેણે છેડતીનો શિકાર બનેલી ફોરેનર યુવતીની પીઠ થાબડી.

"વેલડન. કોઈ વાતની ચિંતા ન કરીશ. આઈ એમ સલોની, સલોની માપસેકર. ગોવા સીઆઈડી."

“નાઈસ મિટિંગ યુ. ઍન્ડ થૅન્ક્સ આઈ એમ રોઝી.”

ગોવામાં બન્નેએ પહેલી વાર હાથ મિલાવ્યા. ત્યારબાદ ફરી હાથ મિલાવ્યા ડિમ્પીની ઑફિસમાં. રોઝીએ થોડું નાટક કરવું પડ્યું કે મને ચહેરો જોયાનું યાદ છે, પણ બહુ સાંભરતું નથી. સલોનીએ ડિમ્પી સામે જોયું, “ઓકે. અમે જઈએ. આ રોઝી મારી જૂની ફ્રેન્ડ છે.”

દૈવીને બહુ સમજાયું નહીં, પણ તે ઊભી થઈ. ત્રણેય લલનાને બહાર નીકળતી જોઈને ડિમ્પીએ લાંબા સમયે ભગવાનને યાદ કર્યા: ‘ઝુલેલાલ, પ્લીઝ સેવ મી.’

*

કોલકાતાની એક ભવ્ય હવેલીમાં દેશના ત્રણ મોટા ઉદ્યોગપતિ ચિંતામાં હતા. કેશવ મુખર્જી, અશોક ગોગોઈ અને વિનોદસિંહ ચઢ્ઢાની ઉતાવળે બોલાવાયેલી મિટિંગનો એજન્ડા એક જ હતો કે રાહબર રોબરી કેસમાં આપણા પર છાંટા ન ઊડે એ માટે શું કરવું જોઈએ?

મુખર્જી રિમલેસ ચશ્મામાં આંખ ઊંચી કરીને બન્નેને જોઈ રહ્યા હતા. “બોંધુ, જલદી સોચો ઔર ફૈંસલા કરો.”

ગોગોઈએ સિગારેટનો ઊંડો કસ ખેંચતા મત વ્યક્ત કર્યો, “નો પેનિક. રઘવાટ કરવાથી કંઈ નહીં થાય. પૂર્વ પ્રદેશમાં ઈન્ફ્રા પ્રોજેક્ટ આપણી ત્રણેયની કંપનીનો હતો. એના માટે મોકલેલા ૨૦૦ કરોડ રુપિયા ફરી કમાઈ લેવાશે, પરંતુ હમણાં એમાં ક્યાંય આપણું નામ ન આવે એ જરૂરી છે.”

ચઢ્ઢાએ ટેબલ પર મુઠ્ઠી પછાડી. “પૂરા ગરબડ કમલકાંત કે કારણ હુઆ હૈ જી. મગર વો થોડા ન મુંહ ખોલનેવાલા હૈ?”

મુખર્જીએ મોઢું ખોલ્યું, “કમલકાંત કો છોડો. વહ ગભરાયા હુઆ હૈ. ટોપ કે સોર્સ સે ખબર મિલી હૈ કિ રાહબર મેં રોબરી પ્લાન કરનેવાલા બમ્બઈ મેં હૈ. પુલીસ ઉસકે પીછે હૈ. વહ પકડા ગયા તો સબ પ્રૂવ હો જાયેગા. યહ ભી બહાર આ જાયેગા કિ રાહબર સે ૨૦૦ કરોડ રુપિયે ગયે હૈ. અબ તક વહ કહી સુની સી બાત હૈ, યા અફવા હૈ.’

“તો ફિર ઉસ બંદો કા મુંહ પરમેનન્ટલી બંધ કરવાને કા ઈન્તેજામ કર દેતે હૈ. વહ પકડા ગયા તો મુસીબત હોગી. વૈસે ભી વહાં કચરે કે મૈદાન મે સે મિલે રુપિયા ૨૦ કરોડ કી પૂછતાછ હમારી ઓર ઇશારા કરતી હૈ”, ચઢ્ઢાએ ચિંતા વ્યક્ત કરી.

ગોગોઈએ ઘડિયાળમાં જોયું. “તો ફિક્સ રહા કિ ઉસ આદમી કો ખતમ કર દો. હર વક્ત કી તરહ મુખર્જી સાહેબ ઇન્તઝામ કર લેંગે. મગર...”

મુખર્જીએ તાર સ્વરે પૂછ્યું, "મગર ક્યા?"

ગોગોઈ હળવું હસ્યો. "હમ ચાન્સ નહીં લે સકતે. ટાઇમ ભી કમ હૈ. ઈસલિયે એક નહીં, દો-તીન આદમી કો કામ પે લગા દો."

ચક્ષા તાળી પાડવા માંડ્યો. 'બહુત બઢિયા જિ. ઐસા હી કરતે હૈ."

થોડું વિચારીને મુખર્જી બોલ્યો, "ગુડ આઇડિયા. અંડરવર્લ્ડ કે કૉન્ટ્રેક્ટ કિલર કો, ઑન્કાઉન્ટર સ્પેશ્યાલિસ્ટ ઔર એક કિસી અન્જાન સરફિરે કો કામ દેતે હૈ. એક લાખ એડવાન્સ, કામ હોને પર બાકી કે ચાર લાખ. સિર્ફ સાત લાખ મેં અપને તીન કિલર કામ પે લગ જાયેંગે. ચાલબો?'

ગોગોઈ અને ચક્ષાએ ઊભા થઈને મુખર્જી સાથે હાથ મિલાવ્યા.

*

ડિમ્પીની ઑફિસના બિલ્ડિંગના ગ્રાઉન્ડફ્લોરની એસી લોબીમાં મૂકેલા સોફામાં સલોની માપસેકર બેઠી. ખાસ અંતરંગ બહેનપણા હોય એમ તેણે રોઝીનો હાથ પકડી રાખ્યો હતો. રોઝીને તેણે પરાણે સોફા પર બેસાડી.

"હવે મુંબઈમાં સેટલ થઈ ગઈ રોઝી?"

રોઝી કંઈ બોલે એ પહેલાં સલોનીએ દૈવીને આંખ મીચકારી. "બન્ને જૂની ફ્રેન્ડના ફોટા પાડીશ, પ્લીઝ? ચાર-પાંચ ક્લિક કરજે."

સલોનીએ પહેલા બન્નેનો ફોટો લીધો પછી અલગ અલગ ઍંગલથી એકલી રોઝીના ફોટા પાડ્યા. રોઝીને આ ગમતું નહોતું, પણ એ કંઈ બોલી ન શકી. દૈવીને 'થેન્ક્સ' કહીને સલોનીએ રોઝી સામે જોયું.

"હા, તો મુંબઈ ફરવા આવી છો?"

"હા, કંઈક એવું જ. અંકલનો એક ફ્લેટ છે એ એમને કાઢી નાખવો છે એટલે આ માણસને મળવા આવી હતી, પણ તું નીચે ખેંચી લાવી. કંઈ નહીં ફોનથી વાત કરી લઈશ. આમેય ફ્લેટ ક્યાં વેચાય છે હમણાં?"

"ફ્લેટ ક્યાં છે? હું મદદ કરું?"

"ના. ના. અંકલને આ ડિમ્પીમાં પૂરો વિશ્વાસ છે."

"અને તું ક્યાં ઊતરી છે?"

રોઝી હસી પડી. "મારા બૉયફ્રેન્ડ સાથે છું. અમે ક્યાં છીએ એ કહેવાની નથી. પાછી તું ટપકી પડે તો?" આટલું બોલીને રોઝીએ સલોનીના હાથ પર જોરથી હાથ માર્યો.

રોઝીની બેગમાં સાયલન્ટ પર મૂકેલો ફોન ક્યારનોય વાઇબ્રેટ થઈ રહ્યો હતો. એને ખબર હતી કે પીટરનો જ ફોન હોવો જોઈએ.

સલોનીએ ઊભા થતાં રોઝી સાથે હસ્તધૂનન કર્યું. "વેલ, બૉયફ્રેન્ડ સાથેનું

278 / દાદલો

એડ્રેસ ભલે ન આપ. કંઈ કામ હોય તો મને ફોન કરજે. તારો નંબર બોલ એટલે હું ડાયલ કરીને મિસ્ડકૉલ આપી દઉં.”

રોઝી જોઈ જ રહી સલોની સામે. દૈવીને પણ માન ઊપજ્યું પોતાની ગોવાવાળી સાથી પર. રોઝી થોડું લુચ્ચું હસી. “થૅન્ક્સ ફોર ઑફર. તારા ફોન નંબરની મને જરૂર નથી. આમેય આપણે નથી બહુ ક્લૉઝ કે નથી ફ્રેન્ડ. નસીબમાં હશે તો ફરી મળીશું. આઈ એમ વેરી પ્રાઇવેટ પર્સન. બાય બાય.” આટલું બોલીને રોઝી ચાલવા માંડી.

માત્ર દૈવી સાંભળી શકે એમ સલોની બોલી “બાય ડિયર, સી યુ સુન.”

*

પોતાના મૂળ પ્લાનમાં કે પ્લાન ‘બી’ કે ‘સી’માં ક્યાંય કોરોનાગ્રસ્ત આફતની કલ્પના સુધ્ધાં નહોતી કરી પીટરે. તેણે વિચાર્યું કે હવે બધું નવેસરથી વિચારવું પડશે. સાથોસાથ ઉતાવળ પણ કરવી પડશે. અગાઉનો પ્લાન નકામો થઈ ગયો હતો, હાલ પૂરતો સાવ નકામો.

હવે એકદમ અલગ રીતે અને સાવ આઉટ ઑફ ધ બૉક્સ વિચારવું પડશે. અત્યારે બે ભયાનક શક્યતા વિકરાળ મોઢું ફાડીને પોતાની સામે ધસી આવતી દેખાઈ એને: મોત કાં જેલ. જેલમાં જવું ય લગભગ મરવા બરાબર સાબિત થશે અને હા, કોવિડ-૧૯થી ય બચવાનું ખરું... પણ મારે જીવવું છે. દુનિયાને બતાવી દેવું છે કે અસલી દાદલો કેવો હોય? ખરી મર્દાનગી શું છે અને મારું સપનું સાકાર કરવું છે, મારી રીતે જીવવું છે. લૂંટમાં મળેલું મોટુંમસ બોનસ અત્યારે ભલે મારા ગળાનો ઘંટ બની ગયો, પણ હું એ રકમની મજા લેવા માગું છું. આખી જિંદગી એકદમ નિરાંતે, એશોઆરામમાં વિતાવવી છે મારે.

પીટરને યાદ આવ્યું કે અગાઉ રોઝીનો ફોન લાગ્યો નહોતો અને એનો કોઈ ફોન પણ આવ્યો નહીં. એ સલામત તો હશે ને?

ટૉચના ઉદ્યોગપતિ કેશવ મુખર્જીએ પોતાના વિશ્વાસુ માણસ થકી હવે લાઇમલાઇટમાંથી ફેંકાઈ ગયેલા એન્કાઉન્ટર સ્પેશ્યાલિસ્ટ કુમાર સેન, અંડરવર્લ્ડના કૉન્ટ્રેક્ટ કિલર તેજા હથોડા અને કૉલગર્લ તરીકે જીવવાનો દેખાડો કરતી પણ વર્ષે બે મોટા કૉન્ટ્રેક્ટ કિલિંગ કરતી સપના વર્ગીસ સુધી એક-એક લાખ રૂપિયા અને બધી જરૂરી વિગતો પહોંચાડી દીધી.

ત્રણેયે પીટરના ફોટા પોતપોતાના ખબરીઓને પહોંચાડ્યા: 'ઈસકી ઇન્ફર્મેશન દો, એકદમ ફટાફટ'. અમુક ખબરી અંડરવર્લ્ડ અને પોલીસ માટેય કામ કરે. એટલે વાત પહોંચી ગઈ. સૂર્યવંશી સુધી. જો કે કૉન્ટ્રેક્ટ કોણે આપ્યો હતો એ માહિતી મળવાની બાકી હતી.

સૂર્યવંશીને થયું કે આ પીટરને પકડવાનો ય છે ને બચાવવાનો ય છે. એક લૂંટારાને પોલીસે બચાવવો પડે એ કેવું વિચિત્ર?

સૌથી પહેલું નસીબ ખૂલ્યું સપનાનું, એક ફોન મારફતે. "નારાજ હો ક્યા ડાર્લિંગ? ફોન ભી નહીં ઉઠાતી તુમ તો..."

'અરે નારાજ નહીં રે ડિમ્પી. આઈ વૉઝ ઇન યુ.એસ.એ."

ડિમ્પી જાણતો હતો કે આ હળાહળ જુઠાણું હતું પણ એ સપનાની અદા અને આસન-કળા પાછળ પાગલ હતો. બે-ત્રણ મહિને મળે ને મળે જ.

"ઠીક હૈ, અબ આ જા.'

"અરે લૉકડાઉન મેં નોટ-પૉસિબલ..."

"મૈં એરેન્જમેન્ટ કરું તો?"

"રાસ્તે મેં પુલીસને રોકા તો...?"

ડિમ્પી ખડખડાટ હસી પડ્યો, "અરે પુલીસવાલા હી છોડને આયેગા. બોલ શામ કો સાત બજે?"

"સ્યોર ડિયર. લવ યુ."

*

સલોની માપસેકર વિચારમાં પડી ગઈ. દૈવી દીક્ષિતે ખલેલ પાડી, "આ રોઝી કંઈક ખાસ છે?"

"મગજ ના પાડે છે પણ દિલ હૈ કિ માનતા નહીં. મને એના ફોટા મોકલ તો... તને કેવી લાગી એ?"

"નૉર્મલ યંગ ફોરેનર... કદાચ બધાથી કંટાળી હશે... સેક્સ, ડ્રગ્સ, મની અને રિલેશનશિપથી... અથવા લાઈફમાં કોઈ ધ્યેય નહીં હોય, સપના નહીં હોય, પોતીકું નહીં હોય.'

પણ સલોનીનું ધ્યાન દૈવીની વાત કરતા ફોટા આગળ મોકલવા પર હતું: તેણે પોતાના મેઇન-ખબરી બોબીને ફોન લગાવ્યો. "જિંદા હૈ ના તું? દેખ એક લડકી કા ફોટો ભેજા હૈ. ઉસકી જાનકારી ચાહિયે. ઔર એક પુરાના ફોટો ભેજ રહી હૂં કોઈ પીટર કા. ક્યા યે દોનો કહીં સાથ દિખે થે? અર્જન્ટ હૈ..."

"મૅડમ, લૉકડાઉન મેં નોટ પૉસિબલ."

"અચ્છા... વો શર્લી ડાર્લિંગ બુલાયેગી તો નહીં જાયેગા...? કોઈ દસ હજાર દેગા તો ચરસ કી ડિલિવરી નહીં કરેગા?"

"મગર મૅડમ..."

"છોડ દે. ઔર કિસી કો બોલતી હૂં. અચ્છા બોલ લાસ્ટ જેલ મેં કબ ગયા થા. કિતને ટેમ કે લિયે?"

"હો જાયેગા. પૈસા? આપ તો બૉમ્બેમેં હૈ ન?"

"પાંચ હજાર રૂપિયે એક ઘંટે મેં મિલ જાયેંગે... ઔર સુન પહલે તેરે આદમીઓ કો ફોટો ભેજ દે, ફિર બાત કર લો. રિમેમ્બર, ટેક કેર ઍન્ડ બી સેફ."

*

પક્યાને ગળામાં બળતરા વધવા માંડી, સૂકો કફ વધારે નીકળતો હોવાનું લાગવા માંડ્યું. તાવ રહેતો હતો પણ તેણે વરસો જૂની આદત મુજબ જે તે ગોળી લઈને ગાડું ગબડાવ્યું. શ્વાસ લેવામાં ય તકલીફ પડવા માંડી.

અપ્પાસાહેબે કહી જોયું, "પક્યા... પ... પ... પ્રકાશભાઉ, ડૉક્ટરને બોલાવીએ તો સારું."

"હા, ફોન કરી દે..."

અપ્પાસાહેબે ઉત્સાહ અને ખુશી સાથે ફોન હાથમાં લીધો, ત્યાં જ પક્યાએ હાથ ઊંચો કર્યો. "પણ એ તારી જિંદગીનો છેલ્લો ફોન હશે... મૂક ફોન...આવ્યો મોટો ડૉક્ટરને બોલાવવાવાળો... અચાનક આટલો બધો પ્રેમ કેમ ઊભરાય છે? બંડુને મારી સુપારી આપતી વખતે તો ફિકર નહોતી થઈ."

"જો બ... બ... બેટા..."

"ચૂપ, એકદમ ચૂપ. હવે મને બેટો કીધો છે તો. ગોળી મારી દઈશ મોઢ પર... મને ચૂપચાપ પડી રહેવા દે."

દાદલો / 281

પક્યો સોફા પર આડો પડ્યો. પણ એની નજર અપ્પાસાહેબ ભણી હતી. અપ્પાસાહેબને પક્યાની જગ્યાએ કિશોર દેખાયો અને એમની આંખ ભીની થઈ ગઈ.

*

પીટર ફર્નાન્ડિઝે મોબાઇલ ફોન ઍક્ટિવ કર્યાની માહિતી અરજણ પંખી, રાજુ રોમિયો, રઘલા ઘુવડ અને બિન્દાસ ભાઉને એસ.એમ.એસ. એલર્ટ મારફતે મળી ગઈ. તેમને મૅસેજ મળ્યો કે તમે સંપર્ક કર્યો હતો એ નંબર હવે આપનો ફોન રિસિવ કરી શકશે. પણ બધાએ ફોન નંબર ડાયલ કર્યો તો ફોન સ્વીચ ઑફ હોવાનું જાણવા મળ્યું.

સાંજે બધા ભેગા થયા ત્યારે મૂળ મુદ્દો આ જ હતો. બધાની નજર રઘલા ભણી હતી. ચાના કપમાંથી મલાઈ કાઢીને મોઢું બગાડીને રઘલો બોલ્યો. "મોકાણના વાવડ છે. મારો બરોડાવાળો માણહ ઘરેથી કામ નઈ કરી શકે લૉકડાઉનમાં ફતેહપુરાથી સ્ટેશન પાસેની ઑફિસે નય જાય ઈ. વડોદરામાં પોલીસ ચકલાને ય બહાર નીકળવા દેતી નથી. રાહ જોવી પડશે."

રાજુ રોમિયો ઉકળી ગયો. "અરે બીજો કોઈ શોધી લો, વધુ પૈસા આપો. સાવ બેસી થોડા રહેવાય ચૂપચાપ. ક્યાંક ઈ પકડાઈ ગયો કે ભાગી ગયો તો આપણા બાર વાગી જવાના હોં."

રઘલો ઉકળી ઉઠ્યો. "હું બેસી રહ્યો, તો તું કામ કર રાજુડા. હવે હું કામ નથી કરવાનો હો."

અરજણે બન્નેને રોક્યો. "બાધવાનું રહેવા દો, બચવાનું વિચારો. હવે એમ ધારવા માંડો કે આપણી જગ્યાએ ઈ માણહ હોત તો શું કર્યું હોત?"

*

રંજન ડિકોસ્ટા પાસેથી મળેલા નંબર દૈવી દીક્ષિતે ટ્રૅકિંગ પર મુકાવી દીધા હતા. બધા નંબર મુંબઇના હતા. બંધ નંબર પણ ચાલુ થયા, પછી સ્વીચ ઑફ થયાનું પોલીસના જાણમાં આવી ગયું. દૈવીએ સૂર્યવંશીને માહિતી આપી.

સૂર્યવંશી થોડું વિચારીને બોલ્યા, "લૉકડાઉનના બંદોબસ્તમાં મોટા ભાગના પોલીસવાળા છે. એટલે આપણે જ કંઈક કરવું પડશે. મારી ઓળખાણમાં થોડા જૂના પોલીસવાળા છે, જે આવા છૂટક કામ કરે છે. પણ કોરોના વાઇરસના લૉકડાઉનના ટાઇમમાં ઘરની બહાર નીકળે કે નહીં એ જોવું પડશે. હું મયંક ગુપ્તા અને મેજર મેજિશિયન સાથે ય વાત કરું છું."

*

પીટર ફર્નાન્ડિઝ સમજી ગયો કે બધા ફોન નંબર ચાલુ કરવામાં પોતાનાથી

282 / દાદલો

ભૂલ થઈ ગઈ છે. વધુ વિચારે ત્યાં જ રોઝીનો ફોન આવ્યો, અન્ય એક નંબર પરથી. ગોવાની સી.આઈ.ડી. ઇન્સ્પેક્ટર સલોની માપસેકર સાથે અકસ્માતે મુલાકાત થઈ અને એ પણ ડિમ્પીની ઑફિસમાં એ જાણીને પીટર એકદમ ઊભો થઈ ગયો.

"રોઝી, તારા જૂના નંબર પર આવતા અજાણ્યા નંબરના ફોન હવે ઉપાડતી નહીં. ફ્લૅટમાં થોડી કિંમતી ચીજો સંતાડી દે. થોડી તારી પાસે રાખ કે જેથી કટોકટીમાં કામ આવે."

"કટોકટી જેવું લાગે છે?"

"હા, મોટી કટોકટી. એને ટાળવા માટે કંઈક કરવું પડશે. મારી વાત ધ્યાનથી સાંભળ."

*

સલોની માપસેકર અને સૂર્યવંશી ફટાફટ ડિનર લઈ રહ્યાં હતાં, ત્યાં જ પણજીથી ખબરી બૉબીનો ફોન આવ્યો. "મેંડમ, બહુત બડા ઇનામ મિલે તો એક ઇમ્પૉર્ટન્ટ ઇન્ફૉર્મેશન રેડી હૈ..."

"તું માંગે વો ઇનામ, ડાર્લિંગ. ખબર બોલ ફટાફટ..."

"જબ વો પીટર ગોવા મેં થા તબ રોઝી ભી થી. ગોવા કે બાગા બીચ પર ફનટાઇમ રેસ્ટોરાં હૈ. ઉસ કે વેઇટરને દોનોં કો સાથ મેં ભી દેખા થા."

"સચમુચ. ગૅરન્ટી કે સાથ બોલતા હૈ?

"હા, ગૅરન્ટીવાલા બંદા હૈ, ચરસી નહીં હૈ. યે રોઝી ગોવામેં એક હી હોટેલ મેં સ્ટે કરતી હૈ. વહા ઉસે કભી કોઈ મિલને નહીં આતા. સિર્ફ પીટર આયા થા દો બાર."

"યાર બૉબી ડાર્લિંગ. દસ હજાર કા ઇનામ મિલ જાયેગા. ઔર ગોવા આતે હી બેસ્ટ સ્કૉચ કે સાથ પાર્ટી. યે દોનોં કો પીછા છોડના મત. જ્યાદા ઇન્ફર્મેશન નિકાલ."

સૂર્યવંશી એકદમ ખુશ થઈ ગયા. સલોનીએ દૈવીને ફોન લગાવ્યો. "દૈવી, એક કામ કર. પેલા ડિમ્પીને ફોન પર લે. હવે એને મારી ઓળખાણ આપજે, દિલ્હીની સી.બી.આઈ. ઑફિસર તરીકે."

"ઓ. કે. વેઇટ... થોડી વારમાં ડિમ્પી કૉન્ફરન્સ કૉલમાં જોડાયો. એટલે દૈવી રોબભેર બોલી, "ડિમ્પી, મેરે સાથ જો મેંડમ આયી થી, વો દિલ્હી સીબીઆઈ સે થી. વો જો પૂછે ઉસકા સીધા જવાબ દેના, વર્ના તું ઘરવાલો કો કભી મિલ નહીં પાયેગા."

"લેકિન મેંડમ, મૈંને ક્યા?"

સલોની કડકાઈથી બોલી, "સવાલ નહીં, જવાબ દે. વો લડકી રોઝી કે ફ્રેન્ડ, હસબંડ, બોયફ્રેન્ડ યા પાર્ટનર કો જાનતા હૈ?"

"નો, મૅડમ."

"ઠીક હૈ રોઝી કા નંબર દૈવી કો ભેજ દે. ઉસ રોઝી કો કુછ મત બતાના સમજા ક્યા, ડિમ્પી?"

"યસ મૅડમ", બોલ્યો ત્યાં જ સામેથી ફોન કપાઈ ગયો. તેણે તરત જ રોઝીનો નંબર જોડ્યો. પહેલી બેલ પૂરી વાગી. બીજી વખતના ડાયલિંગ બાદ રોઝીએ ફોન ઉપાડ્યો. એટલે ડિમ્પી શરૂ થઈ ગયો.

"સોરી મૅડમ, વો આપકી દોસ્ત ઔર ઉસકી સીબીઆઈવાલી દોસ્તને આપ કે બારે મેં બહુત પૂછા. આપ કા ફ્રેન્ડ, હસબંડ, બોયફ્રેન્ડ યા પાર્ટનર કો ઢૂંઢ રહે હૈ. પ્લીઝ બી કેરફૂલ."

ડિમ્પીએ ફોન કટ કરીને હાશકારો અનુભવ્યો, પણ એ નહોતો જાણતો કે ચારેક કલાક અગાઉ પોલીસે એનો ફોન નંબર ટ્રેકિંગ પર મૂકી દીધો હતો.

૬૯

બેલાર્ડ એસ્ટેટની ડૉરમેટરીમાં હવે પીટર ફર્નાન્ડિસ હતો, ને સાથે હતો ચંદીરામાણી. ચંદીરામાણી આખો દિવસ ખાઉં-ખાઉં કરે અને વરસોથી કબજિયાતથી પીડાય. સવારની પહેલી ચા પીને એ હળવો થવા વૉશરૂમમાં ગયો એટલે પીટરને ૨૦-૩૦ મિનિટનો સમય મળી ગયો.

તેણે પોતાની બૅગ વ્યવસ્થિત રીતે ગોઠવીને પલંગ પર મૂકી. પલંગ પરની ચાદર વ્યવસ્થિત કરી, ઓશીકું ગોઠવીને મૂક્યું. એક કપડાંના થેલામાં બે પેન્ટ-બે ટીશર્ટ અને મોબાઇલ ફોન મૂક્યા. કપડાં સૂકવવાની લાકડી હાથમાં લીધી. બગલથેલો ખભે ભરાવ્યો, જમણી આંખ નીચે મસો લગાવ્યો. માસ્ક પહેર્યો, ડાર્ક કલરના ગોગલ્સ પહેર્યાં અને એ લાકડી ઠપકારતો બહાર નીકળી ગયો. એ બેલાર્ડ એસ્ટેટથી આઝાદ મેદાન તરફ ચાલવા માંડ્યો. પોલીસ દૂરથી દેખાય એટલે સામેથી નજીક જઈને પૂછે, "સાબ, મેડિકલ સ્ટોર કિધર હૈ?"

લૉકડાઉનમાં માણસ દેખાવાથી હવાલદારને ગુસ્સો આવ્યો. એમાંય એ પોલીસ ગ્રૂપનો મૅસેજ જોતો હતો, પણ એક તો સૂરદાસ અને પાછો દવા લેવા નીકળ્યો હતો. તેણે સમજાવ્યું, "સીધા જાઓ. મેટ્રો થિયેટર સે થોડા આગે હૈ. આજ ટ્રાફિક નહીં હય. ફાસ્ટ જાઓ ઔર દવા લેકે ઘર જાઓ. પીટર 'થૅન્ક્યુ' કહીને આગળ વધવા માંડ્યો. હવાલદારે ફરી મોબાઇલ જોયો. પોલીસ ગ્રૂપમાં પીટર ફર્નાન્ડિઝનો ફોટો હતો, સાથે મૅસેજ હતો: 'આ માણસ દેખાય તો તરત જાણ કરો.'

હવાલદાર હસી પડ્યો. "કોઈ બહાર ફરકતું જ નથી, તો દેખાય ક્યાંથી?"

*

આસિસ્ટન્ટ પોલીસ કમિશનર સૂર્યવંશીએ બહુ વિચારીને નિર્ણય લીધો. કુમાર સેન... એ માણસની મથરાવટી મેલી છે. બધા અમસ્તી વાતો ન કરે, પણ મુંબઈ પોલીસમાં કહેવાય છે કે એના જેવું ખબરીઓનું નેટવર્ક કોઈનું નહીં. આ સંજોગોમાં એ ખૂબ કામ આવે. જૂના ઉપકારને લીધે કદાચ મારી સાથે ગદ્દારી ન કરે, અજમાવી જોવા જેવો માણસ ખરો.

સૂર્યવંશીએ નંબર ડાયલ કર્યો કે સામેથી તરત જ કોલ રિસિવ થયો.

"ગુડ ઇવનિંગ. કુમાર સેન. મોસ્ટ પોપ્યુલર ઍન્કાઉન્ટર સ્પેશ્યાલિસ્ટ.

“ગુડ ઇવનિંગ સર. સબ આપ કી કૃપા હૈ. હુકમ સર.”

“ભાઈ કામ છોટા હૈ. મગર લૉકડાઉન મેં સ્ટાફ પ્રૉબ્લેમ તુમ સમજતે હો. એક આદમી કો ઢૂંઢના હૈ. મગર દિખે તો શૂટ મત કરના. મુઝે બતાઓંગે ના?”

“સર આપભી મજાક કરતે હૈ. ક્યા નામ હૈ?”

“શાયદ પીટર ફર્નાન્ડિઝ. ફોટો ભેજતા હૂં. બેલાર્ડ એસ્ટેટ એરિયામેં ફોન ટ્રેસ હુઆ થા. બાય ઍન્ડ થેન્ક્સ.”

સૂર્યવંશીએ ફોન કટ કરીને ફોટો મોકલ્યો અને એ જોઈને કુમાર સેનની આંખમાં ચમક આવી ગઈ છતાં પોતાને અગાઉ મોકલાવાયેલો ફોટો તેણે ફરી જોયો. “વાહ, ચાર લાખ મારા હવે.”

કુમાર સેને સુપારી આપનારાને મૅસેજ મોકલ્યો: “પંખી નજર મેં આયા. દાના ડાલને જા રહા હૂં.”

*

ડિમ્પી રાહ જોવામાં ત્રણ પૅગ પી ચૂક્યો હતો. દૈવી દીક્ષિત, પેલી દિલ્હીવાળી ઑફિસર અને રોઝીના ટેન્શનથી એનું માથું દુઃખી ગયું હતું. આ દર્દની દવા એ ચોથી યુવતીમાં મેળવવાનું દિવાસ્વપ્ન જોતો હતો. ત્યાં જ ડૉરબેલ વાગી ને ડિમ્પીએ દરવાજો ખોલ્યો. એ સાથે જ સુંદરતા, નજાકત, નટખટપણા, શૃંગારરસ અને અત્તરની મહેકથી રુમ ભરાઈ ગયો.

એક તો નશો અને એમાં મદહોશ કરી મૂકતી સપના વર્ગીસ. “યાર, તુમ્હારા પુલીસવાલા કિતના લેટ આયા...”

“ડાર્લિંગ વો તો મૈં હૂં ઔર તુમ હો ઈસલિયે ઇન્તજામ હુઆ વર્ના... બાતે છોડો. કુછ પીઓગી યા... પહલે...”

“ડિમ્પી, તું હરવક્ત ભૂખા હી રહતા હૈ. જબ મિલે તબ એક હી જૈસા...”

“ડાર્લિંગ તેરે લિયે તો કભી ભી ભૂખા, પ્યાસા હી રહુંગા. પહેલે મિલી હોતી તો શાદી હી કર લેતા...”

“નાટક બંધ કર યાર... એક પતિયાલા સ્કૉચ દે, ઑન ધ રૉક્સ...”

પોતાનું બહુમાન થયું હોય એવા ગર્વ સાથે ડિમ્પીએ બે પૅગ બનાવ્યા. બે હાથમાં પૅગ રાખીને ધીમેથી અથડાવ્યા ને ‘ચિયર્સ’ બોલ્યો. પછી જમણા હાથનો પૅગ સપનાના હોઠ સુધી લઈ ગયો અને ડાબો હાથ પોતાના મોં તરફ. સ્મોલ પૅગ જેટલો ઘૂંટડો ભરીને સપનાએ ડિમ્પીને નજીક ખેંચી લીધો. ડિમ્પી વધુ ખીલે એ પહેલા સપનાએ મોબાઇલ ફોન કાઢ્યો.

“યાર ડિમ્પી, તેરે અંદર કા લવર જાગ જાયે ઉસકે પહેલે એક બાત બતાયેગા મુઝે?”

"સબ કુછ બતાયેગા જલદી પૂછ..."

પોતાના મોબાઇલ ફોનમાં પીટર ફર્નાન્ડિઝનો ફોટો બતાવીને સપનાએ પૂછ્યું, "યે આદમી કો દેખા હૈ કભી?"

નશામાં ય ડિમ્પીને વકીલ આત્મારામ ફણસે યાદ આવી ગયો. આ ફણસે અને રોકી બહુ મોટી અને ભેદી આઇટમ લાગે છે, પણ એની અત્યારે પંચાત ક્યાં કરવી?

તેણે સપનાને નજીક ખેંચતા કાનમાં કીધું, "શાયદ મિલા હૂં ઇસકો કહી, યાદ નહીં આ રહા હૈ. તું આજ તન-મન ઐસા રિલેક્સ કર દે કિ સબ ફટાફટ યાદ આ જાયે. હો જાયેગા ન ડાર્લિંગ?"

પછીના અડધા કલાકમાં સપના વર્ગીસ તો વાત્સાયનની બેસ્ટ સ્ટુડન્ટ ઑફ ધ યરના એવૉર્ડ માટે દાવેદારી નોંધાવવા કામસૂત્રને આત્મસાત્ કરી લીધાનું સાબિત કરતી રહી. ડિમ્પીના હરખનો પાર ન રહ્યો. આ મસ્તીનું, મદહોશીનું ઘેન ઓસરવા માંડ્યું એટલે વાસ્તવિકતાનું પુનરાગમન થવા માંડ્યું. સપનાએ એના કપાળથી લઈને નાક, હોઠથી આંગળી નીચે લઈ જતા પૂછ્યું, "યાદ આવ્યું કોણ હતો એ માણસ."

"આછું આછું યાદ આવે છે... વકીલ હતો પણ નામ... ખબર નહીં ક્યારે, ક્યાં અને કેમ મળ્યો હતો?"

પણ સપના વર્ગીસ કેડો મૂકવા માગતી નહોતી. તે પોતાની કામ-કળાના કૌશલથી જાણીને રહી કે એ વકીલનું નામ આત્મારામ ફણસે છે, પણ આનાથી વધુ ડિમ્પી ન બોલ્યો.

ડિમ્પી ફ્રેશ થવા વૉશરૂમમાં ગયો એટલે અગાઉ નક્કી થયેલી સાંકેતિક ભાષા મુજબ સપના વર્ગીસે એસ.એમ.એસ. કર્યો: "પંખી કા ઘોસલા કરીબ હૈ. નયા નામ વકીલ આત્મારામ ફણસે."

*

નાનકડા અધખુલા મેડિકલ સ્ટોરમાંથી પીટરે બૅન્ડ એઇડ, કૉમન હેન્ડ ઈમોબિલાઇઝર (પ્લાસ્ટર), મેડિકલ કોટન અને લાલ શાહીનો ખડિયો ખરીદી લીધા. જતી વખતે કંઈ યાદ આવ્યું તો કાઉન્ટર પર વિનંતી કરી: "અલગ-અલગ રંગના માસ્ક મળશે?

કાઉન્ટર પર ઊભેલા છોકરાને નવાઈ લાગી કે આને દેખાતું નથી છતાં અલગ-અલગ કલર? એના વિચાર સાંભળી ગયો હોય એમ પીટર બોલ્યો, "બધાં બાળકોના પોતાના ફેવરિટ કલર છે." છોકરાએ ત્રણ સફેદ, ત્રણ બ્લૂ અને ત્રણ ગ્રીન માસ્ક પેક કરીને રકમ બિલમાં જોડી દીધી.

પછી પીટર મેટ્રો થિયેટરથી આગળ વધીને અપ્સરા સિનેમાઘર તરફ જવાની ગલીમાં વળીને ચાલતો રહ્યો. અપ્સરા થિયેટર વટાવ્યા બાદ બૉમ્બે હૉસ્પિટલની સામેની ગલીમાં જોયું. સમ ખાવા પૂરતું કોઈ નહોતું. તેણે ટી-શર્ટ બદલી નાખ્યું. રૂના બે ટુકડા પર સાચવીને લાલ શાહી ઢોળી. એક લાલ ટુકડો કપાળની જમણી બાજુ મૂકીને એના પર ઊભી અને આડી બૅન્ડ એઈડ લગાડી દીધી. જમણી હથેળીની ઉપરના ભાગમાં લાલચોળ રૂ અને એના ઉપર બૅન્ડ એઈડ લગાડ્યા. ડાબા હાથમાં હેન્ડ ઈમોબિલાઈઝર પહેરી લીધું. માસ્ક બદલી નાખ્યો. ખડિયો ફેંકી દઈને ગોગલ્સ પહેરીને એ ફરી બૉમ્બે હૉસ્પિટલ, અપ્સરા, મસ્જિદ વટાવીને મેઈન રોડ પર આવ્યો. સ્ટેશનને સમાંતર ચાલતા રોડ પર બે હવાલદારને જોયા એટલે તેણે ઝડપ વધારી, જમીન પર ફટકારાતી લાકડીનો અવાજ એકાંતમાં ખલેલ પાડવા માંડ્યો અને બન્ને હવાલદારનું ધ્યાન પીટર તરફ ગયું.

ખુદ પીટર ફર્નાન્ડિઝ ઇચ્છતો હતો કે બન્ને હવાલદારનું ધ્યાન એના પર જાય. એ સૂરદાસની જેમ ચાલતો આગળ વધતો હતો. એક હવાલદારે રૂઆબ સાથે રોક્યો. પણ એની હાલત જોઈને નરમ પડી ગયો.

"અરે ભાઈ, ઐસી હાલતમેં કહાં જા રહે હો?"

"સર, ગીર ગયા તો લગ ગયા. એક ભલા આદમી ગાડી મેં દવાખાના લે ગયા."

"મગર બહાર નીકલને કા હી ક્યોં?'

"સર, વાઇફ કી દવા લેની જરૂરી થી."

"કહાં રહતે હોં?'

"રેસકોર્સ કે પાસ કી ફૂટપાથ કે સામને કી ઝોંપડપટ્ટી. મહાલક્ષ્મી'.

"અરે બાબા. આતા કસા જાણાર?"

"સચ બાત. મેરે કો ડર લગતા હય. મેં કહીં ભી સો જાયેગા. સુબહ મેં ઘર જાયેગા..."

"અભી કિધર રાત રુકેગા રે બાબા તું?... રુક જરા..." થોડે દૂર ઈરાની હોટેલ દેખાતા હવાલદાર પીટરનો હાથ પકડીને ધીમે-ધીમે લઈ ગયો. હવાલદારે હોટેલના શટર પર બે-ત્રણ વાર હાથ ફટકાર્યો "સુલેમાનચાચા ખોલો... મૈં અજય ભોસલે..."

સુલેમાનચાચા અડધું શટર ખોલીને બહાર આવ્યા. "ક્યા રે અજય? પાનીબાની ચાહિયે ક્યા?"

"ચાચા, ઈસકો દિખતા નહીં ઔર ઈન્જરી હય. આજ રાત કો સોને દો... કુછ હૈ તો ખાને ભી દો... સુબહ ઇન્તજામ કરેગા મૈં."

૬૦-૬૫ વર્ષના સુલેમાનચાચાએ કંઈ બોલ્યા વગર પીટરનો હાથ પકડ્યો. શટર પૂરું ખોલ્યું, એને અંદર લઈને ખાતરી આપી. "અજય, ફિકર મત કરના ઈસકા." શટર બંધ થયું અને લાઇટ થઈ. પીટરે જોયું કે જૂના જમાનાની ઈરાની હોટેલમાં જૂનું રાચરચીલું હતું. એ જોઈ રહ્યો ત્યાં જ સુલેમાનચાચાએ પ્રેમથી ખભા પર હાથ મૂકીને પૂછ્યું, "ક્યા ખાયેગા? બ્રેડ હૈ. ઓમલેટ બનાઉં?"

"બ્રેડ કે સાથ દૂધ હો તો... સૉરી, આપકો તકલીફ...'

"અરે બેટા, ઐસે ટાઇમ મેં તો ઇન્સાન હી ઇન્સાન કે કામ આતા હૈ... સુલેમાનચાચાએ ફ્રિજ ખોલ્યું, "લગતા હૈ બ્રેડ સ્લાઇસ ખતમ હો ગઈ. બનપાંઉ ઔર મસ્કા ચલેગા... સાથ મેં ચાય બના દૂં?"

"નહીં. દો બનપાઉં, થોડા સોસ ઔર એક ગ્લાસ પાની."

સુલેમાનચાચાએ બધું આપીને એક ખુરશી પર બેસાડ્યો. બાજુની ખુરશી-ટેબલ હટાવ્યા. "બેટા, રાત કો સો જાના આરામસેં. અપના હી ઘર સમજના."

આટલું બોલીને સુલેમાનચાચા લોખંડની સીડી ચડીને હૉટેલના રસોડા પર બનેલી નાનકડી રૂમમાં જતા રહ્યા. પીટરે પેટપૂજા કર્યા બાદ જોયું કે સુલેમાનચાચાના રૂમની લાઇટ બંધ થઈ ગઈ છે. તેણે માત્ર પોતાની અને રોઝી વચ્ચેની જ વાતચીત માટેનો મોબાઇલ ફોન કાઢ્યો.

*

બીજા દિવસે સપના વર્ગીસે ડિમ્પીને મૅસેજ કર્યો, "અર્જન્ટ, ઈમરજન્સી, જલદી મળ મને." આ સાથે મળવા માટેનું સરનામું મોકલ્યું. ડિમ્પીના ત્યાં પહોંચવા સાથે સપનાએ નાટક શરુ કર્યું, "આ તારો આત્મારામ ફણસે બહુ મોટો ફોડ છે. મારા અંકલ સાથે મોટી ઠગાઈ કરી છે. આજે નહીં તો કાલે પોલીસ એને પકડી લેશે, પરંતુ અંકલને આઘાત લાગ્યો ને હાર્ટઍટેક આવ્યો છે. એમને કંઈ થઈ જાય એ પહેલાં મારે આ આત્મારામ પાસે એકવાર માફી મગાવવી છે. તારે મને મદદ કરવી જ પડશે... બોલ કરીશ ને?"

આ બોલવા સાથે સપનાના હાથ એવી હરકત કરી રહ્યા હતા કે ડિમ્પી ઇનકાર જ ન કરી શક્યો. અડધા કલાક બાદ તેણે સપનાને રોઝીનો મોબાઇલ નંબર આપ્યો, "આ એની ફ્રૅન્ડ કે જે કોઈ હોય એ છે. એ કહી શકે કદાચ વધુ, પણ મારું નામ ન આવે હો."

*

બ્રાઝિલમાં પૉઝિટિવ હેકર તરીકે તાલીમ લીધા બાદ રોઝીએ નાના-નાના ખોટા કામ જ કર્યા હતા. હવે પીટરની સૂચના મુજબ એ સોશ્યલ મીડિયા પર ખાંખાંખોળા કરી રહી હતી. કારણ? પીટરે જરાય ડર્યા કે અસ્વસ્થ થયા વગર રોઝીને કીધું, "હવે મારી ધરપકડ થાય કે ઍન્કાઉન્ટરમાં માર્યો જાઉં કે કોઈ મારું મર્ડર કરે એવી શક્યતા વધી રહી છે."

"પીટર, તું આટલો બધો નેગેટિવ?'

"ના. આ બધી શક્યતા વચ્ચે હું ક્વચ શોધી રહ્યો છું. આ ક્વચ તારે ઊભું કરવાનું છે. પાંચ-છ વ્યક્તિ શોધીને."

“મારે? એ કેવી રીતે?”

“જો, ધ્યાનથી સાંભળ...”

પીટરની વાત સાંભળીને રોઝી એકદમ આશ્ચર્યચકિત થઈ ગઈ. કોઈ માણસ આટલો બધો ચાલાક હોઈ શકે? આ માણસ તો ચેસ ચેમ્પિયન બની શકે, કોઈ કૉર્પોરેટ કંપનીનો સફળ સી.ઈ.ઓ. બની શકે, બેસ્ટ ક્રાઈસિસ મૅનેજર બની શકે.

પોતાનો બીજો ફોન સાયલન્ટ પર મૂકીને રોઝી પીટરે ચીંધેલા કામે લાગી ગઈ. એ ગળાડૂબ વ્યસ્ત હતી, ત્યારે સપના વર્ગીસના બેવાર ફોન આવી ગયા. છેલ્લે સપનાએ એસ.એમ.એસ. મૂક્યો. “અર્જન્ટ કૉલ કર. જીવન-મરણનો સવાલ છે. અવગણના બહુ ભારે પડશે.”

*

સમય વીતવા સાથે પક્યાના તાવ, શરદી અને ઉધરસ વધવા માંડ્યાં. જોશ, ખુન્નસ અને રોષ ઘટવા માંડ્યા. એને શ્વાસ લેવામાં ય તકલીફ વધવા માંડી હતી. હવે અપ્પાસાહેબને હેરાનગતિ કરવાનું ય જાણે ભૂલી ગયો. અપ્પાસાહેબે એક-બે વાર ડોક્ટરને બોલાવવાની વાત કરી, તો આસપાસ જે દેખાયું એ ઉપાડીને ફેંક્યું, પણ એ ફેંકવામાં ય જોર નહોતું.

સતત ટીવી જોઈને સમય પસાર કરતા અપ્પાસાહેબને શંકા ગઈ, “ક્યાંક કોરોના વાઇરસ તો આની માંદગીના મૂળમાં નથી ને?” પણ પક્યો તો ડોક્ટર કે દવાની કોઈ વાત માનવા તો ઠીક સાંભળવા ય તૈયાર નહોતો.

અપ્પાસાહેબને જાત પર ફિટકાર છૂટ્યો. “એક દીકરા કિશોરને મર્યાને હજી કેટલા દિવસ થયા? ત્યાં આ દીકરા જેવો પક્યો ભયંકર બીમારીમાં પડ્યો. હે વિઠોબા, મારા પાપની સજા મને જ દે.” અજાણતા જ તેમનાથી બન્ને હાથ જોડાઈ ગયા. વૃદ્ધ આંખોમાંથી આંસુ ટપકવા માંડ્યાં.

*

ઍન્કાઉન્ટર સ્પેશ્યાલિસ્ટ કુમાર સેન પોલીસની જીપને બદલે બાઇક પર દોડાદોડી કરતો હતો. આ ઘણાં પોલીસવાળાને સમજાયું નહીં: “આ માણસને કોરોના વાઇરસના ચેપનો ડર નહીં હોય?” બધાના કુતૂહલની પરવા કર્યા વગર કુમાર તો ચાર લાખની, લૉટરીને એટલે પીટરને શોધતો હતો. જ્યાં કોઈ હવાલદાર મળે એને પીટરનો ફોટો બતાવીને પૂછતો હતો. અલગ અલગ વિસ્તારમાં પોતાના ખબરીઓને મળીનેય પૂછપરછ કરતો હતો, પણ ક્યાંયથી કોઈ વાવડ તો ઠીક સગડ સુધ્ધાં મળતાં નહોતાં.

મરીનલાઇન્સને સમાંતર રોડ પર બે હવાલદારને કુમાર સેને પૂછ્યું, તો બન્ને

દાદલો / 291

હસી પડ્યા. "સર, કાલે આખા દિવસમાં ચાર જણ નીકળ્યા. ત્રણ કામવાળી બાઈ હતી. એક બ્લાઇન્ડમૅન હતો ને પાછો ઘાયલ."

"કઈ દિશામાંથી આવ્યો?"

"લગભગ મેટ્રો તરફથી..."

"ક્યાં ગયો?"

"અરે, અમે જ એને રાત રહેવાની વ્યવસ્થા બાજુની ઈરાની હોટેલમાં કરાવી આપી."

"મને જલદી લઈ જા ત્યાં..."

ત્યાં પહોંચ્યા તો સુલેમાનચાચાએ માહિતી આપી, "એ ભલો માણસ તો સવારે જ ગયો. બહુ ના પાડી પણ પરાણે બસો રૂપિયા આપતો ગયો. અલ્લાહ એનું ભલું કરે."

"કઈ બાજુ ગયો?" કુમાર સેને ઉગ્રતાથી પૂછ્યું.

જરાક વિચારીને સુલેમાનચાચાએ કુમાર સેન અને હવાલદાર સામે જોયું. "એ તો ધીમો-ધીમો ચાલતો ચર્ચગેટ તરફ ગયો."

કુમાર સેન ઉતાવળે પગલે બાઈક પાસે ગયો. અચાનક કંઈક યાદ આવતા મોબાઇલ ફોન કાઢીને એમાંથી પીટરનો ફોટો સુલેમાનચાચાને બતાવ્યો, "આવો લાગતો હતો એ?" ફોટો ધ્યાનથી જોયા બાદ તેમણે જવાબ આપ્યો, "ના, ના. જરાય નહીં."

કુમાર સેને હવાલદારને ય ફોટો બતાવ્યો. હવાલદારને ઝાઝું યાદ નહોતું ને એમાં ચાચાએ ના પાડી એટલે હવાલદારેય નનૈયો ભણી દીધો. કુમાર સેન અને હવાલદાર દૂર ગયા એટલે સુલેમાનચાચાએ બે હાથ ઊંચા કરીને ઉપર જોયું. "પરવરદિગાર જૂઠ બોલને કે લિયે મુઝે માફ કર દેના."

*

હવે પીટર ટી-શર્ટ, ગોગલ્સ, માસ્ક બદલીને આગળ વધી રહ્યો હતો. મરીનલાઇન્સથી ચર્નીરોડ અને ત્યાંથી ગ્રાંટ રોડ. સ્ટેશન પાસે જ કોઈક સમાજસેવી સંસ્થા પુલાવના પૅકેટ વહેંચતી હતી. એક પૅકેટ લઈને પીટર વિચારતો હતો કે ક્યાં બેસવું? ત્યાં જ એક ઇન્સ્પેક્ટરે એને જોયો. ઝડપભેર નજીક આવીને પીટરનો હાથ પકડી લીધો. "અરે ભાઈ, ચલ સામને બાંકડે પે બેઠકર ખા લે."

"કહાં જાના હૈ?"

"હાજીઅલી કે પાસ..."

"અચ્છા, ખા લો પહલે. હો સકે તો કુછ ઇન્તજામ કરતા હૂં..."

પીટરે ખાઈ લીધું ત્યાં જ એ ઇન્સ્પેક્ટર આવ્યો. "ચલો એક ગાડી હૈ, પુલીસ કી. કિસી કો છોડને જા રહી હૈ. તુમ ભી બૈઠ જાઓ'.

ઇન્સ્પેક્ટર પીટરનો હાથ પકડીને સ્કોર્પિયો ગાડીમાં બેસાડી ગયો. પીટર આગળ ડ્રાઇવરની બાજુમાં બેઠો બેઠો ગણગણવા માંડ્યો, આગે હૈ કાતિલ મેરા, ઔર મૈં પીછે પીછે..., હકીકતમાં પાછળની સીટ પર એની કતલની સુપારી લેનારી સપના વર્ગીસ મોબાઇલ ફોનમાં ગળાડૂબ હતી. એ દાદર જઈ રહી હતી, ચાર-પાંચ મોટા ખબરી કમ ગુંડાને મળવા કે જેથી પીટરને જલદી શોધી શકાય.

નિયતિની રમત અકળ છે. જે પીટરને ખતમ કરીને લાખો રૂપિયા મેળવવા માટે પોતાના ખબરીઓ, માણસો અને અન્ય લોકો સાથે સપના વર્ગીસ ચેટિંગમાં ગળાડૂબ હતી. એ માણસ એનાથી દોઢ બે ફૂટના અંતરે બેઠો હતો.

મહાલક્ષ્મીનું મંદિર દેખાયું એટલે પીટર બોલ્યો, "અબ તક તો મહાલક્ષ્મી મંદિર આ જાના ચાહિયે ના ભાઈસાબ?"

ડ્રાઇવરે ગાડી ધીમી કરીને પૂછ્યું, "યહી જાના હૈ?

"હા", સાંભળતા જ ડ્રાઇવરે ગાડી એક બાજુ ઊભી રાખી. 'થૅન્ક્યુ... બોથ ઑફ યુ' કહીને પીટર ઉતરી ગયો, પણ સપના પોતાના હવાતિયાની દુનિયામાં મશગૂલ હતી.

મહાલક્ષ્મીના જાણીતા જ્યુસ સેન્ટર પાસે પીટર થોડી વાર ઊભો રહ્યો. પછી બેન્ચ પર બેસી ગયો. ત્યાં જ એક હવાલદાર દૂરથી આવતો દેખાયો. "લોગ સમજેગે નહીં બહાર નીકલને કા હી નહીં મગર..." એ ડંડો ફટકારવા ઉગામે ત્યાં જ પીટરે મોઢું ફેરવ્યું. ગોગલ્સ, માથા પરની ઈજા અને પ્લાસ્ટર જોઈને હવાલદાર છોભીલો પડી ગયો.

"અરે બાબા... ઐસે ટાઇમમેં ક્યું બહાર નીકલા રે તુમ?

"ગીર ગયા... કિસીને રોડ પે ગીરા પાની સાફ નહીં કિયા, પૈર ફિસલ ગયા... ટ્રીટમેન્ટ કે લિયે નીકલના પડા."

"કિધર જાના હૈ?"

"થોડા આગે. બ્લાઇન્ડ ઇન્સ્ટિટ્યૂટ હૈ ના... આપ લોગ બહુત અચ્છા કામ કરતે હૈ સર, કાઁગ્રેચ્યુલેશન્સ..."

"થૅન્ક યુ રે બાબા... હમ કો ઐસા કોઈ નહીં બોલતા... કોઈ ગલી દેતા હૈ, કોઈ તો પથ્થર ભી મારતા હૈ. હમારા ઘરવાલા ભી ચિલ્લાતા હૈ મગર ડ્યૂટી તો ડ્યૂટી હૈ ના..."

પીટરે બરાબર એની સામે નહીં પણ થોડા ત્રાંસમાં ઊભા રહીને સલામ કરી. "સેલ્યુટ સર, આપ જૈસે સભી લોગો કો... અભી મૈં જાયેગા ધીરે ધીરે..."

પીટર ઊભો થઈને ચાલવા માંડ્યો. હવાલદાર બબડ્યો, "કિતના ભલામાનુસ

હૈ..." એ જ સમયે ઍન્કાઉન્ટર સ્પેશ્યાલિસ્ટ કુમાર સેને હવાલદારની નજીક બાઈક ઊભી રાખી. હવાલદારને આ માણસ પ્રત્યે ભયંકર નફરત હતી. એના ઍન્કાઉન્ટરમાં માર્યા જતા હવાલદાર-કૉન્સ્ટેબલના ક્યાંય નામ સુધ્ધાં આવતા નહોતા, ને આ મોટો હીરો થઈને મહાલતો હતો. કુમારે એને મોબાઈલ ફોનમાં પીટરનો ફોટો બતાવ્યો. "ઈસે દેખા હૈ ક્યા, હવાલદાર?"

હવાલદારની આંખમાં ચમક આવી, પણ તેણે જવાબ આપ્યો. "દો ઘંટે પહલે ઐસે હી આદમી કો મહાલક્ષ્મી સે બંબઈ સેન્ટ્રલ કી બાજુ જાતે દેખા. ઔર સાબ..."

વધુ સાંભળ્યા વગર કુમાર સેને રૉંગ ડિરેક્શનમાં બાઈક ચલાવી અને મુંબઈ સેન્ટ્રલ તરફ મારી મૂકી, પીટરથી ઊંધી દિશામાં. હવાલદારે મૂછને વળ દીધો, "હરામી, પોલીસ કે નામ પર કલંક હૈ કલંક."

*

રઘલાનો માણસ વધતી કડકીને લીધે ફતેહપુરાથી નીકળીને પોતાની ધોલકી જેવી ઑફિસમાં પહોંચી ગયો. જ્યાં જુઓ ત્યાં વાયરના ગૂંચળા અને એક્સટેન્શનના લબડતા વાયર. ઈલેક્ટ્રિક-ઈલેક્ટ્રોનિકની ગૂંચ વચ્ચે તેણે કૉમ્પ્યૂટર માંડ માંડ ચાલુ કર્યું. એ તો ચાલુ થયું, પણ ઈન્ટરનેટનું કનેક્શન ગાયબ હતું. એને ફફડાટ થયો કે વાઈ-ફાઈના પૈસા ભરવાના રહી ગયા કે શું? પણ પછી ધ્યાનમાં આવ્યું કે એક પીન ઢીલી પડી ગઈ હતી. તેણે પીન બરાબર કરી અને ઈન્ટરનેટ કનેક્ટ થયાનું સિગ્નલ કૉમ્પ્યૂટરમાં દેખાયું. તરત જ ખાસ સૉફ્ટવેર ઑન કરીને ફટાફટ રઘલાએ આપેલા મોબાઈલ ફોન નંબર ફીડ કરવા માંડ્યો. આ નંબર છેલ્લે ક્યા વિસ્તારમાં ઍક્ટિવ હતા એ બધું એક કાગળ પર લખી લીધું.

બધા ફોન છેલ્લે મુંબઈમાં જ ઍક્ટિવ થયા હતા ત્રણ દિવસ પહેલા. આ માહિતી અને લોકેશન મળવા સાથે જ અરજણ, રાજુ, રઘલા અને ભાઉએ ચર્ચગેટથી લઈને દાદર વચ્ચે ફેલાઈ જવાનું નક્કી કર્યું. લૉકડાઉનમાં આ આસાન નહોતું. પણ જોખમ ન લે તો કાં લાખો રૂપિયા જાય કાં જેલ થાય. નસીબ ખરાબ હોય તો જીવ પણ જાય. સૌથી વધુ બળતરા તો એ થાય કે કોઈક પોતાને છેતરી ગયું! આ અપમાન કરતા તો મોત સારું. ચારેય જરૂરી મસલત કરીને નીકળી પડ્યા શિકારને શોધવા.

*

હવે પક્યો નહોતો કંઈ બોલતો કે નહોતો વધુ હલનચલન કરતો. કંઈ ખાવાનું મન થતું નહોતું. અપ્પાસાહેબ પરાણે ફીજમાંથી કાઢીને જ્યુસ આપતા

દાદલો / 295

હતા. પક્યો જીદ કરીને અંદર આઈસ નખાવતો. એનાથી ગળાની બળતરામાં રાહત અનુભવતો હતો. અગાઉ સતત હાથમાં તમંચો રાખતો હતો, પણ હવે એવું નહોતું.

અર્ધ તંદ્રાવસ્થામાં એ ક્યારેક બબડતો, "અપ્પાસાહેબે આખી જિંદગી મને સાચવ્યો પણ એક... એક જ વાર મારી સુપારી આપી..."

અપ્પાસાહેબને થતું હતું કે મને સંભળાવવા બધો બડબડાટ કરે છે. ને એમાં ખોટું ય શું છે? અપ્પાસાહેબને થયું કે ગમે તેમ કરીને ડૉક્ટરને બોલાવવો જોઈએ નહીંતર આની તબિયત વધુ બગડશે તો?

પક્યાના સોફાની બાજુની ટીપોય પર બન્નેના મોબાઇલ ફોન પડ્યા હતા. પક્યાની આંખ બંધ જોઈને અપ્પાસાહેબ હળવે પગલે ફોન લેવા ગયા. ત્યાં પક્યો ચિલ્લાયો, "બેસી જા. મને પકડવા પોલીસને બોલાવવી છે તારે... તને નહીં મૂકું..." પક્યો ગુસ્સામાં ઊભો થયો અને બે ડગલા આગળ વધીને ફસકી પડ્યો. અપ્પાસાહેબે જોયું તો એનું શરીર તાવથી ધગતું હતું. શરીરમાં ગરમી, એનાથી વધુ દિમાગમાં ગરમી અને એના પર પડ્યા અપ્પાસાહેબનાં ગરમ આંસુ.

*

ઇન્ટરનેટ પર કલાકોની સર્ચ બાદ રોઝીને છ જણનું જરૂરી લશ્કર મળી ગયું. હવે એમને ગળે પોતાની વાત ઉતારીને કામમાં જોડાવા તૈયાર કરવાના હતા, પરંતુ આ જરાય આસાન નહોતું. આ લોકો પૈસાથી ખરીદાય એવા નહોતા. કુશાગ્ર બુદ્ધિ ધરાવતા હતા એટલે છેતરપિંડી શક્ય નહોતી. ખોટા કામમાં સામેલ ન થાય. હા, સમાજપયોગી કામ હોય અને મીડિયામાં વાહવાહી થાય એવું લાગે તો કદાચ તૈયાર થઈ જાય. દરેકને અલગ રીતે તેમના મહત્ત્વનો, અનિવાર્યતાનો અહેસાસ કરાવી શકાય તો જ એ લોકો તૈયાર થાય, કદાચ.

બધાના નામ સામે શું કરવું. શું કહેવું એ તેણે ફોનના 'નોટ' ફોલ્ડરમાં લખ્યું. પછી ત્યાંથી કોપી કરીને પોતાના ઈ-મેલમાં પેસ્ટ કર્યું. કોઈને મોકલવાને બદલે ડ્રાફ્ટને સેવ કર્યો. પછી પીટરને એસએમએસમાં માત્ર એક ફુલસ્ટોપ એટલે કે પૂર્ણવિરામ મોકલ્યું.

*

હેમાંગ પટેલ હવે કંટાળી ગયો હતો. હજી પોલીસના ફોન આવતા હતા. કોઈક અજાણ્યાના ફોન પણ આવતા હતા. અરજણ પંખી, રઘલો ઘુવડ, કુમાર સેન અને સપના વર્ગીસે ન જાણે કેટકેટલીવાર લેન્ડલાઇન પર ફોન કર્યા હતા કે પ્રાઇવેટ નંબર પરથી મોબાઇલ ફોન કર્યા હતા. કોઈ હેમાંગને ગાળ આપતું હતું. કોઈ ખરેખર લૂંટ થઈ છે કે નહીં એવું પૂછતું હતું, કોઈ સવાલ કરતું હતું

296 / દાદલો

કે આ મોટીમસ લૂંટ તે કરાવી છે ને! જાતજાતના સવાલો. પોલીસ લોકડાઉનને લીધે રિસ્પોન્સ આપતી નહોતી. રાહબરમાં લૂંટની પૂર્વ સંધ્યાએ થયેલા પોતાના પરિવારના અપહરણ બાદ એ ખૂબ ગભરાઈ ગયો હતો.

પોતાના કુટુંબની સલામતી માટે તેણે રિવૉલ્વર ખરીદી લીધી હતી ખૂબ મોંઘા ભાવે અને એ પણ કલ્પનાની જાણ બહાર. હવે કલ્પના ઘરની બહાર જતી નહોતી ને એકલા પડી જવાના ફફડાટમાં હેમાંગને ય જવા દેતી નહોતી. ઘરમાં ઘરવખરી ખૂટી રહી હતી. દૂધ માંડ એકાદ દિવસ ચાલે એટલું હતું. કલ્પનાએ સ્પષ્ટ શબ્દોમાં ધમકી આપી હતી કે લોકડાઉનમાં રાહત મળતાં જ પોતે આ ઘર છોડીને દીકરી સાથે ફાઇવસ્ટાર હોટેલમાં રહેશે અને ઈન્ટરનેશનલ ફ્લાઇટ શરૂ થતા અમેરિકા માટેનું પહેલું વિમાન પકડી લેવાની છે.

હેમાંગનું માથું ફરી ગયું. સામાન્ય સંજોગોમાં તે બે-ત્રણ પેગ મારીને ઊંઘી ગયો હોત. પણ આજે મન ન થયું. તેણે પેન્ટના ગજવામાં રાખેલી રિવૉલ્વર પર હાથ મૂક્યો તો સારું લાગ્યું. વધુ સારું લગાડવા તેણે રિવૉલ્વર બહાર કાઢી. એની સામે જોઈ રહ્યો. ધીમેથી ઊભો થઈને રિવૉલ્વર લઈને કલ્પના બાળકીને લઈને ઊંઘતી હતી એ બેડરૂમ તરફ આગળ વધ્યો.

પીટર ફર્નાન્ડિઝ જેવું દિમાગ ભાગ્યે જ કોઈનું ચાલતું હશે. પોલીસ, અંડરવર્લ્ડ, કોન્ટ્રેક્ટ કિલર અને જૂના સાથીઓની ગોળીથી બચવું હતું. વટથી જીવવું હતું અને પોતાનું સપનું સાકાર કરવું હતું. અને આખા જગતની સામે અને પોતાના કાતિલોના નાક નીચેથી વટભેર સલામત નીકળી જઈને જીવવું હતું પીટરને. મોતને હાથતાળી આપવા માટે તેણે ગજબનાં પ્યાદાં શોધી કાઢવાનો આઇડિયા વિચારી લીધો હતો. એ આઇડિયા પર અમલ કરવા માટે ઇન્ટરનેટ પર જબરું સર્ચ કરીને રોઝીએ છ નામ શોધી કાઢ્યા.

પહેલો અર્જુન દીવાન. જાણીતો ગે ઍક્ટિવિસ્ટ યાની સમલિંગી સમર્થક અને અત્યંત તર્કબદ્ધ વકતા. બીજા જતીન પરાંજપે. નામાંકિત મરાઠી અખબારના તંત્રી, હાલના મુખ્ય પ્રધાનના ખાસ મિત્ર અને માનવ અધિકારના લડવૈયા. ત્રીજી શીરીન પરેરા. પેજ થ્રી સોશિયલ સેલિબ્રિટી અને જબરદસ્ત હાઈ કૉન્ટેક ધરાવતી વ્યક્તિ. ચોથી રોહિણી મજુમદાર. ફાયર બ્રાન્ડ વકતા, કવયિત્રી, પેઇન્ટર અને રાજ્યસભાની ભૂતપૂર્વ સભ્ય. પાંચમા એકનાથ સુનિતા. નંબર વન લોયર અને મહિલા સમાનતાના પ્રખર સમર્થક. છઠ્ઠી રાધિકા દેશપાંડે. ક્રાઇમ રિપોર્ટરમાંથી ટોપ ટીવી પર્સનાલિટી બનવાની ભયંકર મહત્ત્વાકાંક્ષા ધરાવતી ઍન્કર, ખૂબ ફાંફાં મારવા છતાં હજીય 'બિન્દાસ ચૅનલ'માં જ છે પણ બૉસની એકદમ ફેવરિટ.

પીટરે એકદમ વ્યવસ્થિત સમજાવ્યા બાદ હવે રોઝી જાણતી હતી કે આ બધાને પોતાના કામમાં સામેલ કરવાનું આસાન નથી. શા માટે તૈયાર થાય? તેણે સૌ પહેલા તો છએ છના સોશિયલ મીડિયા ઍકાઉન્ટ હેક કર્યા. મૅસેન્જરમાંથી ઘણું રસપ્રદ જાણવા મળ્યું. પછી ઈ-મેલ ઍકાઉન્ટસ, ફોન નંબર અને વ્હૉટસએપનો તાળો કાઢ્યો. એમાંથી મળેલા મસાલાથી રોઝીનો જોશ વધી ગયો.

આ બધી વિગતો પીટરને મોકલી આપી. રોઝીની દોસ્તી અને કાર્યક્ષમતા પર એ ફિદા થઈ ગયો. પરણવું હોત તો રોઝીથી બેસ્ટ કોઈ ન મળ્યું હોત પોતાને. એ વિચાર ભૂલીને પીટર મહત્ત્વના મુદ્દા ટપકાવવા માંડ્યો.

અર્જુન દીવાન સમલિંગી સંબંધનો સ્ટાર સમર્થક હતો, પણ એની એક ગર્લફ્રેન્ડ હતી. યંગ, હોટ અને સેક્સી, જે લગ્ન માટે દબાણ કરતી હતી પણ અર્જુન માનતો નહોતો. પરણી જાય તો પોતે ગે સ્ટેટસ ગુમાવવું પડે.

જતીન પરાંજપે માનવ અધિકારના પ્રખર પુરસ્કર્તા હતા. લડવૈયા હતા. પણ એમના ગુમનામ પિતાના ખેતરમાં વરસોથી દાડિયાને ગુલામની જેમ રખાતા હતા. બાપ-બેટા વચ્ચે મોટો મતભેદ હતો અને ઘણી વાર તડાફડી થતી હતી.

શિરીન પરાંજપે ઘણાંના ભેદ જાણતી હતી, પણ રાજકારણીઓ, સેલિબ્રિટીઓ, ફિલ્મસ્ટાર્સ, ક્રિકેટર્સ અને રાજદૂતો એકમેકને મળી શકે તથા મસ્તી કરી શકે એ માટે ફાઈવસ્ટાર હોટેલમાં પાર્ટી કઈ રીતે આપી શકતી હતી, એ કોઈ જાણતું નહોતું. આ મહાનુભાવો એને મહિને કોઈ પણ રીતે એકાદ લાખ આપતા હતા કે જેથી પોતાના કોન્ટેક વધે. મળવાનો મોકો મળે અને છાનગપતિયાની શરૂઆત થાય. કહેવું હોય તો કહી શકાય સ્કેન્ડલ માટેનું બેકગ્રાઉન્ડ તૈયાર થતું હતું આવી પાર્ટીમાં. પાર્ટીનું કારણ કોઈના બર્થ-ડે, પાળીતા ડોગનાં બર્થ-ડેથી લઈને કંઈ પણ. ત્રણ મહિના અગાઉની પાર્ટીનું કારણ સોશિયલ મીડિયામાં ઘણું ગાજ્યું હતું. નો રિઝન પાર્ટી. અકારણ પાર્ટી! એટલે જ્યાં સીધી આંગળીએ ઘી ન નીકળતું ત્યાં શિરીને આંગળી વાંકી કરી પણ ખરી. એની આ ડાર્ક સાઈડ કોઈ જાણતું નહોતું પીટર સિવાય.

પણ એકનાથ સુનિતા અને રોહિણી મજુમદાર વિશે કંઈ મળતું નહોતું. પીટરને લાગ્યું કે આ બન્ને કૂવામાં વધુ ઊંડું ખોદકામ કરવું પડશે, પાણી મેળવ્યા વગર થોડું ચાલવાનું છે?

*

હેમાંગ પટેલ વ્હિસ્કીના પેગ પર પેગ પેટમાં ઠાલવી રહ્યો હતો. આલ્કોહોલથી વધુ ગતિએ અજંપો શરીરના અણુએ અણુમાં ફરી વળીને અસુખ વધારતો હતો. રાહબર... કલ્પના... આલિશા... સરફરાઝ અલી... અમેરિકા... આણંદ... પ્રાઈવેટ ડિટેક્ટિવ મેજર મેજિશિયન... સવાલ કરતા પોલીસવાળા... ધમકી ઓકતા ફોન... ન જાણે કેટકેટલા વિચારો એને ભયંકર કેલિડોસ્કોપની અંદર ને અર્ધીથી ત્યાં ફંગોળાતો હતો.

હેમાંગને થયું કે આ બધા માટે એક જ વ્યક્તિ જવાબદાર છે. હવે જ્યારે કલ્પના દીકરીને લઈને અમેરિકા જવાની વાત કરે, ત્યારે હું ફેંસલો કરી નાખીશ. કાયમ માટે. તેણે ટિપોય પર પડેલી રિવૉલ્વરનું નાળચું પેગમાં નાખ્યું અને પછી એ નાળચું મોઢામાં મૂકીને જાણે લોલીપોપ ચૂસતો હોય એમ કરવા માંડ્યો. અચાનક તેની આંખ ભીની થઈ ગઈ. આંસુઓ વહેવા માંડ્યાં.

દાદલો / 299

રિવૉલ્વર નીચે મૂકીને તેણે સ્કોચનો પતિયાલા પેગ એક જ ઘૂંટડે ગળા નીચે ઉતારી દીધો... માય આલિશા, માય લિટલ પ્રિન્સેસ.

*

લાંબી મૂછ, ફ્રેન્ચ કટ દાઢી, ડાબા ગાલ પર મોટા કાળા મસા અને ગોગલ્સ, જીન્સ પર ટી-શર્ટમાં સજ્જ પીટર ધીમે ડગલે વરલીના એક ચર્ચ તરફ જઈ રહ્યો હતો. મોઢા પરનું માસ્ક હળવા હાથે વ્યવસ્થિત કરવા સાથે એનું મગજ કૉમ્પ્યૂટરની જેમ ચાલતું હતું.

એનાથી બે કિલોમીટર પાછળ સૂર્યવંશીએ મોકલેલા હવાલદારની બે ટીમ ધીરે-ધીરે ફરીફરીને પીટરનો ફોટો બતાવતી હતી. એક ટીમની આગેવાની દૈવી દીક્ષિત કરતી હતી. તો બીજી ટીમ સાથે સલોની માપસેકર કરતી હતી. લૉકડાઉનમાં પોલીસની આવી પૂછપરછ કોઈને ગમતી નહોતી. પણ સત્તા અને વર્દી આગળ કરે શું? સલોનીની ટીમનો એક હવાલદાર દર બે કલાકે ઑન્કાઉન્ટર સ્પેશિયાલિસ્ટ કુમાર સેનને એસ.એમ.એસ. પર અપડેટ આપતો હતો. તક મળે ત્યારે ફોન કરતો હતો.

પીટરે ગળગળા અવાજે ફાધર સામે વ્યવસ્થિત રજૂઆત કરીને ચર્ચમાં પ્રવેશ મેળવ્યો. ઝાડ નીચે એક ખૂણામાં બેસીને તેણે રોઝીને ફોન લગાવ્યો.

*

મુંબઈના નંબર વન અને દેશના શ્રેષ્ઠ વકીલોમાંના એક એવા એકનાથ સુનિતા એટલે નિયમ, કાયદા અને શિસ્તના ચુસ્ત આગ્રહી. નો-નૉનસેન્સ એટલે નો-નૉનસેન્સ. તેઓ દૃઢપણે માને કે આ સૃષ્ટિનું સર્જન મહિલા થકી થયું છે અને ટકી રહ્યું છે. એટલે નામ પાછળ પિતાનું નામ કે અટક લગાવવાને બદલે તેઓ માતાનું નામ લગાવતા હતા. તેઓ નહોતા ઇન્ટરવ્યૂ આપવામાં માનતા કે નહોતા ટીવી પર જવાનું પસંદ કરતા.

એમના વિશે કંઈ જ નેગેટિવ ન મળ્યું પીટર કે રોઝીને. વરસોથી મલાડમાં ટૂ બીએચકે ફ્લેટમાં રહેતા હતા. મમ્મીને એ ઘર પર ખૂબ પ્રેમ અને એકનાથને માતાજી પર એનાથી વધુ પ્રેમ એટલે આ ફ્લેટ છોડવાનો સવાલ નહોતો.

આ કેસમાં રોઝી માટે એક જ રસ્તો બાકી રહેતો હતો. બધે બધું સાચું કહી દેવાનું. પહેલા તો એકનાથે આંચકો આપ્યો કે મારું ઈ-મેલ ઍડ્રેસ અને ફોન નંબર મળ્યા ક્યાંથી? રોઝીએ મીઠાશ સાથે વિવેકપૂર્વક જવાબ આપ્યો કે સર, સ્ત્રી ધારે તો શું ન કરી શકે? રોઝીએ સ્પષ્ટ શબ્દોમાં વાત કરી કે હું બ્રાઝિલિયન યુવતી છું અને... બધું શાંતિથી સાંભળીને એકનાથ સુનિતાએ જવાબ આપ્યો, "આજનો દિવસ વિચારી જોઉં." જોકે એમના અવાજના રણકારથી રોઝી ખુશ થઈ ગઈ. કામ થઈ જ ગયાનો વિશ્વાસ મળી ગયો.

300 / દાદલો

પીટરે રોહિણી મજુમદાર માટે પ્રયાસ શરૂ કરી દીધા. એના તો ઘણા વીક પૉઇન્ટ હતા. કવિતા અને પેઇન્ટિંગ માટે ઍવૉર્ડથી લઈને રાજ્યસભામાં જવા સુધી તેણે પોતાના સ્ત્રીપણાનો ભરપૂર ઉપયોગ કર્યો હતો. આજે ૪૨ વર્ષેય ખૂબ આકર્ષક અને ડિઝાયરેબલ લાગતી હતી.

રોઝી માટે હવે છેલ્લી રહી રાધિકા દેશપાંડે. સૌથી સરળ લાગતું નામ એકદમ મુશ્કેલ સાબિત થયું. ન એ ઈ-મેલ ના જવાબ આપે ન મોબાઇલ ફોન ઉપાડે કે ન એસએમએસના જવાબ આપે. હવે કરવું શું? પીટર અને રોઝી વિચારમાં પડી ગયાં.

*

અરજણ પંખી, રઘલો ઘુવડ, રાજુ રોમિયો અને બિન્દાસ ભાઉ. ચારેય મહામુશ્કેલીએ ધીરેધીરે આગળ વધતા હતા. આ લોકો અઠંગ ગુનેગાર હતા. મગજને બદલે હાથનો, ને જીભને બદલે ચાકુ-રિવૉલ્વરનો ઉપયોગ કરનારા એટલે લૉકડાઉનમાં બચતા રહેવાનું અને આગળ વધવાનું બહુ વિકટ હતું.

રઘલા ઘુવડને પોલીસે એકસો ઊઠબેસ કરાવી. રાજુ રોમિયોને ચાલવામાં, બોલવામાં અને ઊભા રહેવામાંય પીડા થાય એમ બે ડંડા પડ્યા. બિન્દાસ ભાઉને તો પોલીસે ચાર કલાક તડકામાં હાજીઅલીની ફૂટપાથ પરની પથ્થરની ધગધગતી બેન્ચ પર બેસાડી રાખ્યો. અરજણ પંખીને પોતાના દેખાવ અને ગામઠી દેખાવાનો થોડો ઘણો લાભ મળ્યો.

આ ચારેચારને પીટર ફર્નાન્ડિઝ પર એવો ગુસ્સો હતો કે સામે દેખાય તો નળિયો દબાવીને મારી નાખે.

*

ઍન્કાઉન્ટર સ્પેશ્યાલિસ્ટ કુમાર સેન એકદમ રઘવાયો થઈ ગયો હતો. એ એક પછી એક ખબરીને ફોન પર દબડાવતો હતો કે સાવ નકામો છો તું. સામે જવાબ મળતો કે લૉકડાઉનમાં બહાર નીકળવા મળે તો કોઈ માહિતી હાથ લાગે ને? હવાલદારે ચીંધ્યા પ્રમાણે સેન મહાલક્ષ્મી સ્ટેશનની દિશામાં ગયો અને ખૂબ નકામી રઝળપાટ બાદ પાછો ફર્યો હતો. એને લાગતું હતું કે પીટર કદાચ વરલી બાજુ પણ ગયો હોઈ શકે. દરિયા કિનારો, ઝૂંપડપટ્ટી, નાનકડો રેડલાઇટ એરિયા, ચર્ચ, જૂની ચાલ... ન જાણે કેટકેટલા સ્થળે આશરો લઈ શકે. તેણે બાઇકને વરલીની દિશામાં દોડાવી મૂકી. કુમારે વિચાર્યું કે આમેય પોલીસની બે ટુકડી વરલીના ઘરઘરમાં અમસ્તી તપાસ થોડી કરતી હશે?

*

સપના વર્ગીસે અલગ અલગ રીતે ડિમ્પીનું માથું કાણું કરી નાખ્યું. "પેલા

પીટરની કંઈક માહિતી મેળવી આપ. મને ખબર છે કે પોલીસમાં બહુ ટોપ લેવલ પર તારા ઘણા કૉન્ટેક છે. આ કામ ન કરી શકે તો હવે મને ક્યારેય મળતો નહીં ઓ.કે.?'"

કલાક બાદ ડિમ્પીનો ફોન આવ્યો સપનાને "પીટર વિશે કંઈ ચોક્કસ માહિતી મળતી નથી, પણ આ લૉકડાઉનમાં ય પોલીસની ટુકડીઓ વરલીમાં કંઈક શોધી રહી છે. આનાથી વધુ કંઈ મળતું નથી, ચાલશે?"

સપના હસીને બોલી, "થૅન્ક યુ ડિયર. સી યુ સુન." સપનાના એક માલેતુજાર ગ્રાહકનો વરલીમાં મોટો ફ્લેટ હતો. એ સાવ એકલો રહેતો હતો. સપનાએ એનો નંબર ડાયલ કર્યો.

*

અંતે રાધિકા દેશપાંડેએ ફોન ઉપાડ્યો. તેણે તોછડાઈથી પૂછ્યું, "કોણ? વારંવાર ફોન શા માટે કરે છે?"

પીટરે એનાથી આકરા અવાજમાં જવાબ આપ્યો, "મને એમ હતું કે તું ખૂબ મહત્ત્વાકાંક્ષી છો. દેશભરમાં તારી અને તારી ચૅનલની ચર્ચા થાય એવું સ્કૂપ હતું. પણ જવા દે. તને રસ ન હોય તો રાજદીપ સરદેસાઈ કે રવિશકુમારનો સંપર્ક સાધતા ક્યાં વાર લાગશે? કોઈક મોટા માથાને જ આપી દઉં બાય બાય." આટલું બોલીને પીટરે ફોન કાપી નાખ્યો. તરત જ રાધિકાનો સામેથી ફોન આવ્યો, "સૉરી એટલા બધા ફોન આવે છે કે કંટાળી જવાય. તો તમે શું કહેતા હતા?"

"તારે નંબર વન ઍન્કર બનવું છે? બહુ બધી ટીઆરપી જોઈએ છે? મોટી ચૅનલમાંથી ઓફર જોઈએ છે? તને આ બધું મળી શકે એમ છે."

"એવું શક્ય છે?"

"ના શક્ય નથી, ગૅરન્ટી છે ગૅરન્ટી. જો ધ્યાનથી સાંભળ..."

પીટરની વાત પૂરી થયા બાદ એકદમ એક્સાઇટ થઈ ગયેલી રાધિકાએ 'બિન્દાસ ચૅનલ'ના બૉસ ચંદ્રપ્રકાશ ઝાને ફોન ડાયલ કર્યો. એક વાર, બે વાર અને ત્રીજી વાર. ચોથા પ્રયાસે ફોન પર રિસ્પોન્સ મળ્યો: "કોરોના વાઇરસના કંઈ મોટા બ્રેકિંગ ન્યૂઝ છે રાધિકા?"

"નો સર, એકદમ બૉમ્બ જેવું સ્કૂપ છે."

"તારું કોઈ સ્કૂપ નાનું ક્યાં હોય છે, પણ પછી સુરસુરિયું થઈ જાય છે. ઠીક છે, એક-બે દિવસમાં વાત કરીએ", ચંદ્રપ્રકાશે એને ટાળવાનો પ્રયાસ કર્યો.

"સૉરી સર, હમણાં મળવું પડશે. નહીંતર સ્ટાર ન્યૂઝ, આજતક કે કોઈપણ મોટી ચૅનલ ફાવી જશે. સર, હું રાજીનામાનો લેટર લઈને આવું છું, આપને આઇડિયા ન જામે તો હું નોકરી છોડી દઈશ."

રાધિકા દેશપાંડે પાસેથી વિગતો સાંભળ્યા બાદ ચંદ્રપ્રકાશ ઝા એકદમ હરકતમાં આવી ગયો. "તને તક આપી ત્યારે જ મને ખાતરી હતી કે તું વિનિંગ હોર્સ છે. આના પર બધું ગોઠવીને મને જણાવ. કોને-કોને બોલાવવાના છે એ સજેસ્ટ કર ફટાફટ."

રાધિકાએ હસીને જવાબ આપ્યો, "લિસ્ટ તૈયાર છે પેનલિસ્ટનું. જતીન પરાંજપે, શીરીન પરેરા, એકનાથ સુનિતા, રાધિકા દેશપાંડે અને અર્જુન દીવાન."

"વ્હૉટ? ગાંડી થઈ છે કે તું? આપણી ચેનલ પર આવવાનું તો ઠીક, ક્યારેય બાઈટ આપવાનું ય પસંદ કરતા નથી આ લોકો. પ્લીઝ, બી પ્રેક્ટિકલ."

"સર, બહુ જલદી આપને બધાના કંફર્મેશન લેટરના ઈ-મેલની પ્રિન્ટ આપું છું."

"રિઅલી? તો... તો... લૉકડાઉન બાદ આલા ગ્રાન્ડ પ્રાર્ટી અને એમાં તારા પ્રમોશનના એનાઉન્સમેન્ટની ગૅરન્ટી."

રાધિકા ઊભી થઈ ગઈ. "ઓકે સર, હું કામે લાગું." એ ખાતરી આપી શકી, કારણ કે રોઝીએ સમજાવી દીધું હતું કે પાંચેપાંચ પેનલિસ્ટનું નક્કી છે. તારે માત્ર ઈ-મેલ મોકલીને ઈનવાઈટ કરવાની ઔપચારિકતા નિભાવવાની છે.

રાધિકાના ગયા બાદ ચંદ્રપ્રકાશ ઝા વિચારે ચડી ગયા. તેમણે ઈન્ટરકૉમ પર સૂચના આપી દીધી કે પ્રોમો બનાવનારી ક્રિએટિવ અને ટૅક્નિકલ ટીમને દસ મિનિટમાં જ મારી કેબિનમાં મોકલો. પછી તેમણે પોલીસ કમિશનર આનંદ રૉયને ફોન લગાવ્યો, "કૉન્ગ્રેચ્યુલેન્શ સર, લૉકડાઉનમાં મુંબઈ પોલીસ ખૂબ જહેમત લઈ રહી છે."

"હા, પણ નૅગેટિવ સ્ટોરી વગર તમારા ચેનલવાળાને પેટમાં દુખાવો ઊપડે ને?"

"નો, નોટ એટ ઑલ સર. કાલે અમે એક અનોખો કાર્યક્રમ રાખ્યો છે. એમાં અપરાધ અને પોલીસનો મુદ્દો હશે. તમે હાજરી આપો તો ચાર ચાંદ લાગી જાય."

"ઓહ ગુડ. પણ હમણાં તો આવી ન શકાય. આવું તો સારું ય ન લાગે."

"આઇ અન્ડરસ્ટેન્ડ સર. ચાલુ કાર્યક્રમે જરૂર પડે તો ફોન પર આવશો, પ્લીઝ?"

"ના, ના. મારું રહેવા જ દો.

"સર, પોલીસ આ કાર્યક્રમનો જરૂરી હિસ્સો છે. આપ કોઈને આવવા કે બાઈટ આપવા માટે ડેપ્યુટ કરો તો સારું."

"ઓ.કે. એ થઈ શકે. મિસ્ટર સૂર્યવંશી છે. ખૂબ બાહોશ અને વિશ્વાસુ પોલીસ ઑફિસર. હું એને કહી દઈશ. પ્રોગ્રામ ક્યાં અને કેટલા વાગ્યે છે?"

"સાંજે પાંચ વાગ્યે અમારા વરલી સ્ટુડિયોમાં."

"ઠીક છે. કહી દઈશ સૂર્યવંશીને."

કમિશનર આનંદ રૉય કંઈક વિચારમાં પડી ગયા. ચંદ્રપ્રકાશ જ્ઞાને બરાબર ઓળખતા હતા તેઓ. ખૂબ કાબેલ, ચાલાક અને ખેપાની માણસ હતો. દસ વર્ષ અગાઉ પટણામાં લોકલ કેબલ ચેનલનો ક્રાઈમ રિપોર્ટર હતો અને અત્યારે ટીવી ચેનલનો માલિક છે. સાવ અમસ્તો મને ફોન ન કરે.

લૉકડાઉનના ટેન્શન વચ્ચે ય સૂર્યવંશી અને એમની ટીમને રાહબર કેસ ઉકેલવામાં જોતરી રાખ્યા છે. વધુ એક બોજ નાખવો? વાંધો નહીં સૂર્યવંશી સંભાળી લેશે બધું. આનંદ રૉયે સૂર્યવંશીને ફોન કર્યો, "કેમ ચાલે છે તપાસ અને ક્યાં છે તમારી ટીમ?"

"સર, હજી કંઈ સગડ નથી, પણ એ માણસ લાગે છે વરલીમાં જ એટલે અર્હીના એક-એક ઘરની તલાશી ચાલે છે. લોકો ખૂબ વિરોધ કરે છે, પણ યુ ડૉન્ટ વરી.

"વરલીમાં છો તો એક વાત કહી રાખું. કાલે 'બિન્દાસ ચેનલ'માં કોઈક મોટો પ્રોગ્રામ છે. પોલીસ અને ક્રાઈમનો મુદ્દો હશે ચેનલમાંથી ફોન આવે તો સંભાળીને રિઍક્શન આપજો. બાકી કાન-આંખ ખુલ્લા રાખવાનું તમને કહેવાનું ન હોય. મને કંઈક વિચિત્ર ફિલિંગ્સ થાય છે. તમે જોઈ લો."

સૂર્યવંશી માટે આ એકદમ ઓચિંતું હતું. એમને સમજાયું નહીં કે આવા પ્રોગ્રામ માટે કમિશનરસાહેબે પોતે શા માટે ફોન કર્યો મને? હશે. કદાચ, તપાસનો પ્રોગ્રેસ જાણવો હશે. સાથે સાથે આ વાત પણ કહી દીધી. તેમણે અપડેટ જાણવા માટે બન્ને ટીમને ફોન કરવાનું વિચાર્યું.

*

'બિન્દાસ ચેનલ' પર નવા કાર્યક્રમ 'સબ સે બડા ધમાકા: ઇન્સાફ મિલેગા?'ના પબ્લિસિટી પ્રોમો જોરશોરથી શરૂ થઈ ગયા. જે ચેનલ સાથે બાર્ટર સિસ્ટમનો વાટકી વ્યવહાર હતો ત્યાં પણ પ્રોમો ચાલવા માંડ્યા. મોટા ભાગના અખબારની હાર્ડકૉપી આવતી નહોતી છતાં ભાવની ખૂબ રકઝક કરીને બધેબધામાંના ઈ-પેપરમાં 'સબ સે બડા ધમાકા: ઇન્સાફ મિલેગા'ની જાહેરખબર પહેલા પાના

304 / દાદલો

પર મુકાવી દીધી. આખી ચેનલમાં ચંદ્રપ્રકાશ ઝા અને રાધિકા દેશપાંડે સિવાય કોઈ જાણતું નહોતું કે આમાં થવાનું છે શું?

મીડિયામાં ય ગણગણાટ શરૂ થઈ ગયો. આ ઝા આટલો મોટો બેવકૂફ છે? કોરોના વાઇરસના સમયમાં બીજો કાર્યક્રમ જોવાનું કોણ? ઝાને અને રાધિકાને કર્ટસી કૉલના નામે ફોન કરીને ઘણાંએ કંઈક જાણી લેવાના ઇરાદે પ્રયાસ કર્યા, પણ ફોન ઉપાડવાને બદલે બન્ને કાલે લૉકડાઉન વચ્ચે પાંચેય મહેમાનોને સ્ટુડિયો સુધી કેમ લાવવા એની પળોજણમાં ગળાડૂબ હતા. ચંદ્રપ્રકાશ ઝાએ અચાનક લેપટોપમાંથી માથું ઊંચક્યું, “રાધિકા જાનૈયા તો આવી જશે, પણ વરરાજાનું શું?”

*

તમાશાને તેડું ન હોય એ સાવ સાચું. યોગાનુયોગ ગણો કે જે કહો. આસિસ્ટન્ટ પોલીસ કમિશનર સૂર્યવંશીએ એ.ટી.એસ. ઇન્સ્પેક્ટર પ્રદીપ બંદોપાધ્યાય, પ્રાઇવેટ ડિટેક્ટિવ મેજર મેજિશિયન અને માજી ઍન્કાઉન્ટર સ્પેશ્યાલિસ્ટ મયંક ગુપ્તાને સવારે ૧૦ વાગ્યે જ પોતાની પાસે વરલી બોલાવી લીધા. ગોવાની સી.આઈ. ડી. ઇન્સ્પેક્ટર સલોની માપસેકર, સબ-ઇન્સ્પેક્ટર દૈવી દીક્ષિત તો વરલીમાં જ પડ્યાં-પાથર્યાં હતાં. ઍન્કાઉન્ટર સ્પેશ્યાલિસ્ટ કુમાર સેન અને કાતિલ હસીના સપના વર્ગીસ પણ વરલીમાં ફાંફાં મારતાં હતાં. અરજણ પંખી, રઘુ ઘુવડ, રાજુ રોમિયો અને બિન્દાસ ભાઉ પણ પોલીસથી બચી-બચીને વરલીના રસ્તાની ધૂળ ફાંકતા હતા.

આમાંથી કોઈક પીટર ફર્નાન્ડિઝના લોહીના તરસ્યા હતા, તો કોઈકના હાથના આંગળા એના ગળા પર ભીંસવા માટે આકુળવ્યાકુળ થતા હતા. બીજી તરફ કંઈક ગંધ આવી જવાથી કમલકાંત પણ પીટરનું મોત ઇચ્છતા હતા. ઇન્સ્ટન્ટ ઍન્ડ, ડેન્જરસ ડેથ. અપ્પાસાહેબ રાવ પીટરને બદદુઆ દેતા હતા, તો હેમાંગ પટેલ તો જરાક ઝોકું આવતા સપનામાં પીટરના મર્ડર ત્રણ-ચાર વાર કરી ચૂક્યો હતો.

આ બધા તામઝામ, બદદુઆ અને કિલર ગૅંગ જોઈને કોઈને પણ લાગે: પીટર તો ગયા કામ સે.

*

લોકો કોરોના વાઇરસના કવરેજ, પોતાની પ્રિય ટીવી સિરિયલના જૂના એપિસોડ્સ, એની એ ફિલ્મોના પ્રસારણ અને ઓટીટી પ્લેટફૉર્મ પરની વેબ સિરીઝ-વેબ ફિલ્મો જોઈને કંટાળ્યા હતા. આમાં ‘બિન્દાસ ચેનલ’ના પ્રચાર-પડઘમે અનેકને આકર્ષ્યા: જોઈએ તો ખરા છે શું?

દાદલો / 305

'બિન્દાસ ચેનલ'ની નિયમિત ટી.આર.પી.થી આઠેક ગણા વધુ લોકો સાડા ચાર વાગ્યામાં ટીવી સામે ગોઠવાઈ ગયા. એક પછી એક મહેમાનના આગમન સાથે ચેનલની ઑફિસ અને સ્ટુડિયોમાં આનંદ, આશ્ચર્ય અને ઉત્તેજના વધવા માંડ્યા. ચંદ્રપ્રકાશ ઝાને થયું કે લૉકડાઉન આપણને તો ખૂબ ફળ્યો. એ ઘડી ઘડી હળવું સ્મિત ફરકાવીને રાધિકાને અભિનંદન આપતો હતો. એકવાર તો કાનમાં ફૂંક મારી આવ્યા. "કૉંગ્રેચ્યુલેશન્સ. પ્રાઉડ ઑફ યુ. પણ વરરાજા?"

"સર ટ્રસ્ટ મી, પ્લીઝ."

આ વિનંતી રાધિકાએ ભલે ઝાને કરી પણ પીટર ફર્નાન્ડિઝ અને રોઝીને ય શંકા હતી કે આ છોકરી બધું બરાબર સંભાળી શકશે ખરી? જો એ ફ્લૉપ ગઈ તો આખો પ્લાન પત્તાનાં મહેલની જેમ કડડડભૂસ થવાનો એ નક્કી. પીટરે રોઝીને ફોન કર્યો, "થેન્ક યુ ફૉર એવરીથિંગ. હવે મળીએ કે ન મળીએ. કદાચ આ છેલ્લી વારની વાત હોય. મને ખબર છે કે તું મને ખૂબ પ્રેમ કરે છે. હું તારા પ્રેમને લાયક નથી એ જાણવા છતાં તેં આપેલો સાથ એ મારા જીવનની સૌથી મોટી સોગાદ છે, ઉપલબ્ધિ છે. આઈ લવ યુ રોઝી બટ..."

"પીટર પાગલ થઈ ગયો છે કે શું? અરે તું ભલે મારો લવર ન બની શકે, હસબન્ડ ન બની શકે, પણ દોસ્ત તો બની જ શકે ને? એ છો જ તું. ઑલમોસ્ટ બેસ્ટ ફ્રેન્ડ."

"ઑલમોસ્ટ?"

"હા, હજી તું બધી વાત શેર કરે એટલો વિશ્વાસ ક્યાં જીતી શકી છું હું?"

"જો આપણે પાછા મળીએ તો સૌથી પહેલી વાત કહીશું મારા સપનાની જે કોઈ જાણતું નથી."

"એવું કોઈ વચન નથી જોઈતું. એટલી ગૅરન્ટી આપ કે પોતાનું ધ્યાન રાખીશ અને મને ફરી મળીશ. એટલિસ્ટ એકવાર, ભલે છેલ્લી વાર તો છેલ્લી વાર. પ્લીઝ ટેક કેર." આટલું બોલીને રોઝીએ ફોન કટ કર્યો. પછી હથેળીમાં મોઢું સંતાડીને એ હીબકે-હીબકે રડવા માંડી. એને પોતાને નવાઈ લાગી કે હું આટલી બધી ઈમોશનલ?!

સામે પક્ષે કંઈક વિચાર્યા બાદ પીટરે માથું ઝાટક્યું. મોબાઈલ ફોનમાંથી સીમકાર્ડ કાઢીને તોડી નાખ્યું. એના ટુકડા ડસ્ટબીનમાં નાખી દીધા. મોબાઈલ ફોન તોડીને ટુકડા ચર્ચની પાછળની ઝાડીઓમાં ફગવી દીધા. માથા પર હુડી પહેરીને તે બબડ્યો, "હવે જવાનો સમય આવી ગયો મિસ્ટર પીટર ફર્નાન્ડિઝ. દાદલો જીતશે તો જીવશે... ના, ના દાદલો જીતશે જ."

સાંજે ૪.૪૦: કલ્પના અને દીકરી અલિશા ક્યારના અંદરની રૂમમાં પુરાયેલાં હતાં. હેમાંગે ત્રણ વાર બૂમ પાડી. દરવાજો ઠોક્યો પણ કોઈ પ્રતિસાદ નહીં. એ સવારનો સતત ઢીંચી રહ્યો હતો. ટિપોય પર સ્કૉચની બૉટલની બાજુમાં રિવૉલ્વર પડી હતી. સવારથી, કદાચ ગઈ કાલથી રાતથી કે એનાથી ય અગાઉથી કંઈ ખાધું નહોતું એટલે પેટમાં કાળી બળતરા ઊપડી હતી. પેટ બળતું હતું, મગજ ફાટી ગયું હતું અને જાણે આખું અસ્તિત્વ ભડકે બળતું હતું. તેણે સ્કૉચ પીવા વચ્ચેના ઝોકા સિવાય કંઈ જ ખાધું નહોતું. વચ્ચે રિમોટ કંટ્રોલ લઈને ચેનલો ફેરવતો હતો. સામે 'બિન્દાસ ચેનલ'નું એનાઉન્સમેન્ટ આવ્યું: 'સબ સે બડા ધમાકા: ઇન્સાફ મિલેગા?' એને હસવું ય આવ્યું ને રસ પણ પડ્યો. એ જ ચેનલ રહેવા દઈને રિમોટ કંટ્રોલ મૂકીને ગ્લાસ ઉપાડ્યો.

*

સાંજે ૪.૫૦: પડ્યો ક્યારનોય હાલ્યા ચાલ્યા વગરનો પડ્યો હતો. હવે ઊંઘમાં થતો બબડાટ પણ બંધ પડી ગયો હતો. અપ્પાસાહેબે ધીમા પગલે ચાલીને ટીવીનું રિમોટ કંટ્રોલ લીધું, તેઓ ઝડપથી ચેનલ ફેરવતા ફેરવતા 'બિન્દાસ ચેનલ' પર રોકાઈ ગયા. અપ્પા સાહેબને હસવું આવ્યું. મોંઢામાં કડવાશ સાથે બબડ્યા: ઇન્સાફ મિલેગા? ઔર હિન્દુસ્તાન મેં?

*

સાંજે ૪.૫૫: પોલીસ કમિશનર આનંદ રૉય પોતાની કેબિનમાં, કમલકાંત ઘરમાં, સપના વર્ગીસ ફ્રેન્ડ-કમ-કસ્ટમરના ફ્લેટમાં, સૂર્યવંશી-સલોની માપસેકર-દૈવી દીક્ષિત મોબાઇલ ફોન પર 'બિન્દાસ ચેનલ' પર નજર ચોંટાડીને બેઠાં હતાં. એકદમ નજીકની હોટલમાં પોલીસે મેળવી આપેલ એક રૂમમાં પ્રાઇવેટ ડિટેક્ટિવ મેજર મેજિશિયન, એક્સ-ઍન્કાઉન્ટર સ્પેશિયાલિસ્ટ હેમંત ગુપ્તા અને એ.ટી.એસ. ઇન્સ્પેક્ટર પ્રદીપ બંદોપાધ્યાય ટીવી સામે ગોઠવાઈ ગયા હતા. બંદોપાધ્યાયને થતું હતું કે પોતે ખોટો સમય બગાડે છે, કારણ કે સરફરાઝના બધા સાપોલિયાનાં માથાં હજી કચડાયાં નથી. અચાનક ડોરબેલ વાગી. સૌને આશ્ચર્ય થયું. દરવાજો ખોલ્યો તો સામે ઍન્કાઉન્ટર સ્પેશિયાલિસ્ટ કુમાર સેન.

એને જોઈને હેમંત ગુપ્તાનું મોઢું બગડ્યું. કુમારે હસીને પૂછ્યું "મુસાફિર હૂં, લાચાર ભી. કુછ વક્ત કે લિયે સહારા મિલેગા?" સૂર્યવંશીએ ખાલી ખુરશી પર બેસવાનો ઇશારો કર્યો. કુમારે વિચાર્યું કે આ મંડળી અગાઉ ક્યારેય ભેગી થઈ નહોતી. ખરેખર કંઈ નવાજૂની થશે કે એની એ જૂનાજૂની?

*

સાંજે ૫.૦૦: બિન્દાસ ચૅનલ પર 'સબસે બડા ધમાકા: ઇન્સાફ મિલેગા?'નો લોગો અલગ અલગ લાઇટ અને કાન ફાડી નાખે એવા મ્યુઝિક સાથે ફરતો રહ્યો. પ્રોગ્રામની સિગ્નેચર ટ્યૂન શરૂ થયા બાદ ત્રણ મિનિટ સુધી જાહેરખબરનો મારો ચાલ્યો.

વધુ પડતા મેકઅપ સાથે રાધિકા દેશપાંડે પ્રગટ થઈ. મેકઅપને ય ઝાંખો પાડી દે એવો વિશ્વાસ છલકાતો હતો એનામાં.

'ગુડ-ઇવનિંગ, રામ રામ, હલ્લો, સતશ્રી અકાલ... હું છું રાધિકા દેશપાંડે. આ ઐતિહાસિક શૉની ઍન્કર, તમે સૌ આતુરતાપૂર્વક રાહ જોઈ રહ્યા હશો કે છે શું આ પ્રોગ્રામમાં? જો ધ્યાન ન આપીએ તો આ એવો સડો છે કે જેની કોઈ દરકાર ન કરે. પણ મહત્ત્વ સમજીએ તો લાગે કે આ તો કોરોના વાઇરસથી ય જીવલેણ બીમારી છે, જે વ્યક્તિને, સમાજને, કાયદા અને વ્યવસ્થાને, ન્યાયતંત્રને અને સમગ્ર દેશને ધીરેધીરે ફોલી ખાય છે. કમનસીબીએ આ બીમારી મારી નથી નાખતી પણ નકામી બનાવી દે છે આપણી સામૂહિક ચેતનાને, સંવેદનાને. આ કાર્યક્રમના મહત્ત્વને સમજીને આજે પાંચ મોંઘેરા મહેમાન આપણી વચ્ચે આવ્યા છે. પરિચય કરાવતા પહેલાં ચૅનલ વતી એમનો ખૂબ ખૂબ આભાર કે લૉકડાઉન વચ્ચેય તેમણે અહીં આવવાની જહેમત લીધી."

કૅમેરો રાધિકાના ચહેરા પરથી હટીને પ્રોગ્રામના લોગો પર ગયો. થોડી પળના સંગીત બાદ કૅમેરો એક એક મહેમાન પર ફોકસ કરવા માંડ્યો અને રાધિકાના અવાજમાં તેમના નામ સંભળાવા માંડ્યા. શ્રી જતીનભાઉ પરાંજપેસાહેબ... મૅડમ રોહિણી મઝુમદારજી... એડવોકેટ એકનાથ સુનિતા સર... મૅડમ શીરીન પરેરાજી.... મિસ્ટર અર્જુન દીવાન સર... આ બધાના ચહેરા બતાવાયા ત્યારે નીચે એમની ઓળખાણ ટીવી પર ફ્લેશ થઈ. આ બધા નામની મોજૂદગીને લીધે ઘણાં પ્રેક્ષકો સમજી ગયા કે આ પ્રોગ્રામ જોવા જેવો જ હોવો જોઈએ. બધા મહેમાનોએ કૅમેરા સાથે હાથ જોડીને દર્શકોનું અભિવાદન કર્યું. ત્યાં ફરી રાધિકા સામે દેખાઈ.

"દોસ્તો, આ મહાનુભાવોની હાજરી ઉપરાંત એક સરપ્રાઈઝ ગેસ્ટ પણ ખરા જેમનું આગમન આપને સૌને ચોંકાવી દેશે. આ અનોખા ઐતિહાસિક પ્રોગ્રામના

સાક્ષી બનવા બદલ સૌ દર્શકોને આગોતરા અભિનંદન. તો હવે શરૂ કરીએ આજનો પ્રોગ્રામ.”

તાળીઓના રેકોર્ડેડ અવાજને લીધે દસ સેકંડની બ્રેક બાદ રાધિકાએ કર્યા શ્રીગણેશ...

“ધ્યાનથી સાંભળજો, પ્લીઝ. શરૂઆત કરીએ ધારણાથી. ધારો કે મુંબઈમાં એક લૂંટ થાય. એમાં કોઈની હત્યા થતી નથી, કોઈનું લોહી વહેતું નથી. રકમ આમ આદમી માટે બહુ મોટી અને કરોડોના ભ્રષ્ટાચાર વચ્ચે સાવ ચણામમરા જેટલી... દસેક કરોડ... આવો ક્રાઇમ નથી પહેલો કે નથી છેલ્લો... પણ વાતો ઊડી, રિપિટ, વાતો ઊડી કે એ લૂંટ સાથે ૧૦૦-૨૦૦ કરોડ પણ લૂંટાયા... કંપનીના માલિકને ખબર નથી, પોલીસની એફ.આઈ.આર.માં નથી આનો કોઈ ઉલ્લેખ... તો કેવી રીતે લૂંટાઈ આ તોતિંગ રકમ? કોણે મોકલી? ક્યાંથી? શા માટે? આ બધા સવાલોના જવાબ શોધવાને બદલે આપણા પોલીસ તંત્રએ એક આરોપી શોધી કાઢ્યો. યાદ રહે કે એ નહોતો લૂંટના સ્થળે દેખાયો, નથી એને કોઈએ જોયો કે નથી એની સામે કોઈ પુરાવા કે સાબિતી... એ બિચારાએ ઍરપૉર્ટ પર કંઈક કર્યું એટલે માની લેવાયો ગુનેગાર અને આતંકવાદી પણ... એનો ફોટો આજે શહેરની પોલીસના ન જાણે કેટકેટલા અધિકારીઓથી લઈને કૉન્સ્ટેબલના મોબાઇલ ફોનમાં છે. હજારો ખબરીઓ એને શોધે છે. કદાચ એની સુપારી થોડા કૉન્ટ્રેક્ટ કિલરને પણ મળી હોય તો નવાઈ નહીં... આ બધામાં એ માણસ મર્યો ગયો તો જવાબદાર કોણ? સરકાર, પોલીસ કે બીજું કોઈ? એ નિર્દોષની સલામતી કોણે જોખમાવી? આ બધું એક સરસ ફિક્શનલ થ્રીલર જેવું લાગે પણ એવું જરાય નથી. આ આપણા શહેરના બી.કે.સી.માં આવેલી રાહબર કુરિયર કંપનીમાં થયેલી લૂંટની સાથે વણાયેલી વાત છે. વધુ આઘાતજનક વાતો કરીએ એક બ્રેક પછી. પણ ઘરમાં રહો, સલામત રહો.”

*

રાહબર કુરિયર રોબરી કેસના ઉલ્લેખ સાથે અપ્પાસાહેબ એકદમ થીજી ગયા. તેઓ પક્યાને જગાડવા ગયા. એક-બે અવાજે ન જાગ્યો તો અપ્પાસાહેબે એને હલાવ્યો તો એનો હાથ નીચે પડી ગયો. અપ્પાસાહેબના મોઢામાંથી હળવી ચીસ નીકળી ગઈ. પક્યો પણ કિશોરની જેમ પોતાને કાયમ માટે છોડી ગયો. આ દુ:ખ વચ્ચે તેમને ખબર ન પડી કે પક્યો કોવિડ-૧૯નો શિકાર બની ચૂક્યો છે.

અપ્પાસાહેબે પક્યાનો તમંચો હાથમાં લીધો. પોતાના મોબાઇલ ફોનમાં વીડિયો રેકોર્ડિંગ શરૂ કર્યું અને બોલવા માંડ્યા.

*

સૂર્યવંશી કંઈક વિચારીને ફોન ઉપાડે એ અગાઉ કમિશનર આનંદ રૉયનો ફોન આવ્યો. "તમે બિન્દાસ ચેનલની ઑફિસથી કેટલા દૂર છો?"

"પાંચેક મિનિટના અંતરે..."

"પોલીસ જીપમાં એકદમ નજીક પહોંચી જાઓ. કાબેલ અને વફાદાર માણસોને સાથે રાખો. અજાણ્યા નંબર પરથી ફોન આવે તો ઉપાડજો. કદાચ ચેનલવાળા બોલાવવા કે બાઈટ લેવા ફોન કરે. સમય-સંજોગ પ્રમાણે યોગ્ય લાગે તે કરજો. મને તમારા પર પૂરો વિશ્વાસ છે અને જે કરશો-કહેશો એની જવાબદારી મારી. ઑલ ધ બેસ્ટ."

ઇશારો સમજી ગયેલા સૂર્યવંશી તરત જ સલોની અને દૈવીને લઈને નીકળ્યા. બહાર જઈને પ્રદીપ બંદોપાધ્યાય, મેજર મેજિશિયન અને હેમંત ગુપ્તાને મૅસેજ કરીને તાત્કાલિક બિન્દાસ ચેનલના ગેટ પર મળવાનું કહી દીધું. નીચે ઉતરીને પીટરની ઘરે-ઘરે પૂછપરછ કરતી બન્ને ટીમના બધા હવાલદારને પણ બોલાવી લીધા. કુમાર સેનના વિશ્વાસુએ એને મૅસેજ આપી દીધો. બધા વારાફરતી નીકળી ગયા એટલે કુમાર સેનને કંઈક ગંધ તો આવી હતી પણ એ કલ્પનાના ઘોડા વધુ દોડાવે એ પહેલાં હવાલદારનો સંદેશો આવી ગયો. એ પણ નીકળી ગયો, જતાં-જતાં કાતિલ સ્મિત સાથે રિવૉલ્વરના હૉલસ્ટર પર પ્રેમથી હાથ ફેરવ્યો.

*

રાધિકા દેશપાંડેએ પાછા આવીને વાતનો દોર આગળ વધાર્યો. "પોલીસની શંકા હોય, કલ્પનાના ઘોડા તબડાકતબડાક થતા હોય કે કોઈએ ઇરાદાપૂર્વક ખબરી મારફતે ખોટી માહિતી પ્રસરાવી હોય પણ એક ભારતીય નાગરિક ને એ પણ નિર્દોષ; સાવ અમસ્તો-અમસ્તો લૂંટારો, હત્યારો, આતંકવાદી બની ગયો. એનો જીવ જોખમમાં મુકાઈ ગયો અને તેણે સંતાતા ફરવું પડે છે. આમાં નાગરિકના મૂળભૂત અધિકારોનું હનન થતું નથી? જાણીએ આપણે વિદ્વાન મહેમાનો પાસેથી."

જતીન પરાંજપેએ ત્રણ મિનિટના સંબોધનમાં આ ઘટનાક્રમને 'નિંદનીય' ગણાવ્યો. જતીન પરાંજપેએ 'અમાનવીય' શબ્દોનો સાતેક વખત ઉપયોગ કરીને આ સાચું હોય તો તાત્કાલિક આકરાં પગલાં ભરવાની માગણી કરી. રોહિણી મજમુદારે આ દુષ્કૃત્યને કેન્દ્ર સરકારથી લઈને આંતરરાષ્ટ્રીય સ્તરે પહોંચાડવાની ખાતરી આપી. એકનાથ સુનિતાએ સમગ્ર ઘટનાને 'આઘાતજનક', 'ગેરકાનૂની', 'અનૈતિક' અને 'ગેરબંધારણીય' ગણાવતા સવાલ કર્યો કે એ માણસની માતા, પત્ની, બહેન, દીકરી કે પ્રેમિકા પર શું વીતતું હશે. એ અબળાઓનો કંઈ વાંક ખરો? અર્જુન દીવાને આ કમનસીબ વ્યક્તિને સમલિંગી સમાજનો ટેકો જાહેર

કરતા પોતાનો મૂળ મુદ્દો રજૂ કર્યો કે ધારણાથી એકદમ વિપરીત પુરુષો પણ સમાજમાં જરાય સલામત નથી.

કાર્યક્રમનો જબરદસ્ત માહોલ બંધાઈ રહ્યો હતો. રાધિકાએ નાનકડો બ્રેક જાહેર કરીને એની એ જ સલાહ આપી, “ઘરે રહો, સલામત રહો, બિન્દાસ ચૅનલ સામે રહો.”

*

જાહેરખબરના બ્રેકમાં ચૅનલમાં એકદમ ધમાચકડી મચી ગઈ. ચૅનલના માલિક પ્રકાશચંદ્ર ઝા અને રાધિકા દેશપાંડેને એક વીડિયો મળ્યો હતો. એ જોઈને બન્ને ખુશ થઈ ગયાં ને સ્તબ્ધ પણ.

આવા ભયંકર પરિણામની ધારણા તો ઠીક કલ્પના સુધ્ધાં ક્યાં હતી?

કૉન્ફરન્સ કૉલ પર કેશવ મુખર્જી અશોક ગોગોઈ અને વિનોદસિંહ ચક્ષ્ઠ વચ્ચે ચકમક ઝરી રહી હતી. ચક્ષ્ઠ અને ગોગોઈ બરાબરના વિફર્યા હતા મુખર્જી પર. "તારી ત્રણ-ત્રણ સુપારી સાવ ચણા-મમરાથી ય બદતર નીકળી. લાખ-લાખ લઈને ગાયબ થઈ ગયા બધા કે કરે છે કંઈ?"

"જો કામ કપરું છે એટલે જ આપણે પૈસા ખર્ચવા પડે છે. લૉકડાઉનને લીધે વધુ મુશ્કેલ બની ગયું છે. અંડરવર્લ્ડનો કૉન્ટ્રેકટ કિલર તેજા હથોડા સુધી કોરોના-વાઇરસ પહોંચી ગયા અને એ કવૉરોન્ટાઈનમાં છે. કુમાર સેન અને સપના વર્ગીસ પીટરની ખૂબ નજીક છે. ગમે ત્યારે કંઈ પણ થઈ શકે."

ચક્ષ્ઠ ઉકળ્યો. "પાપે હમ લોગ ભી વહી તો બોલતે હૈ. ગમે ત્યારે કંઈ પણ થઈ શકે છે આપણું પણ. ઔર યાર મુખર્જી તું જરા કમલકાંત કો શાંત કર દે ફિલહાલ તાકિ વો મુંહ ન ખોલે."

ગોગોઈ ઉતાવળમાં બોલ્યો, "યસ, યસ, વો જરૂરી હૈ. ફોરેન ભાગને કા કુછ હો સકતા હૈ? કોઈ પ્રાઇવેટ પ્લેન?"

હવે મુખર્જી બગડ્યો, "આર યુ મેડ. અભી દો હી ઑપ્શન હૈ હમારે પાસ લક યા જેલ."

"મગર હમારે પૉલિટિકલ કૉન્ટેકટ હૈ ન?"

"વહ લક મેં આ ગયા. મગર એક બાર હમ લોગ એક્સપોઝ હો ગયે તો કોઈ કૉન્ટેકટ હમેં પહચાનેગા તક નહીં. તુમ લોગ ફોન રખો. મૈં કમલકાંત કો પટાતા હૂં", આટલું બોલીને બીજા ફોનથી કેશવ મુખર્જીએ કમલકાંતને ફોન લગાવ્યો.

સામે છેડે કમલકાંતને થયું કે આ ઉઘરાણી માટે ફોન કરે છે પણ આટલા પૈસા લાવવા ક્યાંથી? વાયદા આપીને પોતે કંટાળ્યો હતો અને મુખર્જી તો ભૂરાંટો થયો હતો. કમલકાંતે ફોન ન ઉપાડ્યો. ત્યાં મૅસેજ આવ્યો: 'ઇટ ઇઝ વેરી ઇમ્પૉર્ટન્ટ. અર્જન્ટ પ્લીઝ.'

'પ્લીઝ' શબ્દ વાંચીને કમલકાંતની આંખમાં આશાની ચમક આવી ગઈ. ફરી ફોન આવ્યો કે તેમણે તરત જ ઉપાડ્યો. 'નમસ્તે મુખર્જી બાબુ. ફ્રેશ હો રહા થા. બોલિયે."

"હમ તીનોને સોચા કિ જો હુઆ ઉસમેં આપકી કોઈ ગલતી નહીં. મગર રકમ બહુત બડી થી ઈસલિયે સબ બૌખલા ગયે. આપ પૈસા ભૂલ જાઈએ. વહ તો હમ કમા લેંગે. એક ઓર કામ આપકો સૌંપના હૈ. દો-તીન દિન મેં બતાતા હૂં. બાકી સબ કુછ ઠીક હૈ ના?"

"હાં જી, આપકી મહેરબાની હૈ. થૅન્ક યુ, થૅન્ક યુ વેરી મચ સર."

'ઔર હા, યહ બિન્દાસ ચૅનલ કે લફડે મેં હમારા કિસી કા નામ ન આયે વો જરા દેખ લેના, પ્લીઝ. બાય."

કમલકાંતના ચહેરા પર ટેન્શન વચ્ચેય સ્મિત આવી ગયું. "અચ્છા તો ઑપરેટિવ વાક્ય છેલ્લે આવ્યું... બિન્દાસ ચૅનલ કે લફડે મેં હમારા કિસી કા નામ ન આયે વો જરા દેખ લેના, પ્લીઝ..."

*

એડ બ્રેક બાદ રાધિકા દેશપાંડે ફરી દેખાઈ, ત્યારે તેની બૉડી લૅંગ્વેજમાં અલગ જોશ હતો ને ચહેરા પરની ઉત્તેજના ચાડી ખાતી હતી. "વેલ કમ બૅક દોસ્તો. અમારા કાર્યક્રમની સચ્ચાઈ પર શંકા કરનારાઓ માટે પેશ છે એક બ્રેકિંગ ન્યૂઝ, એક વીડિયો. પ્લીઝ સ્ટાર્ટ વીડિયો ક્લિપ."

સ્ક્રીન પર વીડિયો શરૂ થયો, જેમાં અપ્પાસાહેબ દેખાયા. એકદમ દુઃખી અને વ્યથિત સ્વરે તેઓ બોલવા માંડ્યા, "બિન્દાસ ચૅનલ પે જો ચલ રહા હૈ વહ સચ હૈ, સંપૂર્ણ સત્ય. રાહબર કુરિયર મેં જો હુઆ ઉસમેં મુઝે ભી ઘસીટા ગયા. વો કામ કિયા કમલકાંતને. ફિર ન જાને ક્યોં વો મુઝસે ખફા હો ગયા. મુઝ સે જુડી જુઠી પુરાની ખબરે ટીવી તક પહુંચાકર મુજે બદનામ કિયા ગયા. મેરી પાર્ટી ખતમ કરવાયી ઉન્હોને. ઈતના કરકે તસલ્લી ન મિલી તો મેરે પહલે પ્યારકી નિશાની જૈસે બેટે કિશોર કો ખોજ નિકાલા. યહ ગોપાલ રાવને કિયા, ઉસકે બેટે અશોક રાવને યા કમલકાંતને વહ મૈં નહીં જાનતા. પુલીસ કો ઢૂંઢના હોગા. ફિર કિશોર કો માર ડાલા ગયા. મેરે પુરાને સાથીઓકો ભી પરેશાન કિયા ગયા. મેરે બેટે જૈસે પક્યા યાની પ્રકાશભાઉ શેષાદ્રી કો મેરે ખિલાફ કર દિયા ગયા. આજ મૈં અપના વસિયતનામા બતા રહા હૂં. મેરે પક્ષકે વિધાયક અબ લોકતાંત્રિક તરીકે સે પાર્ટી ચલાયેગે. કમલકાંત, ગોપાલ રાવ, અશોક રાવ અને ન જાને કિન-કિન લોગો કી કરતૂતો કે કારણ આજ એક ઔર બેટા પક્યા ભી મુઝે છોડ ગયા હૈ..."

વીડિયોમાં બતાવાયું કે પક્યો મરેલો પડ્યો છે. "ઈસે કોવિડ ખા ગયા. અબ મૈં જીકે ક્યા કરુંગા?" અપ્પાસાહેબે એક ગોલી હાથ પર ચલાવી... "અબ દૂસરી ગોલી મેરે સરપે ચલેગી... જરૂર ચલેગી." અને વીડિયો અટકી ગયો.

ફરી રાધિકા દેખાઈ. "અપ્પાસાહેબને જો બોલા વહી કિયા. ઉન્હોને અપને માથે પર ગોલી મારકર ખુદખુશી કર લી. ઈતને મહાન નેતાકી મોત ખુદખુશી નહીં હૈ, મર્ડર હૈ. મર્ડર હૈ. ઉનકે ખૂનીકો ખોજના પુલીસ કી ડ્યૂટી હૈ.. હમ મૌન રખ કર ઉન્હે શ્રદ્ધાંજલિ દે."

પીન ડ્રોપ સાયલન્સ વચ્ચે પાંચેય મહેમાન અને રાધિકા હાથ જોડીને ઊભા રહ્યા. આમાંય પાંચેય મહેમાનોના ચહેરા પર રોષ-નારાજગી અને વેદનાના ભાવ વર્તાઈ આવ્યા હતા.

*

કમલકાંત ધડાધડ મોટા માથાને ફોન લગાવવા માંડ્યા પણ કોઈ એમનો ફોન ઉપાડવા રાજી નહોતું. પી.એમ.ઓ., રાજ્યના મુખ્ય પ્રધાન, પૂર્વ પ્રદેશના મુખ્ય પ્રધાન, કેશવ મુખર્જી... કોઈ કરતા કોઈ જાણે કમલકાંતને ઓળખતું નહોતું. તેઓ જાણે કોરોના વાઇરસથી ય ભયંકર વિષાણુ હોય એમ બધા સોશ્યલ ડિસ્ટન્સ જાળવવા માંડ્યા. કમલકાંતને પરસેવો વળવા માંડ્યો.

*

ગોપાલ રાવ હોલમાં ફરતા હતા ત્યાં સ્કોચનો ગ્લાસ લઈને પોતાના બેડરૂમમાંથી અશોક રાવ બહાર આવ્યો, કદાચ એ આઈસ લેવા જતો હતો. ન જાણે કેમ પણ અશોક રાવને નજીક બોલાવીને તેમણે વધુ પડતા પ્રેમથી પૂછ્યું, 'બેટા, તેં બિન્દાસ ચૅનલ પર બ્રેકિંગ ન્યૂઝ જોયા?'

'ના, ટીવી જોવા માટે ફાલતું ટાઇમ નથી મારી પાસે. એ તમારા જેવા રિટાયર્ડ માણસનું કામ હો.. હું તો..."

અશોક આગળ બોલે એ પહેલાં ગોપાલ રાવે એને જોરથી ધક્કો માર્યો. "બદમાશ... બેવકૂફ... બિન્દાસ ચૅનલ પર તારી તો ઠીક, મારી પૉલિટિકલ કરિયરની હત્યા થઈ ગઈ અને તું દારૂ ઢીંચી રહ્યો છે."

અશોક રાવ ઊભો થાય એ પહેલાં ગોપાલ રાવે એને લાત ફટકારી. "મારી જિંદગીની બે મોટી ભૂલ કઈ એ તને ખબર છે?"

નશા અને આઘાત વચ્ચે અશોક શું બોલવાનો? ગોપાલ રાવે આગળ ચલાવ્યું, "એક તને જન્મ આપ્યો. બે, અપ્પાસાહેબની પાર્ટી છોડી દીધી... જા ભાગ જલદી, નહીંતર ક્યાંક હું મારી નાખીશ તને..." આ શબ્દો સાથે ઉતાવળે પગલે ચાલીને ગોપાલ રાવ ખુદ પોતાના બેડરૂમમાં ગયા. તરત એ.સી. ચાલુ કર્યું, પંખો પણ અને રિમોટ કંટ્રોલથી ટીવી ચાલુ કર્યું. જાણે કોઈ ખજાનો લૂંટાઈ જવાનો હોય એમ રિમોટ કંટ્રોલથી ધડાધડ ચૅનલ બદલવા માંડ્યા.. ક્યાં ગઈ બિન્દાસ ચૅનલ?

*

'બિન્દાન ચેનલ'ના બૉસ ચંદ્રપ્રકાશ ઝાએ મોકલેલો સંદેશો વાચીને રાધિકાએ મહેમાનો સામે જોયું. "દોસ્તો, અમે નહોતા ઇચ્છતા કે અમારા કાર્યક્રમને સચ્ચાઈનું આવું ભયંકર, જીવલેણ પ્રમાણપત્ર મળે, પુરાવા મળે પણ સત્ય કેટલું બિહામણું હોય છે એ આપણને સ્વર્ગીય અપ્પાસાહેબની ટ્રેજેડીમાંથી સમજાયું. હવે જોઈએ કે આ ઘટના બાદ મુંબઈ પોલીસનું શું કહેવું છે? આપણે પોલીસ કમિશનર આનંદ રોયસાહેબના રિઍકશન જાણવાનો પ્રયાસ કરીએ. પ્લીઝ, આદરણીય કમિશનરસાહેબને ફોન લગાવો."

ચાર-પાંચ બેલ બાદ સામેથી 'હેલ્લો' સંભળાયું એટલે સ્ક્રીનના એક ખૂણામાં આનંદ રોયનો ફોટો આવ્યો અને વાર્તાલાપ શરૂ થયો.

"હલ્લો સર, હું રાધિકા દેશપાંડે, બિન્દાસ ચેનલ પરથી બોલું છું... સર..."

"રાધિકા, હું આપનો કાર્યક્રમ જોઈ રહ્યો છું... સાથોસાથ ગળાડૂબ વ્યસ્ત છું... તમે જાણો છો લૉકડાઉનના બંદોબસ્તનું ટેન્શન. આવા આંખ ઉઘાડનારા કાર્યક્રમ બદલ તમને અને ચેનલને ખૂબ ખૂબ અભિનંદન. આ પ્રોગ્રામમાં મળેલી કડી પર અમે સત્વરે આકરાં પગલાં ભરીશું એની ગૅરન્ટી આપું છું."

"થૅન્ક યુ વેરી મચ સર. સામાન્ય દિવસ હોત તો આપને આ ખૂબ મહત્ત્વના કાર્યક્રમમાં બોલાવ્યા જ હોત, પણ આપના વતી કોઈ આવી શકે ખરું?"

રાધિકા જાણતી હતી હકીકત છતાં દર્શકો સમક્ષ પોતાની આપવડાઈ બતાવવા તેણે આ સવાલ પૂછ્યો.

"રાધિકા થૅન્ક યુ. મારા ઑફિસર અને આસિસ્ટન્ટ કમિશનર સૂર્યવંશી થોડી મિનિટોમાં જ આપના પ્રોગ્રામમાં હાજર થઈ જશે. થૅન્ક યુ ઍન્ડ બાય."

"થૅન્ક યુ કમિશનર સર. દોસ્તો, સૂર્યવંશી સાહેબ આવે એની થોડી મિનિટોમાં જ આપણે એક વધુ વ્યક્તિને હાજર કરીશું. રાહબર રોબરી કેસને લીધે જ એનો જીવ નાહકનો જોખમમાં છે, જેને રાહબર કુરિયર કેસમાં સાવ અમસ્તો જ ઓનલી ઍન્ડ મેઈન વિલન બનાવી દેવાયો છે. એક નિર્દોષને ફસાવાયો છે."

પીટરને આ જ તો જોઈતું હતું.

*

જીવનના બધા પ્રોબ્લેમ માટે પોતે જવાબદાર છે, એમ થોડા સમયથી હેમાંગ પટેલ માનવા લાગ્યો હતો. કલ્પના અને આલિશાને સુખી થવાનો હક છે. હું તેમને અગાધ પ્રેમ પણ કરું છું. મારે લીધે તેઓ દુ:ખી થયા, જીવ જોખમમાં મુકાયો અને હજી પરાણે અહીં પડ્યા છે. કલ્પના ભલે બોલે, પણ મને છોડીને એ જઈ નહીં શકે. એના કરતાં હું એને કાયમ માટે મુક્ત કરી દઉં.

રિવૉલ્વર ફાયરિંગના ધડાકાથી કલ્પના અને ખાસ તો આલિશા એકદમ

દાદલો / 315

ગભરાઈ ન જાય એટલે હેમાંગે બિન્દાસ ચેનલના પ્રોગ્રામ 'સબ સે બડા ધમાકા: ઈન્સાફ મિલેગા?નો અવાજ અનમ્યુટ કર્યો. અવાજ વધાર્યો અને ટિપોય પરથી ઊંચકીને રિવોલ્વર લમણા પર મૂકી. આંખમાં આંસુ સાથે તેને કલ્પના, આલિશા, આણંદ, અમેરિક અને રાહબર સામે દેખાવા માંડ્યા. ત્યાં જ રાધિકાનો અવાજ સંભળાયો. "થોડી મિનિટોમાં જ આપણે એક વધુ એવી વ્યક્તિને હાજર કરીશું કે જેનો જીવ રાહબર રોબરી કેસને લીધે નાહક જોખમમાં છે..."

હેમાંગની આંખ ફાટી ગઈ, શ્વાસ ફૂલી ગયા. "કોની વાત છે આ? હું... અમે હોઈશું? જોવા દે, જાણવા દે..." તે ઉતાવળે ગયો અને દરવાજા પર હાથ પછાડવા માંડ્યો. "કલ્પના.. કલ્પના પ્લીઝ, દરવાજો ખોલ... જો શું થઈ રહ્યું છે... નહીંતર નહીંતર ટીવી ચાલુ કરીને બિન્દાસ ચેનલ ચાલુ કર... ફાસ્ટ... પ્લીઝ..."

*

ટીવી પર પોલીસ કમિશનર આનંદ રોયે કરેલી વાત સ્પષ્ટ ઈશારો હતી એ સૂર્યવંશી સમજી ગયા. તેઓ એકદમ એલર્ટ રહેવાની બધાને સૂચના આપીને બિન્દાસ ચેનલના સ્ટુડિયો તરફ વળ્યા.

રાધિકાની અન્ય એક વ્યક્તિને હાજર કરવાની ખાતરીથી મેજર મેજિશિયન, પ્રદીપ બંદોપાધ્યાય, સલોની માપસેકર, દૈવી દીક્ષિત અને કુમાર સેન એકદમ હરકતમાં આવી ગયાં. ત્યાં સુધીમાં લૉકડાઉનમાં બીમાર મામીને મળવા જવાનું પોલીસને બહાનું આપતી સપના વર્ગીસ પણ બિન્દાસ ચેનલની ઑફિસ નજીક કારમાં પહોંચી રહી હતી. એના બ્રાન્ડેડ પર્સમાં રૂપકડી નાજુક રિવોલ્વર પોતાને તક મળવાની એટલી આતુરતાપૂર્વક રાહ જોઈ રહી હતી કે પીટર ફર્નાન્ડિઝ દેખાયો એવો ખેલ ખતમ! આ બધા વચ્ચે માહોલમાં એક જ સવાલ ઊછળતો હતો: અબ તેરા ક્યા હોગા પીટર?

એ સાંજે મુંબઈની બધી પોલીસવાનના વાયરલેસમાં એક મૅસેજ સંભળાવા માંડ્યો: "નામચીન ગુંડો તેજા હથોડા દાદરના ક્વૉરોન્ટાઈન સેન્ટરમાંથી ફરાર. કાલ સાંજે ભાગી ગયાની શક્યતા. એનું વર્ણન છે..." પરંતુ 'બિન્દાસ ચૅનલ'ની ઑફિસવાળા બિલ્ડિંગ બહાર તહેનાત પોલીસવાળાના કાને આ મૅસેજ પહોંચ્યો નહોતો કારણ કે બધા સ્પેશ્યલ ઑપરેશનમાં ખડેપગે હતા.

બિન્દાસ ચૅનલની ઑફિસ એક બહુ જૂની, મોટી અને બંધ પડી ગયેલી ફેક્ટરીમાં હતી. એ જ ફેક્ટરી માલિકે લગોલગ એક વધુ ફેક્ટરી બનાવી હતી. એક ફેક્ટરીના ટેરેસ પરથી બીજી ફેક્ટરી પર જવાની વ્યવસ્થા હતી. આગ કે અન્ય કોઈ દુર્ઘટનામાં બચવા માટે આ વ્યવસ્થા ઉપયોગી થઈ પડે. બન્ને ફેક્ટરીનું કમ્પાઉન્ડ કૉમન હતું પણ મેઈન ઍન્ટ્રી ગેટ અલગ-અલગ હતા.

'બિન્દાસ ચૅનલ'ના શૉમાં ગજબનાક ધડાકાભડાકા થઈ રહ્યા હતા અને કોઈ પણ ઘડીએ ગમે તે થઈ જાય. ત્યારે મોટી કમ્પાઉન્ડ વૉલની એક તરફ પ્રદીપ બંદોપાધ્યાય, મેજર મેજિશિયન, સલોની માપસેકર અને પાંચેક હવાલદાર ઊભા હતા. બરાબર એમની સામે માજી ઍન્કાઉન્ટર સ્પેશિયાલિસ્ટ મયંક ગુપ્તા, સબ-ઇન્સ્પેક્ટર દૈવી દીક્ષિત અને સાત હવાલદાર ખડે પગે હતા. બન્ને ટીમને એક જ સ્પષ્ટ અને કડક સૂચના હતી. પીટર ફર્નાન્ડિઝ શૉમાં પહોંચવા માટે ગમે ત્યાંથી ઘૂસણખોરી કરી શકે છે. દેખાતાંવેંત પકડી લેવો. એ શક્ય ન બને તો પગમાં ગોળી મારવી. રિપિટ, પગમાં જ ગોળી મારવી. એનું જીવતા મળવું અનિવાર્ય છે.

આસિસ્ટન્ટ પોલીસ કમિશનર સૂર્યવંશી ચેલના સત્તાવાર દરવાજેથી અંદર પ્રવેશી ગયા. એ જ વખતે પાછળની બાજુ સાંજના અંધારામાં ભીંત પરથી એક ઓળો કમ્પાઉન્ડમાં કૂદ્યો. બન્ને તરફ ઊભેલી ટીમે આ જોયું. કોઈ કંઈ બોલે એ પહેલાં એક તરફથી સપના વર્ગીસે ગોળી છોડી જે સીધી એ માણસને ખોપરીમાં વાગી. લગભગ એ જ પળે બરાબર સપનાની સામેની દીવાલ પાસે ઊભેલા કુમાર સેને ધડાધડ ત્રણ-ચાર ગોળીઓ છોડી. કુમાર સેન એક દુકાનના ઓટલા પર હતો. તેણે નિશાન તાકેલો માણસ સપનાની ગોળીથી ઢળી પડ્યો,

એની બે સેકંડમાં કુમાર સેને છોડેલી એક પછી એક કરતા ત્રણ ગોળીએ સપના વર્ગીસનો ચહેરો બગાડી નાખ્યો.

ગણતરીની સેકંડમાં શું થઈ ગયું એ કોઈને સમજાયું નહીં. કુમાર સેને તૈયાર રાખેલો એસ. એમ. એસ. તરત મોકલી દીધો. 'પીટર સ્વર્ગવાસી'. એ જ સમયે મયંક મહેતાએ એને મુક્કો માર્યો. એ ઊભો થાય એ અગાઉ સબ-ઇન્સ્પેકટર દૈવી દીક્ષિતે એના માથા પર રિવૉલ્વર ધરી દીધી, બધા હવાલદારોએ એને ઘેરી લીધો.

અને કમ્પાઉન્ડમાં પડેલી વ્યક્તિએ છેલ્લીવાર હાથ-પગ હલાવ્યા અને ચિરનિદ્રામાં પોઢીને લૉકડાઉનમાંથી સદૈવ માટે સ્વતંત્ર થઈ ગયો.

*

પ્રોગ્રામમાં સૂર્યવંશીના આગમનને એક નાયકના જેવો આવકાર મળ્યો. રાધિકા દેશપાંડેએ પ્રોગ્રામમાં આવવા બદલ આભાર માન્યો. પાંચેય મહાનુભાવોએ પણ સૂર્યવંશીની નિષ્ઠા, કાર્યદક્ષતા અને પ્રામાણિકતાની પ્રશંસા કરી. સાથોસાથ કમિશનરસાહેબે એકદમ અનોખા કેસ માટે અત્યંત કાબેલ વ્યક્તિ પસંદ કર્યાનો આનંદ વ્યક્ત થયો.

સૂર્યવંશી બેસતાંવેંત વિચારમાં પડી ગયા અને એમની નજર ચારેતરફ ફરી રહી હતી. રાધિકા બોલી, "સર, આપને આજના પ્રોગ્રામ વિશે થોડું જણાવી દઉં એટલે આસાની રહે."

સૂર્યવંશી હસ્યા. "થૅન્ક યુ. તમારો પ્રોગ્રામ હું જોઈ રહ્યો હતો. હું એકદમ નજીકમાં જ હતો. એટલે તરત આવી ગયો. મને કંઈ કહેવાની જરૂર નથી."

"સર, તમે જોયું એ ઉપરાંતની થોડી વાત કરવાની છે. પહેલા આપણે લઈએ એક નાનકડો બ્રેક."

હકીકતમાં 'બિન્દાસ ચૅનલ'ના ઘણા પ્રાયોજકો ફોન પર ફોન કરીને ચંદ્રપ્રકાશ ઝા પાસે માગણી કરી રહ્યા હતા. વિનંતી કરી રહ્યા હતા કે આ લાઇવ પ્રોગ્રામમાં અમારી જાહેરખબર ચલાવો ને ચલાવો. ભયંકર મંદી અને લૉકડાઉનમાં સામેથી આવતી આવક કેવી રીતે જતી કરવી? ઝા પોરસાવા માંડ્યો કે પોતાની ચૅનલની ડિમાન્ડ પણ માસ્ક અને સેનેટાઈઝરની જેમ વધવા માંડી છે. એટલે રાધિકાને સૂચના આપી દેવાઈ હતી કે શક્ય એટલા વધુ બ્રેક આપ. ભલે, પ્રોગ્રામ લાંબો ચાલે. આવો મોકો ફરી નહીં મળે.

*

પોતાના કૉન્ટ્રેક્ટ કિલર કમ ઍન્કાઉન્ટર સ્પેશ્યાલિસ્ટ કુમાર સેનનો મૅસેજ 'પીટર સ્વર્ગવાસી'નો સ્ક્રીન શૉટ અશોક ગોગોઈ અને વિનોદસિંહ ચઢ્ઢાને મોકલીને

318 / દાદલો

કેશવ મુખર્જીએ સ્કોચની બાટલી મોઢે માંડી. ત્યાં જ ગોગોઈનો વીડિયો કોલ આવ્યો. ગોગોઈના હાથમાં બોટલ અને ચહેરા પર ખુશી જોઈને તેણે ચઢ્ઢાને સાથે જોડ્યો.

મોટો ઘૂંટડો ગળા નીચે ઉતારીને મુખર્જી બોલ્યો, "દેખા, કામ હો ગયા ન? પોલીસ દેખતી રહી ઔર... ઉસ પીટર કા કામ તમામ."

"યસ, યસ કૉંગ્રેચ્યુલેશન્સ. અબ વક્ત મિલતે હી કમલકાંત કો ભી દેખ લેંગે." ગોગોઈ બોલ્યો અને આગળ પૂછ્યું. "ઔર કુછ બતાયા સેનને?

"નહીં, સાલા ફોન હી નહીં ઉઠાતા..."

ચઢ્ઢાને ડહાપણની દાઢ ફૂટી. "અરે પાપે, પાગલ હો ક્યા તુમ લોગ? ખુદ કો બચાને કે લિયે ભાગતા હોગા, છૂપ ગયા હોગા યા અપની તરહ દારુ પી રહા હોગા." આ વાત પર ત્રણેય અટહાસ્ય સાથે સ્કોચની બૉટલ મોબાઇલ ફોનના સ્ક્રીન સામે લઈ જઈને બોલ્યા, "ચિયર્સ."

*

ચાર હવાલદાર અને દૈવી દીક્ષિત સાવચેતીપૂર્વક કમ્પાઉન્ડમાં પડેલી વ્યક્તિ તરફ આગળ વધી રહ્યા હતા. ચારેય હવાલદારના હાથમાં દંડા સાથે ટોર્ચ પણ હતી. નજીકમાં જઈને ચહેરા પર લાઇટ ફેંકીને એક હવાલદાર દૂર હટી ગયો. "બધા દૂર રહેજો, એકદમ દૂર."

દૈવીને આશ્ચર્ય થયું. "કેમ જીવતો છે? હજી? બૉમ્બ તો નથી ને પાસે?"

"ના, મરી ગયો છે. પણ આ તેજા હથોડા છે. એક નંબરનો બદમાશ, ગુંડો અને કૉન્ટ્રેક્ટ ક્લિર. અને હા, એને તો કોરોના વાઇરસને લીધે ક્વૉરન્ટાઈન સેન્ટરમાં રખાયો હતો. અહીં કેવી રીતે આવી ગયો મરવા માટે..."

દૈવીએ બૂમ પાડી. "બધા દૂર હટી જાઓ. ઍમ્બ્યુલન્સ બોલાવો. ખાસ જાણ કરજો કે મૃતક ક્વૉરન્ટાઈન સેન્ટરમાંથી ભાગી આવ્યો હતો."

પણ એ શા માટે ભાગી ગયો એ કોઈને ક્યારેય કહી શકવાનો નહતો. પીટર ફર્નાન્ડિઝની સુપારી મળી એટલે તે ફૉર્મમાં હતો. લાંબા સમયે કામ મળ્યું હતું અને એ પણ તગડી રકમ સાથે. આ કમબખ્ત લૉકડાઉને ક્લિર કોન્ટ્રાક્ટરને ય સાવ નવરા કરી નાખ્યો હતો. જાણે બધા કોન્ટ્રાક્ટ કોવિડ-૧૯ને ન મળી ગયા હોય! એમાં તેજાને પોતાના ખબરી અને પોલીસનાં સૂત્રોમાંથી થોડીઘણી માહિતી આવતી રહેતી હતી. પણ કોરોના વાઇરસે એ જાણે એના પગમાં બેડી નાખી દીધી એ તેજાથી સહન ન થયું. એમાંય પીટર કદાચ વરલીમાં આવે એવી માહિતી આવતા એકદમ ઝનૂન ચડ્યું: "શિકાર આટલો નજીક હોય ને હું રૂમમાં પુરાઈ રહું? અશક્ય." અને પીટરનો શિકાર કરવા માટે એ રાતનું અંધારું ઓઢીને

દાદલો / 319

છટકી ગયો ને પહોંચી ગયો વરલીમાં બિન્દાસ ચેનલની ઑફિસ સુધી પણ...

*

'બિન્દાસ ચેનલ'નો વધુને વધુ લોકપ્રિય થતો શૉ 'સબ સે બડા ધમાકા: ઇન્સાફ મિલેગા?' સાથે હવે સ્ક્રીન પર જમણી બાજુ નીચે એક કાઉન્ટર દેખાતું હતું. જેમાં દર્શકોની સંખ્યા બતાવાતી હતી. આ આંકડો વધી રહ્યો હતો એકધારો. આ વાત દર્શકોના અને પ્રાયોજકોના ખાસ તો ધ્યાનમાં લાવ્યા બાદ કૅમેરા રાધિકા દેશપાંડે પર ફોકસ થયાં.

રાધિકાએ કાર્યક્રમ આગળ વધાર્યો. "સૂર્યવંશી સર, આપે કાર્યક્રમ જોયો છે તો આપ કંઈ કહેવા માગો છો?" અચાનક કંઈક મૅસેજ આવતા તે બોલી. "વન મિનિટ પ્લીઝ... યહ પ્રોગ્રામ ચલ રહા હૈ તબ હમારે કમ્પાઉન્ડ મેં એક આદમી મરા પડા હૈ વહ પોલીસ કી ગોલીસે મરા યા ઔર કિસી ને મારા? ક્યા ઉસ કા રાહબર રોબરીસે સંબંધ થા? કૌન થા વહ? જલદી હી બતાયેંગે હમ. હા, સૂર્યવંશી સર અબ બોલીએ આપ." સૂર્યવંશી અવઢવમાં હતા કે પીટર મરી ગયો કે શું? છતાં વિચારો કળાવા દીધા વગર તેમણે શરુઆત કરી.

"હા, પહેલા સૌથી મહત્ત્વની વાત. મારી આટલી લાંબી કરિયરમાં ક્યારેય રાહબર રોબરી કેસ જેવો ગુંચવાયેલો અને ખૂબ જ ફેલાયેલો મામલો આવ્યો નથી. એક જ ક્રાઇમની શૃંખલામાં ન જાણે કેટકેટલાય અપરાધ... રોબરી, કિડનેપિંગ, મર્ડર, ઑન્કાઉન્ટર, ટેરરિઝમ... કદાચ પૉલિટિકલ હોર્સ ટ્રેડિંગ... કલ્પના બહારની રકમની સંડોવણી... ગારબેજ માફિયા. ડમ્પિંગ ગ્રાઉન્ડમાંથી રોકડા વીસ કરોડનું મળવું. તે સાથે એક લાશ, બે પોલીસ ઇન્સ્પેકટરની ધરપકડ... ન જાણે કેટકેટલું ય બનતું રહ્યું... તમારા સૌની જાણ બહાર કહી દઉં એક નવી વાત... હમણાં જ મને મૅસેજ આવ્યો કે આપની ચેનલના બિલ્ડિંગની બહાર એક કૉન્ટ્રેક્ટ ક્લિર માર્યો ગયો, એક યંગ લેડીનો ચહેરો ગોળીઓથી વીંધાઇ ગયો અને એક મહત્ત્વના માણસની ધરપકડ થઈ... રિયલી ભારતમાં જ નહીં, કદાચ દુનિયામાં સૌથી અલગ ટાઇપનો આ ક્રાઇમ કેસ છે."

સૂર્યવંશી શ્વાસ લેવા રોકાયા અને સામે મૂકેલા ગ્લાસમાંથી એક ઘૂંટડો પાણી પીધું. પોતાની જીતની શરુઆત થઈ હોય એવા ભાવ ચહેરા પર છુપાવવાનો નિષ્ફળ પ્રયાસ કરતાં રાધિકા બોલી. "થૅન્ક યુ સર. કબૂલ કે આ એકદમ હટ કે ક્રાઇમ કેસ છે. મને એ પણ ખબર છે કે તમે તપાસની બધી વાત આ મંચ પર જાહેર ન કરી શકો. પણ સર કોરોના વાઇરસ જેવી આફત કહીને નથી આવતી. એ જ રીતે આ કેસ અણધાર્યો-કલ્પનાતીત છે તો એ માટે આપે, એટલે પોલીસે શું કર્યુ?"

320 / દાદલો

“જુઓ યંગ લેડી, અમે અપ્પાસાહેબની પૂછપરછ કરી, એમનો ખાસ માણસ પક્યો ગાયબ હતો, તેને શોધતા હતા. પણ ખુદ અપ્પાસાહેબ પાસેથી જરાય સાથ ન મળ્યો. કમલકાંત, ગોપાલ રાવ અને અશોક રાવ પણ અમારી તપાસના રડારમાં હતા. કિડનેપિંગ અને રોબરીમાં સંડોવાયેલો મનાતો મનિયો માર્યો ગયો અને રંજન ડિકોસ્ટા પકડાઈ ગઈ. આ ઉપરાંત થોડી એવી વાતો છે જે રાષ્ટ્રીય સલામતીના હિતમાં જાહેર કરી શકાય એમ નથી.”

રાધિકા દેશપાંડે તાળી પાડવા માંડી “સરસ, ખૂબ સરસ સર. આ કેસને ઉકેલવા પોલીસે તનતોડ મહેનત કરી છે. પોતાના માણસોને ય છોડ્યા નથી. આપે ઘણાં નામ લીધાં. એમની આ કેસમાં સંડોવણી હોઈ શકે કે આપને ઉપયોગી માહિતી આપી શકે એમ હતા, બરાબર?”

“યસ એકદમ સાચું.”

“તો આપ જેનું ન નામ લઈ શક્યા એનો ફોટો આખા દેશના પોલીસ, અંડરવર્લ્ડ અને ખબરીઓની જમાત સુધી કેવી રીતે અને શા માટે પહોંચી ગયો? કદાચ એને અહીં આવતો રોકવા માટે મારી નાખવાના ઇરાદા સાથે જ અમારી ઑફિસ બહાર હમણાં ફાયરિંગ થયું હોય તો નવાઈ નહીં.”

ઇરાદાપૂર્વક અજાણ બનવાનો ડોળ કરતા સૂર્યવંશીએ પૂછ્યું, “કોની વાત કરો છો તમે?”

રાધિકા એક ખૂણા તરફ આંગળી ચીંધીને બોલી “આ માણસની, પીટર ફર્નાન્ડિઝની.” કૅમેરો સેટના દરવાજા તરફ ગયો, દરવાજો ખુલ્યો અને માસ્ક પહેરેલો પીટર ફર્નાન્ડિઝ અંદર આવ્યો.

બિન્દાસ ચેનલના ઑફિસના બિલ્ડિંગ અને એના જોડિયા બિલ્ડિંગમાં વૉચમૅન અલગ-અલગ. દિવસના અને રાતના પણ. પૂરેપૂરી જાતતપાસ અને પૂછપરછ કરીને ઝીણી ઝીણી માહિતી મેળવી હતી પીટરે. 'સબ સે બડા ધમાકા: ઇન્સાફ મિલેગા' વિશે એક-એક બાબત રાધિકા અને ચંદ્રપ્રકાશ ઝા સાથે નક્કી કરી લીધા બાદ પ્રોગ્રામના પ્રસારણના આગલા દિવસે એ મંઝિલ ભણી નીકળી પડ્યો. મોઢા પર માસ્ક, સૂરદાસ જેવા ગૉગલ્સ, મોઢાની ડાબી બાજુ મસો, જમણા હાથમાં ઇમ્પોર્ટેડ પ્લાસ્ટર અને ડાબા હાથમાં એક લાકડી સાથે એ આગળ વધતો હતો.

લૉકડાઉનની સખ્તાઈ વચ્ચે આગળ વધવાનું આસાન નહોતું, પણ એનો દેખાવ ખૂબ મદદરૂપ થતો હતો. ચેનલની ઑફિસના બિલ્ડિંગવાળી ગલી આવી એટલે પીટર ઉતાવળે પગલે ચાલવા માંડ્યો. એપ્રિલની બપોરની ગરમીએ એને પરસેવે રેબઝેબ કરી નાખ્યો જે એ ઇચ્છતો જ હતો. ચેનલની ઑફિસના જોડિયા બિલ્ડિંગના દરવાજા પાસે ઊભો રહીને એ હાંફવા માંડ્યો. ગભરાટભર્યા અવાજે બોલ્યો, "કોઈ... કોઈ હૈ ક્યા?" એની ધારણા મુજબ વૉચમૅને એને જોયો. ગણતરી મુજબ સૂરદાસને જોઈને એને સહાનુભૂતિ ઉપજી. એ દરવાજા પરથી બે ડગલાં આગળ વધ્યો. "ક્યા હુઆ? કુછ ચાહિયે ક્યા?"

"ઉપરવાલે કી મહેરબાની હૈ ભાઈસા'બ. મગર દો બદમાશ પીછે પડે હૈ. મુઝ જૈસે લાચાર કો ભી નહીં છોડતે. બોલા કિ સબ દે દો વર્ના મર ગયે સમજો", આટલું બોલતા બોલતા એ હાંફવા માંડ્યો. ગજવામાંથી રૂમાલ કાઢીને પરસેવો લૂછવા લાગ્યો. "કુછ વક્ત છૂપને કી જગહ મિલ જાયે તો બડી મહેરબાની હોગી આપકી સા'બ."

પોતાને કોઈ "સા'બ, સા'બ" કહે એ બહુ ગમ્યું વૉચમૅનને. એમાંય સૂરદાસ ને પાછો ભીંસમાં, મદદ કરવામાં કંઈ ખોટું ન લાગ્યું. "ફટાફટ અંદર ચલે જાઓ. પૂરા બિલ્ડિંગ ખાલી પડા હૈ."

અને સર્વસ્વ મળી ગયાની ખુશી સાથે પીટર આગળ વધવા માંડ્યો. વૉચમૅન નજીક આવતા ખિસ્સામાંથી બસો રૂપિયાની નોટ કાઢીને એની સામે ધરી.

વૉચમેનના ચહેરા પર ખુશી આવી પણ મોઢામાંથી શબ્દો અલગ નીકળ્યા. "અરે નહીં ભાઈ. મુસીબત મેં ફસે કો આશરા દેના તો હમરા ફરજ હય, ધરમ હય."

"સા'બ આપે કે લિયે થોડી ન હૈ... ચાચાસે મીઠાઈ પાને કા બચ્ચોં કા હક કાહે છીન રહે હો? પ્લીઝ લે લો સા'બ. મુઝે બહુત ખુશી હોગી."

વૉચમેને એને અડી ન જવાય એમ સોશ્યલ ડિસ્ટન્સ જાળવીને બસોની નોટ લીધી, ખિસ્સામાંથી નાની બૉટલ કાઢીને નોટ પર સેનેટાઈઝર છાંટ્યા બાદ પોતાની ખુરશી પર મૂકી અને એ ઊડી ન જાય એટલે એના ઉપર મૂકી પોતાની ચૂના-તમાકુની ડબ્બી. "પાંચ બજે હમરી ડ્યૂટી ખતમ હો જાયેગી. તબ તક જાઓ તો ઠીક હય, વર્ના નાઇટ વૉચમેન રાજિન્દર કો હમરા નામ દેના." માથું હલાવીને પીટર બિલ્ડિંગમાં ગયો. પછી નીચો નમીને દાદરા ચડવા માંડ્યો. મકાન એકદમ અવાવરું અવસ્થામાં હતું.

ઘણા કલાકો કાઢવાના હતા આમાં. સૂકા નાસ્તા અને ખૂબ આરામ સાથે જેમ તેમ કરીને એ મુદત કાઢી અને અત્યારે એ 'સબ સે બડા ધમાકા: ઇન્સાફ મિલેગા?'માં માસ્ક સાથે પ્રવેશી રહ્યો હતો.

રાધિકાએ તાળીઓ પાડી. "પ્લીઝ વેલકમ અવર મોસ્ટ ઇમ્પોર્ટન્ટ ગેસ્ટ, હીરો ઑફ ધ શૉ મિસ્ટર પીટર ફર્નાન્ડિઝ."

પાંચેય અતિથિ સાથે સૂર્યવંશી પણ તાળી પાડવા માંડ્યા. એના મોઢા પરનું માસ્ક સૂર્યવંશીને ખટક્યું. તેઓ બોલી પડ્યા, "માસ્ક હટે તો ખબર પડે કે કોણ છે?

એમની સામે જોઈને પીટર હસ્યો. "સર, આપે મારો ફોટો અનેક વાર જોયો છે. આપના થકી સેંકડો-હજારો સુધી પહોંચ્યો છે. અત્યારે પણ હું ચહેરો છુપાડવા માગતો નથી, કારણ કે મેં કંઈ ખોટું કર્યું નથી. કોરોના વાઇરસથી બચવા માટે આ માસ્ક મોઢા પર છે, છતાં આપ સૌ માટે માસ્ક કાઢી નાખું છું. ચેનલના કેમેરામેનને વિનંતી કરીશ કે આખા ભારતમાં બધા મારા જીવ પાછળ ન પડી જાય એટલે મારો ચહેરો બ્લર કે ઝાંખો કરી નાખશો, પ્લીઝ?"

રાધિકા દેશપાંડેએ તરત સૂચના આપી, "સ્યોર, ટેક્નિકલ ટીમ પ્લીઝ બ્લર હિઝ ફેસ."

પીટરે માસ્ક ઉતાર્યો. એટલે સૂર્યવંશીને ખાતરી થઈ કે આ ગોવાવાળો જ માણસ છે, જેનો ફોટો સલોની પાસે છે.

રાધિકાએ ઘડિયાળમાં જોયું. "આઠ બજનેવાલે હૈ, પૂરા કેસ ક્યા હૈ યહ સબ હમ જાનતે હૈ. મગર પીટર ફર્નાન્ડિઝ ઉસમેં ક્યું ઔર કૈસે ફસે? યહ

કોઈ નહીં જાનતા. આપ કુછ કહેંગે સૂર્યવંશી સર?"

પોતાના પત્તા ખોલવાને બદલે આ માણસને સાંભળવામાં અને એના સ્ટેટમેન્ટમાં શક્ય એટલી ભૂલ શોધવામાં સૂર્યવંશીને રસ પડ્યો. તેમણે સામો વિવેક કર્યો. "નહીં, પહેલે પીટર ફર્નાન્ડિઝ કો સુનતે હૈ કિ ઉન્હે ક્યા કહેના હૈ? કૈસા અન્યાય હુઆ હૈ?"

બાકીના પાંચેય મહેમાનોને આ ઑફર કરનારા સૂર્યવંશી દયાળુ લાગ્યા. પણ પીટર દાવ સમજી ગયો. "થૅન્ક યુ સર. ખુશી હુયી યહ જાનકર કિ કોઈ મુઝ જૈસે બેગુનાહ કો સુનના ચાહતા હૈ. કહાં સે શુરુ કરું સર?"

સૂર્યવંશી મૂંઝાયા પણ કળાવા ન દીધું. "જહાં સે અન્યાય હોના શુરુ હુઆ વહાં સે શરુઆત કરે તો બહેતર હૈ."

પીટરને સૂર્યવંશીની આ ચાલ પણ ગમી. હવે એનો વારો હતો પ્યાદું ચલાવાનો, ચેકમેટ આપવાનો. તેણે શરુઆત કરી. 'મૈં ગોવા ગયા થા. વહાં ઍરપૉર્ટ પર મૈંને અપના મોબાઇલ ફોન તોડ ડાલા. ક્યા વહ ગુનાહ હૈ?"

પાંચેય મહેમાનોએ ડોકું હલાવીને નનૈયો ભણ્યો. પીટરે આગળ ચલાવ્યું. "ગર્લ ફ્રેન્ડ સે પૉસિબલ બ્રેકઅપ કે ખબર કા ઇંતેઝાર થા. વહ ન્યૂઝ મિલતે હી ઉસ નંબર ઔર મોબાઇલ ફોન સે મુઝે નફરત હો ગઈ. ઉસી ફોન પર ન જાને કિતને વાદે કિયે થે, કસ્મે ખાયી થી. પણ એ પૈસાને પ્રેમ કરતી હતી. એટલે યહ તો હોના હી થા. ઇસલિયે મૈંને એક દૂસરા મોબાઇલ ફોન પાને કી વ્યવસ્થા કર રખી થી. યહ વિચિત્ર હૈ મગર ક્યા ગુનાહ હૈ? ઔર મૈં જાનતા થા કિ ઍરપૉર્ટ પર સીસીટીવી હોતા હૈ... ફિર ભી ક્યા યહ અપરાધ હૈ?"

પાંચેય મહાનુભાવો બોલી પડ્યા. "નહીં, નો, નો. કેન નોટ બી.' પણ સૂર્યવંશી ચૂપ રહ્યા. એકદમ શાંત. તેઓ સામે બેઠેલા ઇસમને સમજવા મથી રહ્યા હતા. "થૅન્ક યુ. સચમુચ મેરા કોઈ ગુનાહ નહીં થા. ફિર ભી મૈં પૉસિબલ ટેરરિસ્ટ બન ગયા. ક્યા મેરી કોઈ ગલત હરકત કે પ્રૂફ મિલે પુલીસ કો?"

સૂર્યવંશીના મૌનને લીધે પીટર આગળ બોલવા જાય એ અગાઉ જતીન પરાંજપેએ સૂર્યવંશી સામે જોઈને બોલ્યો, "હૈ કોઈ પ્રૂફ પુલીસ કે પાસ? પરાંજપેની સ્ફૂર્તિ જોઈને એકનાથ સુનિતા કૂદી પડ્યાં, "પ્લીઝ સે સમર્થીંગ મિસ્ટર સૂર્યવંશી."

સૂર્યવંશીએ ખોંખારો ખાધો. "જુઓ, આ પબ્લિક પ્લેટફોર્મ છે. હું મારી ફરજની શરતોથી બંધાયેલો છું. બધું જાહેરમાં ન બોલી શકું. પહેલા આપણે આની વાતો સાંભળી લઈએ. ગોવામાં બીજું કંઈ વિચિત્ર થયું હતું?"

"ગર્લફ્રેન્ડે છોડી દીધા બાદ આખી લાઈફ વિચિત્ર થઈ ગઈ હતી. હું ક્યારેક દરિયા કિનારે ભટકતો, દારૂ પીતો અને..."

"કેસિનોમાં જઈને કેવી ઑફર કરતા હતા એ નહીં કહો?

"એ જ વિચિત્રતા, ગાંડપણ. મારા મગજ પર પૈસા જ છવાઈ ગયા હતા. હા, હું કેસિનોમાં જઈને ગાંડીઘેલી વાતો કરતો હતો. કેસિનોના માલિકને બોલતો હતો કે તમને રોકડા ૧૦-૨૦ કરોડ આપું. એમાંથી ૨૫-૩૦ ટકા રાખીને તમે મને બાકીના પૈસા પાછા આપશો?" આટલું બોલીને પીટર ખડખડાટ હસવા માંડ્યો. "કાશ પૂરતા પૈસા હોત તો મારા પ્રેમની હરાજી ન થઈ હોત ને વધુ બોલી લગાવીને કોઈ મારી પ્રેમિકાને લઈ ન ગયું હોત. મેં આવું કર્યું હોત તો એ ચોક્કસ ક્રાઈમ ગણાય, પણ માત્ર એમ બોલવું એ પણ ગુનો ગણાય ખરો?"

પાંચેય મહેમાનોએ નકારમાં ડોકું ધુણાવ્યું. સૂર્યવંશીથી બોલી પડાયું. "સ્માર્ટ વકીલ જેવી દલીલ કરો છો?"

"સર, મુસીબત ભલભલાને ઘણું શીખવી દે અને હું તો માત્ર સચ્ચાઈ કહી રહ્યો છું. આપ લોકોના ઉત્સાહને લીધે ન જાણે ક્યારથી ભાગતો ફરું છું. જીવ બચાવતો ભાગું છું."

સૂર્યવંશી સમજી ગયા કે આ કાર્યક્રમમાં એક માત્ર ટાર્ગેટ પોતે એટલે કે પોલીસ છે. તેમણે નક્કી કર્યું કે હવે ચૂપ રહેવાનું મોંઘું પડશે, વર્દીની ઇમેજ બગડશે. તેઓ ખુરશી પરથી ઊભા થઈ ગયા. આ ડ્રામામાં રાધિકાને વધુ રસ પડ્યો. સૂર્યવંશી આગળ વધ્યા. "મિસ્ટર પીટર, હવે આપણે આંખમાં આંખ મિલાવીને વાત કરીએ."

પીટર પણ નાટકીયતા પર ઉતરી આવ્યો. "આપ જેવા મોટા પોલીસ ઑફિસર સાથે આંખ મિલાવવાની મારી હેસિયત નથી. ડર લાગે છતાં પ્રયાસ કરીશ, સર. પૂરેપૂરી ઇમાનદારીથી."

"આ જીવ બચાવવાની દોડધામમાં કે પછી ફટાફટ પૈસા કમાઈ લેવાના ઇરાદે તમે મુંબઈ આવ્યા. રાહબર કુરિયર કંપની સુધી..."

"સર, આ તો કોઈ સારા ફિક્શન રાઇટરને ન સૂઝે એવી અફલાતૂન કલ્પના છે. કોઈએ મને રાહબર કુરિયરને લૂંટતા જોયો? ના. એની આસપાસ જોયો? ના. કોઈએ મને રાહબરના માલિક હેમાંગ પટેલને કિડનેપ કરતા જોયો? ના. જો અપહરણ અને લૂંટ ખરેખર થયા હોય તો એ કરનારામાંથી કોઈએ મારું નામ આપ્યું? ના. મને ઓળખ્યો? ના. એમ આઇ રાઇટ સૂર્યવંશી સર?"

સૂર્યવંશી ઇરાદાપૂર્વક ચૂપ રહ્યા. છૂટકો નહોતો. પાંચેય મહેમાનોએ એમની સામે જોઈને મોઢું બગાડ્યું. સૂર્યવંશીએ પરાણે મોઢું ખોલ્યું. "રાહબર કુરિયરમાંથી રાબેતા મુજબના હીરા-જવેરાત અને રોકડ ઉપરાંત ખૂબ મોટી રકમ લૂંટાઈ હતી એટલે હું વધુ નહીં બોલી શકું."

"અચ્છા? કેટલી હતી એ રકમ બે-પાંચ લાખ કે બે-પાંચ કરોડ?

સૂર્યવંશી એકદમ ચૂપ રહ્યા. પીટર જોશ સાથે બોલ્યો, "ગુડ. આજેય આપને રકમનો આંકડો ખબર નથી પણ લૂંટારો હું છું એ ખબર છે. ગ્રેટ. બાય ધ વે, કોણે મોકલી હતી આ રકમ?'

"કોઈ બુક પબ્લિશરના પાર્સલમાં હતી?"

"એટલે બુક પબ્લિશરે મોકલી હતી?"

"ના, ના. એ ખબર નથી."

"અચ્છા, મોકલનારનું નામ ખબર નથી. પણ હું, રોબર છું એ ખબર છે. બરાબર?" રાહબરના માલિક હેમાંગ પટેલે આ સો કોલ્ડ મોટી રકમ લુંટાયાની ફરિયાદ લખાવી?"

"ના. એમને ખબર નથી કંઈ?"

પીટર તાળી પાંડવા માંડ્યો. "જેની કંપનીમાં લૂંટ થઈ એને આ તથાકથિત બહુ મોટી રકમની જાણ સુધ્ધાં નથી છતાં એ લૂંટાઈ અને આપના માટે લૂંટારો હું છું, બરાબર?"

સૂર્યવંશી કંઈ ન બોલ્યા. પાંચેય મહાનુભાવો એમને વિક્કારની નજરે જોઈ રહ્યા. પીટર એકદમ રડમસ થઈ ગયો. 'સર, આપને કંઈ ખબર નથી. અને નિયમોના નામે કંઈ બોલતા નથી. પણ મારી હાલત શું થઈ એ જાણો છો? એ રકમ આંચકી લેવા કેટકેટલા લોકો મારો જીવ લેવા પાછળ પડી ગયા. અને હા, આપના ડિપાર્ટમેન્ટના બે ઇન્સ્પેક્ટર કંઈક વીસેક કરોડ સાથે પકડાયા, બે લાશ મળી. તો એ બે પોલીસવાળા મારા સાથી હતા ખરા?"

સૂર્યવંશી કંઈ ન બોલ્યા. રાધિકા તરત જ પીટર પાસે પહોંચી ગઈ. "અમને

સૌને અને કરોડો દર્શકોને આપની સાથે સહાનુભૂતિ છે. આપ પાણી પીઓ, ચા-નાસ્તો કરો અને થોડા રિલેક્સ થાઓ. ત્યાં સુધી આપણે લઈએ એક નાનકડો બ્રેક.”

*

બ્રેક સાંભળતા જ વિનોદસિંહ ચઢ્ઢાએ કોઈને નંબર જોડ્યો. ‘બિન્દાસ ચેનલ જુએ છેને? એનો હીરો મને જોઈએ છે. શક્ય હોય તો જીવતો, નહીંતર મરેલો. કામ મારું ને રકમ તું બોલ એ.”

“પણ આ હાલતમાં હું દુબઈથી કેવી રીતે આવું?”

“અરે યાર મોહમ્મદ ઇબ્રાહિમ એ સમજું છું. હું કોઈકને કામ સોંપી દે પણ કામ થવું જોઈએ'.

“ઠીક છે. જીવતા આપવાનું એક ખોખું, મારી નાખવાનું અડધું ખોખું? ઓકે?”

'હા, હવાલાથી દસ લાખ મોકલાવું છું, પણ કામ થવું જ જોઈએ હો.”

દુબઈમાં ફોન મુકાયો પછી કેશવ મુખર્જી અને અશોક ગોગોઈના ફોન આવ્યા પણ ચઢ્ઢાએ ન ઉપાડ્યા. સ્કોચની બૉટલ ઉપાડીને વૉશ-બેસિનમાં ખાલી કરીને એ ટીવી સામે ગોઠવાઈ ગયો. પણ ‘બિન્દાસ ચેનલ’ પર જાહેરખબરોનો મારો ચાલતો રહ્યો બાર મિનિટ સુધી. વચ્ચે રાધિકા દેશપાંડેએ દેખા દઈને માહિતી આપી, ‘બધી પાર્ટી ગંભીર ચર્ચા બાદ ખૂબ મહત્ત્વના નિર્ણય પર આવશે ત્યાં સુધી જુઓ આ પ્રોગ્રામની હાઈ લાઈટ્સ જુઓ. પછી એસ.એમ.એસ.થી કરો ન્યાય કે પીટર ગુનેગાર છે કે નિર્દોષ? સાચા જવાબ આપનારને બિન્દાસ ચેનલના પ્રોગ્રામમાં બોલાવાશે. સાથે સરપ્રાઇઝ ગિફ્ટ. પ્રોગ્રામ ચાલશે ત્યાં સુધી જ વોટિંગ કરી શકશો. આ છે નંબર.....” પછી હાઈલાઇટ્સ અને જાહેરખબરો લગભગ ૩૫ મિનિટ ચાલતી રહી. પીટરનો કેસ દેશભરમાં ચર્ચાવા માંડ્યો. સોશ્યલ મીડિયા પર હજારો જજ પેદા થઈ ગયા. મોટા ભાગના પીટરના બચાવમાં ઉતરી પડ્યા. પોલીસથી થૂં થૂં થવા થવા લાગી.

*

રાધિકા દેશપાંડે ફરી દેખાઈ ત્યારે એનો ડ્રેસ નવો હતો, મેકઅપ વ્યવસ્થિત હતો અને ચહેરા પર કૃત્રિમ પણ વિનયી સ્મિત હતું. “પાંચ મહાનુભાવો અને સૂર્યવંશી સરે લીધેલો નિર્ણય પીટર ફર્નાન્ડિઝને મંજૂર છે, પણ થોડી શરતો સાથે. હું એકનાથ સુનિતાજીને રિક્વેસ્ટ કરીશ કે તેમની ચર્ચા વિશે દર્શકોને જણાવે.”

એકનાથ સુનિતાએ ચહેરા પર ગંભીરતા સાથે વાત આરંભી. ‘આવો અદ્ભુત કેસ મેં કદી જોયો, સાંભળ્યો કે વાંચ્યો નથી. કોઈ વાતના ધડમાથા નથી છતાં એક માણસને ગુનેગાર, લૂંટારો, ખૂની, આતંકવાદી બનાવી દેવાયો છે! હું કોર્ટમાં

દાદલો / 327

અરજી કરીશ કે આ કેસની ફાસ્ટ ટ્રેક કોર્ટમાં સુનાવણી થાય. સુઓ મોટો સુનાવણી અનિવાર્ય છે આ મામલામાં."

જતીન પરાંજપેએ તાળી પાડી. "હા, આમાં મારા એક સૂચનનો સ્વીકાર થયો છે કે પીટરને જ્યુડિશિયલ કસ્ટડીમાં રખાય. એની જે પૂછપરછ થાય એ અમારા ચારેયની સામે જ થાય અને એનું કેમેરામાં રેકોર્ડિંગ થાય."

રોહિણી મઝુમદાર વાળની લટ બરાબર કરતા એકદમ સીરિયસ થઈ ગયા. "સમજ નથી પડતી કે શું કહું? હું સરકારમાં રજૂઆત કરીશ કે સાવ બેગુનાહને ખોટા ન ફસાવાય એ માટે નવો કાયદો ઘડે. પોલીસને મનમાની થોડી કરવા દેવાય?"

શીરીન પરેરાએ બન્ને હાથ મોંઢા પર મૂકી દીધા. 'હું પીટર માટે બધી સેલિબ્રિટી અને એક-એક આમ આદમીનો સપોર્ટ માગીશ. એનો કેસ પતી ન જાય અને એ નિર્દોષ છૂટી ન જાય ત્યાં સુધી રોજ અને અલગ-અલગ પરામાં એના માટે પ્રાર્થના કરીશું અને કેન્ડલ માર્ચ કાઢીશું."

અર્જુન દીવાને વિચિત્ર ભાવભંગીમાં સાથે બૂમ પાડી "એક પુરુષને અન્યાય નહીં થવા દઈએ અમે. કોઈ સંજોગોમાં નહીં."

પાંચેયનું વક્તવ્ય પત્યા બાદ રાધિકાએ સૂર્યવંશી સામે જોયું. સૂર્યવંશી હળવેકથી ઊભા થયા, કદાચ શબ્દો ગોઠવતા હતા.

"મેં કમિશનરસાહેબ સાથે વાત કરી અને તેમણે સ્ટેટના હોમ મિનિસ્ટર સાથે સુઓ મોટો કેસ ફાસ્ટ ટ્રેક કોર્ટમાં શરૂ થાય એમાં અમે દિલથી સંમત છીએ. હું પ્રોમિસ કરું છું કે કોર્ટમાં અમારા પ્રયાસ પીટર કે કોઈને ફસાવવાના નહીં હોય પણ સત્ય સુધી પહોંચવાના અને ન્યાયની ગરિમા વધારવાના રહેશે."

જાણે પોતાની વ્યક્તિગત જીત હોય કે પોતે પીટરની ઉદ્ધારક હોય એવા ભાવ સાથે રાધિકાએ પુરને હરાવનારા સિકંદરની અદાથી એની સામે જોયું. પીટરે બે હાથ જોડ્યા "સન્માનીય મહાનુભાવોએ લીધેલો નિર્ણય હું શિરોમાન્ય રાખું છું. આ દેશના ન્યાયતંત્ર પર મને વિશ્વાસ છે. પુરાવા અને સાક્ષીઓને આધારે જ ન્યાય તોળાશે. પોલીસની મર્યાદા અને એમના પરના દબાણ હું જાણું છું. શક્ય છે કે કોઈએ મને ઇરાદાપૂર્વક વિલન ન બનાવ્યો હોય. એક પછી એક સંજોગો એવા નિર્માણ થયા હોઈ શકે. હું પોલસની શરણાગતિ સ્વીકારું છું. ચોવીસે ચોવીસ કલાક મારા પર સીસીટીવી કેમેરાથી નજર રાખવી કે જેથી હું કોઈ ચાલાકી ન કરું. આશા છે આ વિનંતિ માનવામાં કોઈને વાંધો નહીં. આ કાર્યક્રમમાં ભાગ લેનારા મહાનુભાવો ઉપરાંત એક-એક દર્શકે મને ન્યાય

મેળવવામાં ઐતિહાસિક મદદ કરી છે. થૅન્ક યુ વેરી મચ એવરીવન.”

આ માણસે મીડિયાનો એટલી ચાલાકીથી પોતાની તરફેણમાં ઉપયોગ કર્યો કે સૂર્યવંશીને સમજાતું નહોતું કે એના પર નારાજ થવું કે ખુશ? “પરંતુ એમ હું એને આસાનીથી છોડવાનો નથી.”

એ સમયે ટીવીના ફુલ સ્ક્રીન પર એસએમએસનો સ્કોર આવ્યો: ફુલ મૅસેજ ૨૫૩૧૯૫૯૧૦. ૮૯ ટકા માટે પીટર નિર્દોષ, ૪ ટકા માટે પીટર દોષિત, તો ૭ ટકા હતા અનિશ્ચિત. આ રિઝલ્ટ માટે હીરોનું રિઍક્શન બતાવવા કૅમેરો પીટરના ચહેરા પર કલોઝમાં ગયો, એ હસતો હતો.

પ્રોગ્રામની સમાપ્તિ બાદ સૌ એકમેકને મળતા હતા. સૂર્યવંશીને સંભળાયું ‘ચેક મેટ’. પાછા વળીને જોયું તો પીટર વિજેતાની અદાથી દૂર જઈ રહ્યો હતો. એ વિચારતો હતો કે ક્યાંક સંતાઈને આ કાર્યક્રમ જોયા બાદ રોઝી કેટલી ખુશખુશાલ હશે. મુક્તિ મેળવવાના અને જીવતા રહેવાની સ્યોર શોટ વિક્ટરી આડે થોડા મહિનાઓ બાકી છે. નામ પૂરતી ઔપચારિકતા જ છે એ. પહેલા દાવમાં મેળવેલી અભૂતપૂર્વ જીત બદલ કોઈ ઈર્ષાથી, કોઈ ગુસ્સાથી, કોઈ અહોભાવથી અને કોઈ સહાનુભૂતિથી પીટરને નિહાળી રહ્યા હતા. પરંતુ આ બધાથી બેપરવાહ રહીને ભવિષ્યના દાવપેચ ગોઠવવામાં મગ્ન થઈ ગયો હતો દાદલો.

* * *

પ્રફુલ શાહ

મૂળ રાજવી કવિ કલાપીના ગામ લાઠીના વતની. ચાર દાયકાથી મુંબઈના ગુજરાતી પત્રકારત્વ આલમમાં સક્રિય પ્રફુલ શાહ હજારો લેખ અને કેટલીય લોકપ્રિય કૉલમ લખી ચૂક્યા છે. 'જન્મભૂમિ', 'ગુજરાત સમાચાર', 'મિડ-ડે' અને 'સમાતંર પ્રવાહ' જેવા નામાંકિત અખબારોમાં મહત્વપુર્ણ જવાબદારી સફળતાથી નિભાવી છે. હાલ એશિયાનાં લગભગ બે દાયકા જૂના ઐતિહાસિક અખબાર 'મુંબઈ સમાચાર'માં સક્રિય.

સાથોસાથ સિનેમાના ઊંડા અભ્યાસી. આસપાસનાં સાચુકલા માનવીની જીવતીજાગતી પ્રેરણાદાયક વાતોને ઊંડા સંશોધન અને રસપ્રદ શૈલીમાં રજૂઆત એ એમની વિશેષતા છે.

૨૦૧૯ના ઑગસ્ટમાં તેમના નામે અનોખો વિક્રમ નોંધાયો: માત્ર ૧૫ દિવસમાં તેમની સંકલ્પના અને સંશોધનવાળી બબ્બે વેબ મુવી 'બારોટ હાઉસ' અને ''પોષમ પા' Zee પર રિલીઝ થઈ. કોઈ ગુજરાતી કે ભારતીય લેખક કે પત્રકાર આવું સિદ્ધ કરી શક્યા નથી. પાંચ આંતરરાષ્ટ્રીય ફિલ્મ ફેસ્ટિવલ અટેન્ડ કરી ચૂકેલા પ્રફુલભાઈએ 'અજબ ગજબ કસબ' અને 'એક પટરાણી, એક ખટપટરાણી' નામના નાટક લખ્યાં છે.

ટીવી સીરિયલમાં 'સ્વપ્ન કિનારે', (ગુજરાતી-૧૦૦ જેટલા એપિસોડ), જીવનજ્યોતિ (૧૩ એપિસોડ) અને 'રજની' સહિતની કેટલીક સિરિયલમાં લેખન કર્યું છે. છોગામાં 'ધ વ્હાઇટ લૉન્ડ', 'ફાધર્સ ડે' (નવલકથા પર આધારિત) અને 'ગુરખા સૈનિક વિષ્ણુ પ્રસાદ શ્રેષ્ઠ' પર બાયોપિક ફિલ્મમાં એમની કલમની કમાલ છે.

લેખકના અન્ય પુસ્તકો

૧. 'દ્રશ્યમ-અદ્રશ્યમ' (દૈનિક અખબારમાં ધારાવાહિક પ્રાગટ્ય, પછી પુસ્તક સ્વરૂપે ગુજરાતી અને મરાઠીમાં)

૨. 'ફાદર્સ ડે' (અંગ્રેજી-હિન્દી ભાષામાં)

૩. 'યુદ્ધ કેસરી' (મહારાષ્ટ્ર રાજ્ય ગુજરાતી સાહિત્ય અકાદમી પુરસ્કાર)

૪. 'સરનામા ઝિંદાદિલીનાં' (પ્રેરક વ્યક્તિત્વ)

૫. 'અગ્નિજા' (ડૉક્યુ-નોવલ)

૬. ઇતિહાસ પાછળનો ઇતિહાસ

૭. લાઇફ IM પોસિબલ
(ડૉક્યુ-નોવલ ગુજરાતી, અંગ્રેજી, હિન્દી અને મરાઠી ભાષામાં)

૮. 'દાદલો' (નવલકથા-દૈનિક અખબારમાં ધારાવાહિક પ્રાગટ્ય)

૯. 'બ્રેકિંગ ન્યુઝ' (નવલકથા-ગુજરાતી, અંગ્રેજી અને હિન્દીમાં)

૧૦. 'ગોલ્ડ ફ્રિશ' (નવલકથા-ગુજરાતી, અંગ્રેજી અને હિન્દીમાં)

૧૧. ૧૦૧ સન્સ (ગુજરાતના કથાનક પર અંગ્રેજી નવલકથા)

૧૨. ગ્રેટ રોબરી (રિયલ ક્રાઇમ સ્ટોરી)

આગામી પુસ્તક

૧. અનકૉમનમૅન (પ્રેરક વ્યક્તિત્વ)

૨. 'અગ્નિજા' (ડૉક્યુ નોવલ-હિન્દી, મરાઠીમાં)

૩. 'દાદલો' (નવલકથા-અંગ્રેજી, મરાઠી અને હિન્દીમાં)